കർഷക തൊഴിലാളി പ്രസ്ഥാനം

ചരിത്രവും വർത്തമാനവും

karshaka thozhilali prasthanam
charitravum varthamanavum

•

m v govindan master

•

first edition
september 2017

•

typesetting & published
chintha publishers, thiruvananthapuram

•

cover painting
murali nagapuzha

•

cover
midas

വിതരണം

ദേശാഭിമാനി ബുക്ക് ഹൗസ്

H O തിരുവനന്തപുരം-695 035
phone: 0471-2303026, 6063026
www.chinthapublishers.com
chinthapublishers@gmail.com

ബ്രാഞ്ചുകൾ

ഹെഡ്ഡാഫീസ് ബ്രാഞ്ച് കുന്നുകുഴി • സ്റ്റാച്യു തിരുവനന്തപുരം • കെ എസ് ആർ ടി സി ബസ് സ്റ്റേഷൻ ആലപ്പുഴ • കെ എസ് ആർ ടി സി ബസ് സ്റ്റേഷൻ എറണാകുളം • മച്ചിങ്ങൽ ലെയ്ൻ തൃശൂർ • ഐ ജി റോഡ് കോഴിക്കോട് • മാവൂർ റോഡ് കോഴിക്കോട് • എൻ ജി ഒ യൂണിയൻ ബിൽഡിങ് കണ്ണൂർ • സെൻട്രൽ ബസ് ടെർമിനൽ കോംപ്ലക്സ് താവക്കര കണ്ണൂർ

CO - 2575 / 4423
ISBN - 978-93-86637-44-4

കർഷക തൊഴിലാളി പ്രസ്ഥാനം

ചരിത്രവും വർത്തമാനവും

എം വി ഗോവിന്ദൻ മാസ്റ്റർ

ചിന്ത പബ്ലിഷേഴ്സ്
തിരുവനന്തപുരം-695 035

എം വി ഗോവിന്ദൻമാസ്റ്റർ

കണ്ണൂർ ജില്ലയിലെ മൊറാഴയിൽ ജനനം. കെ എസ് വൈ എഫിലൂടെ രാഷ്ട്രീയരംഗത്ത് സജീവമായി. ഡി വൈ എഫ് ഐ രൂപീകരണത്തിനുള്ള അഖിലേന്ത്യാ പ്രിപ്പറേറ്ററി കമ്മിറ്റി അംഗമായിരുന്നു. ഡി വൈ എഫ് ഐയുടെ പ്രഥമ സംസ്ഥാന പ്രസിഡന്റ്, സെക്രട്ടറി, അഖിലേന്ത്യാ എക്സിക്യൂട്ടീവ് കമ്മിറ്റി അംഗം എന്നീ നിലകളിൽ പ്രവർത്തിച്ചു.

സി പി ഐ (എം) കാസർകോട് ഏരിയാ സെക്രട്ടറി, കണ്ണൂർ ജില്ലാ സെക്രട്ടറി എന്നീ സ്ഥാനങ്ങൾ വഹിച്ചിട്ടുണ്ട്.

ഇപ്പോൾ സി പി ഐ (എം) സംസ്ഥാന സെക്രട്ടേറിയറ്റ് അംഗം. കൂടാതെ, കേരള സ്റ്റേറ്റ് കർഷക തൊഴിലാളി യൂണിയൻ സംസ്ഥാന പ്രസിഡന്റ്, *ദേശാഭിമാനി*യുടെ ചീഫ് എഡിറ്റർ, കർഷക തൊഴിലാളി മാസികയുടെ ചീഫ് എഡിറ്റർ, അഖിലേന്ത്യാ വൈസ് പ്രസിഡന്റ് എന്നീ നിലകളിൽ പ്രവർത്തിക്കുന്നു. *മാർക്സിസ്റ്റ് സംവാദ*ത്തിന്റെ ചീഫ് എഡിറ്ററായിരുന്നു. അടിയന്തരാവസ്ഥക്കാലത്ത് നാലുമാസക്കാലം ജയിൽവാസം അനുഭവിച്ചിട്ടുണ്ട്. നിരവധി തവണ പൊലീസ് - ഗുണ്ടാ മർദ്ദനത്തിന് വിധേയനായി. തളിപ്പറമ്പിൽനിന്ന് രണ്ടുതവണ എം എൽ എയായി.

കൃതികൾ: *സ്വത്വരാഷ്ട്രീയത്തെപ്പറ്റി* (എഡിറ്റർ), *വൈരുദ്ധ്യാത്മക ഭൗതികവാദം ഇന്ത്യൻ ദർശനത്തിൽ, ചൈനീസ് ഡയറി, യുവജനപ്രസ്ഥാനത്തിന്റെ ചരിത്രം: ആശയസമരങ്ങളുടെ പശ്ചാത്തലത്തിൽ.*

ജനാധിപത്യ മഹിളാ അസോസിയേഷൻ സംസ്ഥാന കമ്മിറ്റി അംഗവും ആന്തൂർ മുനിസിപ്പാലിറ്റി ചെയർപേഴ്സണുമായ പി കെ ശ്യാമളയാണ് ഭാര്യ.

മക്കൾ: ജി എസ് ശ്യാംജിത്, ജി എസ് രംഗീത്

ഉള്ളടക്കം

പ്രസാധകക്കുറിപ്പ്

കർഷക തൊഴിലാളികളുടെ സംഘടിത പ്രസ്ഥാനത്തിന്റെ വളർച്ചയുടെ ചരിത്രവും അതിന്റെ ഇന്നത്തെ അവസ്ഥയുമാണ് എം വി ഗോവിന്ദൻ മാസ്റ്റർ *കർഷക തൊഴിലാളി പ്രസ്ഥാനം ചരിത്രവും വർത്തമാനവും* എന്ന ഗ്രന്ഥത്തിൽ വരച്ചുകാട്ടുന്നത്. കേരളത്തിലെ ജനാധിപത്യഘടനയിൽ ഒരു വൻവിഭാഗം കീഴാള അവസ്ഥയിൽ എത്തിപ്പോയതിന്റെ ചരിത്ര പശ്ചാത്തലം വിവരിച്ചുകൊണ്ടാണ് ഗോവിന്ദൻ മാസ്റ്റർ കർഷക തൊഴിലാളി പ്രസ്ഥാനത്തിന്റെ ചരിത്രത്തിലേക്ക് പ്രവേശിക്കുന്നത്.

തൊഴിലെടുത്തു ജീവിക്കുന്ന ജനങ്ങളിലെ ഒരു വലിയ വിഭാഗമായ കർഷക തൊഴിലാളികളെ അവരുടെ പ്രസ്ഥാനത്തെ പരിചയപ്പെടുത്തുന്ന ഈ പുസ്തകം പ്രസിദ്ധീകരിക്കാൻ കഴിഞ്ഞതിൽ ഞങ്ങൾ കൃതാർത്ഥരാണ്.

ചിന്ത പബ്ലിഷേഴ്സ്

ആമുഖം

പിണറായി വിജയൻ

തങ്ങളനുഭവിക്കുന്ന ദുരിതങ്ങൾ പരിഹരിക്കുകയും അതോടൊപ്പം പൊതു സമൂഹത്തിന്റെ ആവശ്യങ്ങൾക്കായി പൊരുതി മുന്നേറുകയും ചെയ്ത ചരിത്രമാണ് കേരളത്തിലെ കർഷകതൊഴിലാളികൾക്കുള്ളത്. അതിന് നെടുനായകത്വം വഹിച്ച കർഷകതൊഴിലാളി യൂണിയന്റെ ചരിത്രം ഏറെയൊന്നും രേഖപ്പെടുത്തിയിട്ടില്ല. അത്തരം മേഖലയിലേക്ക് നമ്മെ നയിക്കുകയാണ് എം വി ഗോവിന്ദൻ മാസ്റ്ററുടെ *കർഷകതൊഴിലാളി പ്രസ്ഥാനത്തിന്റെ ചരിത്രവും വർത്തമാനവും* എന്ന ഈ പുസ്തകം.

ഇരുപത്തിമൂന്ന് അദ്ധ്യായങ്ങളിലൂടെയാണ് കർഷകതൊഴിലാളി പ്രസ്ഥാനത്തിന്റെ ചരിത്രം ഇവിടെ രേഖപ്പെടുത്തുന്നത്. കേരളത്തിന്റെ പ്രാചീന സമൂഹം എങ്ങനെയാണ് നിലനിന്നിരുന്നത് എന്നും അതിന്റെ വികാസം എങ്ങനെയായിരുന്നുവെന്നുമാണ് തുടക്കത്തിൽ വിശദീകരിക്കുന്നത്. ജാതി-ജന്മി-നാടുവാഴിത്ത രീതിയിലുള്ള സംവിധാനമായിരുന്നു കേരളത്തിൽ നിലനിന്നിരുന്നത് എന്ന ഇ എം എസിന്റെ കാഴ്ചപ്പാടുകളുടെ ചുവടുപിടിച്ച് ഇവിടെ വിശദീകരിക്കുന്നുണ്ട്.

സാമൂഹ്യ പരിഷ്കരണ പ്രസ്ഥാനങ്ങളുടെ സവിശേഷതയും അതോടൊപ്പം കേരളത്തിന്റെ വിവിധ ഭാഗങ്ങളിൽ ഉയർന്നുവന്ന അവകാശസമരങ്ങളെക്കുറിച്ചും പുസ്തകം പ്രതിപാദിക്കുന്നു. തങ്ങളുടെ കുട്ടികളെ പഠിപ്പിച്ചില്ലെങ്കിൽ 'കാണായ പാടങ്ങളിലെല്ലാം മുട്ടിപ്പുല്ലു കുരുപ്പിക്കും' എന്ന മുദ്രാവാക്യം മുന്നോട്ടുവച്ചുകൊണ്ട് അയ്യൻകാളിയുടെ നേതൃത്വത്തിൽ നടത്തിയ സമരത്തെ സംബന്ധിച്ചുള്ള വിശദീകരണവും ഇതിലുണ്ട്.

സംഘടിത പോരാട്ടങ്ങൾക്കുമുമ്പ് ഒറ്റപ്പെട്ട നിരവധി വ്യക്തിത്വങ്ങൾ നടത്തിയ അനീതിക്കെതിരായ സമരങ്ങളെക്കുറിച്ച് ഇതിൽ സൂചനയുണ്ട്.

ആലപ്പുഴയിലെ സമരഭൂമികളിൽനിന്ന് കർഷകതൊഴിലാളി പ്രസ്ഥാനം ഉയർന്നുവരുന്നതിന്റെ ചിത്രം ഇതിൽ കാണാനാവും. 1930 കളിൽ കൊടുങ്ങല്ലൂർ ഭാഗത്ത് രൂപംകൊണ്ട കർഷകതൊഴിലാളി പ്രസ്ഥാനം പോലുള്ളവ കൊച്ചിയിലെ ഉത്തരവാദ പ്രക്ഷോഭത്തെ മുന്നോട്ടുകൊണ്ടു പോകുന്നതിൽ വഹിച്ച പങ്കും പറയുന്നുണ്ട്. കൂലിക്കൂടുതലിനും തൊഴിൽ അവകാശങ്ങൾക്കും വേണ്ടി നടന്ന പോരാട്ടങ്ങളിൽ പങ്കെടുത്ത് രക്തസാക്ഷിത്വം വരിച്ച വാവയെപ്പോലുള്ള നിരവധിപേരുടെ ജീവത്യാഗത്തിന്റെ അടിത്തറയിലാണ് കേരളീയ സമൂഹം വളർന്ന് വികസിച്ചതെന്നും നമ്മെ ഈ പുസ്തകം ഓർമ്മിപ്പിക്കുന്നു.

കേരളത്തിൽ നടന്ന കർഷകരുടെയും കർഷക തൊഴിലാളി കളുടെയും മാത്രമല്ല പൊതുവിൽ വളർന്നു വന്ന പ്രക്ഷോഭങ്ങളും ഇതി ലുണ്ട്. അക്കാലത്ത് നിലനിന്ന വ്യത്യസ്തങ്ങളായ ചൂഷണരീതികളെ പരിചയപ്പെടുത്തുന്നുണ്ട് ഇതിൽ. പാലക്കാട്ട് നിലനിന്ന ജാതി കൂലി പോലുള്ള സമ്പ്രദായങ്ങൾ ഇതിൽ വിവരിക്കുന്നുണ്ട്. പിന്നോക്കക്കാരായ പുരുഷ തൊഴിലാളികൾക്ക് രണ്ടിടങ്ങഴി നെല്ല് കൂലിയായി കൊടുക്കു മ്പോൾ പട്ടികജാതി വിഭാഗത്തിലുള്ള പുരുഷന് നല്കിയത് ഒരിടങ്ങഴി മാത്രമായിരുന്നു. പിന്നോക്ക വിഭാഗത്തിലെ സ്ത്രീ തൊഴിലാളികൾക്ക് ഒരിടങ്ങഴിയും പട്ടികജാതി വിഭാഗത്തിലെ സ്ത്രീകൾക്ക് അരയിടങ്ങഴി നിറയാതെയുമാണ് കൂലി കൊടുത്തിരുന്നത്. ഇത്തരം നിരവധി ചൂഷണ സമ്പ്രദായങ്ങൾക്കെതിരെ കർഷകതൊഴിലാളി നടത്തിയ സമരങ്ങളെ പരിചയപ്പെടുത്തിക്കൊണ്ട് നാം പിന്നിട്ട വഴികളെ ഈ പുസ്തകം ഓർമ്മിപ്പിക്കുന്നു. ജന്മിത്വത്തിന്റെ ഗുണ്ടാപടയ്ക്കെതിരെ നടന്ന ചെറുത്തുനില്പുകളും ഇതിൽ വിശദീകരിക്കുന്നുണ്ട്. കുറുവടി പടയുമായി കർഷകതൊഴിലാളി യൂണിയനെ അടിച്ചമർത്താൻ പുറപ്പെട്ടത് പോലുള്ള സംഭവങ്ങൾ ഇതിൽ പ്രതിപാദ്യ വിഷയമാകുന്നു.

ഭൂപരിഷ്കരണ നിയമം പാസാക്കപ്പെട്ടതോടെ കേരളത്തിന്റെ സാമൂഹ്യ അന്തരീക്ഷത്തിൽ വലിയ മാറ്റങ്ങളുണ്ടായി. ഇത് കേരളീയ ജീവിതത്തെ മാറ്റിമറിച്ചു. പക്ഷേ, ഇതിലും വെള്ളം ചേർക്കപ്പെട്ടു. വലതുപക്ഷ ശക്തികൾ ഇടപെട്ടുകൊണ്ട് നടത്തിയ ഈ പ്രവർത്തനം ഉണ്ടാക്കിയ പ്രത്യാഘാതങ്ങളും വിലയിരുത്തപ്പെടുന്നു. മാറ്റങ്ങളും അതിന്റെ ഭാഗമായി രൂപപ്പെട്ട മുന്നേറ്റങ്ങളും ഇതിൽ വിശദീകരിക്കു ന്നുണ്ട്.

1951 ഒക്ടോബർ 12-ാം തീയതിയാണ് അഖിലേന്ത്യാ തലത്തിൽ കർഷകതൊഴിലാളി യൂണിയന് തുടക്കമിടുന്നത്. ആ സമ്മേളനത്തിൽ നടത്തിയ നയപ്രഖ്യാപനവും അവകാശരേഖയെക്കുറിച്ചുമെല്ലാം ഇത് പ്രതിപാദിക്കുന്നുണ്ട്. 1968 മാർച്ച് 10-ാം തീയതി കേരള സ്റ്റേറ്റ് കർഷക തൊഴിലാളി യൂണിയൻ സ്ഥാപിതമായി. അതോടെ സംസ്ഥാന അടിസ്ഥാ നത്തിൽ കർഷകതൊഴിലാളികളുടെ സമരസംഘടനാ പ്രവർത്തനം സജീവമായി, അതിന്റെ അലകൾ കേരളത്തിലുടനീളമുണ്ടായി.

കേരളത്തിന്റെ പ്രക്ഷോഭ ചരിത്രത്തിൽ പുതിയ അദ്ധ്യായം കുറിച്ച 1969 ഡിസംബർ 14 ന് ആലപ്പുഴയിൽ വെച്ച് നടന്ന സമരകൺവെൻഷൻ ഈ രംഗത്തെ പുതിയ കാൽവെപ്പായിരുന്നു. നിയമസഭ പാസാക്കിയ നിയമം ഇന്ത്യൻ യൂണിയൻ പ്രസിഡന്റ് ഒപ്പ് വച്ചാലും ഇല്ലെങ്കിലും 1970 ജനുവരി മാസം ഒന്നുമുതൽ ഈ നിയമം ഞങ്ങൾ നടപ്പിൽ വരുത്തും എന്ന് എ കെ ജി പ്രസ്താവിച്ചത് ഈ കൺവെൻഷനിലായിരുന്നു. തുടർന്ന് കേരളത്തിലുണ്ടായ പ്രക്ഷോഭങ്ങളുടെ പരമ്പരയെക്കുറിച്ചും പ്രതിപാദിക്കുന്നുണ്ട്. ജന്മിമാരുടെ ഗുണ്ടകളും പൊലീസും സംസ്ഥാനത്തിന്റെ വിവിധ ഭാഗങ്ങളിൽ നടത്തിയ ആക്രമണങ്ങളിൽ പൊരുതി വീണവരുടെ ചരിത്രം കൂടിയായി ഈ പുസ്തകം മാറുന്നുണ്ട്.

അടിയന്തരാവസ്ഥക്കാലത്ത് ശക്തമായ ചെറുത്തുനില്പുകൾ വിവിധ തലത്തിൽ നടന്നിരുന്നു. ഇതിൽ കർഷകതൊഴിലാളികളും സജീവമായിരുന്നു. കർഷകതൊഴിലാളി മേഖലയിൽ ജീവൻ പോലും ത്യാഗം ചെയ്തവരാണ് സ്ത്രീ തൊഴിലാളികൾ. ഇവരുടെ ചോര ചിന്തിയ പോരാട്ടങ്ങളുടെ ചരിത്രവും കർഷകതൊഴിലാളി സമര ചരിത്രത്തിന്റെ ഭാഗമാണ്. യൂണിയന്റെ പ്രവർത്തകയായിരുന്ന മേപ്പാടൻ കുട്ടിയമ്മയുടെ രക്തസാക്ഷിത്വങ്ങൾ പോലുള്ള ത്യാഗപൂർണ്ണമായ ജീവിതങ്ങൾ ഇതിലുണ്ട്. അനവധി സ്ത്രീ തൊഴിലാളികൾ കർഷകതൊഴിലാളി യൂണിയന്റെ പ്രവർത്തകരായിപ്പോയി എന്നതിന്റെ പേരിലും അനീതികളെയും അക്രമങ്ങളെയും ചോദ്യം ചെയ്തതിന്റെ പേരിലും നിരവധി തരത്തിലുള്ള പീഡനങ്ങൾക്ക് വിധേയരായിട്ടുണ്ട്. വിപ്ലവകാരികളായ പോരാളികളെ സംരക്ഷിക്കുന്നതിനായി കർഷകതൊഴിലാളി സ്ത്രീകൾ കാണിച്ച ജാഗ്രതയും അതിന്റെ ഭാഗമായി പൊലീസിൽനിന്നും ഗുണ്ടകളിൽനിന്നും സഹിക്കേണ്ടി വന്ന ത്യാഗങ്ങളും നിസ്സീമമാണ്. പക്ഷേ, ഇവ ചരിത്രത്തിന്റെ പിന്നാമ്പുറങ്ങളിലാണ് ഇന്നും. അവയെ പരിചയപ്പെടുത്തുന്നു എന്നത് ഇതിന്റെ മാറ്റ് വർദ്ധിപ്പിക്കുന്നു.

സമൂഹത്തിൽ ഏറെ ദുരിതം അനുഭവിച്ച മറ്റൊരു വിഭാഗമായിരുന്നു ആദിവാസികൾ. ഈ ജനവിഭാഗത്തിന്റെ പ്രശ്നങ്ങൾ ഏറ്റെടുത്തുകൊണ്ട് കർഷകതൊഴിലാളി യൂണിയൻ സജീവമായി പ്രവർത്തിച്ചിരുന്നു. ആദിവാസി മേഖലകളിൽ ഉയർന്നുവന്ന ചെറുത്തുനില്പുകളും യൂണിയൻ സജീവമായി ഇടപെട്ടുകൊണ്ട് നടത്തിയ പ്രവർത്തനങ്ങളും കർഷകതൊഴിലാളി പ്രസ്ഥാനത്തിന്റെ പോരാട്ടങ്ങളുടെ ഭാഗം കൂടിയാണ്. ഇത്തരം കാര്യങ്ങളെ അവതരിപ്പിക്കുന്നതിനോടൊപ്പം വർത്തമാനകാലത്ത് ക്ഷേമസമിതികൾ രൂപീകരിച്ച് ഈ മേഖലയിൽ പ്രവർത്തിക്കുന്നതിന്റെ പ്രാധാന്യവും വിശദീകരിക്കുന്നുണ്ട്.

വർത്തമാനകാലത്ത് കാർഷികമേഖലയിൽ ഉയർന്നുവരുന്ന പ്രശ്നങ്ങളെക്കുറിച്ചും ഏറ്റെടുക്കേണ്ട പ്രവർത്തനങ്ങളെ സംബന്ധിച്ചും വിശദീകരിച്ചുകൊണ്ട് സമകാലീന ഉത്തരവാദിത്വങ്ങളുമായി ഇതിനെ ബന്ധിപ്പിക്കുന്നു. കേരളത്തിന്റെ പരിസ്ഥിതി സംരക്ഷണത്തിനും

ഭക്ഷ്യധാന്യ ഉല്പാദനത്തിനും പ്രധാനമായ നെല്വയൽ സംരക്ഷണവുമായി ബന്ധപ്പെട്ട് യൂണിയൻ നടത്തിയ പ്രവർത്തനത്തിന്റെ പ്രാധാന്യമെന്തെന്നും അതിനായി നടത്തിയ ഇടപെടലുകളും വ്യക്തമാക്കുന്നുണ്ട്. ലേബർ ബാങ്ക്, ഹരിതസേന തുടങ്ങിയ നവീനമായ സാദ്ധ്യതകളെ ഉപയോഗപ്പെടുത്തേണ്ടതിന്റെ പ്രാധാന്യവും വിശദമാക്കുന്നുണ്ട്.

കേരളത്തിൽ അധികാരത്തിൽ വന്ന ഇടതുപക്ഷ സർക്കാരുകൾ അടിസ്ഥാന ജനവിഭാഗത്തിന്റെ താല്പര്യങ്ങൾ സംരക്ഷിക്കുന്നതിന് മുൻപന്തിയിൽത്തന്നെ നിന്നിട്ടുണ്ട്. ഇത്തരം പ്രവർത്തനം പൊതുസമൂഹത്തിൽ മാത്രമല്ല കർഷകതൊഴിലാളികളിൽ ഉൾപ്പെടെ വരുത്തിയ മാറ്റങ്ങളെ വിലയിരുത്തിക്കൊണ്ട് ഇടതുപക്ഷ സർക്കാരുകളുടെ പ്രാധാന്യത്തെ ഇതിൽ വ്യക്തമാക്കുന്നു. കേരളത്തിന്റെ കാർഷിക മേഖലയിൽ വലിയ മാറ്റങ്ങൾ വന്നിട്ടുണ്ട്. ആ മാറ്റങ്ങളെ മനസ്സിലാക്കിക്കൊണ്ട് ഇടപെടേണ്ടതിന്റെ പ്രാധാന്യവും ഓർമ്മിപ്പിച്ചുകൊണ്ടാണ് പുസ്തകം അവസാനിക്കുന്നത്.

കേരളത്തിലെ കർഷകതൊഴിലാളി പ്രസ്ഥാനത്തിന്റെ ചരിത്രത്തെക്കുറിച്ചുള്ള ഈ പുസ്തകത്തിൽ ആ ചരിത്രം മാത്രമല്ല പ്രതിപാദിക്കുന്നത്, നമ്മുടെ ഭൂതകാലവും പിന്നിട്ട വഴികളും ഇതിലുണ്ട്. അങ്ങനെ കർഷകതൊഴിലാളി പ്രസ്ഥാനത്തിന്റെ ചരിത്രത്തോടൊപ്പം കേരളീയ സമൂഹത്തിന്റെ വികാസം കൂടി രേഖപ്പെടുത്തുന്ന ഒന്നായി ഇത് മാറുന്നുണ്ട്. നമ്മുടെ നാടിന്റെ വികാസ ചരിത്രം പഠിക്കാൻ ശ്രമിക്കുന്നവർക്ക് ഏറെ സഹായകമായിരിക്കും ഈ പുസ്തകം.

18.09.2017
തിരുവനന്തപുരം

ജാതിയും ഉച്ചനീചത്വങ്ങളും

ഭൂമിയുടെ മേലുള്ള ഭൂപ്രഭുത്വത്തിന്റെ ആധിപത്യം അവസാനിക്കുന്നത് ബൂർഷ്വാ ജനാധിപത്യ വിപ്ലവത്തെ തുടർന്നാണ്. ഭൂപ്രഭുത്വത്തിന്റെ അന്ത്യം കുറിക്കുന്നതിന് ചരിത്രം നിയോഗിച്ചത് ബൂർഷ്വാസിയെയാണ്. ഭൂപ്രഭുത്വം അവസാനിപ്പിച്ചുകൊണ്ടാണ് ജനാധിപത്യ വിപ്ലവത്തിലൂടെ ബൂർഷ്വാസി അധികാരത്തിലേറിയത്. അതാണ് ബൂർഷ്വാ ജനാധിപത്യ വിപ്ലവം. ഭൂബന്ധത്തിൽ മൗലികമായ മാറ്റമാണ് ഇതിലൂടെ ഉരുത്തിരിഞ്ഞുവന്നത്. എന്നാൽ, ഭൂപ്രഭുത്വം നിലനിന്നത് കേവലമായ ഭൂബന്ധത്തെ മാത്രം അടിസ്ഥാനപ്പെടുത്തിയായിരുന്നില്ല. അതിന്റെ ഭരണകൂടത്തെ താങ്ങിനിർത്താൻ ഉതകുന്ന ആശയമേല്ക്കൂര (Super Structure) അത് രൂപപ്പെടുത്തിയിരുന്നു. അതിനു നേരെയുള്ള കടന്നാക്രമണവും അതിന്റെ അന്ത്യം കുറിക്കാനുള്ള ശ്രമവും കൂടി ചേർത്തുകൊണ്ടാണ് ബൂർഷ്വാസി ഭൂബന്ധത്തെ സമൂലമായി പുതുക്കി പണിതത്. ഇത് ബൂർഷ്വാസിയുടെ വളർച്ചയ്ക്ക് ആവശ്യമായിരുന്നു. കാരണം, മുതലാളിത്ത വളർച്ചയ്ക്ക് ആവശ്യമായ അസംസ്കൃത സാധനങ്ങളുടെ കലവറ ഭൂമിയാണ്. അത് സ്വതന്ത്രമാവുന്നതോടെ മുതലാളിത്ത വളർച്ചയ്ക്ക് ആക്കം കൂടി. ഈ ചരിത്രപരമായ കടമ നിർവ്വഹിച്ച ബൂർഷ്വാസി യഥാർത്ഥത്തിൽ വിപ്ലവപരമായ ദൗത്യമാണ് നിർവ്വഹിച്ചത്. ഇതായിരുന്നു പൊതുവായ മുതലാളിത്ത വളർച്ചയുടെ പശ്ചാത്തലം. ഇതിൽനിന്ന് ഏറെ വ്യത്യസ്തമായ രീതിയാണ് ഇന്ത്യയിലും കേരളത്തിലും സംജാതമായത്.

ഇന്ത്യൻ ബൂർഷ്വാസി, സാമ്രാജ്യത്വബന്ധം നിലനിർത്തിക്കൊണ്ട് ഭൂപ്രഭുത്വവുമായി സന്ധിചെയ്തപ്പോൾ നടക്കാതെ പോയത് ജനാധിപത്യ വിപ്ലവമാണ്. അതിനാൽ ഭൂപ്രഭുത്വത്തിന്റ സാമ്പത്തികഘടനയായ ഭൂബന്ധത്തിലുള്ള മാറ്റത്തിനും പ്രാങ് മുതലാളിത്ത ഘട്ടത്തിലെ സാമൂഹ്യ

സാംസ്കാരിക മേഖലയിലുള്ള ജീർണ്ണതയ്ക്കും അന്ത്യംകുറിക്കാൻ ഇവിടെ സാധിച്ചില്ല. അവരുമായി സമരസപ്പെടുകയാണ് ചെയ്തത്. കേരളത്തിൽ ജാതി ജന്മി നാടുവാഴിത്ത വ്യവസ്ഥയ്ക്ക് മേൽ മുതലാളിത്ത വികസന പാത അടിച്ചേല്പിക്കുകയാണ് ചെയ്തത്. കേരളീയ സമൂഹത്തെ ഇന്ത്യൻ സമൂഹത്തിന്റെ പരിച്ഛേദമെന്ന് പൂർണ്ണമായും പറയാൻ സാധിക്കുകയില്ല. പല വ്യത്യസ്തതകളും ഇവിടെ ഉണ്ടായിരുന്നു. ഇന്ത്യൻ സമൂഹത്തിൽ ചാതുർവർണ്ണ്യ വ്യവസ്ഥയായിരുന്നു പൊതുവിലുണ്ടായിരുന്നത്.

ഇന്ത്യയിൽ നിലനില്ക്കുന്ന ജാതി സമ്പ്രദായത്തോളം പഴക്കമുള്ള മറ്റൊരു വ്യവസ്ഥിതിയില്ല. പ്രാചീന കാലം മുതല്ക്കേ ഇത് നിലനിന്നിരുന്നതായി ഇന്ത്യയെക്കുറിച്ച് എഴുതിയിട്ടുള്ള ഗ്രീക്ക് ലാറ്റിൻ ഗ്രന്ഥകാരന്മാർ പറയുന്നു. തൊഴിലിന്റെ അടിസ്ഥാനത്തിലായിരുന്നു പദവിയും ജാതീയമായ വേർതിരിക്കലുകളും നടപ്പിലാക്കിയത്. ജാതിയുടെ ഏറ്റവും പ്രാചീനമായ വിഭജനം ജാതികളെ നാലായി തിരിച്ചുകൊണ്ടുള്ളതായിരുന്നു. ഇതിൽ ഒന്നാമത് ബ്രാഹ്മണരായിരുന്നു. പുരോഹിതവർഗ്ഗമെന്ന നിലയിൽ അവരാണ് മുഖ്യസ്ഥാനത്ത് നില്ക്കുന്നവർ. രണ്ടാം സ്ഥാനം ക്ഷത്രിയർക്ക്. അതായത് രാജാക്കന്മാർക്ക്. മൂന്നാം സ്ഥാനത്ത് കൃഷിയിലും വ്യാപാരതൊഴിലുകളിലും ഏർപ്പെട്ടിരുന്ന വൈശ്യർ, നാലാമത്തെ വിഭാഗമായ ശൂദ്രർക്ക് കൃഷിപ്പണിയും അടിമവേലയുമായിരുന്നു. ഈ വിഭാഗങ്ങളിൽ അസംഖ്യം ഉപജാതികളുമുണ്ടായിരുന്നു. ഇതിന് പുറത്തായിരുന്നു മനുഷ്യരായിപോലും പരിഗണിക്കാതെ പുറവർണ്ണർ എന്നറിയപ്പെട്ടിരുന്ന വിഭാഗം.

ഇന്ത്യയിൽ ഹിന്ദുമതത്തിന്റേതായി പറയപ്പെടുന്ന ധർമ്മശാസ്ത്രങ്ങൾ ഉണ്ടായിട്ടുള്ളത് സ്മൃതികളിൽനിന്നും അതിനെ അടിസ്ഥാനമാക്കിയുള്ള സ്മാർത്ത സൂത്രങ്ങളിൽനിന്നുമാണ്. സാമൂഹിക ദുരാചാരങ്ങളെ നിയമങ്ങളെന്ന വ്യാജേന അവതരിപ്പിക്കുന്ന കുപ്രസിദ്ധ ഗ്രന്ഥമായ *മനുസ്മൃതി* പോലുള്ളവ ജാതീയമായ വേർതിരിവുകൾ രാജ്യത്തെ മനുഷ്യരിൽ അടിച്ചേല്പിച്ചു. ജാതിസമ്പ്രദായവും അതിന്റെ അടിച്ചമർത്തലും ബ്രാഹ്മണേതര ജാതിയിൽപ്പെട്ട മനുഷ്യർക്ക് ഏറെ ബുദ്ധിമുട്ടുകളുണ്ടാക്കി.

ജാതി അതിന്റെ അധികാരം ഉറപ്പിക്കുന്നത് ലിഖിതമായ നിയമങ്ങളിലൂടെയും ഐതിഹ്യപരമായ കെട്ടുകഥകളിലൂടെയും കഥാകഥനങ്ങളിലൂടെയും ഗുരുക്കന്മാരുടെയും പുരോഹിതരുടെയും നിർദ്ദേശങ്ങളിലൂടെയും ആചാരങ്ങളുടെ പ്രയോഗങ്ങളിലൂടെയും ജാതിയുടെ വക്താക്കളുടെ താന്തോന്നിത്തവും സൗകര്യവും നോക്കിയുമാണ്. *മനുസ്മൃതി* പറയുന്നത് :"നിയമത്തിന്റെ വേരുകൾ വേദത്തിലും ശരിയാംവിധം ശാസനകളെയും അനുഷ്ഠാനങ്ങളെയും മനസ്സിലാക്കുന്നതിലും സദ്ജനങ്ങളുടെ കാലാതീതമായ ആചാരങ്ങളിലും ആത്മസംതൃപ്തിയിലും കുടികൊള്ളുന്നു" (മനു III-9) "ആചാരം ഗ്രഹണാതീതമായ നിയമമാണ്"

(മനു I-10) ജാതി സംബന്ധമായ നിയമങ്ങളും ആചാരങ്ങളും മുൻവിധികളും ഇടപെടലുകളും തിട്ടപ്പെടുത്താൻ കഴിയാത്തത്ര വിപുലമാണ്. സങ്കീർണ്ണവുമാണ്. അവയെ അഭിമാനത്തോടെയും കാപട്യത്തോടെയും കൂട്ടിക്കുഴയ്ക്കുവാൻ കഴിയുന്നിടത്താണ് ജാത്യാചാരങ്ങളുടെ വക്താക്കൾ വിജയിച്ചിട്ടുള്ളത്.

ശൂദ്രവിഭാഗത്തിലാണ് ഏറ്റവുമധികം ഉപജാതികളുണ്ടായിരുന്നത്. ഏറ്റവും കുറവ് ബ്രാഹ്മണ വിഭാഗത്തിലും. സവർണ്ണാധിപതികൾ തമ്മിൽ സ്പർദ്ധ ഇല്ലാതിരിക്കാനാവും ബ്രാഹ്മണ വിഭാഗം ഏകശിലപോലെ നിർണ്ണയിച്ചിട്ടുണ്ടാവുക. ഈ സവർണ്ണബോധം തന്നെയാണ് ജാതിയുടെ രൂപകല്പന നിർവ്വഹിച്ചിട്ടുള്ളത് എന്നും അനുമാനിക്കാം. വളരെ പഴക്കമേറിയതാണ് ജാതി സമ്പ്രദായത്തിന്റെ ഉല്പത്തി. ഹിന്ദുമത വിശ്വാസികളുടെ ചില ഗ്രന്ഥങ്ങൾ പറയുന്നത് ലോകത്തെ സൃഷ്ടിച്ചതും മനുഷ്യരെ അവിടെ അധിവസിക്കാൻ നിയോഗിച്ചതും ബ്രഹ്മാവ് ആണെന്നാണ്. ജാതിയുടെ സ്രഷ്ടാവ് ബ്രഹ്മാവ് ആണെന്നും പുരാണങ്ങൾ രചിച്ചവർ സ്ഥാപിച്ചെടുത്തു. ബ്രാഹ്മണൻ ബ്രഹ്മാവിന്റെ തലച്ചോറിൽനിന്നും ക്ഷത്രിയൻ തോളിൽനിന്നും വൈശ്യൻ ഉദരത്തിൽനിന്നും ശൂദ്രൻ പാദങ്ങളിൽനിന്നും ഉത്ഭവിച്ചു എന്നാണ് ആ ഗ്രന്ഥങ്ങൾ സ്ഥാപിക്കാൻ ശ്രമിച്ചത്. അതിൽനിന്ന് ഓരോ ജാതിക്കാരുടെയും വിധേയത്വത്തിന്റെ ആപേക്ഷികത തെളിയുന്നുണ്ട്. പൗരോഹിത്യത്തിലൂന്നിയ ചുമതലകൾ നിർവ്വഹിക്കേണ്ടവർ തലയിൽനിന്ന് ഉത്ഭവിച്ചു എന്ന് പറയുമ്പോൾതന്നെ യുക്തിബോധമുള്ളവർക്ക് ജാതീയമായ വിഭജനത്തിന്റെ വേര് എവിടെയാണ് നില്ക്കുന്നത് എന്ന് മനസ്സിലാക്കാൻ സാധിക്കും. ജാതി സമ്പ്രദായമനുസരിച്ച് മലബാർ ദേശത്തെ ജാതിക്കാർ സൂക്ഷിക്കേണ്ട അകലം നിഷ്കർഷിച്ചിരിക്കുന്നതിനെപ്പറ്റി *ലാൻഡ് ഓഫ് ദി പെരുമാൾ* എന്ന ഗ്രന്ഥത്തിൽ പരാമർശിക്കുന്നുണ്ട്. "ഒരു നായർക്ക് (ശൂദ്രരിലെ ഉയർന്ന ജാതി) നമ്പൂതിരി ബ്രാഹ്മണനെ സമീപിക്കാം എന്നാൽ, തൊട്ടുകൂട, ഒരു തീയൻ (ഈഴവൻ) മുപ്പത്തിയാറ് അടി അകലെ നില്ക്കണം, ഒരു മലയൻ അതിൽനിന്നും മൂന്നോ, നാലോ അടി അകലെ നില്ക്കണം, ഒരു പുലയൻ തൊണ്ണൂറ്റിയാറ് അടി അകലെ നില്ക്കണം, ഒരു നായരിൽനിന്നും തീയൻ പന്ത്രണ്ടടി അകലെ നില്ക്കണം, ഒരു മലയന് തീയനെ സമീപിക്കാമെങ്കിലും സ്പർശിച്ചുകൂട, ഒരു പുലയൻ മാപ്പിള (മലബാറിലെ തദ്ദേശീയ മുഹമ്മദീയൻ) യൊഴികെ മറ്റുള്ളവർക്ക് മലയനെപ്പോലും സമീപിച്ചുകൂട, ഒരു പുലയൻ ബ്രാഹ്മണനോടോ, നായരോടോ, തീയരോടോ, മലയനോടോ സംസാരിക്കാനാഗ്രഹിക്കുന്ന പക്ഷം നിഷ്കർഷിച്ചിട്ടുള്ള ദൂരത്തിനകലെ നിന്നുകൊണ്ട് ഉച്ചത്തിൽ വിളിച്ചലറണം...." നിയമങ്ങൾ വീണ്ടും നീണ്ടുപോവുകയാണ്. ഇത്തരത്തിലുള്ള നിഷ്കർഷകൾ തിരുവിതാംകൂറിലും തിരുകൊച്ചിയിലുമൊക്കെ നിലനിന്നിരുന്നു.

ചാതുർവർണ്ണ്യ വ്യവസ്ഥ മനുഷ്യരെ വിവിധ തട്ടുകളിലാക്കി മാറ്റി. ജാതീയമായ വേർതിരിവുകൾ അടിച്ചേല്പിക്കുന്നതിലൂടെ സവർണ്ണ

ബ്രാഹ്മണത്വം മറ്റ് ജാതികളുടെ മേൽ ആധിപത്യം സ്ഥാപിച്ചെടുത്തു. സാമൂഹികവും മതപരവുമായ അധികാരങ്ങളും അവകാശങ്ങളും സ്ഥാനങ്ങളും വിദ്യാഭ്യാസവും അദ്ധ്യാപനവും തുടങ്ങി സകല കാര്യങ്ങളിലും സവർണ്ണർ ആജ്ഞകൾ നടത്തി. അതിർവരമ്പുകൾ സൃഷ്ടിച്ചു. അയിത്തവും ജാത്യാചാരങ്ങളും അടിച്ചേല്പിച്ചു. കൊടിയ ചൂഷണങ്ങൾ നടന്നു. ഇതിന്റെ ഭാഗമായി ശൂദ്രജാതിയിൽപെട്ടവരും ജാതിയായി പരിഗണിക്കപ്പെടാത്ത വിഭാഗവും അനുഭവിച്ചിരുന്ന കിരാതത്വങ്ങൾ വിവരണാതീതമാണ്.

മനുഷ്യനിലേക്ക് പൂർണ്ണമായും എത്താത്തൊരു വിഭാഗമെന്ന നിലയിലായിരുന്നു ശൂദ്രരോട് ഉപരി ജാതി വിഭാഗങ്ങളുടെ സമീപനം. ഈ വിഭാഗത്തിന് നിരന്തരമായ അടിച്ചമർത്തലുകൾക്ക് വിധേയമായതുകൊണ്ട് തങ്ങൾ അടിമകളാണെന്ന മനോഭാവമാണ് ഉണ്ടായിരുന്നത്. എണ്ണത്തിൽ കൂടുതലുള്ള ദുർബ്ബല വിഭാഗം. ഇന്ത്യയിലുടനീളം ഇക്കൂട്ടർ അടിമസമാനമായ ജീവിതം നയിച്ചവരായിരുന്നു.

ബ്രാഹ്മണർ ഉണ്ടാക്കിയ തത്ത്വസംഹിതകൾ അവർക്ക് അമിതമായ പ്രാധാന്യം വരച്ചുവെക്കുന്നുണ്ട്. ജനനംകൊണ്ട് മാത്രമല്ല ഉല്പത്തികൊണ്ടും മറ്റെല്ലാ മനുഷ്യർക്കും മുകളിലാണ് ബ്രാഹ്മണർ എന്നാണ് *മനുസ്മൃതി*യിൽ പറയുന്നത്. ജാതീയമായുള്ള വേർതിരിവുകളൊക്കെ ഉണ്ടാക്കുന്നതിൽ മനുസ്മൃതി വഹിച്ച പങ്ക് ചെറുതല്ല. മനുസ്മൃതി ആവിഷ്കരിക്കുന്നത് വേദസമൂഹത്തിന് ഭീഷണി ഉണ്ടായപ്പോഴാണ്. ശ്രൗതസൂത്രങ്ങൾ, ഗൃഹ്യസൂത്രങ്ങൾ, ധർമ്മസൂത്രങ്ങൾ തുടങ്ങിയ വിഭാഗങ്ങൾ ഉള്ളടങ്ങിയ കല്പസൂത്രങ്ങളെ പിൻപറ്റിയാണ് മനുസ്മൃതി രചിക്കപ്പെടുന്നത്. എന്തായാലും മനുസ്മൃതി തീർത്തും അമാനവീകമാണ്. അത് നികൃഷ്ടമായ ജാത്യാചാരങ്ങളുടെ, സ്ത്രീനിന്ദയുടെ സ്മൃതികൂടിയാണ്.

ഇത്തരം ലിഖിതങ്ങളിലൂടെ പുരോഹിത വർഗ്ഗം ശ്രമിച്ചത് അന്നത്തെ സമൂഹത്തെ, ദൈവത്തിന്റെയും തങ്ങളുണ്ടാക്കിയ വിശ്വാസങ്ങളുടെയും പേരിൽ തങ്ങളുടെ വരുതിയിൽ നിർത്തുവാനായിരുന്നു. ആ കാലത്ത് വ്യഭിചാരത്തിന് വധശിക്ഷയായിരുന്നു പതിവ്. എന്നാൽ, പുരോഹിത വിഭാഗത്തിലാണ് വ്യഭിചാരിയെങ്കിൽ തല മുണ്ഡനം ചെയ്യാനാണ് വിധിക്കുക. സാദ്ധ്യമായ ഏത് കുറ്റത്തിനും ഒരിക്കലും രാജാവ് ഒരു ബ്രാഹ്മണനെ വധിച്ചുകൂട. ശരീരത്തിന് യാതൊരു ക്ഷതവുമേല്പിക്കാതെ, തന്റെ എല്ലാ സ്വത്തുവകകളുമായി രാജ്യം വിട്ടുപോകാൻ അയാളെ അനുവദിക്കണം. ഒരു ബ്രാഹ്മണനെ കൊല്ലുന്നതിലും വലിയ അപരാധം ലോകത്തില്ല. അതുകൊണ്ട് ഒരു രാജാവും ഒരു ബ്രാഹ്മണനെ കൊല്ലുന്ന കാര്യം പോലും ചിന്തിക്കരുത് (*മനുസ്മൃതി* 379-381) പൗരോഹിത്യത്തിന്റെ നിർമ്മിതിയാണ് ഇത്തരത്തിലുള്ള സൂക്തങ്ങൾ എന്നതിന് ഇതിലും വലിയ തെളിവുകൾ ആവശ്യമില്ല. ബ്രാഹ്മണർ വ്യഭിചരിക്കുന്നത് പിടിക്കപ്പെട്ടാൽപ്പോലും ജീവനും സ്വത്തിനും കേടുകൂടാതെ രക്ഷപ്പെടാനുള്ള വഴികൾ എല്ലാ സൂക്തങ്ങളിലും എഴുതിച്ചേർത്തിട്ടുണ്ട്. പരിഹാസ്യമായ

കപട രചനകളിലേക്കും അത് കടക്കുന്നുണ്ട്. "മുഴുവൻ ലോകവും ദൈവങ്ങളുടെ അധികാരത്തിലാണ്/ ദൈവങ്ങൾ മന്ത്രങ്ങളുടെ അധികാരത്തിൻ കീഴിലാണ്/ മന്ത്രങ്ങൾ ബ്രാഹ്മണന്റെ അധികാരത്തിൻ കീഴിലാണ്/ അതിനാൽ ബ്രാഹ്മണനാണ് നമുക്ക് ദൈവം!" അധികാരവും പൂജനീയതയും ഉറപ്പാക്കുന്നതിന് വേണ്ടിയാണ് ഇത്തരത്തിലുള്ള കപട രചനകളിലൂടെ ശ്രമിക്കുന്നത്. മാത്രമല്ല, അവരുടെ ഭൗതിക സൗകര്യങ്ങളെ ഏകപക്ഷീയമായി സംരക്ഷിക്കുന്നുമുണ്ട്.

ബ്രാഹ്മണർക്കും ക്ഷത്രിയർക്കും വൈശ്യർക്കും വരെ കൂടിയും കുറഞ്ഞും പരിഗണനകൾ നല്കുമ്പോൾ, ശൂദ്രരെ എന്നും അടിയാളരായി നിലനിർത്താൻ ഇത്തരത്തിലുള്ള മതഗ്രന്ഥങ്ങൾ ശ്രദ്ധിക്കുന്നുണ്ട്. ബ്രാഹ്മണർ ശൂദ്രരെ കൊലപ്പെടുത്തിയാൽ പൂച്ച, കീരി, തവള, പട്ടി, ഉടുമ്പ്, മൂങ്ങ, കാക്ക എന്നിവയെ കൊല്ലുന്നത്ര പാപമേയുള്ളു (മനു IX 131). ബ്രാഹ്മണരെ കൂടാതെ ക്ഷത്രിയ, വൈശ്യ ജാതിക്കാരെയും സേവിക്കാനാണ് ശൂദ്രന്റെ നിയോഗം. ഇത്തരം ഗ്രന്ഥങ്ങളിൽ ഗാർഹിക അടിമകളായാണ് ശൂദ്രനെ ചിത്രീകരിച്ചിരിക്കുന്നത്. അവന്റെ അടിമത്തം ഈശ്വരകല്പിതമാണ് എന്ന് പേർത്തും പേർത്തും പറഞ്ഞ് ഉറപ്പിക്കുന്നു. അതിൽ നിന്നും ഒരിക്കലും അവന് മോചനമില്ല എന്ന് ആവർത്തിച്ചുറപ്പിക്കുന്നു. യജമാനന് അവന്റെ സ്വത്തുക്കൾ പോലും യഥേഷ്ടം പിടിച്ചെടുക്കാ (മനു VIII 413 - 414) മെന്നാണ് മനുസ്മൃതി ഉദ്ഘോഷിക്കുന്നത്.

മനുഷ്യകുലം നാല് ജാതികളിൽ ഒതുങ്ങിനിന്നാണ് വികസിച്ചതെന്നാണ് മനു പ്രസ്താവിക്കുന്നത്. ബ്രാഹ്മണൻ, ക്ഷത്രിയൻ, വൈശ്യൻ, എന്നീ മൂന്ന് ജാതികൾ ദ്വിജൻമാരും നാലാമത്തെ ജാതിയായ ശൂദ്രൻ ഏകജനുമാണ്. അഞ്ചാമതൊരു ജാതിയില്ല (മനു X 4). മനുവിന്റെ ഈ വിഭജനം ചരിത്രത്തോടും അതിന്റെ വികാസപരിണാമത്തോടും തീരെ യോജിക്കുന്നതല്ല. ഇന്ത്യൻ സമൂഹത്തിൽനിന്നും ഏറെ വ്യത്യാസമുള്ള പല രീതികളും വസ്തുതകളും കേരള സമൂഹത്തിൽ നിലനിന്നിരുന്നതായി നമുക്ക് മനസ്സിലാക്കാനാവും.

കേരളത്തിൽ ജാതി വ്യവസ്ഥയുടെ മേല്തട്ടിൽ നമ്പൂതിരിമാരായിരുന്നു ഉണ്ടായിരുന്നത്. ഓരോ ജാതി വിഭാഗവും അനുഷ്ഠിക്കേണ്ട തീണ്ടൽപ്പാടകലം പോലുള്ള പ്രവണതകൾ കേരളത്തിലെ പ്രത്യേകതകളായിരുന്നു. ഇത്തരം പ്രവണതകൾ വളർത്തുന്ന രീതിയിലായിരുന്നു കേരളത്തിൽ നിലനിന്നിരുന്ന ഭൂബന്ധങ്ങൾ.

ഇന്ത്യയിൽ മറ്റ് പ്രദേശങ്ങളിലേതുപോലെ കേരളത്തിലും നദീതടങ്ങളിൽ ബ്രാഹ്മണസംഘങ്ങൾ തങ്ങളുടെ ഗ്രാമങ്ങൾ സ്ഥാപിച്ചു. മറ്റ് ജാതികളിലുള്ളവരുടെ അദ്ധ്വാനശക്തിയാണ് അവർ അതിനായി ഉപയോഗിച്ചത്. ചരിത്രരേഖകളിൽ പറയുന്നത് ഈ പ്രക്രിയ ആരംഭിച്ചത് ക്രിസ്തുവർഷാരംഭത്തിലാണെന്നാണ്. ക്രിസ്തുവർഷം പത്താംശതകത്തോടെ പരശുരാമന്റെ പാരമ്പര്യം അവകാശപ്പെടുന്ന മുപ്പത്തിരണ്ട് മൂലഗ്രാമങ്ങളും അവയുടെ ശാഖകളായി വളർന്നുവന്ന നിരവധി ഗ്രാമങ്ങളും അട

ങ്ങുന്ന സാമൂഹ്യവ്യവസ്ഥ നിലവിൽവന്നു എന്നാണ് പറയപ്പെടുന്നത്. ഈ കാലഘട്ടത്തിലാണ് ആദ്യകാല ചേരരാജാക്കന്മാരുടെ അവകാശികളെന്ന നിലയിൽ പില്ക്കാല ചേരന്മാർ മഹോദയപുരം തലസ്ഥാനമാക്കിക്കൊണ്ട് ആധിപത്യം ഉറപ്പിക്കുന്നത്. ചേരന്മാരുടെ രാഷ്ട്രീയാധികാരത്തെ പിന്താങ്ങിയിരുന്നത് പറവൂർ, മൂഴിക്കുളം, ഇരിഞ്ഞാലക്കുട, ഐരാണിക്കുളം എന്നീ നാല് തളികകളായിരുന്നു. ആ കാലത്ത് പൗരോഹിത്യവും രാഷ്ട്രീയാധികാര ശക്തികളും പരസ്പരം ആശ്രയിച്ച് കഴിയുന്ന സാമൂഹ്യ വ്യവസ്ഥയായിരുന്നു നിലനിന്നിരുന്നതെന്നും ജാതീയത ശക്തമായെന്നും പൂർണ്ണ വളർച്ചയിലെത്തിയെന്നും ചരിത്രകാരന്മാർ പറയുന്നുണ്ട്.

ഉല്പാദനോപാധികളുടെ ആധിപത്യവും രാഷ്ട്രീയാധിപത്യവും കൈയാളിയിരുന്ന വരേണ്യവർഗ്ഗത്തെ നിയന്ത്രിച്ചത് നമ്പൂതിരിമാരും രാജകുടുംബങ്ങളും നാടുവാഴികളും ദേശവാഴികളും മറ്റുമായിരുന്നു. അന്നത്തെ പ്രധാന ഉല്പാദനോപാധി ഭൂമിയായിരുന്നു. അവിടെ ഉല്പാദനത്തിനായി പരിശ്രമിച്ചവർ അടിയാളരും കാരാളരും കുടിയാന്മാരും കയ്യരും മറ്റുമടങ്ങിയ അവർണ്ണ ജാതിക്കാരായിരുന്നു. ഉയർന്ന ഭൂഅവകാശങ്ങൾ സിദ്ധിച്ചവരെ ഉയർന്ന ജാതിക്കാരായും താഴ്ന്ന ഭൂഅവകാശങ്ങൾ ലഭിച്ചവരെ താഴ്ന്ന ജാതിക്കാരായും പരിഗണിക്കപ്പെട്ടിരുന്നുവെന്നും രേഖകൾ പറയുന്നു. ഫ്യൂഡൽ അടിയായ്മാ വ്യവസ്ഥയോട് ചേർന്ന് നില്ക്കുന്ന ഒരു വ്യവസ്ഥിതിയായിരുന്നു ഇതെന്ന് ഇതിലൂടെ സ്ഥാപിക്കാൻ കഴിയും.

വളർന്നുവന്ന നമ്പൂതിരിഗ്രാമങ്ങളും ഉപനിവേശങ്ങളും അനേകം ഗ്രാമക്ഷേത്രങ്ങളുടെ ആധിപത്യം സ്വന്തമാക്കുകയുണ്ടായി. ഈ ക്ഷേത്രങ്ങൾക്ക് ദാനം കിട്ടിയ ഭൂമി, ആദ്യകാലത്ത് ഊരാളരുടെ കൂട്ടായ മേൽനോട്ടത്തിൽ ഒരു ദേവസ്വമായി കൈവശം വെച്ചു. ക്ഷേത്രങ്ങളുടെ സ്വത്ത് വർദ്ധിപ്പിച്ചത് ഇത്തരം ഭൂമിദാനങ്ങളിലൂടെയാണ്. പുതിയ ക്ഷേത്രങ്ങളെയും ഗ്രാമങ്ങളെയും പ്രോത്സാഹിപ്പിക്കുന്നതിനുവേണ്ടി ഗുപ്താനന്തര കാലഘട്ടത്തിൽ രാജാക്കന്മാർ ബ്രാഹ്മണ ക്ഷേത്രങ്ങൾക്കും കുടുംബങ്ങൾക്കും യഥേഷ്ടം ഭൂമി ദാനംചെയ്തു. ഈ സ്ഥിതിവിശേഷം ഉത്തരേന്ത്യയിലും നിലനിന്നിരുന്നുവെന്ന് ചരിത്രകാരന്മാർ വ്യക്തമാക്കുന്നുണ്ട്. ഇന്ത്യയിൽ ഫ്യൂഡലിസം ആരംഭിച്ചത് ഈ കാലഘട്ടത്തിലാണെന്നും പണ്ഡിതന്മാർ പറയുന്നു.

കേരളത്തിൽ ക്ഷേത്രങ്ങളുടെ ഭൂമിയിൽ ആധിപത്യം പുലർത്തിയ നമ്പൂതിരിമാരും അവരുടെ സഭകളും ഉല്പാദനമിച്ചം കൈവശം വെച്ചനുഭവിക്കുന്ന ഒരു പുരോഹിതവർഗ്ഗമായി പരിണമിക്കുകയായിരുന്നു. അവർ കുടിയാന്മാരെയും കാരാളരെയും ഉപദ്രവിക്കുകയും കൂടുതൽ പാട്ടത്തിനായി നിർബ്ബന്ധിക്കുകയും ചെയ്തു. ഊരാളരും കാരാളരും തമ്മിലുള്ള സാമ്പത്തികബന്ധങ്ങൾ പുനർനിർണ്ണയം ചെയ്തുകൊണ്ട് ക്രിസ്തുവർഷം ഒൻപതാം നൂറ്റാണ്ടിന്റെ അന്ത്യത്തിൽ മൂഴിക്കളത്തുവെച്ച്

ഒരു കരാർ അഥവാ കച്ചം നടപ്പാക്കുകയുണ്ടായെന്ന് തുരുനന്തിക്കര ഗുഹാക്ഷേത്ര ലിഖിതവും തിരുനെല്ലി പട്ടയവും വ്യക്തമാക്കുന്നുണ്ട്. ഈ വ്യവസ്ഥ പാലിക്കാത്ത ഊരാളർ പഞ്ചമഹാപാപത്തിനുത്തരവാദികളാണെന്നും ശിലാശാസനങ്ങളിൽ പറയുന്നു.

ചേരന്മാരുടെ രാഷ്ട്രീയാധിപത്യം പന്ത്രണ്ടാം നൂറ്റാണ്ടോടുകൂടി ഇല്ലാതായതോടെ ക്ഷേത്രം സംബന്ധിച്ച ഭൂമിയുടെ ഉടമാവകാശങ്ങളിലും മാറ്റം വന്നു. ഊരാളർ ഈ ഭൂമി സ്വന്തമാക്കി. അവയെ ബ്രഹ്മസ്വമാക്കി മാറ്റി. ക്രമേണ ഇക്കൂട്ടർ നീർഅട്ടിപ്പേർ അവകാശമുള്ള ഭൂവുടമകളായി മാറി. പഴയ കരാറുകളും കച്ചങ്ങളും അവർക്ക് സ്വീകാര്യമല്ലാതായി മാറി. പൗരോഹിത്യത്തിലൂടെയാണ് കുടിയാന്മാരെയും കാരാളരെയും എങ്ങനെവേണമെങ്കിലും കൈകാര്യം ചെയ്യാവുന്ന ഒരു സ്വതന്ത്ര ഭൂവുടമവർഗ്ഗം നിലവിൽ വന്നത്. അതേ സമയം ചേരന്മാർ അധികാരം കൈയാളിയ സമയത്ത് സാമന്തന്മാരായും നാടുവാഴികളായും ദേശവാഴികളായും ഉണ്ടായിരുന്നവർ തങ്ങളുടെ ആധിപത്യം തുടരുന്ന അവസ്ഥയും ഉണ്ടായി. അവർ തങ്ങളുടെ അധീനതയിലുള്ള ഭൂമിയുടെ അധിപന്മാരായി നിന്ന്, വിളവിൽനിന്ന് വൻതോതിൽ പാട്ടം പിരിച്ചെടുത്തു. ഉല്പാദന മിച്ചം സ്വന്തമാക്കി.

തുടർന്നാണ് നാടുവാഴിത്ത-ജന്മിത്ത വ്യവസ്ഥിതിയുടെ തുടക്കം ഉണ്ടാവുന്നതെന്ന് ചരിത്രം പറയുന്നു. ആ കാലഘട്ടത്തിൽ ദേശാധിപത്യം, അമ്പലം, അമ്പലപ്പടി തുടങ്ങിയ സ്ഥാനമാനങ്ങൾ അനുഭവിച്ചുകൊണ്ട് കാർഷിക ഉല്പാദന പ്രക്രിയയെ ആകെ തങ്ങളുടെ നിയന്ത്രണത്തിൽ കൊണ്ടുവരാൻ ഇക്കൂട്ടർക്ക് സാധിച്ചു. അടിയാളരുടെയും കുടിയാന്മാരുടെയും സകല അവകാശങ്ങളും ലംഘിക്കപ്പെട്ട കാലഘട്ടം കൂടിയായിരുന്നു അത്. തിരുവിതാംകൂറിൽ മാർത്താണ്ഡവർമ്മയുടെയും മലബാറിൽ മൈസൂർ ശക്തികളുടെയും കാലം വരുന്നതുവരെ ഈ വ്യവസ്ഥ വലിയ മാറ്റമില്ലാതെ തുടരുകയായിരുന്നു.

പരശുരാമൻ കടലിൽനിന്ന് വീണ്ടെടുത്ത് ബ്രാഹ്മണർക്ക് ദാനം ചെയ്ത പ്രദേശമാണ് കേരളമെന്ന കഥ ഭക്തിപ്രസ്ഥാനത്തിന്റെ കാലത്താണ് വ്യാപകമായി പ്രചരിപ്പിക്കപ്പെട്ടത്. ചാതുർവർണ്യത്തെയും ഹിന്ദുമതത്തെയും പ്രചരിപ്പിച്ച ഭക്തിപ്രസ്ഥാനം പുതിയ ക്ഷേത്രങ്ങളുടെയും ഹിന്ദു ദൈവങ്ങളുടെയും മാഹാത്മ്യവും പ്രചരിപ്പിച്ചു. ഇത്തരത്തിലുള്ള പരിപാടികളുടെയൊക്കെ ഉള്ളിലുള്ള അജണ്ട ബ്രാഹ്മണരുടെ ഭൂകുത്തക സാധൂകരിക്കുക എന്നതായിരുന്നു. നാടെങ്ങും ഉയർന്നുവന്ന സ്വതന്ത്രമായ ആധിപത്യങ്ങൾ ഭൂമിയുടെയും ഉല്പാദന മിച്ചത്തിന്റെയും കുത്തക കൈയടക്കി. ഇതായിരുന്നു ജാതി-ജന്മി നാടുവാഴിത്ത വ്യവസ്ഥയുടെ കാലം.

മദ്ധ്യകാല കേരള ചരിത്രം ഫ്യൂഡലിസത്തിന്റെ പൂർണ്ണ വികാസത്തിന്റെ ചരിത്രം കൂടിയാണ്. കരം പിരിക്കൽ, നീതിന്യായപരിപാലനം, സൈനിക സേവനം തുടങ്ങി ഒരു ഗവൺമെന്റ് പ്രാവർത്തികമാക്കേണ്ട

കാര്യങ്ങളെല്ലാം ഭൂപ്രഭുക്കന്മാരായ നാടുവാഴികളും സാമന്തന്മാരുമാണ് ചെയ്തത്. കാർഷിക വൃത്തിയിലേർപ്പെട്ട ജനത, ഭൂ അവകാശപരമായും വ്യക്തിപരമായും അടിയാളന്മാരായിരുന്നു. മൂപ്പിൽനായർ, കവളപ്പാറ തുടങ്ങിയ ഭൂപ്രഭുക്കൾ ഗവൺമെന്റ് കൈക്കൊള്ളേണ്ട നടപടിക്രമങ്ങൾ തങ്ങളുടെ അധികാര സീമയിൽ നടപ്പിലാക്കി. ഭൂമിയുടെ അവകാശം കൈമുതലായുള്ള ഭൂപ്രഭുക്കന്മാരുടെ നിരവധിയായ കുടുംബങ്ങളാണ്, തറവാടുകളാണ് രാഷ്ട്രീയാധികാരം കൈയാളിയത്. ഉല്പാദന രംഗത്തോ, വാണിജ്യ രംഗത്തോ പ്രത്യേകിച്ച് പരിഷ്കാരങ്ങളും മാറ്റങ്ങളുമൊന്നും നടക്കാത്തതിനാൽ ഈ ഫ്യൂഡൽ വ്യവസ്ഥിതി ബ്രിട്ടീഷ് കാലംവരെ അഭംഗുരം നിലനിന്നു. നമ്പൂതിരിമാരുടെയും നായന്മാരുടെയും തറവാടുകളിലാണ് രാഷ്ട്രീയാധികാരം കേന്ദ്രീകരിച്ചിരുന്നത്. സവർണ്ണരുടെ കുത്തകയായിരുന്നു ആ തറവാടുകൾ. അടിയാളരായ കർഷക തൊഴിലാളികളിൽനിന്നും പിരിച്ചെടുക്കുന്ന ഉല്പാദനമിച്ചം സ്വന്തം കുടുംബങ്ങളിലെ അംഗങ്ങൾക്കും മറ്റ് ജാതിയിൽ കൂടിയ ആശ്രിതർക്കും വിതരണം ചെയ്യുന്ന ഒരു ഫ്യൂഡൽ ഘടകമായിരുന്നു തറവാടുകൾ. സ്ഥിതി ചെയ്യുന്ന ഗ്രാമത്തിലെ കൃഷിനിലങ്ങളും മലകളും പുഴകളും തരിശുകളും തറവാടിന്റെ ആധിപത്യത്തിന് കീഴിലായിരുന്നു. വൻ തറവാടുകൾ ചെറുകിട തറവാടുകളുടെ ഭൂമി പിടിച്ചെടുത്ത് അവരെ ദരിദ്രരാക്കുന്ന പ്രവണതയും ആ കാലത്ത് ഉണ്ടായിരുന്നു. അടിയാളരായ കർഷകരും അടിമകളും ഉല്പാദന പ്രക്രിയയിൽ വിശ്രമമില്ലാതെ പങ്കാളികളായി. വല്ലിയാളർ, ആൾ, വല്ലിചാത്തന്മാർ, അടിയാളർ തുടങ്ങിയ പേരുകളിലാണ് ആ കാലഘട്ടത്തിൽ അവർ അറിയപ്പെട്ടത്. പിന്നീട് ഭൂ അവകാശങ്ങളായ ജന്മം, കാണം, പാട്ടം എന്നീ അവകാശങ്ങൾ അവർക്ക് നല്കുകയുണ്ടായി. അപ്പോഴും ഭൂമിയുടെ ഉടമസ്ഥാവകാശം ജന്മിക്കോ, നാടുവാഴിക്കോ തന്നെയായിരുന്നു.

തിരുവിതാംകൂറിൽ പതിനെട്ടാം നൂറ്റാണ്ടിൽ നാടുവാഴികളുടെയും ഭൂപ്രഭുക്കന്മാരുടെയും ഘടനയിൽ ചില മാറ്റങ്ങൾ വരുത്തിയ മാർത്താണ്ഡവർമ്മ, സംഘടിതവും പരിഷ്കൃതവുമായ ഭരണം സ്ഥാപിക്കാൻ വേണ്ടി അവരിൽ പലരുടെയും ഭൂസ്വത്ത് പിടിച്ചെടുത്തു. രാജ്യം ശ്രീപത്മനാഭന്റെ പാദങ്ങളിൽ അർപ്പിക്കുന്നു എന്ന് പറഞ്ഞ് താൻ അതിന്റെ ഭരണം നടത്തുന്ന ഒരു പ്രതിനിധി മാത്രമാണെന്ന് വിളംബരം ചെയ്ത് സവർണ്ണ പൗരോഹിത്യത്തിന്റെയും മതപരമായി മേൽക്കൈനേടിയ അധികാരികളുടെയും പിന്തുണ ഭരണത്തിന് നേടിയെടുത്തു. പക്ഷേ, ഉല്പാദന വാണിജ്യ രംഗങ്ങളിൽ വലിയ മാറ്റങ്ങളൊന്നും ഉണ്ടായില്ലെന്ന് മാത്രമല്ല, ഫ്യൂഡൽ ബന്ധങ്ങളെയും അവരുടെ ആശയങ്ങളെയും കുറേക്കാലം കൂടി നിലനിർത്താനാണ് ഈ മാറ്റങ്ങൾ സഹായിച്ചത്. മലബാറിലാകട്ടെ പതിനെട്ടാം നൂറ്റാണ്ടിന്റെ ഉത്തരാർദ്ധത്തിൽ നാടുവാഴികളുടെയും തറവാടുകളുടെയും രാഷ്ട്രീയശക്തി നശിപ്പിച്ചുകൊണ്ട് മൈസൂരാധിപത്യം സ്ഥാപിക്കാനുള്ള ശ്രമങ്ങളുണ്ടായി. പക്ഷേ, ആഭ്യന്തര കലാ

പങ്ങളും ബ്രിട്ടീഷുകാരുടെ സാമ്രാജ്യ നയവും മൈസൂർ ശക്തിയെ ദുർബ്ബലപ്പെടുത്തി. വൈകാതെ മലബാർ വൈദേശിക ഭരണത്തിന് കീഴിലായി. കേരളത്തിൽ നിലനിന്ന ജാതി-ജന്മി-നാടുവാഴിത്ത വ്യവസ്ഥ വൈദേശിക ശക്തികൾക്ക് ഏറ്റവുമധികം ഉപകാരപ്രദമായി തീർന്നു. ചെറിയ രാഷ്ട്രീയ ശക്തികളുമായി ധാരണയിലെത്തി തങ്ങളുടെ നയങ്ങൾ നടപ്പിലാക്കാനും അതേ സമയം അവരെ അധീനതയിൽ നിർത്താനും വൈദേശിക ശക്തികൾക്ക് സാധിച്ചു. ഇവിടെനിന്ന് അടിമകളെ വാണിജ്യവസ്തുക്കൾ പോലെ വിലയ്ക്കുവാങ്ങി വിദേശ മാർക്കറ്റുകളിൽ വിറ്റഴിച്ച് ലാഭം കൊയ്യാൻ വരെ അവർക്ക് കഴിഞ്ഞു. ഇവിടെ നിലനിന്നിരുന്ന സാമൂഹ്യ രാഷ്ട്രീയ സാമ്പത്തിക പശ്ചാത്തലം അവർക്ക് അതിനനുകൂലമായ കാലാവസ്ഥയായിരുന്നു.

നാടുവാഴികളുടെയും ജന്മിമാരുടെയും കുത്തകാവകാശങ്ങൾ ബ്രിട്ടീഷുകാർ അനുവദിച്ചു കൊടുത്തിരുന്നു. അവർ പിന്തുടർന്നുവന്ന ഫ്യൂഡൽ ബന്ധങ്ങളിൽ സൈനികമായ കാര്യങ്ങളൊഴിച്ച് ബാക്കിയെല്ലാം നിലനിർത്തിക്കൊടുക്കാനായിരുന്നു ബ്രിട്ടീഷുകാർക്ക് താല്പര്യം. ജാതി-ജന്മി നാടുവാഴിത്ത വ്യവസ്ഥിതിയിലെ ഫ്യൂഡൽ ബന്ധങ്ങൾ പലതും നിലനിർത്തിക്കൊണ്ടുപോവുക എന്നത് കൊളോണിയൽ കാലഘട്ടത്തിൽ അതിന്റെ വക്താക്കൾക്ക് ഒരാവശ്യകതയായിരുന്നു. അടിയാളരായ കർഷകരും കർഷക തൊഴിലാളികളും ആ സമയത്തും അവിടെ നിലനിന്നു. ജാത്യാചാരങ്ങളെല്ലാം നിലനിന്നു. പീഡനങ്ങൾ ഏറിയതേയുള്ളു. ഈ പശ്ചാത്തലത്തിലാണ് ജാതി-ജന്മി നാടുവാഴിത്ത വ്യവസ്ഥയ്ക്കും കൊളോണിയലിസത്തിനുമെതിരെയുള്ള പോരാട്ടങ്ങൾ രൂപംകൊള്ളുന്നത്. അതിന് മുന്നേതന്നെ ഇവിടുത്തെ ജീർണ്ണമായ സാമൂഹ്യ സാഹചര്യങ്ങളെ മാറ്റി മറിക്കുക എന്ന ലക്ഷ്യത്തോടെ സാമൂഹ്യ പരിഷ്കരണ പ്രസ്ഥാനങ്ങൾ കേരളത്തിന്റെ പലഭാഗത്തായി മുളപൊട്ടുകയുണ്ടായി.

അടിമത്ത തുല്യമായ ജീവിതവും കർഷക തൊഴിലാളികളുടെ ആദ്യത്തെ പണിമുടക്കും

ജീർണ്ണമായ ജാത്യാചാരങ്ങളാൽ കലുഷിതമായ സമൂഹം. ഇന്നത്തെ തലമുറയ്ക്ക് ആലോചിക്കാൻപോലും കഴിയാത്ത വിധത്തിലുള്ള സവർണ്ണ - അവർണ്ണ വേർതിരിവ്. സാമൂഹ്യ പരിഷ്കരണ പ്രസ്ഥാനങ്ങൾ ഉഴുതുമറിക്കുന്നതിന് മുമ്പ് കേരളത്തിന്റെ അവസ്ഥ പരിതാപകരമായിരുന്നു. സ്വാതന്ത്ര്യവും സമത്വവും ഇല്ലാത്ത സമൂഹത്തിന്റെ അധികാരം തിരുവിതാംകൂറിലും കൊച്ചിയിലും രാജാക്കന്മാരുടെ കൈകളിലും മലബാറിൽ ബ്രിട്ടീഷ് ഭരണാധികാരികളുടെ നിയന്ത്രണത്തിലുമായിരുന്നു. ബ്രിട്ടീഷുകാരുടെ കീഴിലായിരുന്നുവെങ്കിലും മലബാറിലുള്ള സവർണ്ണ വിഭാഗത്തിലുള്ളവർ അനുഭവിച്ചുപോന്ന അവകാശങ്ങൾക്ക് വലിയ കുറവൊന്നുമുണ്ടായിരുന്നില്ല. ഭൂ ഉടമകൾ അവർതന്നെയായിരുന്നു. പ്രധാനമായും പിന്നോക്കവിഭാഗങ്ങളിൽപ്പെട്ട കുടിയാന്മാരെ അവർ പീഡിപ്പിച്ചുകൊണ്ടേയിരുന്നു.

കാർഷിക സമൂഹത്തിന് പുറത്തായിരുന്നു ചെറുമർ. ചണ്ഡാളവിഭാഗമായിട്ടായിരുന്നു അവരെ പരിഗണിച്ചത്. അധഃകൃത ജാതിക്കാരായാണ് ചെറുമരെ കണ്ടിരുന്നത്. 1891 ലെ മദ്രാസ് സെൻസസ് റിപ്പോർട്ട് ഇങ്ങനെ പറയുന്നു:

> ഈ ജാതി തെക്കേ മലബാറിൽ ചെറുമനെന്നും വടക്കേ മലബാറിൽ പുലയൻ എന്നും അറിയപ്പെടുന്നു. തെക്കേ മലബാറിൽ തന്നെ മുപ്പതിനായിരം വരുന്ന ഇതിലെ ഒരു വിഭാഗം പുലച്ചെറുമൻ എന്ന് അറിയപ്പെടുന്നു. ഈ ജാതിയിലെ പ്രധാന വിഭാഗങ്ങൾ കണക്കൻ, പുലച്ചെറുമൻ, എരളൻ, കൂടാൻ, തോലൻ എന്നീ പേരുകളിലറിയപ്പെടുന്നു. കൂടാൻ വള്ളുവനാട്ടിലും എരളൻ വള്ളുവനാട്, പാലക്കാട് താലൂക്കുകളിലും കാണപ്പെടുന്നു.

1901 ലെ സെൻസസ് റിപ്പോർട്ടിൽ ആലൻ, പറമ്പൻ എന്നീ വിഭാഗങ്ങളെ പുതുതായി ഉൾപ്പെടുത്തിയിട്ടുമുണ്ട്. ചെറുമൻ അഥവാ ചെറുമക്കൾ എന്നത് മണ്ണിന്റെമക്കൾ എന്ന അർത്ഥത്തിലാണെന്നും ചെറിയ മക്കൾ എന്ന അർത്ഥത്തിലാണെന്നും രണ്ടുവാദങ്ങളുണ്ട്. എന്തായാലും ആ കാലത്ത് അവരുടെ ജീവിതം അത്യന്തം ദയനീയമായിരുന്നു. മനുഷ്യജീവിതം എന്ന് വിവക്ഷിക്കാൻ പറ്റാത്തൊരവസ്ഥയിലായിരുന്നു അവർ.

പുറവർണ്ണർ എന്നാണ് ഈ വിഭാഗത്തിലുള്ളവരെ സവർണ്ണവിഭാഗത്തിലുള്ളവർ വിശേഷിപ്പിച്ചിരുന്നത്. വർണ്ണത്തിന് പുറത്തുള്ളവർ. ചാതുർവർണ്യ വ്യവസ്ഥിതിയിൽ ശൂദ്രർവരെയേ ഉള്ളു. അതിന് പുറത്തുള്ള, ജാതിയിൽ കൂട്ടാൻ സാധിക്കാത്ത ജീവിതങ്ങൾ ആയിരുന്നു ഈ അവർണ്ണ വിഭാഗം. കടുത്ത ശിക്ഷാ വിധികളാണ് ആ കാലയളവിൽ അവർക്കെതിരായി പ്രയോഗിച്ചിരുന്നത്. പത്തൊൻപതാം നൂറ്റാണ്ടിൽ അവർണ്ണവിഭാഗത്തിന്റെ സാമൂഹ്യാവസ്ഥ മനസ്സിലാക്കാൻ അവരെക്കുറിച്ച് പഠിച്ച റവറന്റ് സാമുവൽ മറ്റിയർ ഇങ്ങനെ എഴുതുന്നു:

> അവർണ്ണർക്ക് പൊതുനിരത്തിലൂടെയുള്ള സഞ്ചാര സ്വാതന്ത്ര്യം നിഷേധിച്ചിരുന്നു. ഒരു നായരെ തീണ്ടത്തക്ക വിധത്തിൽ നടന്നുപോകുന്ന അവർണ്ണനെ നായർ ഉടൻതന്നെ വെട്ടിത്തുണ്ടമാക്കും. ഇങ്ങനെയുള്ള ജാതിക്കാരെ തിരിച്ചറിയുന്നതിനുവേണ്ടി അരയ്ക്ക് മീതെ നഗ്നത മറയ്ക്കരുതെന്ന വിലക്കുണ്ടായിരുന്നു. ചെരിപ്പ്, കുട, വിശേഷ വസ്തുക്കൾ, ആഭരണങ്ങൾ ഇവയൊന്നും ഇവർക്ക് വിധിച്ചിരുന്നില്ല. ആഘോഷവേളയിൽ കുടചൂടുവാനുള്ള അവകാശം ബ്രാഹ്മണന് മാത്രമേ ഉണ്ടായിരുന്നുള്ളു. മറ്റുള്ളവർ മഴ സമയത്തും കുട ചൂടിക്കൂട. ഉയർന്ന ജാതിക്കാരോട് ബഹുമാനം പ്രകടിപ്പിക്കാൻ താഴ്ന്ന ജാതിയിൽപ്പെട്ട സ്ത്രീകൾ മാറിൽനിന്ന് തുണി എടുത്ത് മാറ്റേണ്ടിയിരുന്നു. കീഴ്ജാതിക്കാർക്ക് കഠിനമായ ശിക്ഷാരീതികളാണ് ആ കാലത്ത് പ്രയോഗിച്ചിരുന്നത്. ജാതിയിൽ കൂടുമ്പോൾ ശിക്ഷയുടെ കാഠിന്യം കുറയും. ബ്രാഹ്മണർക്ക് വധശിക്ഷയടക്കം ശിക്ഷകൾ കുറവായിരുന്നു.

ആ കാലഘട്ടത്തിൽ താഴ്ന്ന ജാതിയിലുള്ളവരെ ചിത്രവധത്തിന് വിധേയരാക്കി. അതിക്രൂരമായ ശിക്ഷാരീതിയായിരുന്നു ചിത്രവധം. പൃഷ്ഠത്തിൽനിന്ന് കഴുത്ത് വരെ കമ്പിയോ, മൂർച്ചയുള്ള കമ്പോ അടിച്ചുകയറ്റി നാട്ടിനിർത്തി മൂന്നുദിവസംകൊണ്ട് കൊലപ്പെടുത്തുന്ന രീതിയായിരുന്നു അത്. നിസ്സാരമായ തെറ്റുകൾക്ക് പോലും അവയവങ്ങൾ ഛേദിക്കുകയും മുക്കാലിയിൽ കെട്ടിയടിക്കുകയും ചെയ്യുന്നത് സർവ്വ സാധാരണമായിരുന്നു. മോഷണം, ഗോവധം പോലുള്ള സാധാരണ കുറ്റങ്ങൾക്ക് പോലും വധശിക്ഷ വിധിച്ചിരുന്നു. ആനയെക്കൊണ്ട് ചവിട്ടി കൊല്ലിക്കുക, പീരങ്കി വായിൽ കെട്ടി നിറയൊഴിക്കുക തുടങ്ങിയ മൃഗീയമായ ശിക്ഷാ

രീതികൾ സർവ്വസാധാരണമായി പ്രയോഗിച്ചു. രാജാവിന്റെ ഉദ്യോഗസ്ഥന്മാർ നീചവും മനുഷ്യത്വ ഹീനവുമായി പെരുമാറുന്നതിൽ മത്സരിച്ചുപോന്നു. മിക്കവാറും വ്യവഹാരങ്ങളിൽ വിധി കല്പിക്കുന്നത് ബ്രാഹ്മണവൈദികന്മാരായിരുന്നു.

ആ കാലഘട്ടത്തിൽ കേരളത്തിൽ ഒരുതരം ജാതി അടിമത്ത സമ്പ്രദായം നിലനിന്നിരുന്നു. ഉല്പാദന സമ്പ്രദായം നിലനിന്നിരുന്നത് അടിമത്തൊഴിലും അതിനെ ചൂഷണംചെയ്യലും അടിസ്ഥാനമാക്കിയാണ്. വില്യം ലോഗന്റെ *മലബാർ രണ്ടാം വാല്യ*മെന്ന രേഖാസമുച്ചയത്തിൽ കാർഷിക അടിമത്തത്തെക്കുറിച്ച് സൂചിപ്പിക്കുന്നു. ആൾ, അടിയാർ, വല്ലിയാളർ അഥവാ വല്ലിച്ചാത്തന്മാർ എന്നിവരെ അടിമകളെന്ന നിലയിൽ ഭൂമിയുടെ കൈമാറ്റത്തിനനുസരിച്ച് കൈമാറ്റം ചെയ്യപ്പെട്ടിരുന്നു. അടിമകൾ അഥവാ ചെറുമക്കൾ ആയിരുന്നു പ്രധാനമായും മണ്ണിൽ പണിയെടുത്തിരുന്നത്. പതിനെട്ടാം നൂറ്റാണ്ടിൽ കൊച്ചി, കൊല്ലം, പുറക്കാട്, പൊന്നാനി, കൊടുങ്ങല്ലൂർ, മതിലകം, ചേറ്റുവ, കായംകുളം, വയനാട്, മാടായി തുടങ്ങിയ പല സ്ഥലങ്ങളിലും അടിമച്ചന്തകൾ നിലവിലുണ്ടായിരുന്നു. വിദേശമാർക്കറ്റുകളിലേക്ക് അടിമകളെന്ന പേരിൽ കീഴാളവിഭാഗത്തിലുള്ളവർ എത്തിപ്പെട്ടു എന്ന് രേഖകൾ പറയുന്നു. ഇത് കാർഷിക അടിമത്തത്തിൽനിന്നും തികച്ചും ഭിന്നമായ അടിമക്കച്ചവടം നടന്നിരുന്നു എന്നതിന്റെ സൂചനയാണ്.

മലബാറിൽ അടിമത്തം ഇല്ലായ്മ ചെയ്യുന്നത് ബ്രിട്ടീഷുകാരുടെ 1843 ഏപ്രിൽ 7 ന്റെ ഇന്ത്യാ ആക്ട് നമ്പർ 5 പ്രകാരമാണ്. അത് അടിമകളായ കീഴാളജനതയോടുള്ള, കർഷക തൊഴിലാളികളോടുള്ള സ്നേഹം കൊണ്ടായിരുന്നില്ല. ബ്രിട്ടീഷ് ഇന്ത്യാ ആക്ട് 4 പ്രകാരം ബ്രിട്ടീഷുകാരുടെ അധീന പ്രദേശങ്ങളിൽ തുടർച്ചയായി എത്രകാലംവരെ ഭൂമി വെക്കാനും അതിൽനിന്നുള്ള ആദായങ്ങൾ സ്വന്തമാക്കാനും അനുവാദമുണ്ടായിരുന്നു. പക്ഷേ, വെറും ഭൂമി കൈയിലുള്ളതുകൊണ്ട് ഉല്പാദനം ഉണ്ടാവുകയില്ല. മണ്ണിലദ്ധ്വാനിക്കുന്ന തൊഴിലാളികൾ പരമ്പരാഗതമായി ചില ഭൂവുടമകളുടെയും നാടുവാഴികളുടെയും കൈയിലായിരുന്നു. അവരെ പരമ്പരാഗതമായുള്ള ഉടമകളിൽനിന്നും മോചിപ്പിക്കാൻ വേണ്ടിയാണ് അടിമത്തം ഇല്ലായ്മ ചെയ്തത്. കുറച്ച് വർഷങ്ങൾക്കുശേഷം തിരുവിതാംകൂറിലും ഇത്തരമൊരു നിയമം പാസാക്കുകയുണ്ടായി. കേരളത്തിലെ ഫ്യൂഡൽ സമൂഹത്തിന്റെ സാമൂഹ്യ സാമ്പത്തിക ബന്ധങ്ങളിൽ വലിയ മാറ്റങ്ങൾ വരുത്താൻ ഈ നിയമങ്ങൾ കാരണമായി.

ഈ നിയമങ്ങൾ നടപ്പിൽ വന്നിട്ടും പിന്നീട് നിരവധി വർഷങ്ങൾ കാർഷികമായ അടിമത്തവും ആശ്രയത്വവും ഇവിടെ നിലനിന്നു. ഉൾനാടുകളിൽ കാർഷികമായ അടിമക്കച്ചവടം ഇരുപതാംനൂറ്റാണ്ടിൽ വരെ നിലനിന്നിരുന്നത് തെളിയിക്കുന്ന രേഖകളുണ്ട്. ഫറോക്കിലെ കുഞ്ഞികൃഷ്ണൻനായർ മണക്കാട്ട് അന്ത്രുമാന് അഞ്ചുറുപ്പിക വാർഷിക പാട്ടത്തിന് അഞ്ച് ചെറുമക്കളെ 1910 ഒക്ടോബർ 16 ന് ചാർത്തിക്കൊടുത്ത

മറുപാട്ടത്തിന്റെ പകർപ്പ് കോഴിക്കോട് സർവ്വകലാശാലയുടെ ചരിത്രവകുപ്പിന്റെ ആർക്കൈവ്സിൽ ഉണ്ട്. 1940 കളിൽ മാവിലർ, വേട്ടുവർ തുടങ്ങിയ കീഴാളജനതയെ ഭൂവുടമകളും നാടുവാഴികളും അടിമകളാക്കി വെച്ചതിനെ സംബന്ധിച്ച് വിഷ്ണുഭാരതീയൻ പറഞ്ഞിട്ടുണ്ട്. ഇവരെ മോചിപ്പിക്കാൻ എ വി കുഞ്ഞമ്പു, കേരളീയൻ, കെ മാധവൻ തുടങ്ങിയവരുടെ നേതൃത്വത്തിൽ നടന്ന ബഹുജനമുന്നേറ്റവും ചരിത്രത്തിലെ തിളക്കമുള്ള ഏടാണ്.

സമൂഹത്തിൽ നിലനിന്നിരുന്ന അസംതൃപ്തിയിൽനിന്നാണ് കാർഷിക കലാപങ്ങൾ ഉണ്ടാവുന്നത്. 1812 ൽ കുറിച്യർ നടത്തിയതും അതിന് മുന്നെ പഴശ്ശി നടത്തിയതുമായ സമരങ്ങൾ യാഥാസ്ഥിതിക സ്വഭാവങ്ങൾ പുലർത്തിയതാണെങ്കിലും കാർഷിക കലാപത്തിന്റെ ലക്ഷണങ്ങളും ഇതിൽ കാണാൻ സാധിക്കും. ബ്രിട്ടീഷ് ഭരണകൂടം ഇത്തരം കലാപങ്ങളെയൊക്കെ നാട്ടുരാജാക്കന്മാരുടെയും ഭൂപ്രഭുക്കളുടെയും സഹായത്തോടെ അടിച്ചമർത്തി. പക്ഷേ, കാർഷികമേഖലയിലെ സംഘർഷങ്ങൾക്ക് കുറവുണ്ടായില്ല. വ്യത്യസ്ത സ്വഭാവങ്ങളിൽ അത് ശക്തിയാർജ്ജിച്ചു. മലബാറിലെ മാപ്പിള കലാപങ്ങൾ ഗ്രാമീണ പ്രതിഷേധങ്ങളുടെ ഹിംസാത്മകമായ പ്രകടനങ്ങളായി മാറി. ഇത്തരം കലാപങ്ങൾക്ക് പിന്നിൽ രാഷ്ട്രീയമായ തത്ത്വസംഹിത ഇല്ലാത്തതിനാൽ അവ മതപരമായ വികാരങ്ങളാൽ സ്വാധീനിക്കപ്പെട്ടു. പൊതുവിൽ ഇത്തരം കലാപങ്ങൾ കൊളോണിയലിസത്തിനെതിരായ കാർഷിക കലാപങ്ങളായിരുന്നു. ഈ പ്രക്ഷോഭങ്ങളുടെ ശക്തി, കർഷകരും തൊഴിലാളികളുമായിരുന്നു.

സ്വാമി വിവേകാനന്ദൻ മലബാർ സന്ദർശിച്ചപ്പോൾ അവിടെ കാണാൻ സാധിച്ച ദുഷിച്ചതും ജീർണ്ണിച്ചതുമായ ജാത്യാചാരങ്ങളും അയിത്തവും മറ്റും അദ്ദേഹത്തെ ഞെട്ടിച്ചു. ഇതൊരു ഭ്രാന്താലയമാണെന്ന് വിവേകാനന്ദന് പറയേണ്ടിവന്നത് ആ സാഹചര്യത്തിലാണ്. രാജഭരണത്തിന്റെയും നാടുവാഴിത്തത്തിന്റെയും അടിമയുഗത്തിന്റെയും അവശിഷ്ടങ്ങൾ നിലനിന്നിരുന്ന കേരളത്തിൽ ഇത്തരം സാമൂഹ്യദുരിതങ്ങൾ ഒരു പരിധിവരെ ദൂരീകരിക്കുന്നതിന് കോളനിഭരണത്തിന്റെ നിയമങ്ങളും തിരുവിതാംകൂർ, കൊച്ചി രാജവംശങ്ങളുടെ ഉത്തരവുകളും തുടർന്ന് സാമൂഹ്യ പരിഷ്കരണ, നവോത്ഥാന മുന്നേറ്റങ്ങളും ബഹുജന പ്രസ്ഥാനങ്ങളുടെ ഇടപെടലും കാരണമായി.

പാശ്ചാത്യവിദ്യാഭ്യാസത്തിന്റെ ആവിർഭാവം സാമൂഹിക പരിവർത്തനത്തിന് കൂടുതൽ ഊർജ്ജമേകി. തിരുവിതാംകൂറിലെയും കൊച്ചിയിലെയും രാജവാഴ്ച സർക്കാരുദ്യോഗങ്ങളിൽ ഉയർന്ന ജാതിക്കാരെയാണ് നിയമിച്ചിരുന്നത്. എന്നാൽ, ബ്രിട്ടീഷുകാർ ജാതിവ്യത്യാസം കാണിച്ചില്ല. സർക്കാരുദ്യോഗം നേടുന്നതിനായി വിദ്യാഭ്യാസം കൈവരിക്കാൻ തിരുവിതാംകൂറിലെ നായന്മാരും ക്രിസ്ത്യൻ വിഭാഗവും മുന്നോട്ടുവന്നു. പാശ്ചാത്യവിദ്യാഭ്യാസവും സ്വതന്ത്ര ചിന്താഗതിയും പ്രചരിപ്പിക്കാൻ

ക്രിസ്ത്യൻ മിഷനറിയും കാര്യമായ സംഭാവനകൾ ചെയ്തു.

ജാതീയമായ അടിച്ചമർത്തലുകൾക്കെതിരെ കലാപസ്വഭാവമുള്ള പ്രക്ഷോഭങ്ങൾ ആ കാലയളവിൽ ഉയർന്നുവന്നു. തെക്കൻ തിരുവിതാംകൂറിൽ ആരംഭിച്ച ചാന്നാർ കലാപം സ്ത്രീകൾക്ക് മാറുമറയ്ക്കാനുള്ള അവകാശം നേടിയെടുക്കാൻ വേണ്ടിയുള്ളതായിരുന്നു. വൈകുണ്ഠസ്വാമിയുടെ നേതൃത്വത്തിൽ കന്യാകുമാരി ജില്ലയിലെ ചാന്നാർ(നാടാർ) വിഭാഗത്തിലുള്ള ജനങ്ങൾ സജീവമായി പങ്കാളികളായ ഈ കലാപത്തിൽ അടിമത്തത്തിനും തീണ്ടായ്മയ്ക്കും എതിരായും നികുതിപിരിവിലുണ്ടായിരുന്ന വിവേചനത്തിനെതിരായും ശബ്ദമുയർന്നു. 1859 ൽ അനുകൂല ഉത്തരവുണ്ടാകുന്നതുവരെ ആ പ്രക്ഷോഭം തുടർന്നു.

ജാതി വിവേചനത്തിനും അന്ധമായ ആചാരങ്ങൾക്കുമെതിരെയുള്ള പ്രക്ഷോഭവും പ്രതിരോധവുമായിരുന്നു ശ്രീനാരായണ ഗുരുവിന്റെ നേതൃത്വത്തിൽ അന്ന് നടന്നത്. 'ഒരു ജാതി ഒരു മതം ഒരു ദൈവം മനുഷ്യന്' എന്ന ഉജ്ജ്വലമായ സന്ദേശം ശ്രീനാരായണ ഗുരു ഉയർത്തിപ്പിടിച്ചു. ബ്രാഹ്മണ പൗരോഹിത്യത്തെ വെല്ലുവിളിച്ചുകൊണ്ട് അദ്ദേഹം ശിവലിംഗം പ്രതിഷ്ഠിച്ചു. സമുദായ പരിഷ്കരണ പ്രസ്ഥാനത്തിന്റെ നായകസ്ഥാനത്ത് വരാൻ യോഗ്യമായ പരിഷ്കരണ മുദ്രാവാക്യങ്ങളാണ് നാരായണഗുരു മുന്നോട്ടുവെച്ചത്. ചട്ടമ്പി സ്വാമികളും ബ്രാഹ്മണർക്ക് സർവ്വപ്രാമാണ്യമുണ്ടായിരുന്ന അന്നത്തെ സാമൂഹ്യ വ്യവസ്ഥയെ എതിർക്കുകയായിരുന്നു. അയിത്തം, താലികെട്ട് കല്യാണം, തിരണ്ടുകുളി തുടങ്ങിയ അനാചാരങ്ങൾക്കെതിരെ അദ്ദേഹം ശക്തമായ നിലപാടെടുത്തു. വടക്കേ മലബാറിലെ കോട്ടയത്ത് ജനിച്ച വാഗ്ഭടാനന്ദൻ ശക്തമായ സാമൂഹ്യ പരിഷ്കരണ പ്രസ്ഥാനത്തിന് നേതൃത്വം നല്കി. ആത്മവിദ്യാസംഘം സ്ഥാപിച്ച് ജാതി വ്യവസ്ഥയ്ക്കും വിഗ്രഹാരാധനയ്ക്കുമെതിരെ അതിശക്തമായ പ്രതിഷേധം ഉയർത്തിക്കൊണ്ടുവന്നു. മദ്യവർജ്ജനത്തിലും വാഗ്ഭടാനന്ദൻ ഊന്നൽ നല്കി. ബ്രഹ്മാനന്ദ ശിവയോഗി, ഹിന്ദുമതം പാലിച്ചുവന്ന, അന്ന് സമൂഹത്തിൽ നിലനിന്ന ജാതിഭേദമടക്കമുള്ള രീതികളെ രൂക്ഷമായി വിമർശിച്ചു. മരുമക്കത്തായ ദായക്രമ പരിഷ്കാരവും വിധവാവിവാഹവും സ്ത്രീവിദ്യാഭ്യാസവും നടപ്പിലാക്കുന്നതിനുവേണ്ടി അദ്ദേഹം വാദിക്കുകയുണ്ടായി. മുസ്ലിം സമുദായത്തിലും പരിഷ്കരണത്തിനായുള്ള അലയൊലികൾ മുഴങ്ങി. വക്കം അബ്ദുൾഖാദർ മൗലവി ഇസ്ലാമിന് നിരക്കാത്ത ആചാരങ്ങൾ ഉപേക്ഷിക്കാൻ ആഹ്വാനം ചെയ്തു. ആധുനിക പുരോഗമന പ്രസ്ഥാനങ്ങളിൽ മുസ്ലിം ജനത പങ്കെടുക്കണമെന്ന് അദ്ദേഹം ആഹ്വാനം ചെയ്തു. യോഗക്ഷേമ സഭ, സവർണ്ണരും മേൽജാതിക്കാരുമായ വിഭാഗത്തിന്റെ നവോത്ഥാനത്തിനുവേണ്ടി സജീവമായ പ്രവർത്തനങ്ങളിലേർപ്പെട്ടു. വേലുക്കുട്ടി അരയന്റെയും പണ്ഡിറ്റ് കറുപ്പന്റെയും നേതൃത്വത്തിൽ അരയസമുദായത്തെ പരിഷ്കരിക്കാനുള്ള നിരവധി പ്രവർത്തനങ്ങൾ നടന്നു. മലയാളി സഭയും മലയാളി മെമ്മോറിയലും അഭ്യസ്തവിദ്യരായ തിരുവിതാംകൂറുകാർക്ക് സർക്കാർ ഉദ്യോ

ഗങ്ങൾ നല്കാൻ വേണ്ടിയുള്ള ഭീമഹർജി കൊടുത്തുള്ള പ്രക്ഷോഭണ മായിരുന്നു. ജി പി പിള്ളയും ഡോ. പല്പുവും ഇതിന് മുന്നിൽ നിന്നു. യോഗക്ഷേമ സഭയുടെ നേതൃത്വത്തിൽ സവർണ്ണരും മേൽജാതിക്കാരു മായ വിഭാഗങ്ങളുടെ ഇടയിൽ നവോത്ഥാനത്തിന്റെ വെളിച്ചം വീശുന്ന തിനുള്ള പ്രവർത്തനങ്ങൾ സംഘടിപ്പിക്കപ്പെട്ടു. വി ടി ഭട്ടതിരിപ്പാടിനെ പ്പോലുള്ളവർ അതിനായി യത്നിച്ചു.

സമുദായ പരിഷ്കരണ പ്രസ്ഥാനങ്ങളെക്കുറിച്ച് പരാമർശിക്കു മ്പോൾ കർഷക തൊഴിലാളികളായിരുന്ന അടിയാളരുടെ, അടിച്ചമർത്ത പ്പെട്ടവരുടെ അവകാശങ്ങൾക്ക് വേണ്ടിയുള്ള സമരവും പല ഭാഗങ്ങളിലും ഉയർന്നുവരുന്നുണ്ടായിരുന്നു. തിരുവിതാംകൂറിൽ അയ്യൻകാളിയായിരുന്നു അവരുടെ സമരനായകൻ. ദളിതർക്ക് വഴി നടക്കാനും വിദ്യാഭ്യാസം നേടാനും കല്ലുമാലപോലുള്ള പ്രാകൃത ആഭരണങ്ങൾ ഉപേക്ഷിച്ച് പരി ഷ്കൃത വസ്ത്രങ്ങൾ ഉപയോഗിക്കാനും അയ്യൻകാളി ദളിത് വിഭാഗ ത്തിനെ സന്നദ്ധരാക്കി. നിലവിലുള്ള സമൂഹ്യവ്യവസ്ഥയിൽ തങ്ങൾ പുഴു ക്കളെപ്പോലെ ജീവിക്കാൻ ബാദ്ധ്യസ്ഥരാണ് എന്ന മനോഭാവത്തോടെ നിന്നിരുന്ന ദളിത് വിഭാഗത്തെ കൈപിടിച്ചുയർത്തുന്ന വലിയൊരു ഉദ്യമ മായിരുന്നു അയ്യൻകാളിയുടേത്. കല്ലയും മാലയും കൊണ്ട് മാറ് മറച്ചി രുന്ന പുലയ സ്ത്രീകൾക്ക് വസ്ത്രം കൊണ്ട് മാറുമറയ്ക്കാനുള്ള അവ കാശം നേടിയെടുക്കാനുള്ള ഒരു പ്രക്ഷോഭം ആ കാലത്ത് നടന്നു. ദളി തർക്കിടയിൽ ആത്മാഭിമാനം വളർത്താനും അവകാശങ്ങൾ നേടിയെടു ക്കാനും വേണ്ടി വലിയ രീതിയിലുള്ള പ്രചരണങ്ങൾ ആ വിഭാഗത്തിനി ടയിൽ സംഘടിപ്പിക്കപ്പെട്ടു. സവർണ്ണർ വെറുതെയിരുന്നില്ല. സംഘർഷ മുണ്ടായി. പക്ഷേ, സാമൂഹ്യ പരിഷ്കരണത്തിലേക്കുള്ള കുതിപ്പിനെ അവർക്ക് തടഞ്ഞുനിർത്താനായില്ല.

കർഷകത്തൊഴിലാളികൾ കേരളത്തിന്റെ ചരിത്രത്തിലാദ്യമായി സംഘടിച്ചത് ഈ കാലഘട്ടത്തിലാണ്. മണ്ണിൽ പണിയെടുക്കുന്ന ചെറു മക്കളെ പ്രക്ഷോഭത്തിന്റെ വഴികളിലേക്ക് അയ്യൻകാളി നയിച്ചു. അത് പുലയരുടെ കലാപമായിരുന്നു എന്ന രീതിയിലാണ് അന്നത്തെ സവർണ്ണർ ആ മുന്നേറ്റത്തെ ചിത്രീകരിച്ചത്. എന്നാൽ, ഈ പ്രക്ഷോഭത്തിൽ പുല യർമാത്രമായിരുന്നില്ല ഉണ്ടായിരുന്നത്. കർഷക തൊഴിലാളികളായിരുന്ന വിവിധ ദളിത് സമുദായങ്ങളിൽപ്പെടുന്നവർ ഈ കലാപത്തിൽ പങ്കാളി കളായി.

ദളിത് വിഭാഗത്തിലുള്ള പിന്നോക്കക്കാർക്ക് സമൂഹത്തിൽ മറ്റുള്ള വിഭാഗങ്ങളെപ്പോലെയുള്ള പരിഗണന ലഭിക്കണമെങ്കിൽ വിദ്യാഭ്യാസം കൂടിയേ തീരൂ എന്ന് അയ്യൻകാളി മനസ്സിലാക്കി. വിദ്യാഭ്യാസത്തിലൂടെ അറിവ് ലഭിക്കുമ്പോൾ അവർ അവകാശങ്ങളെപ്പറ്റി ബോധവാന്മാരാകും എന്ന് അയ്യൻകാളി കരുതി. സർക്കാർ നടത്തുന്ന സ്കൂളുകളിൽ ദളിത് വിഭാഗത്തിൽപ്പെട്ടവർക്ക് പ്രവേശനം വേണമെന്ന് ആവശ്യപ്പെട്ട് പ്രക്ഷോ ഭത്തിലേക്ക് പോകുന്നത് ഇതേത്തുടർന്നാണ്. പക്ഷേ, സവർണ്ണവിഭാഗ

ങ്ങൾക്ക് അത് ആലോചിക്കാൻപോലും കഴിയാത്ത കാര്യമായിരുന്നു. വിദ്യാഭ്യാസത്തിനുവേണ്ടിയുള്ള ദളിത് വിഭാഗങ്ങളുടെ ആഗ്രഹത്തെ പോലും ഇല്ലാതാക്കുന്ന രീതിയിലുള്ള പ്രതികരണമാണ് സവർണ്ണ വിഭാഗത്തിൽ നിന്നുണ്ടായത്. അയ്യൻകാളിയുടെ നേതൃത്വത്തിൽ നടന്ന കരുത്തുറ്റ സമരങ്ങളെ തുടർന്ന് 1907 ജൂണിൽ അയിത്തവിഭാഗക്കാർക്ക് സ്കൂൾ പ്രവേശനം നല്കാനുള്ള സർക്കാർ ഉത്തരവുണ്ടായി. പക്ഷേ, സവർണ്ണർ ആ ഉത്തരവിന് വില കൊടുത്തില്ല. ഗ്രാന്റ് സ്കൂളുകൾ നടത്തുന്ന സവർണ്ണർ അയിത്ത ജാതിയിലുള്ള കുട്ടികളെ ഏഴയലത്ത് അടുപ്പിച്ചില്ല. വീണ്ടും പ്രക്ഷോഭം കൊടുമ്പിരിക്കൊണ്ടു. തുടർന്ന് 1910 ൽ വീണ്ടും പുതിയതെന്ന നിലയിൽ ദിവാൻ അയിത്തജാതിക്കാർക്ക് പ്രവേശനം നല്കാനുള്ള ഉത്തരവ് പുറത്തിറക്കി. അയ്യൻകാളിയുടെ നിവേദനത്തെത്തുടർന്ന് അന്നത്തെ വിദ്യാഭ്യാസ ഡയറക്ടറായിരുന്ന മൈക്കിൽ സായ്പിന്റെ സമ്മർദ്ദത്തെത്തുടർന്നാണ് ദിവാൻ ആ ഉത്തരവിറക്കിയത്. പക്ഷേ, സവർണ്ണർ അവരുടെ നിലപാട് മാറ്റിയില്ല. അപ്പോഴാണ് അയ്യൻകാളി കർഷക തൊഴിലാളികളെ സംഘടിപ്പിച്ച് ഈ വ്യവസ്ഥിതിക്ക് നേരെ പ്രക്ഷോഭങ്ങൾ നടത്തിയത്. സ്കൂൾ പ്രവേശനം ലഭിക്കാതായപ്പോൾ വെങ്ങാനൂരിൽ കർഷക തൊഴിലാളികളുടെ മക്കൾക്ക് വേണ്ടി സ്കൂൾ ആരംഭിച്ചു. കുമാരനാശാന്റെകൂടി സഹായത്തോടെ ആ സ്കൂളിലേക്ക് പരമേശ്വരൻപിള്ള എന്നൊരദ്ധ്യാപകൻ വന്നു. പക്ഷേ, അദ്ദേഹത്തെക്കൊണ്ട് കുട്ടികൾക്ക് അക്ഷരം പകർന്നുനല്കാൻ സവർണ്ണർ തടസ്സങ്ങൾ സൃഷ്ടിച്ചു. കർഷക തൊഴിലാളികളുടെ പണിമുടക്ക് സമരത്തിലേക്ക് അയ്യൻകാളി അവരെ സജ്ജരാക്കുന്നത് ഈ അവസരത്തിലാണ്. പാടത്ത് പണിയെടുക്കുന്ന കർഷക തൊഴിലാളികൾക്ക് ആ കാലഘട്ടത്തിൽ വിശേഷിച്ച് കൂലിയൊന്നും കൊടുത്തിരുന്നില്ല. ജന്മി നല്കുന്നതാണ് കൂലി. എത്ര അദ്ധ്വാനിച്ചാലും വയർനിറയ്ക്കാനുള്ളത് ലഭിക്കാത്ത അവസ്ഥ. കൂലിക്കൂടുതൽ ചോദിച്ചുകൊണ്ടുള്ള സമരം കൂടിയായിരുന്നു കർഷക തൊഴിലാളികളുടേത്. മണ്ണിൽപണിയെടുക്കുന്ന തൊഴിലാളിക്ക് ജോലി സമയത്തിൽ ക്ലിപ്തതയും ഉണ്ടായിരുന്നില്ല. മേൽജാതിക്കാർ കല്പിക്കുമ്പോൾ ജോലിക്കിറങ്ങണം. ഇല്ലെങ്കിൽ കടുത്ത ശിക്ഷയാണ്. കർഷക തൊഴിലാളികൾക്ക് ജോലിസമയ ക്ലിപ്തതയും ആ സമരം ആവശ്യപ്പെട്ടു. ഉയർന്ന് ജാതിക്കാരുടെ നേർക്ക് ചോദ്യങ്ങൾ ചോദിക്കുന്ന, അവരുടെ തീരുമാനങ്ങളെ ധിക്കരിക്കുന്ന തൊഴിലാളികളുടെ നേർക്ക് കള്ളക്കേസെടുത്ത് അവരെ ക്രൂരമായി പീഡിപ്പിക്കുന്ന പ്രവണതയ്ക്കെതിരായും എതിർപ്പുയർന്നു. ആ കാലത്ത് സമൂഹത്തിൽ നിലനിന്നിരുന്ന ക്രൂരമായ ശിക്ഷാവിധികൾ പാടില്ലെന്നും സഞ്ചാരസ്വാതന്ത്ര്യം അനുവദിക്കണമെന്നുമുള്ള ആവശ്യങ്ങൾ സമരത്തിൽ ഉയർന്നുവന്നു. ഇത്തരത്തിലുള്ള കർഷക തൊഴിലാളി മുന്നേറ്റം കേരളത്തിന്റെ ചരിത്രത്തിൽ ആദ്യത്തേതായിരുന്നു.

സമരം മുന്നോട്ടുവെക്കുന്ന ആവശ്യങ്ങളോട് ജന്മിമാരും ഭരണ

കൂടവും മുഖംതിരിച്ചുനിന്നപ്പോഴാണ് അയ്യൻകാളിയുടെ ചരിത്രപ്രസിദ്ധമായ പ്രഖ്യാപനമുണ്ടായത്. അത് കർഷക തൊഴിലാളികളുടെ സമര പ്രഖ്യാപനമായിരുന്നു. "കാണായ പാടങ്ങളിലെല്ലാം മുട്ടിപ്പുല്ലുകുരുപ്പിക്കും" തൊഴിലാളിവർഗ്ഗം തങ്ങളുടെ വിയർപ്പുകൊണ്ട് നെല്ലടക്കമുള്ള കാർഷികവിളകളുണ്ടാക്കി ഉയർന്ന ജാതിക്കാരുടെ സമ്പന്നത നില നിർത്തുമ്പോൾ പകരം ലഭിക്കുന്നത് പീഡനം മാത്രമാണെന്ന സത്യം കർഷക തൊഴിലാളികളായ ദളിത് വിഭാഗത്തെ സമരോത്സുകരാക്കി മാറ്റിയപ്പോഴാണ് പാടത്തിറങ്ങാതെയുള്ള പണിമുടക്ക് സമരത്തിലേക്ക് അയ്യൻകാളിയുടെ നേതൃത്വത്തിൽ കർഷക തൊഴിലാളികൾ മുന്നേറിയത്.

ജന്മിമാരും ഭരണകൂടവും സമരത്തെ കൈയുംകെട്ടി നോക്കി നിന്നില്ല. ആദ്യമൊക്കെ ഈ സമരത്തെ പരിഹസിച്ച ജന്മിമാരും ഉയർന്ന ജാതിക്കാരും പട്ടിണിയാവുമ്പോൾ അടിയാളർ ജോലിക്ക് കയറുമെന്ന് കരുതി. പക്ഷേ, അവരുടെ പ്രതീക്ഷ വ്യഥാവിലായി. ജന്മിമാർ ക്രൂരമായ മർദ്ദനവും പീഡന പരമ്പരകളും ആരംഭിച്ചു. ചില ഭൂവുടമകൾ തങ്ങളുടെ പാടത്ത് കൃഷിയിറക്കാൻ നോക്കി. അതൊക്കെ പരാജയപ്പെട്ടു. പാടങ്ങളെല്ലാം തരിശുകിടന്നു. പുരയിടങ്ങൾ കൊത്തും കിളയുമില്ലാതെ കാടുകയറി. പട്ടിണിയും സമരത്തോടൊപ്പം പടർന്നുപിടിച്ചു. അയ്യൻകാളി ആ സമയത്ത് കർഷക തൊഴിലാളികളുടെ വിശപ്പകറ്റാൻ വേണ്ടി മത്സ്യത്തൊഴിലാളികളുടെ സഹായം തേടി. വർഗ്ഗപരമായ കൂട്ടായ്മയായിരുന്നു അത്. കടലോരങ്ങളിൽ കർഷക തൊഴിലാളികൾക്ക് പുതിയ തൊഴിൽമേഖല തുറന്നുകിട്ടി. അത് പട്ടിണിക്ക് ആശ്വാസമേകി.

അവസാനം കർഷക തൊഴിലാളി സമരത്തിന് മുന്നിൽ ജന്മിമാരും അധികാരികളും മുട്ടുമടക്കി. കർഷക തൊഴിലാളികളുടെ ആവശ്യങ്ങൾ ന്യായമുള്ളതാണെന്ന് പ്രശ്ന പരിഹാരത്തിന് മദ്ധ്യസ്ഥനായിനിന്ന ഒന്നാംക്ലാസ് മജിസ്ട്രേറ്റ് കലനാഗൻ പിള്ളയ്ക്ക് ബോദ്ധ്യം വന്നു. മദ്ധ്യസ്ഥൻ പ്രശ്നങ്ങൾ ഒത്തുതീർപ്പിലെത്തിക്കുന്നതിന് മുൻകൈയെടുത്തു. കർഷക തൊഴിലാളികൾക്ക് കൂലിക്കൂടുതൽ എന്ന ആവശ്യം ജന്മിമാർ അംഗീകരിച്ചു. ജോലി സമയത്തിൽ ക്ലിപ്തത ഉണ്ടാക്കി. സ്കൂൾ പ്രവേശനത്തിന്റെ കാര്യത്തിലും സഞ്ചാര സ്വാതന്ത്ര്യത്തിന്റെ കാര്യത്തിലും വിട്ടുവീഴ്ചയുണ്ടാവുമെന്ന് ഉറപ്പ് വന്നു. 1913 ജൂണിൽ ആരംഭിച്ച ആ തൊഴിലാളി സമരം 1914 മെയ് മാസത്തിലാണ് അവകാശങ്ങൾ നേടിയെടുത്ത് സമാപിച്ചത്.

മണ്ണിൽ നുരയ്ക്കുന്ന ദളിത് വിഭാഗത്തെ എന്നെന്നും അടിമകളാക്കി വെക്കാൻ വേണ്ടി ഉയർന്നജാതിയിലെ ജീവിത സൗകര്യമുള്ളവർ നടത്തിവന്ന ശ്രമങ്ങളെ എതിർത്ത മുന്നേറ്റഗാഥയായി ഈ കർഷക തൊഴിലാളി പ്രക്ഷോഭം മാറി.

കർഷക - കർഷക തൊഴിലാളി പ്രസ്ഥാനങ്ങളുടെ ആവിർഭാവം

തിരുവിതാംകൂറിൽ കർഷക തൊഴിലാളി പ്രസ്ഥാനം ശക്തമായപ്പോൾ മലബാറിൽ കർഷകപ്രസ്ഥാനമാണ് വേരൂന്നിയത്. അതിന്റെ കാരണം 1865-66 ൽ തിരുവിതാംകൂറിൽ ചെറിയ നിലയിൽ ഒരു കാർഷിക നിയമം നടപ്പിൽ വന്നതാണ്. മലബാറിൽ ഇത്തരത്തിലുള്ള നിയമങ്ങൾ ഉണ്ടായില്ല. 1929 ൽ മദ്രാസ് ഗവൺമെന്റ് മലബാറിന് വേണ്ടി പാസാക്കിയ കാർഷിക നിയമം ഗുണം ചെയ്തത് കാണക്കാരായ മദ്ധ്യവർഗ്ഗത്തിന് മാത്രമാണ്.

പത്തൊൻപതാം നൂറ്റാണ്ടിൽ കോളനി ഭരണം കേരളത്തിൽ സമാനതകളില്ലാത്ത ചൂഷണമാണ് നടത്തിയത്. എങ്കിലും തിരുവിതാംകൂറിനെയും കൊച്ചിയെയും ഒരു തലത്തിലും മലബാറിനെയും അന്നത്തെ കാസർഗോഡ് താലൂക്കിനെയും വേറൊരു തലത്തിലും നോക്കി കാണേണ്ടതുണ്ട്. തിരുവിതാംകൂറിൽ നടപ്പിലാക്കിയ കാണം പ്രഖ്യാപനം (Kudiyan Kanam Proclamation) ബ്രിട്ടീഷുകാരാണ് മാധവറാവുവിനെ കൊണ്ട് നടപ്പാക്കുന്നത്. ചായ, കാപ്പി തുടങ്ങിയ ഉല്പന്നങ്ങളുണ്ടാക്കുവാനുള്ള തോട്ടങ്ങൾ നിർമ്മിക്കാൻ ഭൂമിയിൽ സ്ഥിരാവകാശമില്ലാത്ത ഇക്കൂട്ടർക്ക് സാധിച്ചിരുന്നില്ല. ഈ നിയമം വന്നതോടെ മണ്ണിൽ സ്ഥിരാവകാശമുണ്ടാക്കാൻ ബ്രിട്ടീഷുകാർക്ക് സാധിച്ചു. കണ്ണൻദേവൻ തേയിലത്തോട്ടമൊക്കെ അത്തരത്തിലുണ്ടായതാണ്. എന്നാൽ, മലബാറിൽ സ്ഥിതി വളരെ വ്യത്യസ്തമായിരുന്നു. കാർഷിക നിയമങ്ങൾക്ക് വേണ്ടി നിരവധി പ്രക്ഷോഭങ്ങൾ 1835 മുതൽ ഉയർന്നുവന്നു. വിവിധ ഭാഗങ്ങളിൽ ഉയർന്നുവന്ന കാർഷിക സമരങ്ങൾ കലാപങ്ങളായി മാറി. മാപ്പിള കുടിയാന്മാർ നടത്തിയ കലാപങ്ങൾ അത്തരത്തിലുള്ളവയായിരുന്നു. ബ്രിട്ടീഷ് സർക്കാർ കലാപങ്ങളെക്കുറിച്ചന്വേഷിക്കാൻവേണ്ടി ഏർപ്പെടു

ത്തിയ കമ്മീഷൻ, ജന്മി - കുടിയാൻ പ്രശ്നങ്ങളുണ്ടെങ്കിലും കലാപങ്ങൾ മതപരമാണെന്നാണ് അഭിപ്രായപ്പെട്ടത്. വൈകാതെ 1881 ൽ കുടിയാന്മയെക്കുറിച്ച് മനസ്സിലാക്കാൻ ബ്രിട്ടീഷ് സർക്കാർ ലോഗൻകമ്മീഷനെ നിയോഗിച്ചു. ഈ കമ്മീഷൻ മണ്ണിൽ പണിയെടുക്കുന്നവന് കുടിയായ്മാവകാശം കൊടുക്കണമെന്ന റിപ്പോർട്ട് സമർപ്പിച്ചു. ഇതിന്റെ തുടർച്ചയായാണ് മലബാറിൽ ഒരു നിയമം ഉണ്ടായത്. കുടിയാനെ ഒഴിപ്പിക്കുമ്പോൾ അയാൾ ആ മണ്ണിൽ ഉണ്ടാക്കിയ ചമയങ്ങൾക്ക് മാർക്കറ്റ് വില നല്കണമെന്ന നിബന്ധന ആ നിയമത്തിലുണ്ടായിരുന്നു. എന്നാൽ, ഭൂമി ജന്മിയുടേതാണ്. അതിലുള്ള ചമയങ്ങൾക്ക് മാർക്കറ്റ് വില കൊടുക്കുമ്പോൾ ഒരു ഭാഗം ജന്മിക്കുകൂടി നല്കണമെന്ന വ്യാഖ്യാനം മദ്രാസ് ഹൈക്കോടതിയിൽനിന്നുണ്ടായി. തത്വത്തിൽ നിയമം ജന്മിക്ക് അനുകൂലമായ അന്തരീക്ഷമാണ് ഒരുക്കിയത്.

ബ്രിട്ടീഷ് കോളനിവാഴ്ച ഏറ്റവുമേറെ ചൂഷണം നടത്തിയത് മലബാർ പ്രദേശത്തായിരുന്നു. ഇതിനെതിരായുള്ള സമരമായിരുന്നു ഖിലാഫത്ത് പ്രസ്ഥാനത്തിന്റെ നേതൃത്വത്തിൽ 1921 ൽ നടന്ന കാർഷിക കലാപം. റഷ്യൻ വിപ്ലവത്തെത്തുടർന്ന് രാജ്യത്ത് ആശയപരമായ പുത്തനുണർവ്വുണ്ടാവുന്നത് ആ സമയത്താണ്. ഇതിന് തൊട്ടുമുമ്പായാണ് ഗാന്ധിജിയുടെ ചമ്പാരൻ പ്രസ്ഥാനവും ഖിലാഫത്ത് പ്രസ്ഥാനവും സജീവമായത്. മലബാറിന് പുറമെ റായ്ബറേലി, ഫൈസാബാദ് തുടങ്ങിയ സ്ഥലങ്ങളിലും കാർഷിക കലാപങ്ങൾ നടന്നു. ചൗരിചൗര പോലുള്ള സംഭവങ്ങൾ ഇതിന്റെ തുടർച്ചയായാണ് നടക്കുന്നത്. കർഷകർ സംഘടിതരായി താലൂക്കുദാർമാരുടെ ചൂഷണത്തിനെതിരെ മുന്നോട്ടുവന്നതായിരുന്നു ചൗരിചൗരാ സംഭവത്തിന് കാരണമായത്. ഈ കാലഘട്ടത്തിൽ ഖിലാഫത്ത് പ്രസ്ഥാനം പിൻവലിക്കുകയുണ്ടായി. മലബാറിൽ ഖിലാഫത്ത് പ്രസ്ഥാനത്തിന് സമാന്തരമായി കർഷക പ്രസ്ഥാനം പിറവികൊള്ളുന്നത് ഈ പശ്ചാത്തലത്തിലാണ്. ഇന്ത്യൻ നാഷണൽ കോൺഗ്രസ് കാർഷിക കലാപവുമായും ചൗരിചൗരയിലെ സംഭവങ്ങളുമായും ബന്ധപ്പെടാതെ ഒഴിഞ്ഞു നില്ക്കുകയായിരുന്നു. കർഷക ജനതയെ ജനകീയ പ്രസ്ഥാനത്തിന്റെ ഭാഗമാക്കാൻ കോൺഗ്രസ് മടിച്ചു. 1922 ഫെബ്രുവരി 12 ന് ഇതുസംബന്ധിച്ച ഒരു പ്രമേയം കോൺഗ്രസ് കമ്മിറ്റി പാസാക്കി. “ജന്മിമാർക്ക് പാട്ടം കൊടുക്കാതിരിക്കുന്നത് കോൺഗ്രസിന്റെ തീരുമാനങ്ങൾക്കെതിരും രാജ്യത്തിന്റെ നല്ല താല്പര്യങ്ങൾക്ക് ഹാനികരവുമാണ്” എന്ന് പ്രമേയത്തിലൂടെ ജനകീയ പ്രക്ഷോഭത്തെ കോൺഗ്രസ് തള്ളിപ്പറഞ്ഞു. കോൺഗ്രസിന്റെ നിലപാട് പലപ്പോഴും അതായിരുന്നു.

ജന്മിത്തത്തിനും സാമ്രാജ്യത്വത്തിനുമെതിരെ കർഷകർ നടത്തിയ പോരാട്ടത്തിനെ മനസ്സിലാക്കി അവരുടെ കൂടെ നില്ക്കാൻ കോൺഗ്രസ് തയ്യാറായില്ല. ജന്മികളുടെ പക്ഷത്തായിരുന്നു കോൺഗ്രസ്. ദേശീയ

പ്രസ്ഥാനം സജീവമാകുന്നതിന് മുൻപ് ഇ എം എസ് സെക്രട്ടറിയായി ദക്ഷിണേന്ത്യൻ കർഷക സംഘടന പ്രവർത്തനമാരംഭിച്ചുവെങ്കിലും ഗ്രാമപ്രദേശങ്ങളിൽ സജീവ സാന്നിദ്ധ്യമാകാൻ ആ സംഘടനയ്ക്ക് സാധിച്ചില്ല.

1934 ൽ ഉപ്പുസത്യഗ്രഹം പിൻവലിക്കുകയുണ്ടായി. ഗാന്ധി-ഇർവിൻ കരാറാണ് ഇതിന് കാരണമായത്. തുടർന്നാണ് ജയപ്രകാശ് നാരായണനെപ്പോലുള്ളവർ ചേർന്ന് കോൺഗ്രസ് സോഷ്യലിസ്റ്റ് പാർട്ടിക്ക് രൂപം കൊടുക്കുന്നത്. പി കൃഷ്ണപിള്ളയുടെയും ഇ എം എസിന്റെയും നേതൃത്വത്തിൽ മലബാറിനെ അടിസ്ഥാനമാക്കി കേരളത്തിൽ കോൺഗ്രസ് സോഷ്യലിസ്റ്റ് പാർട്ടി രൂപീകരിക്കുകയുണ്ടായി. മലബാറിലെ കാർഷിക പ്രസ്ഥാനത്തിന്റെ ചരിത്രത്തിൽ ഉൾച്ചേർന്നുകിടക്കുന്നതാണ് കോൺഗ്രസ് സോഷ്യലിസ്റ്റ് പ്രസ്ഥാനത്തിന്റെ ചരിത്രം. ആ കാലഘട്ടത്തിൽ നിരവധി പ്രാദേശിക സംഘടനകൾ രൂപപ്പെടുകയും പ്രവർത്തനത്തിൽ സജീവമാവുകയും ചെയ്തു. എ വി കുഞ്ഞമ്പുവിന്റെ നേതൃത്വത്തിൽ 1934-35 ൽ ആരംഭിച്ച അഭിനവ ഭാരതയുവക് സംഘം മലബാറിൽ ശക്തമായ കർഷകപ്രസ്ഥാനം വളർത്തിയെടുക്കുന്നതിൽ നിർണ്ണായക പങ്കാണ് വഹിച്ചത്.

കോൺഗ്രസ് സോഷ്യലിസ്റ്റ് പാർട്ടി രൂപീകരണത്തോടെ കോൺഗ്രസിനെ ഒരു ജനകീയ പ്രസ്ഥാനമാക്കി രൂപപ്പെടുത്തണമെന്ന അഭിപ്രായം രൂപപ്പെട്ടു. 'ഞായറാഴ്ച കോൺഗ്രസ്' എന്ന ഇ എം എസിന്റെ പ്രയോഗത്തിന്റെ അടിസ്ഥാനം കോൺഗ്രസിന്റെ ജനകീയതയില്ലായ്മ ആയിരുന്നു. ഞായറാഴ്ചകളിൽ യോഗം ചേരുകയും പ്രമേയങ്ങൾ പാസാക്കി ബ്രിട്ടീഷ് ഗവൺമെന്റിന് അയച്ചുകൊടുക്കുകയുംചെയ്യുന്ന രീതിയിൽ നിന്ന് മാറി കോൺഗ്രസ് ജനങ്ങളുടെ വിഷയങ്ങളിൽ സജീവമായി ഇടപെടണമെന്ന് ഇ എം എസ് അഭിപ്രായപ്പെട്ടു. ജനങ്ങളുടെ വൈവിദ്ധ്യമാർന്ന പ്രശ്നങ്ങളെ അഭിമുഖീകരിക്കുന്നതിന് വേണ്ടി വർഗ്ഗ പ്രസ്ഥാനങ്ങൾ രൂപീകരിക്കണമെന്ന് തീരുമാനിക്കുന്നത് ഈ സന്ദർഭത്തിലാണ്. കർഷകസംഘത്തിന്റെ ഉദയം ആ വേളയിലാണ് ഉണ്ടാവുന്നത്.

ജാതി ജന്മി നാടുവാഴിത്തത്തിന്റെ പീഡനങ്ങളെ ചെറുക്കുവാനും കർഷകരുടെ പ്രശ്നങ്ങൾക്ക് പരിഹാരം കാണുവാനും വേണ്ടി 1935 ൽ വിഷ്ണു ഭാരതീയൻ പ്രസിഡന്റും കെ എ കേരളീയൻ സെക്രട്ടറിയുമായി കേരളത്തിലെ ആദ്യ കർഷക സംഘമായ കൊളച്ചേരി കർഷക സംഘം രൂപീകരിക്കപ്പെട്ടു. മലബാറിലെ കർഷകർ ഭൂരിപക്ഷവും ദരിദ്ര കർഷകരായിരുന്നു. ഇവർ ജന്മിമാരുടെയും ബ്രിട്ടീഷ് ഉദ്യോഗസ്ഥരുടെയും ചൂഷണങ്ങൾക്ക് ഒരുപോലെ വിധേയമാകേണ്ടിവന്നു. ജന്മിമാരുടെ അനിയന്ത്രിതമായ സാമ്പത്തിക ചൂഷണങ്ങളും, ചുങ്കം പിരിവും, നികുതിയുമെല്ലാം ദുസ്സഹമായി മാറി. കൊളച്ചേരി മാതൃകയിൽ ചിറയ്ക്കലും കരിവെള്ളൂരും കർഷക സംഘങ്ങൾ രൂപംകൊണ്ടു. ബ്രിട്ടീഷ് സാമ്രാജ്യത്വത്തിനും ജന്മിത്തത്തിനുമെതിരായ സമരം ശക്തി

പ്പെടുത്തുന്നതിന്റെ ഭാഗമായി ഇവയ്ക്ക് ഏകോപനമുണ്ടാകണമെന്ന് തീരുമാനിച്ചു. 1937 നവംബറിൽ പറശ്ശിനിക്കടവിൽ വെച്ച് നടന്ന ഏറെ ജനശ്രദ്ധ പിടിച്ചുപറ്റിയ ഉജ്ജ്വലമായ കർഷക സമ്മേളനത്തിൽ വിഷ്ണു ഭാരതീയൻ, എ കെ ജി, കെ പി ഗോപാലൻ എന്നിവർ പങ്കെടുത്ത് അഖില മലബാർ കർഷക സംഘം എന്ന ഒരു കർഷകപ്രസ്ഥാനം രൂപീകരിച്ചു. അതോടെ കർഷകരുടെ ചെറുത്തുനില്പിന് ഒരു ഏകീകൃത സ്വഭാവമുണ്ടായി.

കുടിയാന് ഭൂമിയിൽ സ്ഥിരാവകാശം ലഭിക്കുന്നതിനും മര്യാദപ്പാട്ടത്തിനുംവേണ്ടി ആ കാലഘട്ടത്തിൽ കോൺഗ്രസ് സോഷ്യലിസ്റ്റ് പാർട്ടിയും കർഷക പ്രസ്ഥാനങ്ങളും ഉജ്ജ്വലമായ സമരങ്ങൾ നടത്തി. ഇതിന്റെ ഒരു ഘട്ടത്തിലാണ് 1937 ൽ കോഴിക്കോട് വെച്ച് പി കൃഷ്ണപിള്ളയുടെയും ഇ എം എസിന്റെയും നേതൃത്വത്തിൽ കമ്യൂണിസ്റ്റ് പാർട്ടിയുടെ ഉദയമുണ്ടാവുന്നത്. 1939 അവസാനം പാറപ്രം സമ്മേളനത്തെ തുടർന്ന് കമ്യൂണിസ്റ്റ് പാർട്ടിയുടെ പ്രവർത്തനം സംസ്ഥാന അടിസ്ഥാനത്തിൽ സജീവമായി.

നവോത്ഥാന പ്രസ്ഥാനത്തിന്റെ പശ്ചാത്തലത്തിലാണ് ദേശീയ പ്രസ്ഥാനം ശക്തിപ്രാപിക്കുന്നത്. കേരളത്തിൽ നവോത്ഥാന പ്രസ്ഥാനവും ദേശീയ പ്രസ്ഥാനവും ഏറ്റവും അവസാന ഘട്ടത്തിലാണ് ശക്തിപ്രാപിച്ചത്. രാജ്യത്തിന്റെ മറ്റുഭാഗങ്ങളിൽനിന്ന് വിഭിന്നമായി 1800 കളുടെ അവസാനത്തിലാണ് നവോത്ഥാന പ്രസ്ഥാനം സംസ്ഥാനത്ത് ശക്തമായത്. ശക്തിപ്രാപിച്ച ദേശീയ പ്രസ്ഥാനത്തിന്റെ കൈവഴിയായാണ് കമ്യൂണിസ്റ്റ് പാർട്ടി ഉണ്ടാവുന്നത്. ഇതുപോലുള്ള നിരവധി കൈവഴികളിലൂടെയാണ് ദേശീയ സ്വാതന്ത്ര്യം നേടിയത്. ഇതിന്റെ ഭാഗമായാണ് 1940 കളിൽ നിരവധി പ്രക്ഷോഭങ്ങൾ ഉയർന്നുവന്നത്. തെലുങ്കാന, കയ്യൂർ, കരിവെള്ളൂർ, പുന്നപ്ര-വയലാർ തുടങ്ങിയ സമരങ്ങൾ വളർന്നുവന്ന പശ്ചാത്തലത്തിലാണ് രാജ്യം സ്വാതന്ത്ര്യം നേടിയത്.

മലബാറിൽ ഭൂരിഭാഗവും കുടിയാന്മാരായിരുന്നു. കുടികിടപ്പുകാരുടെ എണ്ണം കുറവായിരുന്നു. പട്ടികജാതി വിഭാഗത്തിൽപ്പെട്ട കുടികിടപ്പുകാർക്ക് ഒരു തുണ്ട് ഭൂമിപോലും ഉണ്ടായിരുന്നില്ല. ഇവർ ജന്മിമാരുടെ ഭൂമിയിൽ കുടിൽകെട്ടി താമസിച്ചു. കർഷക തൊഴിലാളികളായിരുന്നു കുടികിടപ്പുകാർ. കുടിയാന്മാരെപ്പോലെ കുടികിടപ്പുകാരും വലിയ രീതിയിലുള്ള ചൂഷണങ്ങൾക്ക് പാത്രീഭവിച്ചു. കുടിയാന്മാർക്ക് ഭൂമി ഉണ്ടായിരുന്നു. വാരം, കാണം, വാശി, നുരി, മുക്കാല്, വണ്ണാത്തിമാറ്റ് മുടക്കൽ, കല്ലും തോലും വെച്ച് കെട്ടൽ തുടങ്ങി നിരവധി അക്രമങ്ങളും അക്രമപ്പിരിവുകളും കുടിയാന്മാർക്കും കുടികിടപ്പുകാർക്കുമെതിരായി ഉണ്ടായിരുന്നു. ആ കാലയളവിൽ കർഷക പ്രസ്ഥാനവും മറ്റ് വിവിധ വർഗ്ഗപ്രസ്ഥാനങ്ങളും കോൺഗ്രസ് സോഷ്യലിസ്റ്റ് പാർട്ടിയുടെ അനുബന്ധമായാണ്

വളർന്നുവന്നത്.

മലബാറിൽ 1930 കളുടെ മദ്ധ്യത്തോടെ ആരംഭിച്ച കാർഷിക സമരങ്ങളിൽ കുടിയാന്മാരും കുടികിടപ്പുകാരുമായ കർഷക ജനവിഭാഗങ്ങൾ അണിനിരന്നു. ഈ അവസരത്തിൽ ധനിക കർഷകരും മദ്ധ്യവർഗ്ഗ കർഷകരും മറ്റും നെല്ല് കരിഞ്ചന്തയിൽ വിറ്റ് പണം സമ്പാദിക്കാനുള്ള ആഗ്രഹത്തിൽ കർഷക പ്രസ്ഥാനത്തിൽനിന്നും കമ്യൂണിസ്റ്റ് പ്രസ്ഥാനത്തിൽ നിന്നും പിൻവാങ്ങി. എന്നാൽ, നാമമാത്ര കൃഷിക്കാരായ കുടിയാന്മാരും കർഷക തൊഴിലാളികളായ കുടികിടപ്പുകാരും ആശയപരമായി ആ സമരത്തെ വളർത്തിയെടുത്തു. ഇതിന്റെ ഫലമായി 40 കളുടെ അവസാനം കാവുമ്പായി, കരിവെള്ളൂർ, മുനയൻകുന്ന്, പാടിക്കുന്ന്, തില്ലങ്കേരി തുടങ്ങിയിടങ്ങളിൽ സജീവമായ കാർഷികസമരങ്ങളിൽ ദരിദ്രകർഷകരും കർഷക തൊഴിലാളികളും അണിനിരന്നു. ഈ കാർഷിക പോരാട്ടത്തിന്റെ ഭാഗമായി ജീവിതം ബലിയർപ്പിക്കേണ്ടിവന്ന നിരവധി സഖാക്കളുണ്ടായി. ആ സമരത്തിന്റെ തീച്ചൂളയിൽനിന്നുമാണ് കമ്യൂണിസ്റ്റ് പ്രസ്ഥാനം ശക്തി പ്രാപിച്ചത്.

ആലപ്പുഴയിൽ 1922 ൽ ആരംഭിച്ച തിരുവിതാംകൂർ ലേബർ അസോസിയേഷൻ കയർഫാക്ടറി തൊഴിലാളികളെയാണ് സംഘടിപ്പിച്ചതെങ്കിലും പൊതുവിൽ തൊഴിലാളികളെ രാഷ്ട്രീയബോധ്യമുള്ളവരാക്കി മാറ്റാൻ അവരുടെ പ്രവർത്തനങ്ങൾക്ക് സാധിച്ചു. സാധുജന പരിപാലന സംഘത്തിന്റെ പ്രവർത്തനവും ആ മേഖലയിൽ സജീവമായിരുന്നു. ദളിത് വിഭാഗത്തിൽപ്പെട്ട കർഷക തൊഴിലാളികളുടെ ഇടയിലാണ് ഈ സംഘടന പ്രവർത്തിച്ചിരുന്നത്. 1939 ഡിസംബർ 8 ന് പള്ളാത്തുരുത്തിലെ ഒരു ചായക്കടയിൽ സാധുജനപരിപാലന സംഘം നേതാവായ ശീതങ്കന്റെയും കൊല്ലം ജോസഫിന്റെയും കേശവദാസിന്റെയും നേതൃത്വത്തിൽ കർഷക തൊഴിലാളികളുടെ ഒരു യോഗം ചേർന്നു. അന്നവിടെ ശീതങ്കനെ പ്രസിഡന്റായും കേശവദേവ് എന്ന എസ് കെ ദാസ് സെക്രട്ടറിയുമായി കർഷക തൊഴിലാളി സംഘടന പിറവികൊണ്ടു. അത് കർഷക തൊഴിലാളികൾക്ക് നല്ല ഉണർവ്വേകി. എന്നാൽ, കർഷക പ്രമാണിമാർ വെറുതെയിരുന്നില്ല. അവർ എസ് കെ ദാസിനെ ഇല്ലാതാക്കിയാൽ കർഷകരുടെ സംഘടന ഇല്ലാതാകുമെന്ന് കണക്കുകൂട്ടി അദ്ദേഹത്തെ ആക്രമിച്ചു. തൊഴിലാളികൾ അതിൽ പ്രതിഷേധിച്ച് പണിമുടക്കി. ജാഥകൾ നടത്തി. ലക്ഷണമൊത്ത പ്രതിഷേധങ്ങൾ അവിടെ വളർന്നുവന്നു. എസ് കെ ദാസിനെ മർദ്ദിച്ചത് പ്രദേശത്തെ കർഷക പ്രമാണിയായിരുന്ന ഇത്താക്കുമാപ്പിളയുടെ മക്കളായിരുന്നു. കർഷക തൊഴിലാളികൾക്ക് മക്കളെ കൈയിൽ കിട്ടിയില്ല. അവർ ഇത്താക്കുമാപ്പിളയുടെ മേൽ അരിശം തീർത്തു. ആ സമയത്താണ് ഞങ്ങളെ തല്ലിയാൽ ഞങ്ങളും തല്ലും എന്ന മുദ്രാവാക്യം ആ പ്രദേശത്താകെ മുഴങ്ങിയത്. തുടർന്നാണ് കമ്യൂണിസ്റ്റ് പാർട്ടി തീരു

മാനപ്രകാരം സി കെ കേശവനെ കുട്ടനാട്ടിലേക്ക് നിയോഗിച്ചത്. ആസ്പിൻവാൾ കമ്പനിയിലെ തൊഴിലാളിയായിരുന്നു അന്ന് സി കെ കേശവൻ.

ചെറിയ ചെറിയ നിരവധി കർഷക തൊഴിലാളി സമരങ്ങൾ ആ കാലത്ത് നടന്നു. 1117 കുംഭമാസം 28-ാം തീയതി കുട്ടമംഗലത്ത് ചെറുകാലിൽ ജാനകിയമ്മയുടെ വീട്ടിൽവെച്ച് കർഷക തൊഴിലാളികളുടെ ഒരു യോഗം കൂടാൻ തീരുമാനിച്ചു. ടി കെ വർഗീസ് വൈദ്യന്റെ അദ്ധ്യക്ഷതയിലാണ് ആ യോഗം കൂടിയത്. കുട്ടനാടിന്റെ വിവിധ ഭാഗങ്ങളിൽ രൂപീകരിച്ച കർഷക തൊഴിലാളി കമ്മിറ്റികളിൽനിന്നും തൊഴിലാളികൾ ആ യോഗത്തിൽ പങ്കാളികളായി. ഈ യോഗത്തിൽ വെച്ച് കുട്ടനാട്ടിലെ കർഷക തൊഴിലാളികളുടെ സാമൂഹ്യ, സാംസ്കാരിക, സാമ്പത്തിക പ്രശ്നങ്ങൾ പരിഹരിക്കുന്നതിന് തിരുവിതാംകൂർ കർഷക തൊഴിലാളി യൂണിയൻ എന്ന പേരിൽ ഒരു സംഘടന രൂപീകരിച്ച് പ്രവർത്തിക്കുവാൻ തീരുമാനിച്ചു. ആലപ്പുഴയിൽ രൂപംകൊണ്ട ആദ്യത്തെ സംഘടിത കർഷക തൊഴിലാളി പ്രസ്ഥാനമായിരുന്നു അത്. ആ യോഗത്തിൽ വെച്ച് ടി കെ വർഗീസ് വൈദ്യൻ, വി എസ് അച്യുതാനന്ദൻ, എസ് കെ ദാസ് എന്നിവർ ഭാരവാഹികളായി ഒരു മാനേജിങ് കമ്മിറ്റി രൂപീകരിച്ച് പ്രവർത്തിക്കാൻ തുടങ്ങി.

1939 മുതൽ 1945 വരെയുള്ള കാലഘട്ടത്തിൽ കുട്ടനാട്ടിൽ അതിരൂക്ഷമായ ഭക്ഷ്യക്ഷാമവും പകർച്ചവ്യാധിയും പടർന്നുപിടിച്ചു. സർ സി പി രാമസ്വാമി അയ്യരുടെ ഭരണകാലമായിരുന്നു അത്. ക്ഷാമത്തെ തുടർന്ന് കൃഷിക്കാർ കൂലിയായി കൊടുക്കുന്ന നെല്ലിന് പകരം പണം കൂലിയായി നല്കാൻ തുടങ്ങി. ഒരു പറ നെല്ലിന് നാലണയായിരുന്ന സ്ഥലത്ത് ഒരു രൂപയായി വില വർദ്ധിച്ചു. നാട്ടിൽ പകർച്ചവ്യാധികളും പട്ടിണിമരണങ്ങളും സർവ്വ സാധാരണമായി. കൂലിയായി നെല്ല് കിട്ടണമെന്ന് കർഷക തൊഴിലാളി യൂണിയൻ മുതലാളിമാർക്ക് നോട്ടീസ് നല്കി സമരം പ്രഖ്യാപിച്ചു. കവലയ്ക്കൽ മത്തനെപ്പോലുള്ള മുതലാളിമാർ അതിന് തയ്യാറാവാതെ വന്നപ്പോൾ കർഷക തൊഴിലാളി യൂണിയൻ ഘെരാവോ സമരം ആരംഭിച്ചു. കൂലിക്കൂടുതലിന് വേണ്ടിയുള്ള കർഷക തൊഴിലാളികളുടെ സമരം കൂടിയായിരുന്നു അത്. പൊലീസെത്തി ആ ഘെരാവോ സമരത്തെ തകർക്കാൻ നോക്കിയെങ്കിലും തൊഴിലാളി സ്ത്രീകൾ പതറിയില്ല. അവസാനം മത്തൻ മുതലാളിക്ക് നെല്ലുകൂലിവേണമെന്ന ആവശ്യവും കൂലിക്കൂടുതലും അംഗീകരിക്കേണ്ടി വന്നു.

കർഷക തൊഴിലാളി യൂണിയന്റെ പ്രവർത്തനങ്ങളുമായി 1938-39 കാലഘട്ടത്തിൽ കോൺഗ്രസുകാരായ പലരും സഹകരിച്ചിരുന്നു. എന്നാൽ, കാർഷിക മുതലാളിമാരുമായുള്ള വർഗ്ഗസമരം മൂർച്ഛിച്ചപ്പോൾ കോൺഗ്രസിലെ മിക്കവരും പിറകോട്ട് പോയി. ചിലർ കോൺഗ്രസ് വിട്ട്

കർഷക തൊഴിലാളി പ്രസ്ഥാനത്തിലേക്ക് വരികയും ചെയ്തു. കോൺഗ്രസുകാർ വൈകാതെ മർദ്ദകരായ കൃഷിക്കാരുടെ ഭാഗത്ത് നിലകൊള്ളുകയും ചെയ്തു. 1942 ൽ കർഷക തൊഴിലാളി യൂണിയന് രജിസ്ട്രേഷൻ ലഭിച്ചു.

നാല്പതുകളിൽ കേരളത്തിൽ രണ്ടുതരത്തിലുള്ള പ്രസ്ഥാനങ്ങളാണുണ്ടായിരുന്നത്. മലബാറിൽ കമ്യൂണിസ്റ്റ് പാർട്ടിയുടെ നേതൃത്വത്തിൽ നിരവധി കർഷക സമരങ്ങൾ ആ കാലഘട്ടത്തിൽ നടന്നു. കയ്യൂരിലും കരിവെള്ളൂരിലും കാവുമ്പായിയിലും നടന്ന സമരങ്ങളും തില്ലങ്കേരിയിലും മുനയൻകുന്നിലുമുണ്ടായ വെടിവെപ്പും മലബാറിലെ ജനകീയ സമരങ്ങളുടെ ഭാഗമായുണ്ടായതാണ്. തിരുവിതാംകൂറിൽ ഉത്തരവാദിത്വ ഭരണത്തിനുവേണ്ടിയുള്ള പ്രക്ഷോഭം ശക്തമായി. ആലപ്പുഴ മേഖലയിൽ കർഷക തൊഴിലാളികളുടെയും കയർ തൊഴിലാളികളുടെയും മത്സ്യതൊഴിലാളികളുടെയുമൊക്കെ സമരങ്ങൾ ശക്തിയാർജ്ജിച്ചു. രാജ്യം സ്വാതന്ത്ര്യം നേടുന്നു എന്ന് മനസ്സിലാക്കിയപ്പോൾ സർ സി പി സ്വതന്ത്ര തിരുവിതാംകൂർ വാദമുന്നയിച്ചു. ഭരണം മുഴുവൻ എക്സിക്യൂട്ടീവിനെ ഏല്പിക്കുന്ന അമേരിക്കൻ മോഡൽ ഭരണമാണ് അദ്ദേഹം നിർദ്ദേശിച്ചത്. കമ്യൂണിസ്റ്റ് പാർട്ടിയാണ് ജനായത്ത ഭരണത്തെയും പ്രതിനിധി സഭകളെയും പൂർണ്ണമായും ഇല്ലാതാക്കുന്ന ആ രീതിയെ എതിർത്തത്. സമരമാർഗ്ഗത്തിൽനിന്ന് തൊഴിലാളികളെ പിന്തിരിപ്പിക്കാൻവേണ്ടി ദിവാൻ ആ കാലത്ത് തൊഴിലാളികളുടെ സാമ്പത്തികാവശ്യങ്ങൾ ഭൂരിഭാഗവും അംഗീകരിച്ചുകൊടുക്കാൻ തയ്യാറായി. എന്നിട്ടും തൊഴിലാളികൾ സമരത്തിലുറച്ചുനിന്നു. പൊലീസിനെയും ഗുണ്ടകളെയും ഇറക്കി ആ സമരത്തെ തകർക്കാനും ശ്രമിച്ചു. ഇതിനെത്തുടർന്ന് തൊഴിലാളികൾ നടത്തിയ രാഷ്ട്രീയ സമരത്തെ തകർക്കാനാണ് പുന്നപ്രയിലും വയലാറിലും ഭീകരമായ വെടിവയ്പ് നടത്തിയത്. നൂറുകണക്കിന് സമരഭടന്മാർ കൊല്ലപ്പെടുകയും നിരവധിപേർ ജീവച്ഛവങ്ങളായി മാറുകയും ചെയ്ത പ്രക്ഷോഭമായിരുന്നു അത്. ഭൂപ്രഭുത്വം അവസാനിപ്പിക്കാനുള്ള ജനാധിപത്യ വിപ്ലവത്തിന്റെ ഭാഗമായി വർഗ്ഗാടിസ്ഥാനത്തിലേക്ക് മാറുന്ന ജനതയുടെ ഐതിഹാസികമായ ചെറുത്തുനില്പായിരുന്നു പുന്നപ്ര-വയലാർ സമരം. ഈ നാടിന്റെ മോചനത്തിന് വേണ്ടിയായിരുന്നു പുന്നപ്ര-വയലാർ രക്തസാക്ഷികൾ തങ്ങളുടെ ജീവൻകൊടുത്തത്. ചോരച്ചാലുകൾ തീർത്തത്.

തൊഴിലാളിവർഗ്ഗത്തിന്റെ നേതൃത്വത്തിൽതന്നെയാണ് കൊച്ചിയിലും ജനാധിപത്യ പ്രസ്ഥാനങ്ങൾ വളർന്നുവന്നത്. 1933-34 കാലഘട്ടങ്ങളിൽ കൊടുങ്ങല്ലൂർ ഭാഗത്ത് കർഷക തൊഴിലാളി പ്രസ്ഥാനം രൂപം കൊണ്ടു. 33 ൽ സ്ഥാപിക്കപ്പെട്ട കൊച്ചിൻ ലേബർ യൂണിയൻ വൈകാതെ വിവിധ വ്യവസായങ്ങളിൽ വെവ്വേറെ യൂണിയനുണ്ടാക്കി പ്രവർത്തനം സജീവ

മാക്കി. 1942 ൽ തൃശൂരിൽ അന്തിക്കാട് ചെത്തുതൊഴിലാളികൾ ആദ്യമായി യൂണിയനുണ്ടാക്കി പ്രവർത്തിച്ചു. കൊച്ചിയിൽ വളർന്നുവന്ന ഉത്തരവാദിത്വഭരണ പ്രക്ഷോഭത്തെ ഈ തൊഴിലാളി പ്രസ്ഥാനങ്ങളെല്ലാം പിന്തുണച്ചു.

തൊഴിലാളി പ്രസ്ഥാനങ്ങളുടെ കൂടി ആവശ്യമായിരുന്നു ഐക്യകേരളം. 30-40 കളിൽ കർഷക തൊഴിലാളി-കർഷകസമരങ്ങൾ ഉയർത്തിയ രാഷ്ട്രീയ മുദ്രാവാക്യം ഫ്യൂഡൽ - സാമ്രാജ്യത്വ ഭരണകൂടങ്ങളുടെ അന്ത്യത്തിനും ജനാധിപത്യ വ്യവസ്ഥിതിയുടെ സ്ഥാപനത്തിനും വേണ്ടിയുള്ളതായിരുന്നു. കർഷക തൊഴിലാളി യൂണിയന്റെ തനത് സമരങ്ങൾ നടത്തുന്നതിനൊപ്പം രാഷ്ട്രീയമുദ്രാവാക്യങ്ങളെന്ന നിലയിൽ ഫ്യൂഡൽ - സാമ്രാജ്യത്വ വിരുദ്ധ മുദ്രാവാക്യങ്ങളുയർത്തിപ്പിടിച്ച് മുന്നേറി എന്നത് വർഗ്ഗപരമായ ഉൾക്കാഴ്ചയുടെ ഭാഗമായിട്ടായിരുന്നു.

തൊഴിലാളികളെ അടിമകളല്ലെന്ന് പഠിപ്പിച്ച കാലഘട്ടം

തിരുവിതാംകൂർ, കൊച്ചി, മലബാർ പ്രദേശങ്ങളുടെ വിവിധ ഭാഗങ്ങളിൽ കർഷക തൊഴിലാളികൾ സംഘടിച്ചു. അവകാശങ്ങൾ നേടിയെടുക്കാനുള്ള മുദ്രാവാക്യങ്ങൾ അവിടങ്ങളിൽ ഉയർന്നു. ജനങ്ങൾക്കിടയിൽ സജീവമായി പ്രവർത്തിച്ച കർഷക തൊഴിലാളി യൂണിയന്റെ സഖാക്കൾ സാധാരണക്കാരായിരുന്നു. സഖാക്കൾ സി കെ കേശവനും വി എസ് അച്യുതാനന്ദനും എസ് കെ ദാസും വർഗീസ് വൈദ്യനും മറ്റും ആലപ്പുഴ കേന്ദ്രീകരിച്ച് പ്രവർത്തിച്ചപ്പോൾ തിരു - കൊച്ചിയിലും ഇതേ രീതിയിൽ മറ്റ് സഖാക്കൾ പ്രവർത്തനങ്ങളിലേർപ്പെട്ടു. തൊഴിലാളികളെ സംഘടിതരാക്കി. കൂലിക്ക് വേണ്ടിയും തൊഴിൽ സമയ ക്ലിപ്തതയ്ക്ക് വേണ്ടിയും നിരവധി പോരാട്ടങ്ങൾ അവിടങ്ങളിൽ തഴച്ചുവളർന്നത് കർഷക തൊഴിലാളി പ്രസ്ഥാനത്തിന് നേതൃത്വം കൊടുത്ത ഈ സഖാക്കളുടെ ഇടപെടലുകളുടെ ഭാഗമായിരുന്നു. തങ്ങൾ അടിമകളാണ്, ചേറിലും കൂരയിലും കഴിയേണ്ടവരാണ് എന്ന തൊഴിലാളികളുടെ കാഴ്ചപ്പാടിനെ തിരുത്തിക്കുറിക്കാൻ ഇവർക്ക് സാധിച്ചു. വി എസ് അച്യുതാനന്ദൻ കർഷക തൊഴിലാളി സംഘടനാ പ്രവർത്തകനായി മാറുമ്പോൾ വളരെ പ്രായം കുറവായിരുന്നു. കൈനകരിയിലുള്ള പാലുകാരന്റെ ജൗളിക്കടയിലെ തയ്യൽക്കാരനായിരുന്നു അദ്ദേഹം. മിതഭാഷിയായ വി എസിന് ആ പ്രദേശത്തെ കർഷക തൊഴിലാളികളുമായി നേരിട്ട് ബന്ധമുണ്ടായിരുന്നു. കർഷക തൊഴിലാളി വിഭാഗത്തിലുള്ള പുലയസമുദായത്തിലുള്ളവരുമായി, അവരുടെ വീടുകളിൽ കയറിയിറങ്ങി ബന്ധപ്പെടാൻ വി എസും സഖാക്കളും മുൻകൈയെടുത്തു. കൃത്യനിഷ്ഠയിൽ പുലർത്തിയ കണിശത അന്നേ വി എസിനുണ്ട്. ഒരു ഖദർ മുണ്ടും ഖദർതുണികൊണ്ടു തന്നെയുള്ള പ്രത്യേക രീതിയിലുള്ള ബട്ടൺഷർട്ടും കച്ചത്തോർത്തും ധരിച്ച് അച്യുതാനന്ദൻ സംഘടനാ പ്രവർത്തനത്തിനിറങ്ങും. രാവിലെ

അഞ്ച് മണിക്ക് ഉണരും. കുളിക്കാൻ പോകുമ്പോൾ കുളക്കടവിൽ വെച്ച് ഷർട്ടും മുണ്ടും കഴുകിയിടും. അന്ന് വിപണിയിൽ ലഭിച്ചിരുന്ന നാലുകാശിന്റെ നീലസോപ്പ് ഉപയോഗിച്ച് തുണികഴുകിയാൽ പിന്നെ നീലം മുക്കേണ്ട ആവശ്യമില്ല. വസ്ത്രങ്ങൾ കഴുകി ഉണക്കാനായി വിരിച്ചിട്ട് വിസ്തരിച്ച് കുളിക്കും. തുടർന്ന് നന്നായി ഉണങ്ങാത്ത വസ്ത്രങ്ങളെടുത്ത് ധരിക്കും. വസ്ത്രങ്ങൾ ഇസ്തിരിയിടാതെ തന്നെ ശരീരത്തിന് പാകമായി കിടക്കാൻ വേണ്ടിയാണ് ആ സൂത്രപ്പണി. ഒരു ഷർട്ടും മുണ്ടും മാത്രമുള്ള വി എസിനെ പോലുള്ള സഖാക്കളാണ് കർഷക തൊഴിലാളി യൂണിയന്റെ നേതൃത്വമേറ്റെടുത്ത് തൊഴിലാളികളെ സംഘടിപ്പിച്ചത്. പാടത്തും വരമ്പിലും ഇഞ്ചൻതറയിലുമൊക്കെ തൊഴിലാളികൾ കൂടുന്ന സ്ഥലങ്ങളിൽ അവരെത്തും. കർഷക തൊഴിലാളികൾ അവരുടെ ഭക്ഷണത്തിൽനിന്ന് ഒരു പങ്ക് ഈ നേതാക്കൾക്ക് നല്കും. മിക്കവാറും പട്ടിണിയായിരിക്കും.

ആദ്യഘട്ടത്തിൽ നെല്പാടങ്ങളുമായി ബന്ധപ്പെട്ട കൂലി പ്രശ്നമാണ് തൊഴിലാളികൾക്ക് വേണ്ടി പ്രസ്ഥാനം ഉയർത്തിയത്. ജോലി സമയം നിജപ്പെടുത്താനും സമരങ്ങളുണ്ടായി. പാലക്കാട് തോലന്നൂരിൽ സ്ത്രീ തൊഴിലാളികൾ മാറുമറച്ച് ജോലിക്ക് പോകുമെന്ന് പ്രഖ്യാപിച്ചു. തിരുകൊച്ചിയിലും കർഷക തൊഴിലാളികൾ സമരമുഖത്തായിരുന്നു. എറണാകുളത്തെ വൈപ്പിൻകരയിൽ 1948 ൽ കൂലിക്കൂടുതലിന് വേണ്ടി സമരം ആരംഭിച്ചു. തെങ്ങുകയറ്റതൊഴിലാളികളുടെ പണിമുടക്ക് ആ വേളയിലാണ്. 1949-50 കളിൽ തിരുവിതാംകൂർ പ്രദേശങ്ങളിൽ തിരുവനന്തപുരം ജില്ലയിൽ പ്രക്ഷോഭങ്ങൾ പടർന്നുപിടിച്ചു. കോരണംകോട് കാണിപ്പറ്റ് സമരങ്ങൾ ചരിത്രത്തിൽ തങ്കലിപികളിൽ കുറിച്ചിടപ്പെട്ടതാണ്.

വയനാട്ടിലെ ആദിവാസികളെ ചൂഷണം ചെയ്യുന്ന ഭൂപ്രഭുക്കന്മാരുടെ കുമ്പളമടിയും കുമ്പളച്ചോറും സമ്പ്രദായത്തിനെതിരെ നടത്തിയ ഉജ്ജ്വലമായ സമരം യൂണിയന്റെ നേതൃത്വത്തിലായിരുന്നു. പണിയ വിഭാഗത്തിലുള്ള ആദിവാസികളെ നൂറുപേർ ചെയ്യേണ്ട ജോലി അൻപതുപേരെ കൊണ്ട് ചെയ്യിക്കാൻ ചെളിയിൽ നൃത്തംവെപ്പിച്ച് പെട്ടെന്ന് വേല തീർക്കുന്ന സമ്പ്രദായമായിരുന്നു അത്. കൊടിയ ആദിവാസി ചൂഷണത്തിന്റെ ഒരു വശം. അതിനെതിരായി നടത്തിയ സമരം കർഷക തൊഴിലാളി യൂണിയൻ വിജയിപ്പിച്ചു. വയനാട് ജില്ലയിലെ തിരുനെല്ലി, വള്ളിയൂർകാവുകളിൽ ആദിവാസികളെ ഓരോ വർഷത്തേക്കും അടിമകളായി ജന്മിമാർക്ക് കൈമാറിയിരുന്ന പ്രാകൃത വ്യവസ്ഥയ്ക്കെതിരായി നടത്തപ്പെട്ട സമരം കർഷക തൊഴിലാളി യൂണിയന്റെ സമരഗാഥയിൽ പ്രധാനപ്പെട്ടതാണ്. ആലപ്പുഴ, കോഴിക്കോട് ജില്ലകളിൽ ജോലിസമയം നിജപ്പെടുത്തുന്നതിന് വേണ്ടി കൊടിയുയർത്തൽ സമരം നടത്തി. കോഴിക്കോട് ജില്ലയിലെ വാണിമേലിൽ ചെക്കൻവിളിക്കെതിരായ സമരം യൂണിയന്റെ സമരചരിത്രത്തിലെ തിളങ്ങുന്ന അദ്ധ്യായമായി മാറി. ജില്ലയിലെ രാമനാട്ടുകര, ഫറോക്ക്, ചെറുവണ്ണൂർ, ഒളവണ്ണ, കടലുണ്ടി പ്രദേശങ്ങളിൽ കരിങ്കാലിനട്ട ഞാറ് പൊടിക്കില്ല എന്ന ഉശിരൻ പ്രഖ്യാപനത്തോടെ നട

ത്തപ്പെട്ട സമരങ്ങൾ. ആലപ്പുഴ ജില്ലയിൽ നിരണം പടയുടെ അഹങ്കാര ങ്ങൾക്കെതിരെ കർഷക തൊഴിലാളി യൂണിയൻ മുദ്രാവാക്യമുയർത്തി. കണ്ണൂർ ജില്ലയിലെ ഏഴോം പ്രദേശത്ത് 1958 ൽ കൂലിക്കൂടുതലിന് വേണ്ടി പ്രക്ഷോഭമുയർന്നു. അനീം വല്ലീം എന്ന അടിമതുല്യമായ സമ്പ്രദായ ത്തിനെതിരെ നിരവധി സംഘടിത സമരങ്ങൾക്ക് കണ്ണൂർ ജില്ല വേദി യായി. മലപ്പുറം ജില്ലയിലെ പുറത്തൂരിൽ നടത്തിയ പ്രക്ഷോഭം. ഭൂമി കൈമാറുമ്പോൾ നിലവിലുള്ള തൊഴിലാളികൾക്ക് നഷ്ടപരിഹാരമോ, തൊഴിലോ ലഭ്യമാക്കണമെന്നാവശ്യപ്പെട്ട് എറണാകുളം ജില്ലയിൽ വൈപ്പിൻ, തൃപ്പൂണിത്തറ പ്രദേശങ്ങളിൽ നടന്ന പ്രക്ഷോഭങ്ങൾ. തരി ശിടലിനെതിരെ സംസ്ഥാനത്താകമാനം നടത്തിയ ശക്തമായ സമരങ്ങൾ തുടങ്ങി നിരവധിയായ സമരങ്ങൾക്ക് കർഷക തൊഴിലാളി യൂണിയൻ നേതൃത്വം കൊടുത്തു.

1940 ൽ കർഷക തൊഴിലാളികൾ വർഗ്ഗാടിസ്ഥാനത്തിൽ സംഘടന രൂപീകരിക്കുന്നതിന് മുമ്പായി 38 കളിൽ ആലപ്പുഴയിലെ കയർഫാക്ടറി തൊഴിലാളികൾ ഐതിഹാസികമായ ഒരു സമരം നടത്തുകയുണ്ടായി. പട്ടിണിക്കൂലിക്ക് അറുതിവരുത്താനും വിദേശനാടുവാഴിത്ത വാഴ്ചയിൽ നിന്ന് നാടിന് സ്വാതന്ത്ര്യം നേടിയെടുക്കാനും വേണ്ടിയുള്ളതായിരുന്നു ആ പ്രക്ഷോഭം. പി കൃഷ്ണപിള്ളയും എ കെ ജിയും ഇ എം എസും വി കെ പുരുഷോത്തമനും ആർ സുഗതനുമൊക്കെ പ്രക്ഷോഭത്തിന്റെ നേതൃനിരയിൽ ഉണ്ടായി. അവർ തൊഴിലാളികൾക്ക് അവകാശബോ ധവും ആത്മവിശ്വാസവും പകർന്നു.

അസംഘടിതരും അടിമതുല്യരുമായിരുന്ന ആദ്യകാല തൊഴിലാളി കളെ സംഘടിപ്പിക്കുന്നതിൽ വാടപ്പുറം വാവ ആ സമയത്ത് നേതൃത്വം കൊടുത്തു. അടിമ മുഹമ്മദാലി എന്ന കയർഫാക്ടറി തൊഴിലാളിയെ പ്രദേശത്തെ ഒരു പ്രമാണി മൃഗീയമായി മർദ്ദിച്ചപ്പോൾ വാവ പ്രമാണി ക്കെതിരെ കേസ് കൊടുപ്പിച്ചു. മർദ്ദനം നേരിൽക്കണ്ട തൊഴിലാളികൾ കോടതിയിൽ മൊഴി നല്കി. പക്ഷേ, തൊഴിലാളികൾ സമൂഹത്തിൽ വിലയില്ലാത്തവരാണെന്നും അവരുടെ സാക്ഷിമൊഴി പരിഗണിക്കില്ലെ ന്നുമാണ് മജിസ്ട്രേറ്റ് പ്രസ്താവിച്ചത്. പ്രമാണിയെ കോടതി കുറ്റവിമു ക്തനാക്കി. ഇത് വാവയെ ചിന്തിപ്പിച്ചു. തുടർന്നാണ് തൊഴിലാളികളെ സമൂഹത്തിൽ മതിപ്പുള്ളവരാക്കുന്നതിനുള്ള പ്രവർത്തനങ്ങളിൽ വാവ സജീവമായത്. 1918 ൽ കാഞ്ഞിരംചിറയിൽ തൊഴിലാളികളുടെ ആദ്യ യോഗം ചേർന്നപ്പോൾ ശ്രീനാരായണഗുരു സ്വാമി ബ്രഹ്മവ്രതൻ മുഖാ ന്തരം ആശംസാസന്ദേശമയക്കുകയുണ്ടായി. അന്ന് രൂപീകരിക്കപ്പെട്ട ലേബർ അസോസിയേഷനാണ് പിന്നീട് തൊഴിലാളികളുടെ മഹാ സംഘ ടനയായി വളർന്നത്. കയർ ഫാക്ടറി തൊഴിലാളികളുടെ മാതൃക പിന്തു ടർന്ന് വിവിധ മേഖലകളിൽ തൊഴിലാളികൾ സംഘടിച്ചു. സംഘടന കൾ രൂപംകൊണ്ടു. സംഘടിതരായ തൊഴിലാളികളെ ചൂഷണം ചെയ്യു ന്നതിനും അടച്ചമർത്തുന്നതിനും മുതലാളിമാർ ജാഗരൂകരായി. ഭരണാ

ധികാരികളുടെ സഹായം അവർക്കായിരുന്നു. ആ സമയത്താണ് കൂലി ക്കൂടുതലിനും തൊഴിലവകാശങ്ങൾക്കുംവേണ്ടി തൊഴിലാളികൾ സമര മാരംഭിച്ചത്. ആ സമരത്തെ അടിച്ചമർത്താൻ വേണ്ടി തൊഴിലാളികളെ അറസ്റ്റ് ചെയ്ത് ജയിലിലടച്ചു. അവകാശങ്ങൾ അംഗീകരിപ്പിക്കുന്നതിനും നേതാക്കളെ മോചിപ്പിക്കുന്നതിനുംവേണ്ടി തൊഴിലാളികൾ കൂടുതൽ ശക്തമായ സമരപരിപാടികളിലേക്ക് ഇറങ്ങി. ആയിരക്കണക്കിന് തൊഴി ലാളികൾ പൊലീസ് സ്റ്റേഷനിലേക്ക് മാർച്ച് ചെയ്തു. മുദ്രാവാക്യങ്ങൾ ദിഗന്തങ്ങൾ ഭേദിച്ചു. തൊഴിലാളികൾക്ക് മുദ്രാവാക്യം വിളിച്ചുകൊടു ത്തുകൊണ്ട് പ്രകടനത്തിന്റെ മുൻനിരയിൽ വാവ ഉണ്ടായിരുന്നു. പൊലീസ് പ്രകടനത്തെ ആക്രമിച്ചു. പക്ഷേ, തൊഴിലാളി നേതാക്കളെ വിട്ടയയ്ക്കുക എന്ന മുദ്രാവാക്യം വാനിലുയർന്നു. വാവയുടെ ആ ആവേശം പൊലീസുകാരെ പ്രകോപിപ്പിച്ചു. അവർ വാവയുടെ മേൽ ചാടി വീണു. ക്രൂരമായ മർദ്ദനം. തറയിൽ വീണ വാവയുടെ മേൽ പൊലീസു കാരുടെ ബൂട്ടിട്ട കാലുകൾ താണ്ഡവം ചവിട്ടി. വാവയുടെ നട്ടെല്ല് ചവിട്ടി തകർത്തു. രക്തത്തിൽമുങ്ങിക്കിടന്നുകൊണ്ട് മുഷ്ടിചുരുട്ടി വിളിച്ച മുദ്രാ വാക്യം പൂർത്തിയാക്കാനാകാതെ സഖാവ് വാവ അവിടെ മരിച്ചുവീണു. രക്തസാക്ഷിയായി. 35-ാം വയസ്സിലാണ് ആ ധീരനായ സഖാവ് പോരാ ട്ടത്തിനിടയിൽ രക്തസാക്ഷിത്വം വരിച്ചത്. ആ സമരത്തിന്റെ വേളയിൽ തൊഴിലാളികളുടെ സംഘടനാ സ്വാതന്ത്ര്യം അധികാരികൾ നിരോധി ച്ചിരുന്നു. ആ നിരോധനത്തെ വെല്ലുവിളിച്ചുകൊണ്ട് വാവയുടെ മൃതദേ ഹവുമായി സമരസഖാക്കൾ ആലപ്പുഴ മുതൽ ആര്യാടുവരെ മാർച്ച് ചെയ്തു. ആ രക്തസാക്ഷിത്വത്തെ തുടർന്ന് തൊഴിലാളികൾക്ക് ഒരണ കൂലിക്കൂടുതലായി അനുവദിച്ചു. നേതാക്കളെ ജയിൽമോചിതരാക്കി. കൂടു തൽ കരുത്തുറ്റ പോരാട്ടങ്ങളിലേക്ക് മുന്നേറാൻ സഖാവിന്റെ സ്മരണ കൾ പ്രചോദനമേകി. തൊഴിലാളികളിൽ പുത്തനുണർവ്വുണ്ടായി. കർഷക തൊഴിലാളി യൂണിയൻ രൂപമെടുക്കുന്ന പശ്ചാത്തലം സൃഷ്ടിച്ച മേൽവിവ രിച്ച സംഭവം തൊഴിലാളികളുടെ പോരാട്ടരംഗത്തെ ആദ്യത്തെ രക്ത സാക്ഷിയായി സഖാവ് വാവയെ രേഖപ്പെടുത്തുന്നു.

കൂലിയാൻ എന്ന കള്ള അളവുപാത്രത്തിലായിരുന്നു കർഷക തൊഴിലാളികൾക്കുള്ള കൂലിനെല്ല് അളന്നിരുന്നത്. കൂലിനെല്ല് പതിരും മങ്കും അടങ്ങിയതായിരുന്നു. അത് വീട്ടിൽക്കൊണ്ടുപോയി പാറ്റിക്കൊഴി ച്ചെടുത്താൽ പാതിയേ ഉപയോഗിക്കാൻ പറ്റുകയുള്ളു. പുഴുങ്ങിക്കുത്തി കഞ്ഞിവെക്കുമ്പോൾ വയർനിറയാനൊന്നും ഉണ്ടാവില്ല. കർഷക തൊഴി ലാളി യൂണിയന്റെ നേതാക്കൾ കള്ള അളവുപാത്രമായ കൂലിയാൻ ഒഴി വാക്കുന്നതിന് വേണ്ടി തൊഴിലാളികളുമായി നിരന്തരം ബന്ധപ്പെട്ട് ആ ആവശ്യത്തിന്റെ പ്രാധാന്യം അവരെ ബോദ്ധ്യപ്പെടുത്തിക്കൊടുത്തു. കൂലി യാൻ ഒഴിവാക്കണമെന്ന് ആവശ്യപ്പെടാൻ തൊഴിലാളികളെ സഖാക്കൾ പ്രാപ്തരാക്കി. കൂലിയാനിൽ നെല്ലളന്ന് കൂലി നല്കുന്നത് പറ്റിക്കലാ ണെന്ന് മാത്രമല്ല, നിയമവിരുദ്ധമാണെന്നും കർഷക തൊഴിലാളികൾക്ക് ബോദ്ധ്യം വന്നു. ഭൂവുടമകൾക്ക് മുന്നിൽ ഈ വിഷയം അവതരിപ്പിക്കാൻ

തൊഴിലാളികൾ മുന്നോട്ടുവന്നു. ചുരുക്കം ചില ഭൂവുടമകൾ ഈ ന്യായമായ ആവശ്യം അംഗീകരിച്ച് കൂലികൊടുക്കാൻ ഉപയോഗിച്ചിരുന്ന കൂലിയാൻ എന്ന അളവ് പാത്രം മാറ്റി, നാഴിയിൽ നെല്ല് അളന്നുകൊടുക്കാൻ തുടങ്ങി. അപ്പോൾ തങ്ങൾക്ക് കിട്ടുന്ന നെല്ലകൂലിയിലുണ്ടായ വർദ്ധന തൊഴിലാളികളെ ആവേശഭരിതരാക്കി. അവരിൽ ആത്മവിശ്വാസം വളർന്നു. ഈ നേട്ടം മറ്റ് പാടശേഖരങ്ങളിലേക്കും വ്യാപിച്ചു. അവിടങ്ങളിലെ തൊഴിലാളികളും കൂലിയാനെ ചോദ്യം ചെയ്തു. 1940 കളുടെ തുടക്കത്തിൽ പള്ളാത്തുരുത്തിയിലെ ഒരു പാടശേഖരത്തിൽ മര്യാദക്കൂലി ആവശ്യപ്പെട്ടതിന്റെ പേരിൽ ഒരു തൊഴിലാളിയെ ഭൂവുടമയുടെ ഗുണ്ടകൾ കൈകാര്യം ചെയ്യുകയുണ്ടായി. കർഷക തൊഴിലാളികളെ സംഘടിപ്പിക്കുന്ന സഖാക്കൾ ഇതറിഞ്ഞ് തൊഴിലാളികളെ സംഘടിപ്പിച്ച് പണിമുടക്കിനാഹ്വാനം ചെയ്തു. തൊഴിലാളികൾ അടിച്ചവരെ തിരിച്ചടിച്ചു. രോഷാകുലരായ ജനങ്ങൾ പ്രകടനമായി മാറി. അവിടെനിന്നാണ് വർഗ്ഗാടിസ്ഥാനത്തിൽ തങ്ങൾക്കൊരു സംഘടന, കർഷക തൊഴിലാളികൾക്ക് ഒരു യൂണിയൻ എന്ന ലക്ഷ്യം യാഥാർത്ഥ്യമാകുന്നത്.

മണ്ണിൽ പണിയെടുക്കുന്ന തൊഴിലാളികൾ ആ കാലഘട്ടത്തിൽ തങ്ങൾക്ക് നേരെ ഉയരുന്ന ചൂഷണത്തിനെക്കുറിച്ച് ബോധവാന്മാരായിരുന്നില്ല. അവരുടെ മോചനത്തിനുവേണ്ടി പ്രവർത്തിക്കുന്ന സഖാക്കളെ അവർ സംശയദൃഷ്ടിയോടെയാണ് വീക്ഷിച്ചത്. തങ്ങളെ തീറ്റിപ്പോറ്റുന്ന ജന്മികളുമായുള്ള തൊഴിലാളികളുടെ നല്ല ബന്ധം തകർക്കാനും അതുവഴി തങ്ങളുടെ ജീവിതം വഴിയാധാരമാക്കാനും മറ്റൊരു തൊഴിലുമില്ലാതെ ഇറങ്ങിപ്പുറപ്പെട്ടവരാണ് കമ്യൂണിസ്റ്റുകാരെന്ന് തൊഴിലാളികൾ വിശ്വസിച്ചു. ജന്മികൾ അത്തരത്തിലുള്ളൊരു അവബോധമാണ് കർഷക തൊഴിലാളികളിൽ സൃഷ്ടിച്ചത്. കർഷക തൊഴിലാളികൾ മേലാളരെ ഭയഭക്തിബഹുമാനത്തോടെ സേവിക്കാനും അവരുടെ ഏതാഗ്രഹത്തിനും വിധേയരാവാനും തയ്യാറായിരുന്നു. എല്ലാ അടിമത്ത ശാസനകളും അവർ ശിരസ്സാ വഹിച്ചു. ഈ വിഭാഗത്തിനിടയിലേക്ക് സ്വാതന്ത്ര്യത്തിന്റെ അവകാശങ്ങളുടെ പ്രാധാന്യത്തെക്കുറിച്ച് പറഞ്ഞ് ഇറങ്ങിച്ചെല്ലുക എന്നത് അത്യന്തം ദുഷ്കരമായ കാര്യമായിരുന്നു. പക്ഷേ, കമ്യൂണിസ്റ്റ് പാർട്ടിയും കർഷക തൊഴിലാളി യൂണിയനും ആ ലക്ഷ്യത്തിനുവേണ്ടി അക്ഷീണം ഇടപെടലുകൾ നടത്തി. സമരമുഖങ്ങൾ തീർത്തു. തൊഴിലാളികളെ സംഘടിപ്പിച്ച പ്രവർത്തകർ, ഇത്തരത്തിലുള്ള മാനസികാവബോധത്തിൽ നിന്നും തൊഴിലാളികളെ മാറ്റിയെടുക്കാൻ ഏറെ യത്നിക്കുക തന്നെ ചെയ്തു. തൊഴിലാളികളുമായി നിരന്തരം ബന്ധപ്പെട്ട് അവരുടെ മാടങ്ങൾ സന്ദർശിച്ച്, അവിടെനിന്ന് കഞ്ഞിയും കരിക്കാടിയും കുടിച്ച് അവരിലൊരാളായി മാറുകയായിരുന്നു സഖാക്കൾ.

ഏറെ വൈകിയില്ല തൊഴിലാളികളെ ഒരു പണിമുടക്ക് സമരത്തിലേക്ക് കൊണ്ടുവരാൻ യൂണിയന് സാധിച്ചു. ആ കാലത്ത് സ്ഥിരം പണിയിൽ തൊഴിലാളി കുടുംബത്തിന് ഓരോ ദിവസവും പകുതി കൂലിമാത്ര

മാണ് ഭൂവുടമകൾ നല്കിപ്പോന്നിരുന്നത്. ഒരാണ്ടത്തെ കൊയ്ത്തും മെതിയും കഴിഞ്ഞ് കളംപിരിഞ്ഞ് പോകുമ്പോൾ കളം തീർക്കലിന്റെ പേരിൽ വാങ്ങുന്ന അഡ്വാൻസും നേരത്തെ വാങ്ങിയ കടങ്ങളും കഴിച്ച് പിന്നെയും വരുന്ന കടത്തോടൊപ്പം പത്തോ ഇരുപതോ പറ നെല്ല് കൂടി അഡ്വാൻസായി വാങ്ങും. പിന്നെയും വിശേഷ ദിവസങ്ങളിൽ കടം വാങ്ങും. പിന്നീട് കൂലി ബാക്കി തട്ടിക്കിഴിച്ചാലും വലിയൊരു കടബാദ്ധ്യത നിലവിലുണ്ടാവും. ആണ്ടുപണിക്കാരായ കർഷക തൊഴിലാളി കുടുംബത്തിനെ ഈ ബാദ്ധ്യതകൾ വിടാതെ പിന്തുടരും. വായ്പാ നെല്ലിന് മാർക്കറ്റ് വില എഴുതി വെച്ചും കള്ളപ്പറയിൽ നെല്ലളന്നും കള്ളക്കണക്കുകൾ എഴുതിവെച്ചും നടത്തിയ വൻതട്ടിപ്പുകളുടെ ഇരകളായിരുന്നു കർഷക തൊഴിലാളികൾ. കടക്കാരായതുകൊണ്ടുതന്നെ വർഷാവർഷം ഇവർ ഭൂവുടമകളുടെ അടിമകളെപ്പോലെ ആശ്രിതരായി ജീവിക്കാൻ നിർബ്ബന്ധിതരായി. ആ സാഹചര്യത്തിലാണ് ന്യായമായ കളത്തിലാദായവും ശരിയായ കൂലിബാക്കിയും കിട്ടണമെന്ന് ആവശ്യപ്പെട്ടുകൊണ്ട് തേവർകാടന്റെയും മുല്ലശ്ശേരിയുടെയും കായൽനിലങ്ങളിൽ, കൊയ്ത്ത് കഴിഞ്ഞ് കറ്റമെതി പകുതിയായ വേളയിൽ ഭൂവുടമകളെ വെല്ലുവിളിച്ച് പണിയാൾത്തൊഴിലാളികൾ സമരത്തിനിറങ്ങിയത്. പണിമുടക്കം.

തൊഴിലാളികളെ കൂട്ടത്തോടെ അറസ്റ്റ് ചെയ്യാനും പീഡിപ്പിക്കാനും മർദ്ദിക്കാനും തുടങ്ങി. ഭീഷണികളും ഗുണ്ടാ മർദ്ദനങ്ങളും അരങ്ങേറി. ശ്രീമൂലമംഗലം കായലിലും പരിസരത്തുമുള്ള പാടശേഖരങ്ങളിൽ ഭൂവുടമകൾ മൃഗീയമായ ഗുണ്ടാ തേർവാഴ്ചയഴിച്ചുവിട്ടു. പക്ഷേ, തൊഴിലാളികളുടെ സംഘബോധത്തെ തകർക്കാൻ അവർക്ക് സാധിച്ചില്ല. പൊലീസിനെയും ഗുണ്ടകളെയും ഉപയോഗിച്ച് കർഷക തൊഴിലാളികളുടെ ശക്തിയെ ദുർബ്ബലപ്പെടുത്താൻ സാധിക്കില്ലെന്ന് മനസ്സിലായപ്പോൾ ഭൂപ്രഭുക്കന്മാർ യൂണിയൻ നേതൃത്വവുമായി ഒത്തുതീർപ്പ് ചർച്ചകൾക്ക് തയ്യാറായി. എല്ലാ കടവും തട്ടിക്കിഴിച്ച് കളത്തിലാദായവും കൂലിബാക്കിയുമായി മുദ്രപ്പറയ്ക്ക് നൂറ് പറ നെല്ലുവീതം ഓരോ പണിയാൾ കുടുംബത്തിനും നല്കാൻ വ്യവസ്ഥ ചെയ്തുകൊണ്ടുള്ള ഒത്തുതീർപ്പിലേക്ക് കർഷക തൊഴിലാളി യൂണിയന്റെ നേതൃത്വത്തിൽ നടന്ന പ്രക്ഷോഭത്തിലൂടെ സാധിച്ചു. ഭൂവുടമകളോടുള്ള തൊഴിലാളികളുടെ മനോഭാവത്തിൽ മാറ്റം വരുന്നത് അതോടുകൂടിയാണ്. ചൂഷണം എന്നത് എന്താണെന്ന് തൊഴിലാളികളെ തങ്ങളുടെ ജീവിതത്തിലുണ്ടായ മാറ്റങ്ങളിലൂടെ പഠിപ്പിക്കാൻ കർഷക തൊഴിലാളി യൂണിയന് സാധിച്ചു. ശത്രുക്കളെയും മിത്രങ്ങളെയും തിരിച്ചറിയാൻ അവർ പ്രാപ്തരായി. കുട്ടനാട്ടിലെ കർഷക തൊഴിലാളികൾ കൂട്ടത്തോടെ, യൂണിയനിൽ അംഗങ്ങളായി. എല്ലാ പഞ്ചായത്തിലും പഞ്ചായത്ത് വാർഡ് തല കമ്മിറ്റികൾ യൂണിയനുണ്ടായി. തുടർന്ന് അവകാശ സമരങ്ങളുടെ വേലിയേറ്റങ്ങളാൽ അവിടം മുഖരിതമായി.

ചോരപുരണ്ട വഴിത്താരകൾ

പൊലീസും ഭരണകൂടവും ആ കാലഘട്ടത്തിലും ഭൂവുടമകളുടെ ഭാഗത്താണ് നിന്നിരുന്നത്. തൊഴിലാളികളും ഭൂവുടമകളും തമ്മിലുള്ള തർക്കങ്ങളിലും തുടർന്നുണ്ടാവുന്ന കേസുകളിലും അവർ ഭൂവുടമകളുടെ പക്ഷം പിടിച്ചു. ചൂഷകവർഗ്ഗത്തിനെതിരായും മർദ്ദകഭരണകൂടത്തിനെ തിരായുമുള്ള മനോഭാവം ആ കാലയളവിൽ കർഷക തൊഴിലാളികളിൽ ഉയർന്നുവന്നു. മുതലാളിവർഗ്ഗം മുന്നോട്ടുവെക്കുന്ന ഏകാധിപത്യ വ്യവസ്ഥിതിക്കെതിരായി ദേശീയസ്വാതന്ത്ര്യത്തിനും ജനപ്രാതിനിദ്ധ്യവ്യ വസ്ഥയ്ക്കും വേണ്ടിയുള്ള ആവശ്യത്തെക്കുറിച്ച് തൊഴിലാളികൾ ബോധ വാന്മാരായി.

മലബാർ പ്രദേശത്ത് ദരിദ്രകർഷകർക്കും കർഷക തൊഴിലാളി കൾക്കും വേണ്ടി ശബ്ദിക്കാൻ സംഘടനകൾ ആവിർഭവിക്കുന്നതിന് മുമ്പ് ചൂഷണത്തിനും മർദ്ദകവാഴ്ചയ്ക്കുമെതിരെ ഒറ്റയാൻ സമരങ്ങൾ ഉടലെ ടുത്തിരുന്നു. വടക്കേ മലബാറിലെ ചിറക്കൽ താലൂക്കിലെ കുറ്റൂർ എന്ന പ്രദേശത്ത് വേങ്ങയിൽ നായനാരുടെ കുടിയാന്മാരായ വണ്ണത്താൻ രാമനും കോടില്ലോൻ രാമനുമൊക്കെ അത്തരം സമരങ്ങളുടെ പ്രയോ ക്താക്കളായിരുന്നു. അവർ ജന്മിത്തത്തിന്റെ മുഖത്തേക്ക് നോക്കി തങ്ങ ളുടെ ആവശ്യങ്ങൾ വിളിച്ചുപറഞ്ഞു. അക്കാലത്ത് ജന്മിക്കെതിരെ ശബ്ദി ച്ചാൽ മരണമാണ് ശിക്ഷ. പഴശ്ശായി കണ്ടവും ഓടത്തുപാലം തൂക്കുമര വുമാണ് പ്രതിഫലമെന്ന പഴമൊഴി ഇത്തരത്തിൽ ശബ്ദിക്കുന്നവർക്കു വേണ്ടി ഉണ്ടായതാണ്. കോടിലോൻ രാമനെ ചതിയിൽപ്പെടുത്തി കൊല ചെയ്തതും വണ്ണത്താൻ രാമനെ അംഗഭംഗം വരുത്തി കൊല്ലാക്കൊല ചെയ്തതും ചരിത്രമാണ്. ഇത്തരം നിരവധി സംഭവങ്ങൾ ആ ഭാഗത്ത് ഉണ്ടായി. 1938 ൽ തിരുവിതാംകൂറിൽ കടയ്ക്കൽ രാഘവൻപിള്ള ചന്ത പ്പിരിവിനെതിരായി സമരം നടത്തിയിരുന്നു. അദ്ദേഹത്തിന്റെ ധൈര്യവും

ഒറ്റയ്ക്കുള്ള പ്രവർത്തനവും ജനങ്ങളിൽ മതിപ്പുളവാക്കി. പക്ഷേ, ഇത്തരം വ്യക്തിധിഷ്ഠിതമായ പ്രതികരണങ്ങൾക്ക് വലിയ മാറ്റമൊന്നും ഉണ്ടാക്കാൻ സാധിച്ചില്ല. അതിന് തുടർച്ചകളും ഉണ്ടായില്ല. ഈ അവസരത്തിലാണ് അഖിലേന്ത്യാ സോഷ്യലിസ്റ്റ് പാർട്ടിയുടെ മീററ്റ് സമ്മേളനം ചേരുന്നത്.

1934 ൽ നിയമലംഘനപ്രസ്ഥാനം പിൻവലിക്കപ്പെട്ടപ്പോൾ ജയിൽമോചിതരായ യുവകോൺഗ്രസുകാർ സോഷ്യലിസ്റ്റ് പാർട്ടിയുമായി ബന്ധപ്പെട്ട്, കർഷക തൊഴിലാളികളെയും കർഷകരെയുമൊക്കെ സംഘടിപ്പിക്കാൻ തുടങ്ങി. മലബാർ പ്രദേശത്ത് ആ കാലത്ത് കൃഷിക്കാരുടെ അവസ്ഥ പരമദയനീയമായിരുന്നു. തൊട്ടുകൂടായ്മയും തീണ്ടിക്കൂടായ്മയും ദൃഷ്ടിയിൽപ്പോലും പെടാൻ പാടില്ലാത്ത വിഭാഗമായിരുന്നു കാർഷികമേഖലയിലുള്ളവർ. ജന്മികൾ ഇവരിൽനിന്ന് അക്രമപ്പിരിവുകൾ ഈടാക്കി, കൊടിയ മർദ്ദനം അഴിച്ചുവിട്ടു. ജന്മിമാരുടെ വീട്ടിൽ ചത്താലും പെറ്റാലും വയസ്സറിയിച്ചാലും കൃഷിക്കാർ പിഴയ്ക്കണം. കണ്ടാൽ കൊള്ളാവുന്ന പെൺകുട്ടികളുണ്ടെങ്കിൽ അവൾ ജന്മിക്കുള്ളതാണ്. ഒരാൾ കല്യാണം കഴിച്ചാൽ പെണ്ണിനെ ജന്മിക്ക് മുഖംകാണിക്കണം. പെണ്ണ് ജന്മിയുടെ പത്തായപ്പുരയിൽ താമസിക്കണം. പറഞ്ഞ് ഫലിപ്പിക്കാൻ പറ്റുന്നതല്ല ആ ദുരിതപർവ്വം. ഇത്രയെല്ലാം ദുരിതം അനുഭവിക്കുന്ന, അന്ധവിശ്വാസങ്ങളിലും അനാചാരങ്ങളിലും ഉറച്ചുവിശ്വസിക്കുന്ന കാർഷിക മേഖലയിലെ ജനവിഭാഗങ്ങളെ സംഘടിപ്പിക്കുക എന്നത് എളുപ്പമായിരുന്നില്ല. 1935 ജൂലൈ 13 ന് കൊളച്ചേരിയിൽ വെച്ച് പാട്ടത്തിൽ പത്മനാഭന്റെ അദ്ധ്യക്ഷതയിൽ രൂപംകൊണ്ട കൊളച്ചേരി സംഘത്തെപ്പറ്റി മുൻ അദ്ധ്യായത്തിൽ പറഞ്ഞിരുന്നല്ലോ. ഈ സംഘടന കാര്യശേഷിയോടെ, വ്യക്തമായ കാഴ്ചപ്പാടോടെ കാർഷിക മേഖലയിൽ ഇടപെട്ടു.

കരുമാരത്ത് ഇല്ലത്ത് നമ്പൂതിരിയുടെ ആക്രമണത്തിനെതിരായാണ് കൊളച്ചേരി സംഘത്തിന്റെ നേതൃത്വത്തിൽ പ്രധാനമായും പ്രക്ഷോഭം സംഘടിപ്പിക്കപ്പെട്ടത്. സംഘത്തിന് അന്ന് യോഗം നടത്താൻപോലും സാധിക്കുമായിരുന്നില്ല. രണ്ട് തവണ നമ്പൂതിരിയുടെ ഗുണ്ടകൾ യോഗം കലക്കി. മൂന്നാംതവണ സംഘത്തിന്റെ യോഗം നടക്കുകതന്നെ ചെയ്തു. ഈ നമ്പൂതിരിയുടെ കുടിയാനായ അമ്പുക്കുട്ടിയുടെ കുരുമുളക് ബലാല്ക്കാരമായി പറിച്ചുകൊണ്ടുപോയതിനെതിരായായിരുന്നു സംഘത്തിന്റെ ആദ്യ സമരം. വൈകാതെ കല്യാട്ട്, കരക്കാട്ടിടം നായനാരുടെ ആസ്ഥാനങ്ങളെവരെ വിറപ്പിക്കുന്ന കാർഷിക മുന്നേറ്റങ്ങൾക്ക് മലബാർ പ്രദേശം സാക്ഷ്യം വഹിച്ചു.

ചിറക്കൽ രാജാവിന് കീഴിലുള്ള താഴേക്കാട്ടുമന ജന്മിയുടെ ഉടമസ്ഥതയിലായിരുന്നു ചീമേനി എസ്റ്റേറ്റ്. കാർഷികമേഖലയിലുള്ള പാവങ്ങൾ അവിടെ നിന്ന് തോലും വിറകും എടുക്കാറുണ്ട്. എന്നാൽ, താഴേക്കാട്ടുമന ജന്മിയുടെ കാര്യസ്ഥന്മാർ അത് പാടില്ല എന്ന് കല്പിച്ചു. ആ കാലഘട്ടത്തിൽ എ വി കുഞ്ഞമ്പുവിന്റെ നേതൃത്വത്തിൽ സംഘടിപ്പിക്ക

പ്പെട്ട അഭിനവഭാരത് യുവക്സംഘം കാർഷിക മേഖലയിലുള്ളവരെ സംഘടിപ്പിക്കുന്നതിൽ ഏർപ്പെട്ടു. വൈകാതെ കരിവെള്ളൂരിൽ കാർഷിക മേഖലയിലുള്ളവരുടെ ഒരു സംഘവും രൂപംകൊണ്ടു. പ്രസിഡന്റായി എ വി കുഞ്ഞമ്പുവും സെക്രട്ടറിയായി അപ്പുമാസ്റ്ററും സജീവമായി പ്രവർത്തിച്ചു. തോലും വിറകും പ്രശ്നത്തിൽ അവർ ഇടപെട്ടു. ചിറക്കൽ രാജാവിനും താഴേക്കാട്ടുമന ജന്മിക്കുമെതിരെ സമരത്തിന്റെ തീക്കാറ്റു വീശി. കൊടക്കാട്, ചീമേനി പ്രദേശങ്ങളിലെ കർഷകതൊഴിലാളികളായ സ്ത്രീകൾ ആവേശകരമായ മുദ്രാവാക്യമുയർത്തി. "തോലും വിറകും ഞങ്ങളെടുക്കും കാലൻവന്നുതടുത്താലും" ആ മുദ്രാവാക്യത്തിന്റെ അലയൊലികൾ അന്നത്തെ തെക്കൻകർണ്ണാടക ജില്ലയിലെ കാസർഗോഡു വരെ മുഴങ്ങുകയുണ്ടായി. കാർഷികമേഖലയിലെ ആ പ്രക്ഷോഭം വിജയം കണ്ടു.

കരിവെള്ളൂർ, കൊളച്ചേരി സംഘങ്ങളുടെ പ്രക്ഷോഭങ്ങളുടെ കഥകൾ മറ്റ് പ്രദേശങ്ങളിലേക്കും പടർന്നുപിടിച്ചു. സംഘം പ്രവർത്തനം വ്യാപിച്ചാൽ അത് കാർഷികമേഖലയിൽ ദുരിതമനുഭവിക്കുന്നവർക്ക് സഹായമാകും എന്ന തിരിച്ചറിവിലാണ് 1936 നവംബർ 1 ന് പറശ്ശിനിക്കടവിൽവെച്ച് സംഘത്തിന്റെ ഒന്നാം സംസ്ഥാനസമ്മേളനം ചേരുന്നത്. ഈ സമ്മേളനത്തിൽ കണ്ണൂർ പട്ടണത്തിൽനിന്നും തൊഴിലാളികൾ കാൽനടജാഥയായി പങ്കെടുത്തുകൊണ്ട് കർഷക-തൊഴിലാളി ഐക്യത്തിന്റെ ആവശ്യകതയും പ്രസക്തിയും എടുത്തുകാട്ടുകയുണ്ടായി. ചിറക്കൽ താലൂക്ക് കർഷക സംഘത്തിന്റെ ആവിർഭാവമായിരുന്നു അത്. കർഷകരോടൊപ്പം കർഷക തൊഴിലാളികളും സംഘത്തിൽ തോളോടു തോൾചേർന്ന് പ്രവർത്തിച്ചു.

1956 ൽ കേരളസംസ്ഥാനത്തിന്റെ പുനഃസംഘടന ഉണ്ടാവുന്നതു വരെ മദ്രാസ് സ്റ്റേറ്റിന്റെ ഭാഗമായ തെക്കൻ കർണ്ണാടക ജില്ലയിലായിരുന്നു കാസർഗോഡ്. വടക്കൻമേഖലയിലെ കർഷക തൊഴിലാളികൾ അടിമസമാനമായ ജീവിത സാഹചര്യത്തിലൂടെയാണ് അക്കാലത്ത് ജീവിച്ചിരുന്നത്. ആ വ്യവസ്ഥയ്ക്ക് എതിരായി കാർഷികമേഖലയിലെ എല്ലാ ചൂഷിതരെയും അണിനിരത്തുന്നതിൽ കർഷക സംഘം ബദ്ധശ്രദ്ധരായി. കർഷക തൊഴിലാളികളും ആ കൊടിക്കൂറകീഴിൽ മുദ്രാവാക്യം മുഴക്കി. "എന്താണ് സംഘം? ജന്മിക്കെതിരേ സമരിക്കേ?" എന്നും "മലയോട് കലമെറിയലോ" എന്നുമൊക്കെ അന്നത്തെ ജനങ്ങൾ കാർഷികമേഖലയിലെ പ്രക്ഷോഭപ്രവർത്തനങ്ങളെ നോക്കി അഭിപ്രായപ്പെട്ടു. ജന്മിമാരും അവരുടെ കാര്യസ്ഥന്മാരും ഗുണ്ടകളും ഈ വിഭാഗത്തിന് എന്ത് സഹായവും ചെയ്തുകൊടുക്കുന്ന റവന്യൂ ഭരണാധികാരികളും ആ കാലത്ത് ചൂഷണത്തിനായി മുന്നിൽനിന്നു. ഗ്രാമങ്ങളിലെ എല്ലാ കാര്യങ്ങളിലും ഇടപെടാൻ ആ കാലത്ത് പട്ടേലന്മാർ എന്നറിയപ്പെട്ട വില്ലേജാഫീസർമാർക്ക് അധികാരമുണ്ടായിരുന്നു. കൃഷിക്കാരും പട്ടേലരും തമ്മിലുള്ള ധാരണയുടെ പുറത്ത് കൃഷിക്കാർക്കും കർഷക തൊഴിലാളികൾക്കും

എതിരായ പരാതി ജന്മി പട്ടേലർക്ക് നല്കും. പട്ടേലർ അപ്പോൾ തന്നെ ശിക്ഷ വിധിക്കും. മൂത്രം കുടിപ്പിക്കുക, പട്ടേലരുടെ വീട്ടുമുറ്റത്തുള്ള തെങ്ങിൽക്കെട്ടി മർദ്ദിക്കുക, ചാണകവെള്ളംകൊണ്ട് അഭിഷേകം നടത്തുക തുടങ്ങിയുള്ള നീചമായ കൃത്യങ്ങളായിരുന്നു ശിക്ഷാവിധികൾ.

കൃഷിക്കാരനും കർഷക തൊഴിലാളിക്കും മുട്ടിന് താഴെ മുണ്ടുടുക്കാനുള്ള അവകാശം അന്നുണ്ടായിരുന്നില്ല. അങ്ങനെ മുണ്ടുടുക്കുന്നവർക്ക് ക്രൂരമായ ശിക്ഷകൾ ലഭിച്ചു. കൃഷിക്കാരന് കൃഷിഭൂമിയിൽ യാതൊരധികാരവുമില്ലായിരുന്നു. അവർ പാട്ടകൃഷിക്കാരനോ, കുടിയാനോ ആയിരുന്നു. വാരവും പാട്ടവും കൊടുത്തില്ലെങ്കിൽ കൃഷിക്കാരന്റെ വീട്ടിലും കൃഷിസ്ഥലത്തും തോലുകെട്ടുന്ന സമ്പ്രദായം അന്ന് നിലവിലുണ്ടായിരുന്നു. കുറച്ചു പച്ചിലകൾ ഏതെങ്കിലും മരത്തിലോ, തൂണിലോ കെട്ടിവെക്കുന്നതിനെയാണ് തോലുകെട്ടൽ എന്ന് വിശേഷിപ്പിച്ചിരുന്നത്. തോലുകെട്ടിയാൽ പിന്നെ കൃഷിക്കാരന് വിളവെടുക്കാനുള്ള അധികാരമില്ല. അടുത്ത വർഷം വേറൊരാളായിരിക്കും അവിടെ വിളവിറക്കുക. ഇതിന്റെയൊക്കെ ഭാഗമായി കർഷക തൊഴിലാളികളുടെ ജീവിതം അത്യന്തം ദുരിതപൂർണ്ണമായിരുന്നു. കർഷക തൊഴിലാളിയായ പുരുഷനും സ്ത്രീയും രാവിലെമുതൽ രാത്രിയിരുട്ടുംവരെ വേല ചെയ്യണം. പുരുഷന് ഒന്നോ, ഒന്നരയോ ഇടങ്ങഴി നെല്ലും സ്ത്രീക്ക് അഞ്ഞാഴി നെല്ലും കൂലി ലഭിക്കും. ഇന്നത്തെപ്പോലെ ചായയോ, ഉച്ചഭക്ഷണമോ ഇല്ല. ഉച്ചയ്ക്ക് കുറച്ച് വറ്റുംവെള്ളവും ചക്കപുഴുങ്ങിയതും കിട്ടിയാലായി. ആ ചക്കയിൽ കുരു ഉണ്ടാവില്ല. അതെടുത്തുമാറ്റും. ബാക്കി ചക്കയുടെ എല്ലാഭാഗവും കൊത്തിനുറുക്കി വേവിച്ചതാണ് ചക്കപുഴുങ്ങിയത്. 1937 ൽ കയ്യൂരും ക്ലായിക്കോടും കർഷകസംഘം രൂപീകരിച്ചത് വില്ലേജിലെ കൃഷിക്കാർ തമ്മിലുള്ള അതിർത്തി തർക്കത്തെ തുടർന്നാണ്. ഇത് കാർഷികമേഖലയിലെ ദുരവസ്ഥ ചർച്ച ചെയ്യപ്പെടാനുള്ള വേദിയായി മാറി. ആ സമയത്താണ് രണ്ടാം ലോക മഹായുദ്ധത്തിന്റെ ഭാഗമായി രൂക്ഷമായ ഭക്ഷ്യക്ഷാമമുണ്ടാവുന്നത്. “ഉരിയരിപോലും കിട്ടാനില്ല, പൊന്നുകൊടുത്താലും - ഉദയാസ്തമയം പീടികമുന്നിൽനിന്ന് കരഞ്ഞാലും” എന്ന മുദ്രാവാക്യം ആ കാലഘട്ടത്തിൽ ഉയർന്നതാണ്. അരിയും മണ്ണെണ്ണയും പഞ്ചസാരയും കിട്ടാനില്ല. കരിഞ്ചന്തയും പൂഴ്ത്തിവെപ്പും. പുരുഷന്മാർ വഴിനടക്കുമ്പോൾ പിടിച്ചുകൊണ്ടുപോയി പട്ടാളത്തിൽ ചേർക്കുന്ന അവസ്ഥ. യുദ്ധഫണ്ടിലേക്കുള്ള നിർബ്ബന്ധപ്പിരിവും ഒരു ഭാഗത്ത് നടക്കുന്നു. അന്ന് കോൺഗ്രസ് കമ്മിറ്റിയുടെ ആഹ്വാനം യുദ്ധഫണ്ട് കൊടുക്കരുതെന്നും പട്ടാളത്തിൽ ചേരരുത് എന്നുമായിരുന്നു.

സെപ്തംബർ സമരം മലബാറിലെ കാർഷികമേഖലയിലെ ഉജ്ജ്വലമായ സമരമായിരുന്നു. 1940 സെപ്തംബർ 15 കെ പി സി സി പൗരസ്വാതന്ത്ര്യദിനമായി കൊണ്ടാടാൻ ആഹ്വാനം ചെയ്തുകൊണ്ടാണ് സെപ്തംബർ സമരമെന്ന പേര് വന്നത്. രണ്ടാം ലോക മഹായുദ്ധത്തിൽ ഇന്ത്യൻ ജനതയുടെ അഭിപ്രായമറിയാതെ ഇന്ത്യയെ യുദ്ധത്തിൽ പങ്കാ

ളിയായി പ്രഖ്യാപിച്ച ആമരിപ്രഭുവിന്റെ പ്രഖ്യാപനത്തിൽ പ്രതിഷേധിച്ച് കോൺഗ്രസ് മന്ത്രിസഭകൾ രാജിവെച്ചു. കുടിയാൻ അന്വേഷണ റിപ്പോർട്ട് ഈ സാങ്കേതികത്വത്തിലാണ് മുങ്ങിപ്പോയത്. കോൺഗ്രസ് നേതാക്കന്മാരെയെല്ലാം ആ കാലത്ത് അറസ്റ്റുചെയ്ത് ജയിലിലടച്ചു. യുദ്ധക്കെടുതികളാൽ ജനജീവിതം ദുഷ്കരമായി. അന്നത്തെ കെ പി സി സിയിൽ ഇടതുപക്ഷത്തിനായിരുന്നു മേൽക്കൈ. കാർഷികമേഖലയിലുള്ളവർ വിലവർദ്ധനവിനായുള്ള പ്രക്ഷോഭത്തിന് തയ്യാറാവണമെന്ന് ചിറക്കൽ താലൂക്കിലെ കർഷക സംഘം ആഹ്വാനം ചെയ്തു. കീച്ചേരിയിൽ യോഗം ചേരാനാണ് നിശ്ചയിച്ചിരുന്നത്. ഇതിന്റെ അടിസ്ഥാനത്തിൽ നിശ്ചയിച്ച യോഗം ചേരുന്നത് പൊലീസ് വിലക്കി. 144 പ്രഖ്യാപിച്ചു. കാർഷികമേഖലയിലെ പ്രക്ഷോഭകർ നിയമം ലംഘിച്ചില്ല. 144 ബാധകമാകാത്ത മൊറാഴയിലേക്ക് യോഗം മാറ്റി. എന്നാൽ, പൊലീസ് സബ്ബ് ഇൻസ്പെക്ടർ കുട്ടികൃഷ്ണമേനോൻ അവിടേക്കെത്തി ലാത്തിചാർജ്ജും വെടിവെപ്പും നടത്തി. ജനങ്ങൾ ചെറുത്തു. സബ്ബ് ഇൻസ്പെക്ടർ സ്ഥലത്ത് വെച്ചു തന്നെ മരണമടഞ്ഞു. 1940 സെപ്തംബർ 15 നായിരുന്നു മൊറാഴ സംഭവം. ഈ കേസിലാണ് കെ പി ആറിനെ തൂക്കാൻ വിധിച്ചത്. തൂക്കുശിക്ഷയ്ക്കെതിരായി ജനരോഷം ഉയർന്നുപൊങ്ങിയപ്പോൾ മഹാത്മജിയും നെഹ്റുവും ഈ വിഷയത്തിൽ ഇടപെട്ടു. തൂക്കുശിക്ഷ റദ്ദ് ചെയ്യപ്പെടുകയും ജീവപര്യന്തമാക്കി കുറയ്ക്കുകയും ചെയ്തു. ആ സമയത്താണ് തലശേരിയിലെ വെടിവെപ്പിൽ അബുവും ചാത്തുക്കുട്ടിയും രക്തസാക്ഷിത്വം വഹിക്കുന്നത്. ഈ സംഭവം കോൺഗ്രസ് കേന്ദ്രനേതൃത്വത്തിന് ഇഷ്ടപ്പെട്ടില്ല. അവർ കെ പി സി സി പിരിച്ചുവിട്ടു.

കയ്യൂരിൽ ഉജ്ജ്വലമായ യുദ്ധവിരുദ്ധ പ്രകടനം സംഘടിപ്പിക്കപ്പെട്ടു. പ്രകടനം കടന്നുപോകുമ്പോൾ അതുവഴി വന്ന റവന്യൂ ഇൻസ്പെക്ടർക്ക് പ്രക്ഷോഭകർ വഴിമാറി കൊടുത്തില്ല എന്നതിന്റെ പേരിൽ ആറു പേർക്കുനേരെ കേസെടുത്തു. കയ്യൂരിലേക്ക് വൻ സന്നാഹത്തോടെ പൊലീസെത്തി. ക്രൂരമായ മർദ്ദനം ആരംഭിച്ചു. കിടന്നുറങ്ങുന്നവരെ വീട്ടിൽ കയറി മർദ്ദിച്ചു. ടി വി കുഞ്ഞമ്പുവിനെ അറസ്റ്റുചെയ്തുകൊണ്ടുപോയി. നേരം പുലർന്നപ്പോൾ മർദ്ദനത്തിന്റെയും അറസ്റ്റിന്റെയും വിവരം കാട്ടുതീപോലെ പടർന്നു. ജന്മികളുടെയും ഗുണ്ടകളുടെയും സാമ്രാജ്യത്വദാസന്മാരായ ഭരണകൂടത്തിന്റെയും നെറികേടുകൾക്കെതിരെ അതിശക്തമായ പ്രതിഷേധം ഉയർന്നുപൊങ്ങി. കൂക്കണ്ടം വയലിൽനിന്ന് പുറപ്പെട്ട അത്യുജ്ജ്വലമായ ഒരു പ്രകടനത്തിന്റെ മുന്നിലേക്ക് തലേന്നാൾ മർദ്ദനം നടത്തിയ ഒരു പൊലീസുകാരൻ കുടിച്ച് മദോന്മത്തനായി അകപ്പെട്ടു. ആവേശഭരിതരായ ജനക്കൂട്ടം പൊലീസുകാരനെക്കൊണ്ട് ചെങ്കൊടിപിടിപ്പിച്ച് മുന്നിൽ നടത്തി. ആ പ്രകടനം കയ്യൂരിലേക്ക് മാർച്ച് ചെയ്യുമ്പോൾ എതിരെ മറ്റൊരു പ്രകടനം വന്നു. അപ്പോൾ പൊലീസുകാരൻ അക്രമാസക്തനായി. അയാൾ പുഴയിൽ ചാടി. മുങ്ങിമരിച്ചു. തുടർന്ന് കയ്യൂരിൽ നടന്നത് നരനായാട്ടായിരുന്നു. പൊലീസ് എല്ലാം നശി

പ്പിച്ചു. ഇ കെ നായനാരടക്കം 61 പേരുടെ പേരിൽ കേസെടുത്തു. നായനാരെ പിടികിട്ടാത്തതുകൊണ്ട് പിന്നീട് ഒഴിവാക്കി. മഠത്തിൽ അപ്പു, കോയിത്താട്ടിൽ ചിരുകണ്ടൻ, പൊടോര കുഞ്ഞമ്പുനായർ, പള്ളിക്കാൽ അബൂബക്കർ എന്നിവരെ വധശിക്ഷയ്ക്ക് വിധിച്ചു. 1943 മാർച്ച് 29 ന് ഈ സഖാക്കളെ തൂക്കിക്കൊന്നു.

രാജ്യത്തെ കർഷക-കർഷക തൊഴിലാളി പ്രസ്ഥാനത്തിന്റെ ചരിത്രത്തിലെ ധീര രക്തസാക്ഷികളാണ് കയ്യൂർ രക്തസാക്ഷികൾ. സാമ്രാജ്യത്വത്തിനും ജന്മിത്തത്തിനും കീഴടക്കാൻ സാധിക്കാത്ത സമരവീര്യമായിരുന്നു കയ്യൂർ സഖാക്കൾ. കരിവെള്ളൂർ, കാവുമ്പായി, തില്ലങ്കേരി, മുനയൻകുന്ന്, പാടിക്കുന്ന്, മട്ടനൂർ തുടങ്ങിയ സമരകേന്ദ്രങ്ങളിൽ പൊരുതിമരിച്ച ധീരരായ രക്തസാക്ഷികളും ജീവിക്കാനുള്ള മനുഷ്യാവകാശങ്ങൾക്കുവേണ്ടി പോരാടി മരിച്ചവരാണ്.

1941 ലാണ് എള്ളരിഞ്ഞിയിലെ പുനപ്രശ്നം ഉയർന്നുവരുന്നത്. കർഷക പ്രസ്ഥാനവുമായി ബന്ധപ്പെട്ടവർക്ക് കൃഷി നടത്തുന്നതിന് പുനം കൊടുക്കില്ല എന്ന കരക്കാട്ടിടം നായനാരുടെ നിലപാട് വമ്പിച്ച പ്രതിഷേധം വിളിച്ചുവരുത്തി. പുനം തന്നില്ലെങ്കിൽ അവിടെ കൃഷിയിറക്കുമെന്ന് കൃഷിക്കാരും കർഷക തൊഴിലാളികളും പ്രഖ്യാപിച്ചു. 1941 മുതൽ 43 വരെ ഈ സമരം നീണ്ടുനിന്നു. ഒടുവിൽ ജന്മി സമരസഖാക്കളോട് സന്ധി ചെയ്യാൻ തയ്യാറായി. 1946 ൽ മദ്രാസ് സംസ്ഥാനത്ത് കോൺഗ്രസ് മന്ത്രിസഭ നിലവിൽ വന്നു. ഈ വിഷയം സർക്കാരിന്റെ ശ്രദ്ധയിൽപ്പെടുത്താൻ കേരളീയനും എ കുഞ്ഞിക്കണ്ണനും മദിരാശിയിൽ പോയി നിവേദനം നല്കി. എല്ലാം ശരിയാവുമെന്ന പ്രതീക്ഷയോടെ അവർ തിരിച്ചെത്തുമ്പോൾ ഇവിടെ സ്ഥിതിഗതികൾ വഷളായിരുന്നു. കാവുമ്പായിയിലും പരിസര പ്രദേശങ്ങളിലും എം എസ് പി നരവേട്ട നടത്തുകയായിരുന്നു. മർദ്ദനം അസഹനീയമായപ്പോൾ സ്ത്രീകളടക്കമുള്ള വമ്പിച്ച ജനസഞ്ചയം ഇരിക്കൂർ പൊലീസ് സ്റ്റേഷനിലേക്ക് മാർച്ച് നടത്തി. പൊലീസ് ആകാശത്തേക്ക് വെടിവെച്ചു. പൊലീസ് സ്റ്റേഷൻ ആക്രമിച്ചു എന്നപേരിൽ കള്ളക്കേസും ചുമത്തി. ഭരണകൂട മർദ്ദനത്തിൽ പ്രതിഷേധിച്ചുകൊണ്ട് കാർഷികമേഖലയിലുള്ളവരൊന്നാകെ കൈയിൽക്കിട്ടിയ ആയുധങ്ങളുമായി കാവുമ്പായി കുന്നിൽ യോഗം ചേർന്നു. ഈ വിവരം കരക്കാട്ടിടം നായനാരുടെ ആനക്കാരൻ പൊലീസിന് ചോർത്തിക്കൊടുത്തു. അവിടെ നടന്ന സംഘർഷത്തിൽ അയാൾ മരണപ്പെട്ടു. എന്നാൽ, ആ യോഗത്തെക്കുറിച്ച് അറിവുലഭിച്ച എം എസ് പിക്കാർ കുന്ന് വളഞ്ഞിരുന്നു. തോക്കുകൾ തീതുപ്പി. അഞ്ച് സഖാക്കൾ അവിടെ പിടഞ്ഞുവീണുമരിച്ചു. ആനക്കാരൻ കേസിൽ മൂന്ന് സഖാക്കളെ തൂക്കാൻ വിധിച്ചു. അപ്പീലിൽ ശിക്ഷ ഇളവുചെയ്തുകിട്ടി. ജീവപര്യന്തം തടവുശിക്ഷയായി മാറി. ഈ കേസിൽ അറാക്കൽ ഒരു പ്രതിയായിരുന്നു. ഒന്നാം പ്രതി സർദാർ ചന്ത്രോത്തായിരുന്നു. ജയിലിൽവെച്ച് മാപ്പെഴുതിക്കൊടുത്ത് അദ്ദേഹം ജയിൽ മോചിതനായി. കോൺഗ്രസിൽ ചേർന്നതും ചരിത്രമാണ്.

1941 ൽ കുറുമ്പ്രനാട് താലൂക്കിലെ പേരാമ്പ്ര, ബാലുശ്ശേരി പ്രദേശത്ത് കാർഷികമേഖലയിലുള്ളവർ കൂത്തോളിയിൽ പുനം കൃഷി ചെയ്തു. സർക്കാരിന്റെ ഭാഗത്തുനിന്ന് ക്രൂരമായ മർദ്ദനമാണ് ഇതേത്തുടർന്ന് ഉണ്ടായത്. കണ്ണൂരിലെ മാങ്ങാട്ടുപറമ്പ് സർക്കാർ പുറമ്പോക്കായിരുന്നു. അവിടെ കൈയേറി മരച്ചീനി കൃഷി നടത്താനും പ്രക്ഷോഭകർ തയ്യാറായി. വിളവെല്ലാം പൊലീസാണ് എടുത്തത്. ഈ ഭൂമിയുടെ കുറേ ഭാഗം പിന്നീട് അധികാരത്തിൽ വന്ന കമ്യൂണിസ്റ്റ് സർക്കാർ കർഷക തൊഴിലാളികൾക്ക് നല്കി. നിലമ്പൂരിൽ രാജാവിന്റെ അധീനതയിലുള്ള 1500 ഏക്ര സ്ഥലത്താണ് നിലമ്പൂർ അമരമ്പലം പ്രദേശത്തെ കൃഷിക്കാർ കൃഷി ചെയ്തത്. തരിശുകൃഷിസമരം എന്ന പേരിൽ പ്രസിദ്ധമായ ഈ സമരങ്ങളുടെ തുടർച്ചയായാണ് ഇ എം എസും എ മാധവമേനോനും ചേർന്ന് കാർഷിക നിയമത്തിന്റെ കരട് എഴുതി തയ്യാറാക്കിയത്. അതിന്റെ അടിസ്ഥാനത്തിൽ ഒരു മെമ്മോറാണ്ടം മദിരാശി സർക്കാരിന് സമർപ്പിച്ചുവെങ്കിലും ഭരണകൂടം കണ്ണുതുറന്നില്ല.

യുദ്ധം അവസാനിച്ചപ്പോൾ ഭക്ഷ്യക്ഷാമം രൂക്ഷമായി. കോഴിക്കോട് ഇ എം എസിന്റെ അദ്ധ്യക്ഷതയിൽ യോഗം ചേരുന്നത് ഈ സമയത്താണ്. ജന്മിമാരുടെ പത്തായങ്ങളിൽ നെല്ല് എത്തുംമുൻപ് അത് തടയണം എന്നാൽ മാത്രമേ കരിഞ്ചന്ത തടയുവാനും ജനങ്ങൾക്ക് നെല്ല് വിതരണം ചെയ്യാനും സാധിക്കുകയുള്ളു എന്ന് ഇ എം എസ് പറഞ്ഞു. പിടിച്ചെടുക്കുന്ന നെല്ല് സഹകരണസംഘങ്ങളിൽ അളപ്പിക്കണമെന്നും തീരുമാനിച്ചു. തരിശുഭൂമി സ്വകാര്യമായാലും സർക്കാരിന്റേതായാലും അവിടെ കൃഷിയിറക്കണമെന്നും ആ യോഗം തീരുമാനിക്കുകയുണ്ടായി. ഈ പ്രവർത്തനങ്ങൾക്ക് നേതൃത്വം കൊടുത്ത ബ്ലാത്തൂരിലെ പി നാരായണൻ നമ്പ്യാരെ കല്യാട്ട് യശമാനന്റെ ഗുണ്ടകൾ കൊന്ന് കിണറ്റിലിട്ടു. 1946 ഡിസംബർ 20 ന് കരിവെള്ളൂരിൽനിന്നും ചിറക്കൽ തമ്പുരാൻ നെല്ല് കടത്തുമ്പോൾ എ വി കുഞ്ഞമ്പുവിന്റെ നേതൃത്വത്തിൽ നെല്ല് തടഞ്ഞു. അന്നത്തെ പൊലീസ് വെടിവെപ്പിൽ രണ്ടുപേർ രക്തസാക്ഷികളായി.

1946 ഒക്ടോബറിലാണ് പുന്നപ്ര-വയലാർ പോരാട്ടം നടന്നത്. കേരളത്തിന്റെ വിവിധഭാഗങ്ങളിൽ ഒരേ ഉശിരോടുകൂടി ഉജ്ജ്വലമായ സമരങ്ങൾ നടന്നു എന്നതിന്റെ തെളിവായി മാറുകയാണ് ഈ പ്രക്ഷോഭങ്ങളും രക്തസാക്ഷിത്വങ്ങളും. ഒക്ടോബർ 23നാണ് പുന്നപ്രയിൽ സമരസേനാനികൾക്ക് നേരെ പൊലീസ് വെടിവെപ്പ് നടത്തിയത്. 28 ആവശ്യങ്ങൾ മുന്നോട്ടുവെച്ചുകൊണ്ടാണ് വിവിധ മേഖലകളിലുള്ള തൊഴിലാളികൾ സമരത്തിലേക്ക് പോയത്. ദിവാൻ സർ സി പി ചർച്ചയ്ക്ക് തയ്യാറായെങ്കിലും ഉത്തരവാദിത്വഭരണവും പ്രായപൂർത്തി വോട്ടവകാശവും നടപ്പാക്കുക എന്ന നിബന്ധന അംഗീകരിക്കാൻ ദിവാൻ തയ്യാറായില്ല. ചർച്ച അലസി. കർഷക തൊഴിലാളികളും മത്സ്യത്തൊഴിലാളികളും കയർഫാക്ടറി തൊഴിലാളികളും പുന്നപ്ര ക്യാമ്പിൽ രാജവാഴ്ചയ്ക്കെതിരെ സാമ്രാജ്യത്വത്തിനെതിരെ ജനകീയ ഭരണത്തിനുവേണ്ടി മുദ്രാവാക്യം

മുഴക്കി. പൊലീസും പട്ടാളവും നാട്ടിൽ തേർവാഴ്ച നടത്തുകയാണ്. സമ്പന്നന്മാരും പ്രമാണിമാരും പൊലീസുകാർക്കും പട്ടാളത്തിനും താവളവും സഹായങ്ങളും നിർലോഭം നല്കി. പുന്നപ്രയിലെ കോൺഗ്രസ് പ്രമാണിയും മുതലാളിയുമായിരുന്ന അപ്ലോൺ അറോജിന്റെ വീട്ടിലായിരുന്നു പൊലീസ് ക്യാമ്പ്. പൊലീസുകാരുടെ അതിക്രമങ്ങൾ സഹിക്കവയ്യാതെ പൊലീസ് ക്യാമ്പ് പിരിച്ചുവിടുക എന്ന മുദ്രാവാക്യവുമായി തൊഴിലാളികൾ അങ്ങോട്ടേക്ക് മാർച്ച് ചെയ്തു. ഇൻസ്പെക്ടർ നാടാരുടെ നേതൃത്വത്തിൽ പൊലീസ് പ്രകടനത്തിന് നേരെ വെടിവെച്ചു. തൊഴിലാളികൾ സ്വയരക്ഷയ്ക്കായി വാരിക്കുന്തമുപയോഗിച്ച് പൊലീസിനെ നേരിട്ടു. നൂറ്റിയമ്പതോളം തൊഴിലാളികൾ അവിടെ പിടഞ്ഞുവീണു മരിച്ചു. ഇൻസ്പെക്ടർ ഉൾപ്പെടെ ഇരുപത്തിയാറ് പൊലീസുകാരും മരിച്ചു. സമരഭടന്മാർ നേർക്കുനേർ പൊലീസിനോടേറ്റുമുട്ടി രക്തസാക്ഷിത്വം വഹിക്കുകയായിരുന്നു പുന്നപ്രയിൽ.

പുന്നപ്രയിലെ മനുഷ്യക്കുരുതിക്ക് ശേഷം വയലാറിലെ തൊഴിലാളി ക്യാമ്പിലേക്ക് പട്ടാളം മാർച്ചുചെയ്യുന്നതറിഞ്ഞ മാരാരിക്കുളത്തുള്ള സഖാക്കൾ പട്ടാളക്കാർ പോകുന്ന വഴിയിലുള്ള പാലം പൊളിക്കാൻ തീരുമാനിച്ചു. പുന്നപ്രയ്ക്കും വയലാറിനും ഇടയിലുള്ള പ്രദേശമാണ് മാരാരിക്കുളം. പാലം പൊളിച്ചപ്പോൾ പട്ടാളത്തിന് വഴിമുട്ടി. അവർ ഇരുമ്പുപാളങ്ങൾ ഉപയോഗിച്ച് താല്ക്കാലിക പാലം ഉണ്ടാക്കാൻ തുടങ്ങി. പാലത്തിലൂടെ പട്ടാളവണ്ടികൾ ഉരുണ്ടപ്പോൾ തൊഴിലാളികൾ വീണ്ടും ജാഥയായി മാരാരിക്കുളത്തേക്ക് വന്നു. അവർ ഇരുമ്പുപാലം തകർത്തു. പട്ടാളവണ്ടികൾ തടഞ്ഞു. പട്ടാളം വീണ്ടും പാലം സ്ഥാപിച്ചു. പാലം തകർക്കാൻ വരുന്ന തൊഴിലാളികളെ വെടിവെച്ചിടാൻ നിറതോക്കുമായി ഒളിച്ചിരുന്നു. ഒക്ടോബർ 26 ന് തൊഴിലാളികൾ പട്ടാളഭീകരതയ്ക്കെതിരായി പ്രകടനമായി മുന്നേറി. പട്ടാളം വെടിയുതിർത്തു. അഞ്ച് സഖാക്കളാണ് അവിടെ രക്തസാക്ഷിത്വം വരിച്ചത്. ഒക്ടോബർ 27 ന് നാന്നൂറ് പട്ടാളക്കാർ വയലാർ ക്യാമ്പ് വളഞ്ഞു. അതിക്രൂരമായ വെടിവയ്പ്. നിറതോക്കുകൾക്കുനേരെ തൊഴിലാളി സഖാക്കൾ വാരിക്കുന്തവുമായി കുതിച്ചു. വെടിയുണ്ടയേറ്റ് പിടഞ്ഞുവീണു. ആദ്യം വെടികൊണ്ടുവീണ ശ്രീധരനെന്ന തൊഴിലാളി സഖാവ്, ചോരപുരണ്ട കൈകൾ പട്ടാളക്കാർക്ക് നേരെ ചൂണ്ടി തന്നെ താങ്ങിപ്പിടിക്കാനായി വന്ന സഖാക്കളോട് ആഹ്വാനം ചെയ്തത് “മുന്നോട്ടുപോവുക, നിങ്ങൾ മുന്നോട്ടുപോവുക” എന്നാണ്. വയലാർ ക്യാമ്പ് ചോരപ്പുഴയായി മാറി. നൂറുകണക്കിന് സഖാക്കളാണ് അവിടെ രക്തസാക്ഷിത്വം വരിച്ചത്. മേനാശേരിയിലും അന്നു തന്നെയാണ് വെടിവെപ്പ് നടത്തിയത്. മേനാശേരി ക്യാമ്പ് വളഞ്ഞ പട്ടാളക്കാർ, വാരിക്കുന്തങ്ങളുമായി കുതിച്ചുവന്ന തൊഴിലാളികളെ വെടിവെച്ച് വീഴ്ത്തുകയായിരുന്നു. പട്ടാളക്കാരുടെ മൃഗീയമായ വെടിവെപ്പിനെ തുടർന്ന് അഞ്ച് സഖാക്കൾ അടുത്തുള്ള അയ്യനാട്ട് വീട്ടിലഭയം തേടി. ആ വീടുവളഞ്ഞ പട്ടാളക്കാർ ആ തൊഴിലാളി സഖാക്കളെ വെടിവെച്ചു

കൊന്നു. അവിടെ രക്തസാക്ഷിത്വം വരിച്ച നാല്പതുസഖാക്കളുടെ മൃത ദേഹങ്ങൾ അടുത്തുള്ള വീടുകൾ പൊളിച്ച് അതിലിട്ട് തീകൊളുത്തി.

1948 ൽ നിരവധി രക്തസാക്ഷിത്വങ്ങൾ കാർഷികമേഖലയിലെ പ്രക്ഷോഭത്തെത്തുടർന്ന് ഉണ്ടായി. 1948 ഏപ്രിൽ 12 ന് കോറോത്ത് വെടിവെപ്പിൽ ഒരു സഖാവ് രക്തസാക്ഷിത്വം വരിച്ചു. ഏപ്രിൽ 15 നായിരുന്നു തില്ലങ്കേരി വെടിവെപ്പ്. ഏഴുപേരാണ് കൊല്ലപ്പെട്ടത്. ഏപ്രിൽ 23 ന് പെരളത്ത് വെടിവെപ്പ് നടത്തി ഒരാളെ കൊന്നു. ഏപ്രിൽ 28 ന് പി സി അനന്തനെ കോൺഗ്രസ് ഗുണ്ടകൾ പിടിച്ചുകൊണ്ടുപോയി പൊലീസ് സ്റ്റേഷനിൽവെച്ച് മർദ്ദിച്ചു മൃതപ്രായനാക്കി. പായയിൽ കെട്ടി വളപട്ടണംപുഴയിൽ കെട്ടിത്താഴ്ത്തി കൊന്നു. ഏപ്രിൽ 30നാണ് ഒഞ്ചിയത്ത് വെടിവെപ്പ് നടന്നത്. ഏഴുപേർ വെടിവെപ്പിലും രണ്ടുപേർ ലോക്കപ്പിലും രക്തസാക്ഷികളായി. 1948 മെയ് 1 നാണ് മുനയൻകുന്നിൽ വെടിവെപ്പ് നടത്തി ആറ് സഖാക്കളെ കൊന്നത്. മെയ് നാലിന് പാടിക്കുന്നിൽ വെടിവെപ്പ് നടത്തി നാല് സഖാക്കളെ വകവരുത്തി. മെയ് 13 ന് മൊയാരത്തിനെ മർദ്ദിച്ചുകൊന്നു. മെയ് 28 ന് നടന്ന പഴശ്ശി വെടിവെപ്പിൽ നാലുപേർ കൊല്ലപ്പെട്ടു. 1950 ജനുവരി 26 ന് സർദാർ ഗോപാലകൃഷ്ണനെ കൊലചെയ്തു. 1950 മെയ് 4 ന് പാടിക്കുന്നിൽവെച്ച് മൂന്ന് സഖാക്കളെ വകവരുത്തി. മുപ്പതോളം സഖാക്കൾ ലോക്കപ്പിൽവെച്ച് മർദ്ദനമേറ്റ് രക്തസാക്ഷികളായത് ഇതിനുപുറത്താണ്. 1950 ഫെബ്രുവരി 11 ന് സേലം ജയിലിൽ വെച്ചുണ്ടായ വെടിവെപ്പിൽ 19 മലയാളി സഖാക്കളും 3 തമിഴ് സഖാക്കളുമാണ് രക്തസാക്ഷിത്വം വരിച്ചത്. മലയാളി സഖാക്കൾ വടക്കേ മലബാറിലെ കാവുമ്പായി ഉൾപ്പെടെയുള്ള കർഷകപ്രക്ഷോഭങ്ങളിൽ ശിക്ഷിക്കപ്പെട്ട് ജയിലിലായവരായിരുന്നു. ഈ രക്തസാക്ഷിത്വങ്ങൾ ഉണ്ടാവുന്നത് രാജ്യം സാമ്രാജ്യത്വശക്തികളിൽനിന്നും സ്വാതന്ത്ര്യം നേടിയ ശേഷമാണ്. ഇന്ത്യൻ ബൂർഷ്വാസിയുടെ കൈയിൽ അധികാരം ലഭിച്ചതിന് ശേഷം. അവരുടെ വർഗ്ഗ സ്വഭാവമായിരുന്നു ഇതിലൂടെ പ്രകടമായത്. കർഷക തൊഴിലാളികളെയും പാവപ്പെട്ട കർഷകരെയും അവരുടെ അവകാശങ്ങൾ അംഗീകരിച്ചുകൊടുക്കാതെ കൊന്നുതീർക്കാനാണ് ഇക്കൂട്ടർ പരിശ്രമിച്ചത്. ഭരണവർഗ്ഗത്തിന്റെ താല്പര്യങ്ങൾ സംരക്ഷിക്കുന്നതിന് തൊഴിലാളി വർഗ്ഗം അന്നും ഇന്നും അവർക്ക് തടസ്സമായിരുന്നു.

സമരങ്ങൾ ആളിപ്പടരുന്നു

പുന്നപ്ര - വയലാർ സമരത്തെത്തുടർന്ന് തിരുവിതാംകൂർ കർഷക തൊഴിലാളി യൂണിയൻ നിരോധിക്കപ്പെട്ടു. മറ്റ് ട്രേഡ് യൂണിയനുകളുടെ പ്രവർത്തനവും ആ കാലയളവിൽ നിരോധിച്ചു. ഉത്തരവാദിത്വഭരണം പ്രഖ്യാപിച്ച 1948 ൽ നിരോധനം പിൻവലിച്ചുവെങ്കിലും കോൺഗ്രസ് ഭരണത്തിന് കീഴിൽ സ്വതന്ത്രമായ സംഘടനാ പ്രവർത്തനം സാദ്ധ്യമല്ലായിരുന്നു. മർദ്ദനവാഴ്ചയും ദുർഭരണവും ജനങ്ങളെ ബുദ്ധിമുട്ടിച്ചു. ദുരിതത്തിലാക്കി. യൂണിയന്റെ പ്രധാന പ്രവർത്തകരെയെല്ലാം അറസ്റ്റ് ചെയ്തു. മറ്റുള്ളവർക്ക് ഒളിവിൽ പോയി പ്രവർത്തിക്കേണ്ടി വന്നു. പൊലീസ് യൂണിയൻ ഓഫീസിൽ അതിക്രമിച്ചുകയറി. പഴയ രേഖകളും ഫർണിച്ചറുകളും തീയിട്ട് നശിപ്പിച്ചു. ആ ഇരുണ്ടകാലം കടന്ന് 1951 ആയപ്പോഴാണ് ആലപ്പുഴ മേഖലയിൽ സംഘടനാ പ്രവർത്തനം പുനരാരംഭിക്കാൻ സാധിച്ചത്. കുട്ടനാട്ടിലെ കാവാലത്ത് കർഷക തൊഴിലാളി യൂണിയന്റെ സ്പെഷ്യൽ സമ്മേളനം 1951 ൽ സംഘടിപ്പിച്ചു. തൊഴിലാളികളുടെ 44 ആവശ്യങ്ങളടങ്ങിയ അവകാശരേഖ സമ്മേളനം അംഗീകരിച്ചു. ഈ അവകാശരേഖ മുൻനിർത്തി നടത്തിയ പ്രക്ഷോഭത്തെത്തുടർന്ന് ലേബർ കമ്മീഷണർ തൊഴിലാളി പ്രതിനിധികളും ഭൂവുടമകളുമടങ്ങുന്ന ഒരു ത്രികക്ഷി സമ്മേളനം വിളിച്ചുചേർത്തു. ആ സമ്മേളനത്തിൽ വെച്ചെടുത്ത തീരുമാനങ്ങൾ കർഷക തൊഴിലാളിയുടെ മുദ്രാവാക്യങ്ങൾ സാർത്ഥകമാക്കുന്നവയായിരുന്നു.

തൊഴിൽ സമയം നിജപ്പെടുത്തിയപ്പോൾ കായൽ നിലങ്ങളിൽ ഏഴു മണിക്കൂറും കരപ്പാടങ്ങളിൽ എട്ട് മണിക്കൂറും ജോലിസമയമാക്കി ക്ലിപ്തപ്പെടുത്തി. ജോലിക്കിടയിൽ ഉച്ചയ്ക്ക് അരമണിക്കൂർ വിശ്രമം, സ്ത്രീ തൊഴിലാളികൾക്ക് നിലമൊരുക്ക്, പറിച്ചുനടീൽ തുടങ്ങിയ ജോലികൾക്ക് മൂന്നിടങ്ങഴി നെല്ല് കൂലി. മറ്റ് തൊഴിൽ തർക്കങ്ങളടക്കമുള്ള കാര്യങ്ങൾ

പരിഹരിക്കാൻ തൊഴിലാളി പ്രതിനിധികളും ഭൂവുടമകളും ചർച്ച ചെയ്ത് തീരുമാനിക്കാനും അവിടെ ധാരണയായി. ത്രികക്ഷി സമ്മേളനം അംഗീകരിച്ച ധാരണകൾ നടപ്പിലാക്കാൻ വലിയ ഭൂപ്രഭുക്കന്മാർ തയ്യാറായില്ല. അവർക്ക് കർഷക തൊഴിലാളികൾ അടിമകളും അടിയാളരുമായിരുന്നു. മുരുക്കുംമൂട്ടിൽ ജോസഫ് എന്ന ഭൂപ്രഭുവാണ് ആ കൂട്ടത്തിൽ മുൻപന്തിയിലുണ്ടായിരുന്നത്. കുട്ടനാട്ടിലെ കൃഷിരാജനെന്നാണ് അയാൾ അറിയപ്പെട്ടിരുന്നത്. തൊഴിലാളികൾക്ക് സമരമല്ലാതെ മറ്റ് മാർഗ്ഗങ്ങൾ മുമ്പിലില്ലായിരുന്നു. 1952 ൽ അന്തരീക്ഷം വീണ്ടും സമരമുഖരിതമായി. ജോസഫ് മുരിക്കനെന്ന കായൽരാജാവിന്റെ വസതിക്ക് മുന്നിൽ ആയിരക്കണക്കിന് കർഷക തൊഴിലാളികൾ സത്യഗ്രഹസമരം തുടങ്ങി. ആ കാലഘട്ടത്തിൽ പൊലീസും ഭരണകൂടവും ഭൂപ്രഭുക്കന്മാരുടെ കൂടെയായിരുന്നു. സമരത്തിനിറങ്ങാത്ത കരിങ്കാലികൾക്ക് നെല്പാടങ്ങളിൽ ജോലി ചെയ്യാനുള്ള സാഹചര്യമൊരുക്കി കൊടുത്തും സമരക്കാരെ നെല്പാടങ്ങളിൽനിന്ന് പുറത്താക്കിയും അവർ മുതലാളിത്ത സേവ നടത്തി.

കരിങ്കാലികൾ ജോലിക്കിറങ്ങിയാൽ സമരം പൊളിയും. പാടങ്ങളിൽ ജോലി നടക്കും. ആ വെല്ലുവിളി നേരിടാൻ വേണ്ടി കർഷക തൊഴിലാളികൾ പുതിയ സമരരീതി പ്രയോഗിച്ചു. ചെറുതോണികൾ കൂട്ടിക്കെട്ടിയ ചങ്ങാടങ്ങളിൽ കർഷക തൊഴിലാളികൾ അണിനിരന്നു. പ്രതിരോധത്തിന്റെ ആ പുത്തൻ മാതൃകയ്ക്ക് മുന്നിൽ കരിങ്കാലികൾ വഴിയില്ലാതെ മടങ്ങി. ഭൂപ്രഭുവിന്റെ കൃഷിപ്പണി മുടങ്ങി. പത്തുദിവസത്തോളം തൊഴിലാളികൾ പണിമുടക്കി. മുരിക്കനും വെറുതെയിരുന്നില്ല. കൂലികൊടുക്കാതിരിക്കാൻ സർവ്വ തന്ത്രങ്ങളും അയാൾ പയറ്റി. പട്ടംതാണുപിള്ളയുടെ സർക്കാരാണ് അന്ന് ഭരണം നടത്തിയിരുന്നത്. പൊതുവിൽ ഭൂപ്രഭുക്കന്മാരോടായിരുന്നു ആ സർക്കാരിന് താല്പര്യം. പക്ഷേ, കർഷക തൊഴിലാളികളുടെ ഉജ്ജ്വലമായ സമരത്തിനു നേർക്ക് മുഖം തിരിക്കാൻ സർക്കാരിന് സാധിച്ചില്ല. മുരിക്കനെ രക്ഷിക്കാൻ വേണ്ടി നടത്തിയ ശ്രമങ്ങളെല്ലാം പരാജയപ്പെട്ടു. സർക്കാരും മുരിക്കനും കർഷക തൊഴിലാളികളുടെ സമരവീര്യത്തിന് മുന്നിൽ അടിയറവ് പറഞ്ഞു. അവകാശങ്ങൾ പിടിച്ചുപറ്റിക്കൊണ്ടാണ് തൊഴിലാളികളുടെ സമരം ഒത്തുതീർന്നത്.

തിരുവനന്തപുരം ജില്ലയിലെ അമ്പൂരി, വെള്ളറട, കള്ളിക്കാട് പ്രദേശങ്ങൾ 1940 കളുടെ അവസാന കാലത്ത് വെള്ളറട പഞ്ചായത്തിലായിരുന്നു. ആ പ്രദേശം കാണിപ്പറ്റ് എന്ന പേരിലാണ് അറിയപ്പെട്ടത്. മലയോരമേഖലയായിരുന്ന അവിടെ താമസിക്കുന്നവർക്ക് ഭൂമിക്ക് പട്ടയം ഉണ്ടായിരുന്നില്ല. അവിടെയുള്ള കർഷകർക്കും കർഷക തൊഴിലാളികൾക്കും പട്ടയത്തിന് വേണ്ടി ആരംഭിച്ച സമരമാണ് കാണിപ്പറ്റ് സമരം. 1949 മുതൽ ആ സമരം ആരംഭിച്ചു. കർഷക തൊഴിലാളി നേതാവായിരുന്ന അവണാകുഴി സദാശിവന്റെ നേതൃത്വത്തിൽ കാണിപ്പറ്റ് കർഷക സംഘം രൂപീകരിച്ചാണ് ഐതിഹാസികമായ ഈ സമരം സംഘടിപ്പിച്ചത്. ഈ സമരത്തിന്റെ ഭാഗമായി പതിനായിരക്കണക്കിന് ഏക്കർ ഭൂമിക്ക്

പട്ടയം ലഭിച്ചു. 1957 ലെയും 67 ലെയും കമ്യൂണിസ്റ്റ് സർക്കാരുകളാണ് പട്ടയം നല്കിയത്.

തിരുവനന്തപുരം ജില്ലയിലെ കോരണംകോട് പ്രക്ഷോഭവും 1949-50 കാലഘട്ടത്തിലായിരുന്നു. കർഷക തൊഴിലാളികൾക്ക് നേരെയുള്ള അതിക്രമങ്ങൾക്കും അടിയാളരെപ്പോലെ പരിഗണിക്കുന്നതിനുമെതിരായിരുന്നു കോരണംകോട് പ്രക്ഷോഭം. കുന്നത്തുകാൽ പഞ്ചായത്തിലാണ് കോരണംകോട് പ്രദേശം. ആ ഭാഗത്ത് കർഷക തൊഴിലാളികൾക്ക് വീടിന്റെ മുറ്റത്ത് കുഴികുത്തി തടമിട്ട് കഞ്ഞികൊടുക്കുന്ന രീതിയായിരുന്നു ഉണ്ടായിരുന്നത്. തൊഴിലാളികൾക്ക് കൂലിയും അർഹമായ നിലയിൽ കൊടുത്തിരുന്നില്ല. കൂലിലഭ്യതയ്ക്കും വീടിനകത്ത് കഞ്ഞികൊടുക്കണമെന്ന മുദ്രാവാക്യവുമുയർത്തിയുമാണ് കോരണംകോട് പ്രക്ഷോഭം ആരംഭിച്ചത്. കുമാർ ആനന്ദ് എന്ന കമ്യൂണിസ്റ്റുകാരനാണ് സമരത്തിന്റെ മുൻനിരയിൽനിന്ന് തൊഴിലാളികളെ ഏകോപിപ്പിച്ചത്. അദ്ദേഹം സ്വാതന്ത്ര്യ സമരത്തിന്റെ ഭാഗമായി നടന്ന നേവി കലാപത്തിൽ പങ്കാളിയായ വിപ്ലവകാരിയായിരുന്നു. നേവിയിൽനിന്ന് പിരിച്ചുവിട്ട് നാട്ടിലെത്തിയപ്പോഴാണ് അദ്ദേഹം കർഷക തൊഴിലാളികളെ സംഘടിപ്പിച്ച് സമരഭൂമിയിലേക്ക് ഇറക്കിയത്. കോരണംകോട് ഏലയുടെ ഉടമകളായ ജന്മിമാർ സമരം ഒത്തുതീർക്കാൻ വേണ്ടി സമരനേതാവായ കുമാർ ആനന്ദിനെ വിളിച്ചുവരുത്തി. കുമാർ ആനന്ദ് എപ്പോഴും കഴുത്തിൽ ഒരു മഫ്ളർ ചുറ്റിവെക്കും. അതദ്ദേഹത്തിന്റെ ഒരു രീതിയാണ്. ഒത്തുതീർപ്പ് ചർച്ചയ്ക്ക് വിളിച്ച് സമരനായകനെ കൊല്ലാനായിരുന്നു ജന്മിമാർ പദ്ധതിയിട്ടത്. അവർ ഗുണ്ടകളെയും അതിനായി ഒരുക്കി നിർത്തിയിരുന്നു. ചർച്ചയ്ക്കിടയിൽ ഗുണ്ടകൾ കുമാർ ആനന്ദിന്റെ കഴുത്തിലെ മഫ്ളർ മുറുക്കി അദ്ദേഹത്തെ കൊല്ലാനായി ശ്രമിച്ചു. കരുത്തനായ കുമാർ ഗുണ്ടകളുമായി ഏറ്റുമുട്ടി. രണ്ട് ഗുണ്ടകൾ കൊല്ലപ്പെട്ടു. കുമാർ ആനന്ദ് ഒളിവിൽപ്പോയി. തുടർന്ന് നടന്നത് പൊലീസിന്റെ നരനായാട്ടായിരുന്നു. പൊലീസ് കർഷക തൊഴിലാളികളെ ക്രൂരമായി മർദ്ദിച്ചു. കുറച്ച് നാളുകൾ കഴിഞ്ഞപ്പോൾ കുമാർ ആനന്ദിനെ ബോംബെയിൽ വെച്ച് പൊലീസ് അറസ്റ്റ് ചെയ്തു. ഭീകരമായി മർദ്ദിച്ചു. ഏറെ താമസിയാതെ മദ്രാസിൽവെച്ച് അദ്ദേഹം മരണപ്പെട്ടു. കോരണംകോട് പ്രക്ഷോഭത്തിന്റെ മുദ്രാവാക്യങ്ങൾ ഏറെ വൈകാതെ തന്നെ സാർത്ഥകമായി.

1948 ൽ എറണാകുളത്ത് എടവലയ്ക്കാട് കർഷക തൊഴിലാളികളുടെ നേതൃത്വത്തിൽ ഉജ്ജ്വലമായ സമരം നടന്നിരുന്നു. കണ്ണുവിളക്കെട്ട് എന്ന അറിയപ്പെട്ടിരുന്ന ചെമ്മീൻകെട്ടിലെ തൊഴിലാളികളുടെ കൂലിവർദ്ധനവിന് വേണ്ടിയായിരുന്നു ആ സമരം സംഘടിപ്പിക്കപ്പെട്ടത്. എം കെ കൃഷ്ണനാണ് പ്രക്ഷോഭത്തിന് നേതൃത്വം നല്കിയത്. രണ്ടണ കൂലിക്കൂടുതലാണ് തൊഴിലാളികൾ സംഘംചേർന്ന് ജന്മിയോട് ആവശ്യപ്പെട്ടത്. ജന്മി ക്ഷുഭിതനായി. അടിയാളന്മാർക്ക് നാവുയരുന്നത് ആ ചൂഷകന് സഹിച്ചില്ല. തൊഴിലാളി നേതാവിന്റെ തൂമ്പ അയാൾ വലിച്ചെറിഞ്ഞു. തൊഴിലാളികൾ സമരത്തിനിറങ്ങി. ഭൂവുടമ ചില കരിങ്കാലികളെ

ഇറക്കി പണിമുടക്കം പൊളിക്കാൻ ശ്രമിച്ചു. പക്ഷേ, സാധിച്ചില്ല. സമരത്തെ നേരിടാൻ പ്രദേശത്തെ ഒരു വീട് പൊലീസ് ക്യാമ്പാക്കി മാറ്റി. അറസ്റ്റ് ചെയ്ത തൊഴിലാളികളെ ഭൂവുടമയുടെ മുന്നിൽ വെച്ച് പൈശാചികമായി മർദ്ദിച്ചു. അവരുടെ സമരവീര്യത്തെ ഇല്ലാതാക്കാൻ ശ്രമിച്ചു. തൊഴിലാളികളെ കള്ളക്കേസുകളിൽ കുടുക്കി പീഡിപ്പിക്കുന്നത് സർവ്വസാധാരണമായി. എന്നാൽ, പൊലീസിനും ജന്മിക്കും വിജയിക്കാനായില്ല. രണ്ടണക്കൂലി വർദ്ധനവ് നേടുന്നതിനൊപ്പം പിരിച്ചുവിട്ട തൊഴിലാളികളെ തിരിച്ചെടുക്കാനും ആ സമരത്തിലൂടെ സാധിച്ചു.

പാലക്കാട് ആലത്തൂർ താലൂക്കിലെ വൻകിട കൃഷിക്കാരനായിരുന്നു വണ്ടാഴി കിഴക്കേമുറിയിൽ അപ്പു. പാലക്കാട് പ്രദേശത്തെ ആദ്യകാല കർഷക തൊഴിലാളി സമരങ്ങളിലൊന്ന് ഈ ഭൂപ്രഭുവിന്റെ ചൂഷണത്തിനെതിരായുള്ളതായിരുന്നു. കർഷക തൊഴിലാളികൾ കൂലിക്കൂടുതൽ ചോദിച്ചപ്പോൾ അത് നല്കാൻ അപ്പു തയ്യാറായില്ല. അനുരഞ്ജന ശ്രമങ്ങൾ പൊളിഞ്ഞപ്പോൾ പണിമുടക്ക് ആരംഭിച്ചു. കിഴക്കഞ്ചേരി, വണ്ടാഴി, മുടപ്പല്ലൂർ മേഖലകളിലെ കർഷക തൊഴിലാളികളും കൃഷിക്കാരും സമരത്തിന് പിന്തുണയുമായി മുന്നോട്ടുവന്നു. അതേ സമയം ഈ സമരത്തെ എന്ത് വിലകൊടുത്തും തകർക്കണമെന്നും കമ്യൂണിസ്റ്റ് പ്രസ്ഥാനത്തെ നിർമ്മാർജ്ജനം ചെയ്യണമെന്നുമുള്ള ചിന്താഗതിയോടെ നെല്ലിക്കലിടത്തിലെ ജന്മിയുടെ നേതൃത്വത്തിൽ അപ്പുവും മറ്റ് പ്രമാണിമാരും രംഗത്തെത്തി. സമരത്തിന്റെ ഭാഗമായി പൊതുയോഗം സംഘടിപ്പിച്ചപ്പോൾ ജാഥകളായി ജനങ്ങൾ ഒഴുകിയെത്തി. സി എച്ച് കണാരനും ആർ കൃഷ്ണനും എം നാണുവും പൊതുയോഗത്തെ അഭിസംബോധന ചെയ്തു. കർഷക തൊഴിലാളികളടക്കമുള്ള സമരഭടന്മാർ വമ്പിച്ച ആവേശത്തിലായി. സമരം കൂടുതൽ ശക്തിയാർജ്ജിച്ചു.

ജന്മിമാർ എം എസ് പിയുടെ സഹായം തേടി. മലബാർ സ്പെഷ്യൽ പൊലീസ് വണ്ടാഴിയിൽ ക്യാമ്പ് ചെയ്തു. നിരവധി സമരഭടന്മാരെ അറസ്റ്റ് ചെയ്തു. കർഷക തൊഴിലാളികളെയും കർഷകരെയും അറസ്റ്റുചെയ്ത് ഭീകരമർദ്ദനത്തിനിരയാക്കി. ക്രൂരമായ പൊലീസ് വാഴ്ചയുടെ നാളുകളായിരുന്നു അത്. മുടപ്പല്ലൂരിൽ വന്നിറങ്ങുന്ന എം എസ് പിക്കാർക്ക് വണ്ടാഴിയിലെത്തണമെങ്കിൽ ഒരു പുഴകടക്കണം. അവരുടെ ബൂട്ട്സ് നനയുമെന്ന് പറഞ്ഞ്, കടവിൽ നില്ക്കുന്ന ജനങ്ങളോട് പൊലീസുകാരെ എടുത്ത് പുഴകടത്താൻ ആവശ്യപ്പെടുന്ന ഒരു രീതി എം എസ് പിക്കാർ ആവിഷ്കരിച്ചു. അനുസരിക്കാത്തവരെ മർദ്ദിച്ചു. പലരും ആ ഭീഷണിക്ക് മുന്നിൽ അവരെ ചുമന്ന് മറുകരയിലെത്തിച്ചു. അക്കാലത്ത് ഇ എം എസും ഇ കണ്ണനും മദിരാശി നിയമസഭയിൽ അംഗങ്ങളായിരുന്നു. കർഷക തൊഴിലാളികളെയും കർഷകരെയും എം എസ് പിക്കാർ ക്രൂരമായി പീഡിപ്പിക്കുന്നതറിഞ്ഞ് ഇ കണ്ണൻ വണ്ടാഴിയിലേക്ക് വന്നു. എം എസ് പിക്കാർ ഭീഷണിയിലൂടെ പുഴയുടെ മറുകരയെത്തുന്നത് അദ്ദേഹം മനസ്സിലാക്കി. പുഴയോരത്തേക്ക് നടന്ന ഇ കണ്ണൻ, എം എസ് പിക്കാരോട് തന്നെ

എടുത്ത് മറുകരയിൽ എത്തിക്കാൻ ആവശ്യപ്പെട്ടു. അതോടെ പുഴകടത്തുന്ന ഏർപ്പാടിന് അവസാനമായി. പി കൃഷ്ണപിള്ളയും സമരത്തിൽ ഭാഗമാകാനായി വണ്ടാഴിയിലേക്ക് വന്നിരുന്നു. എം എസ് പിക്കാർ ഒരു മാസം ക്യാമ്പ് ചെയ്ത് സമരത്തെ അടിച്ചൊതുക്കാൻ ശ്രമിച്ചെങ്കിലും അത് സാദ്ധ്യമായില്ല. സമരം നയിച്ച ഏഴ് നേതാക്കൾക്ക് നല്ല നടപ്പ് ശിക്ഷ ലഭിച്ചു. സമരത്തെത്തുടർന്ന് വണ്ടാഴി, കിഴക്കഞ്ചേരി, വടക്കഞ്ചേരി പഞ്ചായത്തുകളിലാകെ ചെങ്കൊടികൾ പൂത്തു. സമരത്തിന്റെ മുദ്രാവാക്യം വൈകാതെ ജന്മികൾക്ക് അംഗീകരിക്കേണ്ടിയും വന്നു. മോസ്കോമുക്ക് എന്ന പേരിൽ ഇന്നും വണ്ടാഴി അറിയപ്പെടുന്നത് ഈ സമരത്തെ തുടർന്നാണ്.

1952 ൽ കൊല്ലങ്കോട്ട് കോഴിശേരി ബാലകൃഷ്ണമേനോൻ എന്ന ജന്മിയുടെ തൊഴിലാളിയായിരുന്ന കാളനും കുടുംബത്തിനും എതിരായി നേരെ നടത്തിയ കാട്ടാളത്തത്തെ ചോദ്യം ചെയ്തുകൊണ്ട് നടത്തിയ സമരം ഉജ്ജ്വലമായിരുന്നു. കാളനും ഭാര്യയും മേനോന്റെ പാടത്ത് പണിയെടുക്കുമ്പോൾ കാളന്റെ കൈക്കുഞ്ഞ് അമ്മിഞ്ഞപ്പാലിന് വേണ്ടി കരഞ്ഞു. പക്ഷേ, മേനോന്റെ കാര്യസ്ഥന്മാർ കാളന്റെ ഭാര്യയെ കുഞ്ഞിനടുത്തേക്ക് പോകാൻ സമ്മതിച്ചില്ല. പക്ഷേ, കാളൻ ഉശിരുള്ള തൊഴിലാളിയായിരുന്നു. അദ്ദേഹം ഭാര്യയെ പാടത്തുനിന്നും കയറ്റി കുഞ്ഞിന് പാലുകൊടുപ്പിച്ചു. ഇതറിഞ്ഞ ജന്മി, കാര്യസ്ഥന്മാരെക്കൊണ്ട് ജന്മിത്തത്തെ ധിക്കരിച്ച കാളനെ ക്രൂരമായി മർദ്ദിച്ചു. മൃതപ്രായനാക്കി. വളമടയിലേക്ക് വലിച്ചെറിഞ്ഞു. ഇതിൽ പ്രതിഷേധിച്ച് കർഷക തൊഴിലാളി നേതാവായ ആർ കൃഷ്ണൻ കാളനെ മർദ്ദിച്ചവരെ അറസ്റ്റുചെയ്യണമെന്നാവശ്യപ്പെട്ടുകൊണ്ട് ആലത്തൂർ കൊല്ലങ്കോട് അയ്യപ്പൻകാവ് മൈതാനിയിൽ നിരാഹാരം ആരംഭിച്ചു. തൊഴിലാളികൾ അവിടെ തടിച്ചുകൂടി. കാളനെ ആശുപത്രിയിലാക്കി. തുടർന്ന് കേസന്വേഷിക്കാൻ ഉദ്യോഗസ്ഥന്മാരെ ചുമതലപ്പെടുത്തേണ്ടി വന്നു.

മാറുമറച്ച് പണിക്കിറങ്ങാനുള്ള അവകാശത്തിന് വേണ്ടി കർഷക തൊഴിലാളി സ്ത്രീകൾ നടത്തിയ സമരത്തിനും പാലക്കാട് സാക്ഷിയായിരുന്നു. കുത്തന്നൂർ പഞ്ചായത്തിലെ ജന്മികളായ മൂർക്കത്ത് നായന്മാരുടെ വീടുകളിൽ പണിക്ക് പോകുന്ന തൊഴിലാളികൾ മാറുമറയ്ക്കാൻ പാടില്ലെന്നായിരുന്നു വെപ്പ്. മൂർക്കത്ത് വീട്ടിലോ, കളത്തിലോ, പാടത്തിലോ ജോലിക്ക് പോകുമ്പോൾ മാറ് പ്രദർശിപ്പിക്കണം. റവുക്കയോ, ബ്ലൗസോ ധരിക്കാൻ പാടില്ല. കർഷക തൊഴിലാളികൾ സവർണ്ണ മേധാവിത്വത്തിന്റെ ഈ അടിച്ചേല്പിക്കലിനെതിരെ സംഘടിച്ചു. സ്ത്രീ തൊഴിലാളികൾക്ക് മാറുമറയ്ക്കാനുള്ള സ്വാതന്ത്ര്യത്തിനുവേണ്ടിയുള്ള സമരം വ്യാപകമായി. സ്ത്രീത്തൊഴിലാളികൾ ബ്ലൗസിട്ട് പാടത്ത് പണിക്കിറങ്ങി. ആദ്യ ദിവസങ്ങളിൽ ജോലി നിഷേധിച്ചെങ്കിലും വൈകാതെ ജന്മിത്വത്തിന് തൊഴിലാളിസ്ത്രീകളുടെ നിശ്ചയദാർഢ്യത്തിനുമുന്നിൽ മുട്ടുമടക്കേണ്ടി വന്നു.

പാലക്കാട് ചിറ്റൂർ താലൂക്കിൽ ആറു എന്ന തൊഴിലാളി സഖാവ് രക്തസാക്ഷിത്വം വരിച്ചത് കൂലിക്കൂടുതലിന് വേണ്ടി നടത്തിയ സമരത്തെ

തുടർന്നാണ്. ശിവരാമൻ എന്ന ഭൂപ്രഭു തോക്കുചൂണ്ടി ഭീഷണിയുമായി വന്നപ്പോൾ, നിറതോക്കിനുമുന്നിൽ ചെങ്കൊടി ഉയർത്തിപ്പിടിച്ച ആറുവിന്റെ വിരിമാറ് പിളർത്തിക്കൊണ്ട് തീയുണ്ട വർഷിച്ചു. 1954 ൽ ആലത്തൂർ താലൂക്കിലെ കണ്ണമ്പ്ര പഞ്ചായത്തിൽ കൃഷ്ണസ്വാമി അയ്യരുടെ കള ത്തിലെ തൊഴിലാളികൾ കൂലിക്കൂടുതലിനുവേണ്ടി സമരമാരംഭിച്ചു. അവിടെയും ജന്മിയെ സഹായിക്കാൻ എം എസ് പിയും പൊലീസും ഇറങ്ങുകയുണ്ടായി. ക്രൂരമായ മർദ്ദനത്തിന് കർഷക തൊഴിലാളികൾ ഇരയായി. കിഴക്കഞ്ചേരിയിൽ മാരിപ്പാടത്ത് ശ്രീനിവാസന്റെ പാടത്ത് നടന്ന സമരം ആവേശകരമായിരുന്നു. അഞ്ചും നാലും ഇടങ്ങഴി നെല്ല് കൂലിക്കുവേണ്ടി തൊഴിലാളികൾ സമരമാരംഭിച്ചപ്പോൾ ഭൂപ്രഭുക്കന്മാരും സമ്പന്നകർഷകരും സമരം പൊളിക്കാൻ കച്ചകെട്ടിയിറങ്ങി. കരിങ്കാലി കൾ തൊഴിലെടുക്കാനായി ഇറങ്ങിയപ്പോൾ സമരഭടന്മാരായ കർഷക തൊഴിലാളികളും അവരും തമ്മിൽ സംഘർഷമുണ്ടായി. നിരവധി തൊഴി ലാളികളുടെ പേരിൽ ഈ സംഭവത്തെ തുടർന്ന് കേസെടുത്തു. ഇവി ടെയും കർഷക തൊഴിലാളികളുടെ ആവശ്യം അംഗീകരിക്കപ്പെട്ടു.

1955-56 കാലഘട്ടത്തിൽ പാലക്കാട് മുതലമടയിലെ ജന്മിയായ കുറ്റി പ്പാടം കുട്ടൻമേനോന്റെ കളത്തിൽ പണിമുടക്ക് സമരമാരംഭിച്ചത് തൊഴി ലാളി ദ്രോഹനടപടി അവസാനിപ്പിക്കാൻ വേണ്ടിയായിരുന്നു. തൊഴിലാ ളികൾ വരിവരിയായി നടന്നുപോകുമ്പോൾ കുതിരപ്പുറത്തെത്തുന്ന കുട്ടൻ മേനോൻ ചാട്ടവാറ് വീശി മൃഗീയമർദ്ദനം നടത്തും. "വേഗം നട ക്കിനെടാ മാടുകളേ" എന്ന് ആക്രോശിച്ച് തൊഴിലാളികൾക്ക് മൃഗങ്ങളുടെ പരിഗണന പോലും കൊടുക്കാത്ത ആ കിരാതന്റെ നടപടികളും കർഷക തൊഴിലാളികളുടെ സമരത്തിലൂടെ ഇല്ലാതാക്കി. പാലക്കാട് നെൻമേനി യിൽ ജന്മിയായിരുന്ന കുന്നത്തൂർപ്പാടം ബാലകൃഷ്ണ മന്നാടിയാരുടെ പാടത്തിൽ ജോലി ചെയ്യുന്ന കർഷക തൊഴിലാളികൾ പതിനൊന്ന് പത മ്പിന് വേണ്ടി സമരത്തിനിറങ്ങുകയുണ്ടായി. സി വാസുദേവമേനോൻ ഈ ആവശ്യമുന്നയിച്ചുകൊണ്ട് നിരാഹാരമിരുന്നു. ഒരാഴ്ചയ്ക്കുള്ളിൽ സമരം ഒത്തുതീർപ്പാവുകയുണ്ടായി. നണ്ടൻകീഴായ നല്ലമീരാൻ സാഹിബ് തൊഴിലാളികളെ പിരിച്ചുവിടുന്നത് ലഹരിയാക്കിയ ഭൂപ്രഭുവായിരുന്നു. അദ്ദേഹത്തിന്റെ നടപടികൾക്കെതിരെ ശക്തമായ സമരം തൊഴിലാളികൾ ആരംഭിച്ചപ്പോൾ മർദ്ദനംകൊണ്ട് അടിച്ചമർത്താൻ ശ്രമിച്ചു. മർദ്ദനത്തി നൊടുവിൽ തൊഴിലാളികളെ പാടങ്ങളിലേക്ക് വലിച്ചെറിഞ്ഞു. പക്ഷേ, തൊഴിലാളിശക്തിക്ക് മുന്നിൽ കണ്ടമീരാനും മുട്ടുമടക്കേണ്ടി വന്നു.

പാലക്കാട് പ്രദേശത്തും ജാതിക്കൂലി സമ്പ്രദായമായിരുന്നു ആ കാല ഘട്ടത്തിൽ നിലനിന്നിരുന്നത്. പിന്നോക്കക്കാരായ പുരുഷ തൊഴിലാളി കൾക്ക് രണ്ടിടങ്ങഴി നെല്ല് കൂലിയായി കൊടുക്കുമ്പോൾ പട്ടികജാതി വിഭാഗത്തിലുള്ള പുരുഷന് നല്കുന്നത് ഒരിടങ്ങഴി മാത്രമായിരുന്നു. പിന്നോക്ക വിഭാഗത്തിലെ സ്ത്രീതൊഴിലാളിക്ക് ഒരിടങ്ങഴിയും പട്ടിക ജാതി വിഭാഗത്തിലെ സ്ത്രീക്ക് അരയിടങ്ങഴി നിറയാതെയും കൂലി

നല്കി. 1953-54 കാലയളവിൽ പാലക്കാട് ജില്ലയിലെ കൊല്ലങ്കോട്ട് അടിമത്തരീതികൾക്ക് എതിരായും കൂലി വർദ്ധനവിനും വേണ്ടി പ്രക്ഷോഭങ്ങൾ ഉയർന്നുവന്നു. എ കെ ജി അന്ന് ചില സമര കേന്ദ്രങ്ങൾ സന്ദർശിച്ചു. തുടർന്ന് കർഷക തൊഴിലാളികളെ മൃഗതുല്യരായി പണിയെടുപ്പിക്കുന്നതിനും ചൂഷണം നടത്തുന്നതിനും എതിരായി എ കെ ജി പാർലമെന്റിൽ ശബ്ദമുയർത്തി. ജാതിക്കൂലി കുട്ടനാട്ടിലെ വൻഭൂവുടമകളും നടപ്പിലാക്കിയിരുന്നു. അവരുടെ ആശ്രിതരായ പട്ടികജാതി വിഭാഗത്തിൽപ്പെട്ട തൊഴിലാളികൾക്ക് പകുതിക്കൂലിയും പുറമേനിന്ന് കൊണ്ടുവരുന്ന തൊഴിലാളികൾക്ക് മുഴുവൻകൂലിയും നല്കുന്ന രീതി അവിടെയും ഉണ്ടായിരുന്നു. 1954 ലാണ് എറണാകുളത്ത് വൈപ്പിൻകരയിൽ എം കെ കൃഷ്ണന്റെ നേതൃത്വത്തിൽ തെങ്ങുകയറ്റ തൊഴിലാളികൾ കൂലിവർദ്ധനവിന് വേണ്ടി സമരരംഗത്തേക്ക് വന്നത്. ആ സമരവും വിജയിക്കുകയുണ്ടായി.

1950 ൽ കുട്ടനാട്ടിലും കർഷക തൊഴിലാളികൾ തങ്ങളെ ചൂഷണം ചെയ്യുന്ന ഭൂപ്രഭുക്കളെ കൂലിയുടെ പേരിൽ വ്യാപകമായി ചോദ്യം ചെയ്യാൻ തുടങ്ങി. നിരവധി സമരങ്ങൾ കൂലിപ്രശ്നത്തിന്റെ ഭാഗമായി ഉണ്ടായി. ട്രേഡ് യൂണിയൻ സംഘടനയും സമരമുഖത്തേക്കിറങ്ങി. കർഷക തൊഴിലാളികൾക്ക് മിനിമം കൂലി നടപ്പിലാക്കണമെന്നും ജന്മിത്വം അവസാനിപ്പിക്കണമെന്നും പാട്ട-വാരകൃഷിക്കാർക്ക് കൃഷിഭൂമി ഉടമാവകാശവും കുടികിടപ്പുകാർക്ക് പാട്ടത്തിന്റെ ജന്മാവകാശവും ഭൂരഹിതരായ പാവപ്പെട്ടവർക്ക് കൃഷിചെയ്യാനും കിടപ്പാടത്തിനും ഭൂമി നല്കണമെന്നും ഭൂവുടമബന്ധം അഴിച്ചുപണിയുന്ന രീതിയിൽ ഭൂപരിഷ്കാര നിയമത്തിന് വേണ്ടിയും സർക്കാരിന് നിവേദനം നല്കുന്നത് ആ സമയത്താണ്. ആ കാലഘട്ടത്തിൽ 1950 മുതൽ 57 വരെയുള്ള ഏഴ് കൊല്ലങ്ങൾക്കിടയിൽ 4279 തൊഴിൽ തർക്കങ്ങളാണ് കുട്ടനാട്ടിൽ മാത്രമുണ്ടായത്. 269 എണ്ണം തൊഴിൽസ്ഥിരത പോലുള്ള പ്രശ്നങ്ങളെ സംബന്ധിച്ചുള്ളതായിരുന്നു. 75 നിവേദനങ്ങൾ തൊഴിൽ സംബന്ധിച്ചുള്ളതും 1258 എണ്ണം കൂലി സംബന്ധിച്ചുള്ളതുമായിരുന്നു. കൃഷിക്കാരും തൊഴിലാളികളും തമ്മിലുള്ള തൊഴിൽ തർക്കങ്ങളിൽ 1643 എണ്ണം അനുരഞ്ജന ചർച്ചകളിലൂടെയും 252 എണ്ണം തൊഴിലാളി-ഭൂവുടമ മദ്ധ്യസ്ഥശ്രമത്തിലൂടെയും പരിഹരിച്ചു. 1853 തർക്കങ്ങൾക്ക് പരിഹാരം കണ്ടത് ശക്തമായ സമരത്തിലൂടെയാണ്. 1953 ൽ സർക്കാർ ഒരു മിനിമം വേജസ് കമ്മിറ്റിയെ സർക്കാർ നിയോഗിക്കുകയുണ്ടായി. പക്ഷേ, ഈ കമ്മിറ്റിയുടെ റിപ്പോർട്ട് പുറത്തുവന്നിട്ടും മിനിമം കൂലി ഔദ്യോഗികമായി പ്രഖ്യാപിക്കാൻ സർക്കാർ തയ്യാറായില്ല. കമ്യൂണിസ്റ്റ് ഗവൺമെന്റ് അധികാരത്തിൽ വന്നതിന് ശേഷമാണ് കർഷക തൊഴിലാളികൾക്ക് മിനിമം കൂലി നല്കിയത്.

കർഷക തൊഴിലാളിക്ക് ഭൂമി

സംസ്ഥാന അടിസ്ഥാനത്തിൽ കർഷക തൊഴിലാളി യൂണിയൻ രൂപീകരിക്കുന്നതു വരെയുള്ള കാലത്ത് മലബാർ മേഖലയിലെ കർഷക തൊഴിലാളികൾ കർഷകസംഘത്തിന്റെ പ്രക്ഷോഭങ്ങളിലാണ് അണിനിരന്നിരുന്നത്. കർഷകസംഘത്തിന്റെ പ്രക്ഷോഭങ്ങൾക്ക് പാവങ്ങളുടെ പടത്തലവനെന്ന് അറിയപ്പെട്ട എ കെ ജി നല്കിയ ഊർജ്ജം പറഞ്ഞറിയിക്കാൻ സാധിക്കാത്തതാണ്. എ കെ ജിയുടെ ജയിൽവാസങ്ങളും കോടതി ഇടപെട്ടുകൊണ്ടുള്ള ജയിൽമോചനങ്ങളും ആ കാലഘട്ടത്തിലുണ്ടായി. എ കെ ജിയുടെ നേതൃത്വത്തിലാണ് കർഷകരും കർഷക തൊഴിലാളികളും മലബാർ പ്രദേശത്ത് കൊടുങ്കാറ്റുപോലെ ആഞ്ഞടിച്ചത്. 1952 ൽ എരഞ്ഞോളിയിൽ ചേർന്ന കർഷക സമ്മേളനം കൃഷിഭൂമി കൃഷിക്കാരന് എന്ന മുദ്രാവാക്യം ഉയർത്തി. സ്ഥിരാവകാശം, മര്യാദപ്പാട്ടം, പാട്ടബാക്കിയും കടങ്ങളും റദ്ദ് ചെയ്യുക തുടങ്ങിയ മുദ്രാവാക്യങ്ങളും അവിടെ ഉയർന്നു. 1947 ആഗസ്ത് 15 ന് ശേഷം ഒഴിപ്പിക്കപ്പെട്ട ഭൂമി തിരിച്ചുപിടിക്കുക എന്ന പ്രമേയവും ആ സമ്മേളനം പാസാക്കി. 1951 ലെ കുടിയാൻ നിയമ പ്രക്ഷോഭവും 1954 ലെ തരിശുപുനംകൃഷി പ്രക്ഷോഭവും കർഷക തൊഴിലാളികളുടെ പങ്കാളിത്തത്തോടെ ശക്തിയാർജ്ജിച്ചതായിരുന്നു.

1956 നവംബർ 1 ന് കേരള സംസ്ഥാനം രൂപംകൊണ്ടു. അന്ന് കൃഷിമന്ത്രിയായിരുന്ന കെ എം കോരയുടെ കുട്ടനാട്ടിലെ പാടത്ത് രണ്ടുദിവസത്തിലൊരിക്കൽ ഒരു തീർപ്പുകറ്റ നല്കണമെന്ന വ്യവസ്ഥ ലംഘിച്ചതിനെത്തുടർന്ന് കർഷക തൊഴിലാളി യൂണിയൻ ശക്തമായ പ്രക്ഷോഭത്തിലേക്കിറങ്ങി. സായുധ പൊലീസിന്റെ സന്നാഹവും പണക്കൊഴുപ്പും ഗുണ്ടകളുടെ ബലവും ഉപയോഗിച്ച് അധികാര ഗർവ്വോടെ കെ എം കോര കർഷക തൊഴിലാളികളുടെ പ്രക്ഷോഭത്തെ പൊളിച്ചടുക്കാൻ ശ്രമിച്ചു.

പിക്കറ്റിങ് സമരം നടത്തിയ സമരവളണ്ടിയർമാരെ അറസ്റ്റ് ചെയ്ത് ചങ്ങനാശേരി ലോക്കപ്പിലടച്ചു. തോബിയാസ് എന്ന സബ് ഇൻസ്പെക്ടറുടെ നേതൃത്വത്തിൽ ഒരു സംഘം പൊലീസുകാർ സമരസഖാക്കളെ ക്രൂരമായി മർദ്ദിച്ചു. കർഷക തൊഴിലാളി നേതാക്കളായ വർഗീസ് വൈദ്യനും സി കെ കേശവനും മറ്റും മർദ്ദനത്തിനിരയായി. ഈ സംഭവമറിഞ്ഞ് കൂടുതൽ കർഷക തൊഴിലാളികൾ സമരമുഖത്തേക്ക് ഇരമ്പി വന്നു. പ്രതിഷേധയോഗങ്ങളാലും മുദ്രാവാക്യങ്ങളാലും കുട്ടനാട് പ്രകമ്പനംകൊണ്ടു. തൊഴിലാളികളുടെ സംഘശക്തിക്ക് മുന്നിൽ കോര പരാജയപ്പെട്ടു. ഈ സമരവിജയത്തോടെ കർഷക തൊഴിലാളി പ്രസ്ഥാനം കൂടുതൽ മേഖലകളിലേക്ക് പടർന്നുകയറി.

1957 ൽ നടന്ന തിരഞ്ഞെടുപ്പിലൂടെ ഇ എം എസ് മുഖ്യമന്ത്രിയായി കമ്യൂണിസ്റ്റ് പാർട്ടിയുടെ നേതൃത്വത്തിലുള്ള മന്ത്രിസഭ സംസ്ഥാനത്ത് അധികാരത്തിൽ വന്നു. കർഷക തൊഴിലാളികൾക്ക് മിനിമംകൂലി പ്രഖ്യാപിച്ച ആ ഗവൺമെന്റ്, കൃഷിക്കാർക്ക് കിടപ്പാടം ഉറപ്പാക്കുന്ന രീതിയിലുള്ള ഭൂപരിഷ്കരണ നിയമം നടപ്പാക്കുന്നതിന് തുടക്കംകുറിച്ചു. അന്ന് മിനിമം കൂലിയായി വ്യവസ്ഥ ചെയ്ത തുക കർഷക തൊഴിലാളി പുരുഷന് 1.50 കയും സ്ത്രീക്ക് 1.10കയുമായിരുന്നു. കൊയ്ത്തുകൂലി (പതം) ഒമ്പതിനൊന്നും തീർപ്പുപതത്തിന്റെ നാലിലൊന്നുമായി വ്യവസ്ഥ ചെയ്തു.

1958 ൽ കർഷക തൊഴിലാളി യൂണിയൻ വീണ്ടും സമരമുഖത്തേക്ക് ഇറങ്ങി. കൂലി വർദ്ധനവും ജോലിസമയം കുറയ്ക്കലുമായിരുന്നു സംഘടനയുടെ ആവശ്യം. തുടർന്ന് പുരുഷ തൊഴിലാളികൾക്ക് 2 കയായി കൂലി വർദ്ധിപ്പിച്ചു. സ്ത്രീതൊഴിലാളികൾക്കും ആനുപാതിക വർദ്ധനവുണ്ടായി. എന്നാൽ, ജോലി സമയം എട്ട് മണിക്കൂറിൽനിന്നും ആറ് മണിക്കൂറാക്കി കുറയ്ക്കാൻ ഭൂവുടമകൾ തയ്യാറായില്ല. കർഷക തൊഴിലാളി യൂണിയൻ ആ മുദ്രാവാക്യം ജനഹൃദയങ്ങളിൽ പതിപ്പിക്കുവാൻ വിപുലമായ പ്രചരണ ക്യാമ്പയിൻ ആരംഭിച്ചു. ജോലിസമയം രാവിലെ 9 മണി മുതൽ 12 വരെയും ഉച്ച തിരിഞ്ഞ് 2 മണി മുതൽ 5 മണിവരെയുമെന്ന് കർഷക തൊഴിലാളിയൂണിയൻ സ്വയം നിശ്ചയിച്ചു. പാടശേഖരങ്ങളിലും കായൽ നിലങ്ങളിലും കരിനിലങ്ങളിലും സമയനിഷ്ഠ പാലിക്കുന്നതിന്റെ ഭാഗമായി കൊടികളുയർത്താനും താഴ്ത്താനും തൊഴിലാളി വളണ്ടിയർമാരെ നിയോഗിച്ചു. തൊഴിലുടമകൾ ഈ ജോലി സമയത്തെ ആദ്യം അംഗീകരിച്ചില്ല. പല ഭാഗത്തും വലിയ രീതിയിൽ എതിർപ്പുകളുയർന്നു. പക്ഷേ, കർഷക തൊഴിലാളി യൂണിയൻ സ്വയം നിശ്ചയിച്ച ഈ ജോലി സമയത്തെ അംഗീകരിക്കാൻ അവസാനം തൊഴിലുടമകൾ നിർബ്ബന്ധിതരായി. യൂണിയൻ നിശ്ചയിച്ച തൊഴിൽസമയം അംഗീകൃത തൊഴിൽ സമയമായി മാറുകയും ചെയ്തു.

1957 ൽ അധികാരത്തിൽ വന്ന ഇ എം എസ് ഗവൺമെന്റ് തുടക്കമിട്ട ഭൂപരിഷ്കരണ നിയമം കർഷക തൊഴിലാളികളടക്കമുള്ള പാവപ്പെട്ട

ജനവിഭാഗത്തിന് നല്കിയ ആശ്വാസം ചെറുതായിരുന്നില്ല. ഭൂപരിഷ്കരണ നിയമം നടപ്പിലാക്കാതിരിക്കാൻ കോൺഗ്രസ് നേതൃത്വത്തിൽ വലതുപക്ഷ ശക്തികൾ വലിയ രീതിയിൽ വിയർപ്പൊഴുക്കി. സ്വാതന്ത്ര്യസമരകാലത്ത് ദേശീയ പ്രസ്ഥാനത്തിന്റെ പ്രധാന മുദ്രാവാക്യങ്ങളിലൊന്ന് കൃഷിഭൂമി കൃഷിക്കാരന് എന്നതായിരുന്നു. സ്വാതന്ത്ര്യം ലഭിച്ചതിന് ശേഷം ഇന്ത്യൻ നാഷണൽ കോൺഗ്രസ് ആ മുദ്രാവാക്യത്തെ വലിച്ചെറിഞ്ഞു. കർഷകരുടെ താല്പര്യത്തിനുപകരം ഭൂവുടമകളുടെ താല്പര്യത്തിനായിരുന്നു കോൺഗ്രസ് പ്രാധാന്യം നല്കിയത്. കേരളത്തിൽ ഭൂപരിഷ്കരണ നിയമത്തിനെ എതിർത്ത നിലപാട് മാത്രമല്ല കോൺഗ്രസിന്റെ ഭൂവുടമാ ദാസ്യം വെളിപ്പെടുത്തുന്നത്. 1954 ലെ തിരഞ്ഞെടുപ്പിൽ പ്രജാ സോഷ്യലിസ്റ്റ് പാർട്ടിയും (പി എസ് പി) കമ്യൂണിസ്റ്റ് പാർട്ടിയും ഒന്നിച്ചാണ് മത്സരിച്ചത്. അന്ന് ഭൂരിപക്ഷം ലഭിക്കുകയും ചെയ്തു. എന്നാൽ, പട്ടം താണുപിള്ളയുടെ നേതൃത്വത്തിലുള്ള പി എസ് പി മന്ത്രിസഭ രൂപീകരിച്ചത് കോൺഗ്രസിന്റെ പിന്തുണയോടെയായിരുന്നു. ആ മന്ത്രിസഭയിലെ റവന്യൂവകുപ്പ് മന്ത്രിയായിരുന്ന പി എസ് നടരാജപിള്ള കുടിയൊഴിപ്പിക്കലിനെതിരായി സംരക്ഷണം നല്കുന്ന ഒരു ബില്ല് അസംബ്ലിയിൽ അവതരിപ്പിച്ചപ്പോൾ കോൺഗ്രസുകാർ മന്ത്രിസഭയ്ക്ക് നല്കിവരുന്ന പിന്തുണ പിൻവലിച്ചു. ഇത്തരത്തിലുള്ള കോൺഗ്രസിന്റെ മനോഭാവത്തിന് ഇന്നും മാറ്റമില്ല എന്നതാണ് യാഥാർത്ഥ്യം. മുതലാളിത്ത വികസന പാതയാണ് അന്നും ഇന്നും കോൺഗ്രസ് പിന്തുടരുന്നത്. ധന മൂലധനവുമായി കൂടുതൽ കൂടുതൽ സഹകരിക്കുകയും വൻകിട ബൂർഷ്വാസിയാൽ നയിക്കപ്പെടുന്നതുമായ ബൂർഷ്വാ-ഭൂപ്രഭുവർഗ്ഗ ഭരണത്തിന്റെ ഉപകരണമാണ് ഇന്ത്യൻ ഭരണകൂടം. കോൺഗ്രസ് ആ ഭരണകൂടത്തെ ചലിപ്പിച്ച സന്ദർഭങ്ങളിലെല്ലാം മുതലാളിത്ത നിലപാടുകൾ നടപ്പിലാക്കുകയും അവരോടൊപ്പം കൈകോർക്കുകയും ചെയ്തു. ഇന്ത്യയിൽ ഭൂപ്രഭുക്കളുമായി ബൂർഷ്വാസി സഖ്യമുണ്ടാക്കി. കോൺഗ്രസ് പാർട്ടിയുടെ നിലപാടുകൾ എന്നും അവർക്ക് അനുകൂലമായിരുന്നു.

ആദ്യത്തെ ഇ എം എസ് മന്ത്രിസഭ അധികാരത്തിലേറി ആറാമത്തെ ദിവസം 1957 ഏപ്രിൽ 11-ാം തീയതി എല്ലാവിധ ഒഴിപ്പിക്കലുകളും നിരോധിച്ചുകൊണ്ടുള്ള കുടിയൊഴിപ്പിക്കൽ വിരുദ്ധ ഓർഡിനൻസ് പുറപ്പെടുവിച്ചു. ഭൂപ്രഭുത്വത്തിന്റെ അണപ്പല്ല് പൊഴിക്കുന്ന നിലപാടായിരുന്നു അത്. മറ്റിതര സംസ്ഥാനങ്ങളിലൊന്നും ഇതിനോട് സാദൃശ്യമുള്ള ഒരു നിയമനിർമ്മാണ പ്രക്രിയയും നടന്നിട്ടില്ല. 1958 ലാണ് സമഗ്രമായ ഭൂപരിഷ്കരണ ബിൽ അവതരിപ്പിക്കുന്നത്. 1959 ൽ ആ ബിൽ പാസായി. സംസ്ഥാനത്തെ ഭൂവുടമകളും അവരുടെ കൂടെ നില്ക്കുന്ന കോൺഗ്രസടക്കമുള്ള രാഷ്ട്രീയ പാർട്ടികളും ജാതിമത സംഘടനകളും കൂടിച്ചേർന്ന മഴവിൽ മഹാസഖ്യം കമ്യൂണിസ്റ്റ് സർക്കാരിന്റെ ജനകീയ മുഖത്തെ ഇല്ലാതാക്കാൻ വിമോചന സമരത്തിന് തുടക്കമിടുന്നത് ഈ പശ്ചാത്തലത്തിലാണ്. തുടർന്ന് 1959 ജൂലൈ 31 ന് കേരള മന്ത്രിസഭയെ കേന്ദ്രസർക്കാർ

പിരിച്ചുവിട്ടു. അതോടെ ബിൽ അനിശ്ചിതത്വത്തിലായി. നിയമത്തിന്റെ അനുമതിക്ക് വേണ്ടി എ കെ ജിയുടെ നേതൃത്വത്തിൽ കാസർഗോഡ് നിന്നും ഒരു ജാഥ തിരുവനന്തപുരത്തേക്ക് കുതിച്ചു. ജൂൺ 18 ന് ആരംഭിച്ച ജാഥ ജൂൺ 24 ന് തിരുവനന്തപുരത്തെത്തി. വമ്പിച്ച ജനമുന്നേറ്റമായി മാറി ആ പ്രതിഷേധം. ജൂലൈ 27 ന് നിയമത്തിന് പ്രസിഡന്റിന്റെ അനുമതി ലഭിച്ചു. പക്ഷേ, ആ നിയമത്തിൽ ജന്മിമാർക്ക് അനുകൂലമായ ഭേദഗതികൾ പ്രസിഡന്റിന്റെ നിർദ്ദേശത്തെത്തുടർന്ന് വരുത്തിയിട്ടുണ്ടായിരുന്നു. ഭൂപ്രഭുക്കന്മാരുടെ തോട്ടങ്ങൾക്ക് ഭൂപരിധിയിൽ ഇളവ്, ഭൂമി കൈമാറ്റ തീയതിയാവട്ടെ 1960 ജൂലൈ വരെ നീട്ടിക്കൊണ്ട് ഒഴിപ്പിക്കാൻ വേണ്ട പഴുതും അതിൽ ഉണ്ടാക്കിയിരുന്നു. രേഖയില്ലാത്തവരുടെ ആനുകൂല്യം പൂർണ്ണമായും ഇല്ലാതാക്കി. ഇത്തരത്തിലുള്ള നിയമത്തിന്റെ പഴുതുകളെ എതിർത്തുകൊണ്ടും കർഷക തൊഴിലാളികൾക്കും ദരിദ്രകൃഷിക്കാർക്കും അനുകൂലമായ രീതിയിൽ നയം നടപ്പിലാക്കണമെന്നാവശ്യപ്പെട്ട് പ്രക്ഷോഭങ്ങൾ വളർന്നുവന്നു. നിരവധി ഹർജികൾ സമർപ്പിക്കപ്പെട്ടു.

ഇന്ത്യൻ കമ്യൂണിസ്റ്റ് പാർട്ടിക്കകത്ത് രാഷ്ട്രീയാഭിപ്രായവ്യത്യാസം ഉടലെടുക്കുകയും അത് മൂർച്ഛിക്കുകയും ചെയ്ത ഘട്ടമായിരുന്നു അത്. കർഷക തൊഴിലാളിയുടെയും ദരിദ്രകർഷകരുടെയും നേർക്കുണ്ടായ അക്രമങ്ങളെ ക്രിയാത്മകമായി നേരിടുന്നതിന് അഭിപ്രായവ്യത്യാസങ്ങൾ കുറച്ചൊക്കെ ദുർബ്ബലത വരുത്തി. 1961 ൽ എ കെ ജിയുടെ നേതൃത്വത്തിൽ കണ്ണൂർ ജില്ലയിലെ കൊട്ടിയൂരിലെ ഒഴിപ്പിക്കലിനെതിരായി സ്ത്രീകളടക്കമുള്ളവരുടെ ഒരു ജാഥ തിരുവനന്തപുരത്തേക്ക് തിരിച്ചു. കർഷക തൊഴിലാളികളും ആ ജാഥയിൽ അണിചേർന്നു. ആ ജാഥയെ അറസ്റ്റ് ചെയ്ത് എ കെ ജി അടക്കമുള്ളവരെ ജയിലിലടച്ചപ്പോൾ ടി സി നാരായണൻ നമ്പ്യാരുടെ നേതൃത്വത്തിൽ ആ ജാഥ തുടരുകയുണ്ടായി. ജാഥ തിരുവനന്തപുരത്ത് എത്തുമ്പോൾ നിയമസഭാ ബഹിഷ്കരണമടക്കമുള്ള പ്രതിഷേധങ്ങൾ ഉയർന്നു. പൊലീസ് സമരത്തെ ചെറുത്തു. ക്രൂരമായ ലാത്തിചാർജ്ജിന് സമരസഖാക്കൾ ഇരയായി. തൊഴിലാളികൾ പണിമുടക്കി. കൂട്ടപ്പിക്കറ്റിങ് സംഘടിപ്പിച്ചു. അവസാനം സംസ്ഥാന സർക്കാർ ഒത്തുതീർപ്പിന് നിർബ്ബന്ധിതരായി.

നിയമത്തിനെതിരായുള്ള നിയമപോരാട്ടങ്ങളും സമാന്തരമായി നടക്കുന്നുണ്ടായിരുന്നു. കോൺഗ്രസ് നേതാവും തലശ്ശേരി ബാറിലെ പ്രമുഖ വക്കീലുമായിരുന്ന ടി നാരായണൻ നമ്പ്യാരും കാസർഗോട്ടെ ഇടനീർമഠം സ്വാമിയും ഹൈക്കോടതിയിലും സുപ്രീംകോടതിയിലും നിയമത്തിനെതിരായി കേസ് നല്കുകയുണ്ടായി. തുടർന്ന് നയം അസാധുവായി പ്രഖ്യാപിച്ചു. അതോടെ കർഷക തൊഴിലാളികളും കാർഷിക മേഖലയാകെയും അനിശ്ചിതത്വത്തിലായി. നിയമപോരാട്ടത്തിന്റെ കാര്യത്തിൽ വേണ്ടത്ര മികവുപുലർത്താൻ പല കാരണങ്ങൾക്കൊണ്ടും തൊഴിലാളികൾക്ക് സാധിച്ചുമില്ല. 1961 ലാണ് അയ്യൻകോവിലിൽനിന്ന് 1700 കുടുംബങ്ങളെ

കുടിയിറക്കി വഴിയാധാരമാക്കിയത്. 1961 ജൂൺ 6 ന് എ കെ ജി, അമരാവതിയിൽ നിരാഹാര സത്യഗ്രഹം ആരംഭിച്ചു. അദ്ദേഹത്തെ അറസ്റ്റ് ചെയ്ത് ആശുപത്രിയിലാക്കി. എന്നിട്ടും സമരം അവസാനിപ്പിച്ചില്ല. കേരളമാകെ ഇളകിമറിഞ്ഞ പ്രക്ഷോഭകാലമായിരുന്നു അത്. സർക്കാർ അന്ന് ഒത്തുതീർപ്പിന് തയ്യാറായി. ജൂൺ 17 ന് സമരം പിൻവലിച്ചു. കീരിത്തോടിലെ കുടിയൊഴിപ്പിക്കൽ 1963 ലാണ് നടക്കുന്നത്. അവിടെയും എ കെ ജി നിരാഹാരസമരം ആരംഭിക്കുകയുണ്ടായി. അദ്ദേഹത്തെ അവിടെ നിന്നും അറസ്റ്റ് ചെയ്ത് നീക്കി. സംസ്ഥാനത്താകമാനം പ്രക്ഷോഭം പൊട്ടിപ്പുറപ്പെട്ടു. സഖാവിനെ വിട്ടയക്കാൻ സർക്കാർ നിർബ്ബന്ധിതരായി. ആ സമയത്താണ് പട്ടംതാണുപിള്ള ഗവർണറായി വരുന്നത്. ശങ്കർ മുഖ്യമന്ത്രിയും പി ടി ചാക്കോ റവന്യൂമന്ത്രിയുമാണ്. ഭൂപരിഷ്കരണബിൽ പി ടി ചാക്കോ നിയമസഭയിൽ അവതരിപ്പിച്ച് പാസാക്കി. ഒമ്പതാം പട്ടികയിൽ ഉൾപ്പെടുത്തി. കമ്യൂണിസ്റ്റ് പാർട്ടി നേതൃത്വത്തിലുള്ള സർക്കാർ കൊണ്ടുവന്ന ഭൂപരിഷ്കരണ ബില്ലിന്റെ ചുവടുപിടിച്ച് അവതരിപ്പിച്ച പി ടി ചാക്കോയുടെ ബിൽ യഥാർത്ഥത്തിൽ കൃഷിഭൂമി കൃഷിക്കാരന് എന്ന മുദ്രാവാക്യത്തെ അട്ടിമറിക്കുന്നതായിരുന്നു. കുടികിടപ്പുകാരന്റെ സുരക്ഷ ഉറപ്പാക്കാത്ത ആ ബിൽ, മിച്ചഭൂമി സംബന്ധിച്ച് ഒരു നിലപാടും സ്വീകരിച്ചില്ല. പൊതുവിൽ കർഷക ദ്രോഹവും തൊഴിലാളി വിരുദ്ധതയുമായിരുന്നു ആ ബില്ലിന്റെ അന്തഃസത്ത. വൻകിട ഭൂപ്രമാണിമാർക്ക് അനുകൂലമായിരുന്നു ആ ബില്ല്. പി ടി ചാക്കോവിന്റെ ബില്ല്, ഭൂപരിഷ്കരണമെന്ന തൊഴിലാളിവർഗ്ഗ കാഴ്ചപ്പാടിനെ തുരങ്കംവെച്ചതുകൊണ്ടായിരുന്നു 1967 ലെ ഇ എം എസ് സർക്കാരിന് കാർഷിക-ഭൂപരിഷ്കരണ ഭേദഗതി നിയമം കൊണ്ടുവരേണ്ടി വന്നത്. ശങ്കർ-ചാക്കോ വഴക്ക് മൂർച്ഛിക്കുന്നതും കേരളകോൺഗ്രസ് രൂപീകരിക്കുന്നതും ആ സമയത്താണ്. തുടർന്ന് ശങ്കർ മന്ത്രിസഭ താഴെവീണു.

1964 ൽ ഇന്ത്യയിലെ കമ്യൂണിസ്റ്റ് പാർട്ടി ഭിന്നിച്ചു. 1965 ൽ നടന്ന തിരഞ്ഞെടുപ്പിൽ സി പി ഐ (എം) നെ ജനങ്ങൾ സ്വീകരിച്ചു. പക്ഷേ, ഭൂരിപക്ഷം സി പി ഐ (എം) എം എൽ എമാരും ജയിലിലായിരുന്നു. ഏറ്റവുമധികം സീറ്റ് ലഭിച്ച സി പി ഐ (എം) ന് സർക്കാർ രൂപീകരിക്കാനുള്ള അവസരം ലഭിച്ചില്ല. മന്ത്രിസഭാ രൂപീകരണം നടക്കാത്തതുകൊണ്ട് നിയമസഭ പിരിച്ചുവിട്ടു. തുടർന്ന് 1967 ൽ നടന്ന തിരഞ്ഞെടുപ്പിൽ സപ്തകക്ഷി മുന്നണി വൻഭൂരിപക്ഷത്തോടെ അധികാരത്തിൽ വന്നു. ഇ എം എസ് വീണ്ടും മുഖ്യമന്ത്രിയായി. ഈ സർക്കാർ കാർഷിക-ഭൂപരിഷ്കരണ ഭേദഗതി നിയമം അവതരിപ്പിച്ചു നിയമസഭയിൽ പാസാക്കി. പ്രതിഫലം കൊടുത്തുകൊണ്ടാണെങ്കിലും ജന്മിത്വം അവസാനിപ്പിക്കുന്നതും കുടികിടപ്പുകാരന് പത്തുസെന്റ് ഭൂമിയുടെ ഉടമസ്ഥാവകാശവും നല്കുന്നതായിരുന്നു നിയമം. ഭൂമിക്ക് പരിധി നിശ്ചയിക്കുകയും മിച്ചഭൂമി ഭൂമിയില്ലാത്തവർക്ക് വിതരണം ചെയ്യുക എന്ന വ്യവസ്ഥ നിയമത്തിലുൾപ്പെടുത്തുകയും ചെയ്തു.

1969 ഒക്ടോബർ 14 നാണ് ഇ എം എസ് മന്ത്രിസഭയുടെ ചരിത്രപ്രസിദ്ധമായ ഈ നിയമനിർമ്മാണം നടന്നത്. ഇന്ത്യയിലെ ഭരണവർഗ്ഗ നിലപാടുകൾക്ക് എതിരായി, ചരിത്രത്തിലാദ്യമായി ജന്മിത്വ ഭൂപ്രഭുത്വം അവസാനിപ്പിക്കുന്ന നിയമനിർമ്മാണം നടന്നു. വാരം, പാട്ടം, വെച്ചുകാണൽ, കങ്കാണി, നുരി, വാശി തുടങ്ങിയ ജന്മിത്വത്തിന്റെ അക്രമപ്പിരിവുകൾക്കെല്ലാം ഇതോടെ അന്ത്യമായി. ഭൂബന്ധത്തിലുള്ള മാറ്റമാണ് ഇതിലൂടെ സാദ്ധ്യമായത്. ഭൂപ്രഭുത്വത്തിന് രണ്ട് ഭാഗങ്ങളുണ്ട്. ഒന്ന്, ജന്മിത്വ ഭൂപ്രഭുത്വം രണ്ട്, മുതലാളിത്ത ഭൂപ്രഭുത്വം. ഇന്ത്യയുടെ ഭരണകൂട ചട്ടക്കൂടിൽ നിന്നുകൊണ്ട് പാസാക്കപ്പെടുന്ന ഒരു നിയമം വഴി ജന്മിത്വം അവസാനിപ്പിക്കാൻ സി പി ഐ (എം) നേതൃത്വത്തിലുള്ള സർക്കാരിന് സാധിച്ചു. എന്നാൽ, ഭൂപ്രഭുത്വത്തിന്റെ ഭാഗമായ മുതലാളിത്ത ഭൂപ്രഭുത്വം തുടരുക തന്നെയാണ്.

ഇ എം എസ് മന്ത്രിസഭയുടെ സപ്തകക്ഷി മുന്നണിയിലെ ഘടക കക്ഷികൾ കുറുമുന്നണിയുണ്ടാക്കുകയും തുടർന്ന് ഇ എം എസ് മന്ത്രിസഭ രാജിവെക്കുകയും ചെയ്തു. അച്ചുതമേനോൻ സർക്കാരാണ് തുടർന്ന് അധികാരത്തിൽ വന്നത്. സി പി ഐയുടെ നേതാവായ മേനോൻ ഡൽഹിയിൽനിന്നും കേരളത്തിലേക്കെത്തി ചുമതലയേറ്റെടുത്തു.

സി പി ഐയുടെ നേതൃത്വത്തിലുള്ള സർക്കാരായിരുന്നുവെങ്കിലും കോൺഗ്രസ് അജണ്ടകളാണ് അത് നടപ്പിലാക്കിയത്. അതിനാൽ കർഷക തൊഴിലാളിയൂണിയനും കർഷകസംഘവും ഭൂവുടമകളുടെ തനിനിറം വെളിപ്പെടുത്താനും ഭൂപരിഷ്കരണ നിയമം കേരളത്തിൽ നടപ്പിലാക്കേണ്ടതിന്റെ ആവശ്യകത ബോദ്ധ്യപ്പെടുത്താനും വേണ്ടി കാസർഗോഡ്, പാലക്കാട്, ഉടുമ്പൻചോല, തിരുവനന്തപുരം എന്നിവിടങ്ങളിൽനിന്ന് ജാഥകൾ സംഘടിപ്പിച്ചു. ആലപ്പുഴ ലക്ഷ്യം വെച്ച് നീങ്ങിയ ആ ജാഥകളിലൂടെ സംസ്ഥാനത്തിന്റെ എല്ലാ മേഖലകളിലും പ്രചാരണം നടത്തി. 1969 ഡിസംബർ മാസം 14 ന് ആലപ്പുഴയിൽ വെച്ച് നടന്ന മഹാസമ്മേളനത്തിൽ വെച്ച് എ കെ ജി പ്രഖ്യാപിച്ചു: “നിയമസഭ പാസാക്കിയ നിയമം ഇന്ത്യൻയൂണിയൻ പ്രസിഡന്റ് ഒപ്പുവെച്ചാലും ഇല്ലെങ്കിലും 1970 ജനുവരി മാസം ഒന്നുമുതൽ ഈ നിയമം ഞങ്ങൾ നടപ്പിൽ വരുത്തും.” പാവപ്പെട്ട കർഷക തൊഴിലാളികളും ദരിദ്രകർഷകരും ആ പ്രഖ്യാപനത്തെ സ്വാഗതം ചെയ്തു. രാജ്യമാകെ ആലപ്പുഴയിലെ മഹാസമ്മേളനത്തെ ശ്രവിച്ചു. ഏതാനും ദിവസങ്ങൾക്കകം നിയമത്തിന് പ്രസിഡന്റ് അനുവാദം നല്കുകയും ചെയ്തു.

1970 ജനുവരി ഒന്നാം തീയതി മുതൽ നിയമം പ്രാബല്യത്തിൽ വന്നുവെന്ന് സർക്കാർ പ്രഖ്യാപിച്ചുവെങ്കിലും കടലാസിൽ മാത്രം നിയമം ഒതുക്കിവെക്കാനുള്ള ശ്രമമായിരുന്നു നടന്നത്. കേരളത്തിലങ്ങോളമിങ്ങോളമുള്ള കർഷക തൊഴിലാളി യൂണിയൻ പ്രവർത്തകരും കർഷകസംഘം പ്രവർത്തകരും സി പി ഐ (എം) നേതാക്കളും പ്രവർത്തകരും കുടികിടപ്പുകാരന് പത്തുസെന്റ് ഭൂമി വളച്ചുകെട്ടി കൊടുത്തു. ഭൂമിയിൽ തങ്ങ

ളുടെ അധികാരം സ്ഥാപിച്ചു. കുടിയാന്മാർ അവരുടെ ഭൂമി സ്വന്തമാക്കിക്കൊണ്ട് ജന്മിത്വത്തെ തൂത്തെറിഞ്ഞു. 36 ലക്ഷം കുടുംബങ്ങൾക്ക് ഏതാണ്ട് രണ്ട് വർഷക്കാലം നീണ്ടുനിന്ന പോരാട്ടങ്ങളിലൂടെ സ്വന്തമായി പത്തുസെന്റ് മുതൽ 15 ഏക്കർവരെ ഭൂമി ലഭ്യമായി. കുടികിടപ്പുകാരനും കുടിയാനും ഭൂമി ലഭിച്ചു.

നിരവധി സമരമുഖങ്ങളും അവകാശങ്ങൾ നേടിയെടുക്കലും കർഷക തൊഴിലാളി യൂണിയന്റെ ഭാഗമായി ഉണ്ടായെങ്കിലും സംസ്ഥാന തലത്തിൽ ഒരു സംഘടന എന്ന രീതിയിൽ യൂണിയൻ അറിയപ്പെട്ടിരുന്നില്ല. 1968 മാർച്ച് 10-ാം തീയതിയാണ് കേരള സ്റ്റേറ്റ് കർഷക തൊഴിലാളി യൂണിയൻ (കെ എസ് കെ ടി യു) സ്ഥാപിതമാവുന്നത്. 1970 ൽ പാലക്കാട്ട് യാക്കരയിൽ വെച്ച് ചേർന്ന സമ്മേളനം സംസ്ഥാന പ്രസിഡന്റായി വി എസ് അച്യുതാനന്ദനെയും സെക്രട്ടറിയായി എ വി ആര്യനെയും തെരഞ്ഞെടുത്തു. മലബാറിൽ 1935 മുതൽ കർഷകപ്രസ്ഥാനമാണ് സജീവമായിരുന്നത്. പാവപ്പെട്ടവരുടെ അത്താണിയായി അന്ന് നിലകൊണ്ടത് കർഷക സംഘമാണ്. കർഷക തൊഴിലാളി യൂണിയൻ സംസ്ഥാനതലത്തിൽ സ്ഥാപിതമായതോടെ മലബാർ പ്രദേശത്തെ പാർശ്വവല്ക്കരിക്കപ്പെട്ട ജനവിഭാഗങ്ങൾ യൂണിയനോട് ചേർന്നുനിന്ന് പ്രവർത്തിച്ചു.

രക്തസാക്ഷ്യങ്ങൾ

കുട്ടനാട്ടിൽ കൊയ്ത്തവകാശങ്ങൾ നേടിയെടുക്കാൻ വേണ്ടി കർഷക തൊഴിലാളി യൂണിയൻ നടത്തിയ സമരങ്ങളും രക്തസാക്ഷിത്വങ്ങളും തൊഴിലാളിവർഗ്ഗ ചരിത്രത്തിലെ തിളക്കമുള്ള അദ്ധ്യായങ്ങളാണ്. കർഷക തൊഴിലാളി യൂണിയന്റെ പ്രവർത്തനങ്ങൾ കുട്ടനാട്ടിൽ നിന്നും മറ്റുഭാഗങ്ങളിലേക്ക് പടർന്നുപിടിച്ചത് വളരെ വേഗത്തിലായിരുന്നു. ഭൂപ്രമാണിമാരുടെ തൊഴിലാളി വിരുദ്ധ ചെയ്തികളെ പിടിച്ചുകെട്ടാനും അവകാശങ്ങൾ സ്ഥാപിച്ചെടുക്കാനും പലയിടങ്ങളിലും ചെങ്കൊടി പൊങ്ങി. കർഷക തൊഴിലാളികളുടെ സമരവീറിന് മുന്നിൽ അവർ മുട്ടുമടക്കാൻ നിർബ്ബന്ധിതരായി. പക്ഷേ, തൊഴിലാളികളുടെ മുദ്രാവാക്യങ്ങൾ അംഗീകരിക്കുന്നതിന് തൊട്ടുമുമ്പുവരെ തൊഴിലാളി ശക്തിയെ ഇല്ലാതാക്കാൻ ഈ പ്രമാണിമാർ പരിശ്രമിച്ചു. കുട്ടനാട്ടിലെ കർഷക തൊഴിലാളി മുന്നേറ്റത്തിൽനിന്നും ഊർജ്ജം ഉൾക്കൊണ്ടുകൊണ്ടാണ് ആലപ്പുഴ ജില്ലയുടെ കിഴക്കൻ പ്രദേശമായ ചെങ്ങന്നൂർ താലൂക്കിൽ കർഷക തൊഴിലാളി യൂണിയൻ കെട്ടിപ്പടുക്കുന്നത്. ഭൂപ്രഭുക്കന്മാർക്കുകീഴിൽ അടിമകളെപ്പോലെ ജോലി ചെയ്തുവന്ന കർഷക തൊഴിലാളികൾ തങ്ങളുടെ അവകാശങ്ങളെക്കുറിച്ച് ബോധവാന്മാരാകുന്നത് യൂണിയൻ സജീവമായതോടുകൂടിയാണ്.

കമ്യൂണിസ്റ്റ് പാർട്ടിയുടെ നേതൃത്വത്തിലുള്ള സർക്കാർ അധികാരത്തിൽ വരികയും കുടിയൊഴിപ്പിക്കൽ വിരുദ്ധ ഓർഡിനൻസ് പുറത്തിറക്കുകയും ചെയ്തപ്പോൾ ഭൂപ്രഭുക്കന്മാർ കർഷക തൊഴിലാളികൾക്കും കർഷകർക്കും എതിരായി ശക്തമായ അതിക്രമങ്ങൾ അഴിച്ചുവിട്ടു. കർഷക തൊഴിലാളികളും ഭൂപ്രഭുക്കളും നേർക്കുനേർ നില്ക്കുന്ന അവസരങ്ങൾ കൂടുതലായുള്ളതുകൊണ്ട് യൂണിയന്റെ പ്രവർത്തകർ പല

ഘട്ടങ്ങളിലും അക്രമത്തിന് ഇരകളായി. ബാലറ്റിലൂടെ അധികാരത്തിലേറിയ ഇ എം എസ് സർക്കാരിന്റെ നടപടികൾ കണ്ട് വിറളിപിടിച്ച വലതുപക്ഷ ശക്തികളും സമുദായ സംഘടനകളും ചേർന്ന് വിമോചന സമരം ആരംഭിച്ചപ്പോൾ പണിയിടങ്ങളിൽ നിന്ന് ഇ എം എസ് സർക്കാരിന് അനുകൂലമായ മുദ്രാവാക്യങ്ങളും ഉയർന്നു. 'പാളേൽ കഞ്ഞികുടിപ്പിക്കും, തമ്പ്രാനെന്ന് വിളിപ്പി'ക്കുമെന്ന് വിമോചന സമരക്കാർ മുദ്രാവാക്യം വിളിച്ചപ്പോൾ, കർഷക തൊഴിലാളികൾ 'പാളേൽ കഞ്ഞികുടിക്കില്ല, തമ്പ്രാനെന്ന് വിളിക്കില്ല' എന്ന് ചങ്കിൽത്തൊട്ട് മുദ്രാവാക്യം വിളിച്ചു. വിമോചന സമരക്കാരിൽ ഭൂരിഭാഗവും ഭൂപ്രഭുക്കന്മാരായിരുന്നു. അവർ വിമോചന സമരത്തിന് ശേഷമുള്ള അസംബ്ലി ഇലക്ഷനിൽ കമ്യൂണിസ്റ്റ് പാർട്ടിക്ക് വോട്ടുചെയ്യരുതെന്ന് തങ്ങളുടെ ജോലിക്ക് വരുന്ന കർഷക തൊഴിലാളികളോട് കല്പിച്ചു. അവരത് വകവെച്ചില്ല. ചെങ്ങന്നൂർ താലൂക്കിലെ കീഴ്‌വെള്ളണിയിലെ കരുത്തനായ കർഷക തൊഴിലാളിയായിരുന്നു ചാത്തൻ. കമ്യൂണിസ്റ്റ് പാർട്ടിക്ക് വേണ്ടി പരസ്യമായി പ്രവർത്തിക്കുകയും സംസാരിക്കുകയും ചെയ്യുന്ന തൊഴിലാളി. തിരഞ്ഞെടുപ്പിൽ ചാത്തന്റെ വോട്ട് പാർട്ടിക്കാണെന്നത് ഉറപ്പാണ്. പ്രദേശത്തെ ഭൂപ്രമാണിമാർ കർഷക തൊഴിലാളിയായ ചാത്തനോട് വോട്ട് ചെയ്യാൻ പോകരുതെന്ന് ആജ്ഞാപിച്ചു. എന്നാൽ, ആ തീട്ടൂരത്തെ തൃണവല്ഗണിച്ച് ചാത്തൻ, ഭൂപ്രമാണിമാരുടെ മുന്നിലൂടെ പോളിങ് ബൂത്തിലേക്ക് നടന്നു. വോട്ട് ചെയ്തു. ചാത്തന്റെ തന്റേടം ഭൂപ്രമാണിമാർക്ക് വലിയ ക്ഷീണമുണ്ടാക്കി. അവർ അന്നുരാത്രി തന്നെ ചാത്തനെ ആക്രമിച്ചു. മുപ്പത്തഞ്ചിലേറെ വരുന്ന ഗുണ്ടകൾ രാത്രി ചാത്തന്റെ കുടിലുവളഞ്ഞു. ഭൂപ്രമാണിമാർ തങ്ങളുടെ ആജ്ഞ ധിക്കരിച്ച ആ കർഷക തൊഴിലാളിയെ കൊലപ്പെടുത്തി. കേരള സമൂഹത്തിലെ പ്രതിലോമ ശക്തികളെല്ലാം വിമോചന സമരകാലത്ത് സടകുടഞ്ഞെഴുന്നേറ്റു. പുരോഗമന ശക്തികൾക്ക് നേരെ അവർ വിഷംചീറ്റിക്കൊണ്ടിരുന്നു. നവോത്ഥാനത്തിന്റെ ധാരയെ വിഷലിപ്തമാക്കാൻ അവർ പരിശ്രമിച്ചു. എന്നാലും അവർക്കെതിരെ ശക്തമായ പ്രതിരോധപ്രവർത്തനങ്ങളുമായി മുന്നോട്ടുപോകാൻ കർഷക തൊഴിലാളി യൂണിയന് സാധിച്ചു എന്നത് അഭിമാനകരമായ കാര്യമാണ്. വിമോചനസമരം സമാധാനപരമായിരുന്നില്ല എന്നതിന്റെ പ്രത്യക്ഷോദാഹരണമാണ് ഇത്തരം സംഭവങ്ങൾ.

കർഷക തൊഴിലാളികളുടെ സമരത്തെ അടിച്ചമർത്താൻ കുറുവടിപ്പടയുമായി രംഗത്തിറങ്ങിയത് നിരണം ബേബിയെന്ന ഇലഞ്ഞിക്കൽ ജോൺ ജേക്കബ്ബാണ്. കോൺഗ്രസുകാരനായിരുന്ന ഇയാൾ പിന്നീട് കേരള കോൺഗ്രസുകാരനായി മാറുകയായിരുന്നു. 1969 ന്റെ ആദ്യഘട്ടത്തിൽ അപ്പർകുട്ടനാടൻ ഗ്രാമമായ വീയപുരത്തും കർഷക തൊഴിലാളികൾ ശക്തമായ സമരത്തിലേർപ്പെട്ടു. കൊയ്ത്തവകാശങ്ങൾ ഭൂപ്രമാണിമാരിൽനിന്ന് പിടിച്ചുവാങ്ങാനുള്ള സമരങ്ങളാണ്. മണ്ണിൽപ്പണിയെടുക്കുന്നവന്റെ മുദ്രാവാക്യങ്ങളാൽ നെല്പാടങ്ങൾ സമരഭരിതമായ കാല

മായിരുന്നു അത്. രണ്ടാംകൃഷിക്കും കൊയ്ത്തിനും തീർപ്പുകറ്റ നല്കുക, പാടത്തിന് സമീപം കറ്റക്കളം വെക്കുക, പാടങ്ങളുടെ പരിസരത്ത് അധിവസിക്കുന്ന തൊഴിലാളികൾക്ക് കൊയ്ത്തടക്കമുള്ള തൊഴിലുകൾക്ക് മുൻഗണന നല്കുക തുടങ്ങിയ ആവശ്യങ്ങളാണ് വീയപുരത്ത് മുദ്രാവാക്യമായി ഉയർന്നത്. കർഷക തൊഴിലാളികളുടെ ന്യായമായ ആവശ്യങ്ങൾ അംഗീകരിക്കാൻ ഭൂപ്രമാണിമാർ തയ്യാറായില്ല. അവർ സമരത്തെ അടിച്ചൊതുക്കാമെന്ന് കരുതി അതിനുള്ള കോപ്പുകൾ കൂട്ടി. കരിങ്കാലികളെ പണിക്കിറക്കുകയായിരുന്നു ആദ്യഘട്ടം. അവർക്ക് കാവലായി കുറുവടിപ്പടയും. നിരണം ബേബി കർഷക തൊഴിലാളി പ്രസ്ഥാനത്തെ വെല്ലുവിളിച്ചപ്പോൾ, യൂണിയൻ മണ്ണിൽപ്പണിയെടുക്കുന്ന ജനവിഭാഗങ്ങളെ സമരഭൂമികയിലേക്ക് ഇറക്കി. അയ്യായിരത്തോളം കർഷക തൊഴിലാളികൾ മുദ്രാവാക്യം മുഴക്കി വീയപുരത്തേക്ക് മാർച്ചുചെയ്തു. കുറുവടിപ്പട തൊഴിലാളികളുടെ സംഘശക്തിക്ക് മുന്നിൽ മുട്ടുവിറച്ചുനിന്നു. എന്നാൽ, നിരണം ബേബി പൊലീസുകാരെ സഹായത്തിനായി ഇറക്കിയിരുന്നു. നിറതോക്കുമായി ചുരമാന്തി നില്ക്കുന്ന പൊലീസ് സംഘം കർഷക തൊഴിലാളികൾക്ക് നേരെ മർദ്ദനമുറകൾ ആരംഭിച്ചു. ക്രൂരമായ ലാത്തിചാർജ്ജ്. എന്നിട്ടും തൊഴിലാളികൾ ഒരിഞ്ചുപിന്നോട്ട് പോയില്ല. പൊലീസ് വെടിവെപ്പ് ആരംഭിച്ചു. അവിടെവെച്ചാണ് വീയപുരം ഗോപാലൻ രക്തസാക്ഷിത്വം വരിക്കുന്നത്. 1969 മാർച്ച് 27 ന്. കെ പി ജോസഫടക്കം നിരവധി സഖാക്കൾ പരിക്കേറ്റ് ഗുരുതരാവസ്ഥയിലായി. ഈ സമരത്തെത്തുടർന്നാണ് കുട്ടനാട് ഐ ആർ സി നിലവിൽ വന്നത്. ഇൻഡസ്ട്രിയൽ റിലേഷൻ കമ്മിറ്റിയിൽ കർഷക തൊഴിലാളികളുടെയും കർഷകരുടെയും പ്രതിനിധികളും റവന്യൂ അധികൃതരും ഉണ്ടാവും. കൂലിയടക്കമുള്ള കാര്യങ്ങളിൽ തർക്കമുണ്ടാവുമ്പോൾ ഈ കമ്മിറ്റി ഇടപെട്ട് വിഷയം തീർക്കും. വീയപുരം ഗോപാലന്റെ രക്തസാക്ഷിത്വം കർഷക തൊഴിലാളി യൂണിയന്റെ പോരാട്ടങ്ങൾക്ക് കൂടുതൽ ശോഭ പകർന്നു.

കമ്യൂണിസ്റ്റ് പാർട്ടി സി പി ഐ (എം) ആയി പ്രവർത്തനമാരംഭിച്ചതിനുശേഷം 1965 ൽ നടന്ന തിരഞ്ഞെടുപ്പിൽ സി പി ഐ (എം) കരുത്ത് തെളിയിച്ചു. എസ് എസ് പിയുമായി സഖ്യമുണ്ടാക്കി മത്സരിച്ച സി പി ഐ (എം) ന് 40 സീറ്റുകളും എസ് എസ് പിക്ക് 13 സീറ്റും ലഭിച്ചു. എന്നാൽ, സി പി ഐക്ക് 3 സീറ്റുകളിൽ മാത്രമേ വിജയിക്കാനായുള്ളു. ഏതെങ്കിലും കക്ഷിക്കോ സഖ്യത്തിനോ ഭൂരിപക്ഷം ലഭിക്കാത്തതുകൊണ്ട് സംസ്ഥാനത്ത് അന്ന് രാഷ്ട്രപതിഭരണം ഏർപ്പെടുത്തുകയാണ് ഉണ്ടായത്. തുടർന്ന് 1967 ൽ സി പി ഐ (എം), സി പി ഐ പാർട്ടികളുടെ നേതൃത്വത്തിൽ സപ്തകക്ഷി മുന്നണിയുണ്ടാക്കി. എസ് എസ് പിയും മുസ്ലീംലീഗും കെ ടി പിയും കെ എസ് പിയും ആ മുന്നണിയിലുണ്ടായിരുന്നു. ആ തിരഞ്ഞെടുപ്പിൽ സപ്തകക്ഷി മുന്നണി വൻ ഭൂരിപക്ഷത്തോടെ വിജയിച്ചു. ഇ എം എസ് മുഖ്യമന്ത്രിയായി മന്ത്രിസഭ രൂപീകരിച്ചു. എന്നാൽ, സി പി ഐയും മുസ്ലീംലീഗും പി എസ് പിയും ആർ

എസ് പിയും കോൺഗ്രസ് പിന്തുണയോടെ ഇ എം എസ് സർക്കാരിനെ താഴെയിറക്കി. സി പി ഐ നേതാവായ അച്യുതമേനോൻ മുഖ്യമന്ത്രിപദത്തിലെത്തി. തുടർന്ന് 1970 ലെ തിരഞ്ഞെടുപ്പിലും കോൺഗ്രസ്, സി പി ഐ നേതൃത്വത്തിലുള്ള മുന്നണി വിജയിച്ചു. അച്യുതമേനോൻ തന്നെയായിരുന്നു മുഖ്യമന്ത്രി. ആഭ്യന്തര മന്ത്രിയായി കെ കരുണാകരനും. ആ കാലഘട്ടത്തിൽ കർഷക തൊഴിലാളികൾക്കെതിരെ കൊടിയ പീഡനങ്ങളാണ് സർക്കാരിന്റെ ഭാഗത്തുനിന്ന് ഉണ്ടായത്. കോൺഗ്രസ് നേതൃത്വത്തിലുള്ള സർക്കാർ ഭൂപ്രമാണിമാരുടെ ഭാഗത്തായിരുന്നു. കർഷക തൊഴിലാളി യൂണിയന്റെ നിരവധി സഖാക്കൾ ആ കാലയളവിൽ രക്തസാക്ഷിയായി. ആലപ്പുഴ മുഹമ്മയിൽ രമണന്റെ രക്തസാക്ഷിത്വം എടുത്തുപറയേണ്ട ഒന്നാണ്. 1970 ജനുവരി 7 നാണ് രമണനെ യൂത്ത് കോൺഗ്രസ് ഗുണ്ടകൾ കുത്തി കൊലപ്പെടുത്തുന്നത്. കർഷക തൊഴിലാളി യൂണിയന്റെ സജീവ പ്രവർത്തകനായിരുന്നു രമണൻ. 1969 ഡിസംബർ മാസം 14 ന് ആലപ്പുഴയിൽ വെച്ച് നടന്ന മഹാസമ്മേളനത്തിൽ വെച്ച് എ കെ ജി നടത്തിയ പ്രഖ്യാപനത്തെ തുടർന്ന് സംസ്ഥാനത്താകമാനം കർഷകരും കർഷക തൊഴിലാളികളും ഭൂമിവളച്ചുകെട്ടി കുടികിടപ്പുതുടങ്ങി. മുഹമ്മയിൽ ആരംഭിച്ച കുടികിടപ്പ് സമരത്തിന്റെ മുന്നണിയിലെ നിറസാന്നിദ്ധ്യമായിരുന്നു രമണൻ. കുടികിടപ്പിനായും തൊഴിലവകാശങ്ങൾ നേടിയെടുക്കുന്നതിന് വേണ്ടിയും കർഷക തൊഴിലാളി യൂണിയന്റെ നേതൃത്വത്തിൽ നടക്കുന്ന സമരങ്ങളെ അടിച്ചമർത്താൻ ഭൂപ്രമാണിമാരും സർക്കാരും കൈകോർത്ത കാലം കൂടിയാണത്. ഭൂപ്രമാണിമാരോടൊപ്പം കോൺഗ്രസുകാരും അവരുടെ ഗുണ്ടകളും അക്രമങ്ങളുമായി മുന്നോട്ടുവന്നിരുന്നു. കെ കരുണാകരനാണ് അന്നത്തെ ആഭ്യന്തരവകുപ്പ് മന്ത്രി. അധികാരത്തിന്റെ ലഹരിയിൽ അഴിഞ്ഞാടിയ യൂത്ത് കോൺഗ്രസുകാരുടെ കഠാരപ്പിടിയിലാണ് രമണന്റെ ജീവിതം പിടഞ്ഞുതീർന്നത്.

കർഷക തൊഴിലാളി യൂണിയൻ ഭരണകൂടഭീകരതയ്ക്കെതിരായും ശക്തമായ മുദ്രാവാക്യങ്ങൾ ഉയർത്തിയ ആ കാലം മണ്ണിൽപ്പണിയെടുക്കുന്നോരുടെ നവോത്ഥാന കാലം കൂടിയായിരുന്നു. കുടികിടപ്പുകാരന് സ്വന്തം മണ്ണ് നേടിക്കൊടുത്ത കാലം. രമണന്റെ രക്തസാക്ഷിത്വം ആ മുന്നേറ്റങ്ങൾക്ക് കരുത്തുപകർന്നു. പോരാട്ടങ്ങളിൽ ഏറ്റുമുട്ടലുകളും രക്തസാക്ഷിത്വങ്ങളും ഉണ്ടായിട്ടുണ്ട്. ചില സമരങ്ങളിൽ തിരിച്ചടികൾ ഉണ്ടായിട്ടുണ്ട് എങ്കിൽപ്പോലും ആത്യന്തികമായി ഓരോ സമരങ്ങളും കർഷക തൊഴിലാളികളടക്കമുള്ള ജനവിഭാഗങ്ങളെ മുന്നോട്ടുനയിക്കുവാൻ പ്രാപ്തമാക്കുന്നതിനുള്ള ഊർജ്ജം പകർന്നാണ് അവസാനിച്ചത്.

എറണാകുളം ജില്ലയിലെ ആലുവ കുന്നുകരയിലെ പൊന്നുനായരുടെ രക്തസാക്ഷിത്വവും അച്യുതമേനോൻ സർക്കാർ അധികാരത്തിലേറിയതിന്റെ ഭാഗമായി ആഹ്ലാദപ്രകടനം നടത്തിയ ഭൂപ്രമാണിമാരായ കേരള കോൺഗ്രസുകാരുടെ കൊലക്കത്തിക്കിരയായതിനെത്തുടർന്നാണ്.

ആലുവ മേഖലയിലെ കർഷക തൊഴിലാളി നേതാവായിരുന്നു പൊന്നു നായർ. ഭൂപരിഷ്കരണ നിയമം പാസാക്കിയപ്പോൾ കർഷക തൊഴിലാളികൾക്കും ആലംബമില്ലാത്ത ജനവിഭാഗങ്ങൾക്കും സ്വന്തമായി ഭൂമി ലഭിക്കുമെന്ന് കർഷക തൊഴിലാളി യൂണിയന്റെ കമ്മിറ്റികളിലും പണി സ്ഥലങ്ങളിലും പൊന്നു നായർ വികാരപരമായി പറയുമായിരുന്നു. ഭൂപ്രമാണിമാരുടെ കണ്ണിലെ കരടായിരുന്നു ഉശിരനായ ആ സഖാവ്. ഇ എം എസ് സർക്കാരിനെ അട്ടിമറിച്ച് അച്യുതമേനോൻ സർക്കാർ അധികാരത്തിൽ വന്നപ്പോൾ ഭൂപരിഷ്കരണ കാര്യത്തിൽ തങ്ങളുടെ പക്ഷം സംരക്ഷിക്കപ്പെടുമെന്ന് മനസ്സിലാക്കിയ ഭൂപ്രമാണിമാർ വമ്പിച്ച ആഹ്ലാദത്തിലായിരുന്നു. ആലുവയിലെ ഭൂപ്രമാണിമാർ കേരള കോൺഗ്രസുകാരാണ്. അവർ മുഖ്യമന്ത്രിക്ക് ജയ് വിളിച്ചുകൊണ്ട് മണ്ണിൽപ്പണിയെടുക്കുന്ന തൊഴിലാളികളുടെ കൂടെ നിന്ന പൊന്നു നായരെ കൊന്നുതള്ളി.

കർഷക തൊഴിലാളിയായിരുന്ന ചെറിയനാട് ഇടശ്ശേരിക്കരയിൽ ശിവരാമൻ, യൂണിയന്റെ സജീവ പ്രവർത്തകനുമായിരുന്നു. 1970 കളിൽ കൂലിക്കൂടുതലിന് വേണ്ടി ആലപ്പുഴ ജില്ലയിൽ ശക്തമായ സമരങ്ങൾ നടക്കുന്ന കാലഘട്ടമാണ്. ചെറിയനാടുള്ള കർഷക തൊഴിലാളികൾ യൂണിയന്റെ നേതൃത്വത്തിൽ, കൊയ്ത്തിന് പതം പതിനൊന്നിന് പകരം എട്ടിലൊന്നാക്കുക, കൂലി കാൽ രൂപ വർദ്ധിപ്പിക്കുക എന്നീ ആവശ്യങ്ങളുയർത്തി സമരമാരംഭിച്ചു. പ്രദേശത്തെ ഭൂപ്രമാണിമാർ എഴുന്തോലിമലയിൽ നാണുപിള്ളയുടെ നേതൃത്വത്തിൽ സംഘടിക്കുകയും സമരത്തെ അടിച്ചമർത്താൻ തൊഴിലാളികളെ ക്രൂരമായി മർദ്ദിക്കാനും തുടങ്ങി. വീടുകയറിയുള്ള അക്രമത്തെത്തുടർന്ന് തൊഴിലാളികൾ പൊലീസിൽ പരാതിപ്പെട്ടു. പൊലീസ് രണ്ടുവിഭാഗത്തെയും വിളിച്ച് സമരത്തിനൊത്തുതീർപ്പുണ്ടാക്കി. എന്നിട്ടും ജന്മിമാർ അക്രമം നിർത്തിയില്ല. തൊഴിലാളികളെ ആക്രമിക്കാനായി ജനാധിപത്യ കർഷക യൂണിയൻ എന്ന സംഘടനയും അവർ രൂപീകരിച്ചു. ജന്മിമാരെയും കരിങ്കാലികളെയും പാടത്തിറക്കി ജോലി ചെയ്യാൻ ശ്രമിച്ചു. പക്ഷേ, ഇത്തരം ശ്രമങ്ങളെ കർഷക തൊഴിലാളികൾ സംഘടിതമായി ചെറുത്തുനിന്ന് തോല്പിച്ചു. തോറ്റോടിയ ജന്മിമാർ വെറുതെയിരുന്നില്ല.

1970 ജനുവരി 20 ന് പാതിരാത്രിയായപ്പോൾ ശിവരാമന്റെ വീട്ടുമുറ്റത്ത് നിന്ന് ആരോ ആ സഖാവിനെ പേരുചൊല്ലി വിളിച്ചു. പാടത്തിന് നടുവിലാണ് ശിവരാമന്റെ വീട്. യൂണിയന്റെ പ്രവർത്തകനായതുകൊണ്ട് ആരെങ്കിലും എന്തെങ്കിലും സഹായമഭ്യർത്ഥിക്കാൻ വന്നതാണെന്ന് കരുതി ശിവരാമൻ വീട്ടിൽനിന്ന് പുറത്തേക്കിറങ്ങി. ഇരുട്ടിൽ പതിയിരുന്ന ജന്മിമാരും ഗുണ്ടകളും ശിവരാമന്റെ നെഞ്ചിലേക്ക് നിറയൊഴിച്ചു. ഒന്നിനുപിറകെ ഒന്നായി നിരവധി വെടിയുണ്ടകൾ. ശിവരാമൻ പിടഞ്ഞുവീണു. മക്കളും ഭാര്യയും ശിവരാമന്റെ കരച്ചിൽ കേട്ട് പുറത്തേക്ക് വന്നു. ചോരയിൽ കുളിച്ചുകിടക്കുന്ന ശിവരാമനെ അവർ കോരിയെടുത്തു. പാറയ്ക്കത്തറ വാസുപിള്ള... എന്ന് കുഴഞ്ഞ നാവോടെ പറഞ്ഞ് ശിവരാമൻ

കണ്ണുകളടച്ചു. എഴുന്തോലിമലയിൽ നാണുപിള്ളയും കൂട്ടരുംകൂടി ഗൂഢാലോചന നടത്തിയാണ് ശിവരാമനെ വെടിവെച്ചുകൊല്ലാൻ പദ്ധതിയിട്ടത്. കൊന്നൊടുക്കിയാൽ തൊഴിലാളികളുടെ സമരശക്തി ഇല്ലാതാക്കാമെന്ന അവരുടെ കണക്കുകൂട്ടൽ വെറുതെയായി. കർഷക തൊഴിലാളി യൂണിയൻ ഉയർത്തിയ എല്ലാ മുദ്രാവാക്യങ്ങളും ഭൂപ്രമാണിമാർക്ക് അംഗീകരിക്കേണ്ടി വന്നു. ശിവരാമന്റെ രക്തസാക്ഷിത്വം യൂണിയന്റെ സമരശേഷി വീണ്ടും വർദ്ധിപ്പിച്ചു.

1970 ലെ റിപ്പബ്ലിക് ദിനത്തിലാണ് കുട്ടനാട്ടിലെ കൈനകരിയിൽ സഹദേവൻ രക്തസാക്ഷിത്വം വരിച്ചത്. പൊലീസ് വെടിവെച്ച് കൊല്ലുകയായിരുന്നു. കൊയ്ത്തവകാശത്തിന് വേണ്ടിയുള്ള പ്രക്ഷോഭത്തിന്റെ മുൻനിരയിലായിരുന്നു സഹദേവനെന്ന ധീരനായ സഖാവ്. കുട്ടനാട്ടിൽ കർഷക തൊഴിലാളികൾ സമരത്തിനിറങ്ങിയത്, ഏഴിനൊന്ന് പതവും പതത്തിന്റെ നാലിലൊന്ന് തീർപ്പും കൂലിയായി ലഭിക്കണമെന്ന് ആവശ്യപ്പെട്ടായിരുന്നു സമരം. കർഷക തൊഴിലാളികളുടെ മുന്നേറ്റത്തെ പരാജയപ്പെടുത്താൻ കായൽഭൂപ്രഭുവായ കവലയ്ക്കൽ മത്തൻ കച്ചകെട്ടിയിറങ്ങി. സ്ഥലത്തെ കരിങ്കാലികളുടെ ഒരു കൂട്ടായ്മ മത്തന്റെ നേതൃത്വത്തിലുണ്ടാക്കി. അവർ ചെറുകാലി കായലിൽ തമ്പടിച്ചു. കർഷക തൊഴിലാളികളുടെ സമരത്തെ അടിച്ചമർത്താൻ സി ആർ പിക്കാരുടെ സഹായവും പ്രമാണിമാർ തേടിയിരുന്നു. കായൽ ചിറയിൽ സി ആർ പിക്കാരെയും വിന്യസിപ്പിച്ചു. കൊയ്ത്തവകാശം നേടാനായി ആയിരക്കണക്കിന് കർഷക തൊഴിലാളികൾ പ്രകടനമായി ചെറുകാലി കായലിലേക്ക് നീങ്ങി. കായൽപാടത്തിന് നടുവിലൂടെ കടന്നുവന്ന പ്രകടനത്തിന് നേരെ പൊലീസ് ലക്കുംലഗാനുമില്ലാതെ വെടിയുതിർത്തു. നിറതോക്കിന് മുന്നിൽ ഇടനെഞ്ച് കാട്ടി മുന്നോട്ടുപോയ സഹദേവന്റെ ചുടുചോരയാൽ നെൽക്കതിരുകൾ ചെളിയിൽ മുഖംതാഴ്ത്തി. പൊലീസിന്റെ തേർവാഴ്ചയിൽ നിരവധി കർഷക തൊഴിലാളികൾക്ക് പരിക്കുപറ്റി. വെടിയുണ്ടയേറ്റ് പരിക്കേറ്റവരും നിരവധിയുണ്ടായിരുന്നു. മരണത്തെ മറികടന്നവർ. ഭൂപ്രമാണിമാരുടെയും പൊലീസിന്റെയും ക്രൂരതയെ അതിജീവിച്ച് കർഷക തൊഴിലാളി പ്രസ്ഥാനം ഉയർത്തിയ മുദ്രാവാക്യങ്ങൾ ആ സമരഭൂമികയിൽ സാർത്ഥകമായി. സമരം വിജയിച്ചു. 1970 ജനുവരി 26 അസ്തമിച്ചത് സഹദേവന്റെ ധീരരക്തസാക്ഷിത്വത്തിന്റെ ചോരച്ചുകപ്പോടെയായിരുന്നു.

കർഷക-കർഷക തൊഴിലാളി പ്രസ്ഥാനങ്ങളുടെ ആലപ്പുഴ സമ്മേളനത്തിൽ എ കെ ജി നടത്തിയ ചരിത്രപരമായ പ്രഖ്യാപനത്തെത്തുടർന്ന് കേരളത്തിലാകമാനം കർഷക തൊഴിലാളികളും കർഷകരും ഭൂമിവളച്ചുകെട്ടി കുടികിടപ്പിനായുള്ള സമരം ആരംഭിച്ചു. 1970 ജനുവരി 1 മുതൽ ആരംഭിച്ച വളച്ചുകെട്ടൽ സമരത്തിന് നേരെ ഭൂപ്രമാണിമാരുടെ നേതൃത്വത്തിൽ അതിശക്തമായ ആക്രമണമാണ് ഉണ്ടായത്. അന്നത്തെ സർക്കാർ ഭൂപ്രമാണിമാരുടെ കൂടെയായിരുന്നു. ചെങ്ങന്നൂർ താലൂക്കിലെ

പാണ്ടനാട്ട് കർഷക തൊഴിലാളി യൂണിയന്റെ ആഭിമുഖ്യത്തിൽ തിളച്ചു പൊങ്ങിയ പ്രക്ഷോഭത്തെ അടിച്ചമർത്താൻ പൊലീസ് ഇറങ്ങുകയുണ്ടായി. അന്നത്തെ ഭരണകൂടത്തിന്റെ നിർദ്ദേശാനുസരണം തീർത്തും മൃഗീയമായാണ് പൊലീസ് സമരവളണ്ടിയർമാരെ കൈകാര്യം ചെയ്തത്. കർഷക തൊഴിലാളി സ്ത്രീകളോടുപോലും അപമര്യാദയായി പെരുമാറി. പാണ്ടനാട്ടെ സമരത്തിന്റെ മുന്നണിയിലുണ്ടായിരുന്ന കുഞ്ഞുകുഞ്ഞും രവിയും പൊലീസിന്റെ അതിക്രമങ്ങളെ ചെറുത്തുനില്ക്കുന്നതിന് നേതൃത്വം നല്കി. തൊഴിലാളികളുടെ സംഘശക്തിക്ക് മുന്നിൽ പരാജയപ്പെടുമെന്നുറപ്പായ പൊലീസ് ഒരു മുന്നറിയിപ്പും നല്കാതെ വെടിയുതിർക്കാൻ തുടങ്ങി. സഖാക്കൾക്ക് വെടിയേറ്റു. സംഭവ സ്ഥലത്തുവെച്ചു തന്നെ വെടിയേറ്റ രവി കൊല്ലപ്പെട്ടു. 1970 മാർച്ച് 7 നായിരുന്നു ആ രക്തസാക്ഷിത്വം. വെടിയേറ്റ് കുഞ്ഞുകുഞ്ഞ് കോട്ടയം മെഡിക്കൽ കോളേജിൽ വെച്ച് മരണപ്പെട്ടത് 1970 മാർച്ച് 27 ന്. സഖാക്കളുടെ രക്തസാക്ഷിത്വത്തെ തുടർന്ന് വലിയ ജനകീയ പ്രതിഷേധം അതിന്റെ ഭാഗമായി ഉയർന്നുവരികയുണ്ടായി. പ്രദേശത്തെ പൊലീസ് രാജിന് അതോടുകൂടി അറുതി വന്നു. രവിയുടെയും കുഞ്ഞുകുഞ്ഞിന്റെയും രക്തസാക്ഷിത്വത്തെ തുടർന്ന് പാണ്ടനാട്ടും പരിസര പ്രദേശങ്ങളിലും കുടികിടപ്പവകാശം നേടിയെടുക്കാനും കർഷക തൊഴിലാളി യൂണിയന്റെ നേതൃത്വത്തിൽ സംഘടിപ്പിച്ച ആ സമരത്തിന് സാധിച്ചു.

കുടികിടപ്പ് സമരം കേരളമാകെ പടർന്നുപിടിച്ച വേളയിലാണ് 1970 മെയ് 4 ന് പട്ടാമ്പിയിൽ സഖാവ് സെയ്താലിക്കുട്ടി രക്തസാക്ഷിയാവുന്നത്. പാലക്കാട് ജില്ലയിലെ സമരഭൂമികകളെ ഉത്തേജിപ്പിച്ച രക്തസാക്ഷിത്വമായിരുന്നു സെയ്താലിക്കുട്ടിയുടേത്. ഭൂപ്രമാണിമാരുടെ സ്വഭാവം എല്ലായിടത്തും ഒരുപോലെ തന്നെയായിരുന്നു. സമരത്തിന് നേതൃത്വം കൊടുക്കുന്നവരെ ഇല്ലാതാക്കാൻ അവർ തക്കംപാർത്തിരുന്നു. പലയിടങ്ങളിലും അവർ നേതാക്കളെ കൊല്ലുന്നതിൽ വിജയിച്ചു. ചിലർ ജീവച്ഛവങ്ങളായി. ഗുരുതരമായ പരിക്കുപറ്റിയവർ നിരവധി. പട്ടാമ്പിയിലെ വിളയൂരിൽ ഒരു കൈവശ കൃഷിക്കാരനെ ഒഴിപ്പിക്കുന്നതിന് എതിരായ സമരത്തിന് നേതൃത്വം കൊടുത്തുകൊണ്ട്, പ്രക്ഷോഭമുഖത്ത് നില്ക്കുമ്പോഴാണ് ജന്മിഗുണ്ടകൾ സെയ്താലിക്കുട്ടിയെ കൊലപ്പെടുത്തിയത്. എന്നാൽ, ആ രക്തസാക്ഷിത്വത്തിൽനിന്നും ഊർജ്ജം ഉൾക്കൊണ്ടുകൊണ്ട് ആ സമരം വിജയിച്ചു.

കള്ളിക്കാട് ആലപ്പുഴ ജില്ലയിലെ കാർത്തികപ്പള്ളി താലൂക്കിലെ ആറാട്ടുപുഴ വില്ലേജിലാണ്. 1970 ജൂലൈ 20 ന് അവിടെനിന്നും ആകാശം മുട്ടെയുള്ള മുദ്രാവാക്യങ്ങൾ ഉയർന്നു. കുടികിടപ്പ് സമരത്തിന്റെ ഭാഗമായുള്ള ഭൂമി വളച്ചുകെട്ടൽ സമരമാണ്. കർഷക തൊഴിലാളികളുടെ മുദ്രാവാക്യം ഭൂപ്രമാണിമാർക്ക് രുചിച്ചില്ല. മണ്ണിൽപ്പുളയ്ക്കേണ്ട പുഴുക്കൾ മര്യാദ പഠിപ്പിക്കാൻ വരുന്നോ? പ്രമാണിമാർ ഒത്തുകൂടി. കള്ളിക്കാട്ട് പി ആർ വാസുവിന്റെ നേതൃത്വത്തിലാണ് വളണ്ടിയർമാർ കുടി

കിടപ്പുഭൂമി വളച്ചുകെട്ടി പ്രക്ഷോഭം സംഘടിപ്പിച്ചത്. ഭൂപ്രഭുവായ തമ്പി അരയൻ പൊലീസിനെ വിളിക്കാൻ താമസിച്ചില്ല. പൊലീസ് സ്ഥലത്തെത്തി. കുടികിടപ്പുകാരനായ കർഷക തൊഴിലാളി പപ്പുക്കുട്ടിയെ പൊലീസ് അറസ്റ്റ് ചെയ്തു. അദ്ദേഹത്തിന്റെ കുടികിടപ്പ് കൈയേറാനുള്ള ശ്രമം തുടങ്ങി. കർഷക തൊഴിലാളികൾ ഇതറിഞ്ഞ് പ്രകടനമായി സ്ഥലത്തേക്ക് കുതിച്ചു. പൊലീസ് മുൻപിൻ നോക്കാതെ വെടിവെപ്പാരംഭിച്ചു. പ്രകടനമായെത്തിയ തൊഴിലാളികളെ പിന്തുടർന്ന് വെടിവെപ്പ് നടത്തി. സഖാക്കൾ നീലകണ്ഠനും ഭാർഗ്ഗവിയും ചൊരിമണലിൽ പിടഞ്ഞുവീണ് രക്തസാക്ഷിത്വം വരിച്ചു. ഏറെ വൈകിയില്ല ഭൂപ്രമാണിമാർക്ക് കർഷക തൊഴിലാളികളുടെ മുന്നിൽ മുട്ടുകുത്തേണ്ടി വന്നു. ആലപ്പുഴയിലെ ഭൂമി വളച്ചുകെട്ടൽ സമരത്തിന് ഈ രക്തസാക്ഷിത്വങ്ങൾ പകർന്ന ഊർജ്ജം ചില്ലറയല്ല.

കർഷക തൊഴിലാളികൾക്കും ദരിദ്രകർഷകർക്കും ഒരുതുണ്ട് ഭൂമി പോലും കൊടുക്കുക എന്നത് ഭൂപ്രമാണിമാർക്ക് ചിന്തിക്കാൻ സാധിക്കാത്ത കാര്യമായിരുന്നു. മിച്ചഭൂമി സമരത്തെ എതിർക്കാനും അടിച്ചില്ലാതാക്കാനും പ്രമാണിമാരും അന്നത്തെ ഭരണകൂടവും കൈകോർത്തു. കോൺഗ്രസ് പാർട്ടി ആ സമയത്ത് ഭൂപ്രമാണിമാരുടെ ശിങ്കിടികളായി അധഃപതിക്കുന്ന കാഴ്ചയായിരുന്നു കേരളത്തിലുടനീളം കാണാൻ കഴിഞ്ഞത്. തൃശൂർ ജില്ലയിലെ ഒല്ലൂരിലെ തൈക്കുടൻ ഗോപാലനെ 1970 ആഗസ്ത് 19 ന് കുത്തിക്കൊലപ്പെടുത്തിയത് ഈ സഖ്യമാണ്. കോൺഗ്രസ് -ഭൂ പ്രമാണിമാർ അവരുടെ ഗുണ്ടകളെ ഉപയോഗിച്ച് ഗോപാലനെ കുത്തിവീഴ്ത്തുകയായിരുന്നു. ആ സമയത്ത് കോൺഗ്രസ് പാർട്ടിയിലുള്ള ചില ഭൂപ്രമാണിമാർ കേരള കോൺഗ്രസെന്ന വേഷം കെട്ടി അക്രമങ്ങൾ അഴിച്ചുവിട്ടു. കുന്നംകുളത്ത് വെച്ച് 1970 ആഗസ്ത് 22ന് കുഞ്ഞാദുവിനെ കൊലപ്പെടുത്തിയതിനുപിന്നിൽ കേരള കോൺഗ്രസുകാരും മുസ്ലീം ലീഗുകാരുമായിരുന്നു. ഗുണ്ടകളുടെ വേഷവും രാഷ്ട്രീയക്കാരുടെ വേഷവും ഈ സാമൂഹ്യദ്രോഹികൾ ആവശ്യം പോലെ എടുത്തണിയുമായിരുന്നു. തൃശൂർ ജില്ലയിലെ കുന്നംകുളത്ത് ചെറുവത്താനിയിലെ ഒരു കുടികിടപ്പ് പ്രശ്നവുമായി ബന്ധപ്പെട്ടാണ് സഖാവ് കുഞ്ഞാദു രക്തസാക്ഷിത്വം വരിച്ചത്. അച്യുതമേനോന്റെ നേതൃത്വത്തിൽ അധികാരത്തിൽ വന്ന കുറുമുന്നണിയുടെ ബലമായിരുന്നു കൊലക്കത്തിയുയർത്താൻ കേരളകോൺഗ്രസുകാരെയും മുസ്ലീംലീഗുകാരെയും പ്രേരിപ്പിച്ചത്. അവർ നാട്ടിലെങ്ങും അരാജകത്വം പടർത്തിവിട്ടു. കർഷക തൊഴിലാളികളെയും ദരിദ്രകർഷകരെയും വേട്ടയാടി. കൊലവിളികളുടെ പകലുകളായിരുന്നു അന്ന് പുലർന്നവയിൽ ഏറെയും.

കർഷക തൊഴിലാളികളെ പണിസ്ഥലത്തുനിന്നും പിരിച്ചുവിടുന്ന പ്രവണത മിച്ചഭൂമി സമരകാലത്ത് വ്യാപകമായി അരങ്ങേറി. കരിങ്കാലികളായ തൊഴിലാളികളെ പണിസ്ഥലത്തിറക്കി, കർഷക തൊഴിലാളികളുടെ സമരശേഷിയെ ദുർബ്ബലപ്പെടുത്താനും ജീവിതം നരകതുല്യമാ

ക്കാനും ഭൂപ്രഭുക്കന്മാർ ശ്രമിച്ചു. കോട്ടയം ജില്ലയിലെ വടയാറിൽ കർഷക തൊഴിലാളികളെ പിരിച്ചുവിട്ടപ്പോൾ അതിനെതിരായ സമരം ഉജ്ജ്വലമായി ഉയർന്നുവന്നു. ജന്മികൾ കോപാകുലരായി. അവർ ഗുണ്ടകളെ ഇറക്കുമതി ചെയ്തു. സമരക്കാർക്കുനേരെ ഗുണ്ടകളെ പറഞ്ഞുവിട്ടു. കർഷക തൊഴിലാളി യൂണിയന്റെ സജീവ പ്രവർത്തകനായിരുന്ന വടയാർ തങ്കപ്പൻ രക്തസാക്ഷിത്വം വരിക്കുന്നത് ഗുണ്ടകൾ നടത്തിയ ആക്രമണത്തെ തുടർന്നാണ്. 1971 നവംബർ 23 നായിരുന്നു ആ രക്തസാക്ഷിത്വം.

ആ കാലഘട്ടത്തിൽ ഭരണത്തിന്റെ തണലിൽ യൂത്തുകോൺഗ്രസുകാർ കാട്ടിക്കൂട്ടിയ തോന്ന്യവാസങ്ങൾ സമാനതകളില്ലാത്തതാണ്. പൊലീസുകാരെ അവർ തങ്ങളുടെ ഇഷ്ടാനിഷ്ടങ്ങൾ നടപ്പിലാക്കാൻ ഉപയോഗിച്ചു. പാലക്കാട് ചിറ്റൂരിലെ അയലൂർ പഞ്ചായത്തിലെ കർഷക തൊഴിലാളി യൂണിയന്റെ സജീവ പ്രവർത്തകനായിരുന്ന കരുമൻ രക്തസാക്ഷിത്വം വരിക്കുന്നത് യൂത്ത് കോൺഗ്രസ് ഗുണ്ടകളുടെ കഠാരപ്പിടിയുടെ ക്രൗര്യം കൊണ്ടാണ്. 1971 നവംബർ 29 ന് കരുമനെ ഒഴിപ്പാറ എന്ന സ്ഥലത്തുവെച്ച് യൂത്ത് കോൺഗ്രസുകാർ പതിയിരുന്നാക്രമിച്ച് കുത്തിക്കൊല്ലുകയായിരുന്നു.

സഖാക്കൾ ആലിയും വാവയും ഗോപിയും കോട്ടയം ജില്ലയിലെ കർഷക തൊഴിലാളി പ്രസ്ഥാനത്തിന്റെ ചരിത്രത്തിലെ തിളങ്ങുന്ന നക്ഷത്രങ്ങളാണ്. 1971 ലായിരുന്നു അവരുടെ രക്തസാക്ഷിത്വം. അക്കാലത്ത് ജോലി സമയം നിശ്ചയിക്കുന്നതിനുവേണ്ടിയുള്ള സമരവും നടക്കുന്നുണ്ട്. പലയിടങ്ങളിലും ആ സമരം വിജയം കണ്ടു. കോട്ടയത്തെ നീണ്ടൂരിൽ കൂലി വർദ്ധനവിനും ജോലിസമയ ക്ലിപ്തതയ്ക്കും വേണ്ടി സമരമുന്നേറ്റമുണ്ടായി. 1971 ഡിസംബർ 21 ന് കർഷക തൊഴിലാളികൾ പണിമുടക്ക് പ്രഖ്യാപിച്ചു. ഭൂപ്രമാണിമാർ സമരത്തെ നേരിടാൻ തീരുമാനിച്ചു. തൊഴിലാളികളെ അടിച്ചോടിക്കാൻ കുറുവടിപ്പടയെ രംഗത്തിറക്കാൻ അവരൊരുങ്ങി. കുറുവടിപ്പടയുടെ ബലത്തിൽ കരിങ്കാലികളായ ചില തൊഴിലാളികൾ പാടത്ത് ജോലിക്കിറങ്ങി. ആയിരക്കണക്കിന് കർഷക തൊഴിലാളികളുടെ ഉജ്ജ്വലമായ മാർച്ച് പണിമുടക്ക് സമരത്തിന്റെ ഭാഗമായി പാടത്തേക്ക് കുതിച്ചു. പണിമുടക്ക് ദിവസം പാടത്തിറങ്ങിയ കരിങ്കാലികൾ ഭയന്ന് പിന്മാറി. കർഷക തൊഴിലാളികൾ രാവിലെ 9 ന് ജോലിക്കിറങ്ങലും വൈകുന്നേരം 5 ന് ജോലി അവസാനിപ്പിക്കാനും ജോലി സമയം നിജപ്പെടുത്തി. ആ സമയങ്ങളിൽ ചെങ്കൊടി ഉയർത്തും. കൊടികണ്ടാൽ പണിക്കിറങ്ങുകയും കയറുകയും ചെയ്യണം. എന്നാൽ, ഭൂപ്രമാണിമാരുടെയും കുറുവടിപ്പടയുടെയും ബലത്തിൽ പാടത്ത് പണിക്കിറങ്ങിയ കരിങ്കാലികൾ ജോലി നിർത്തി കരയ്ക്ക് കയറാൻ തയ്യാറായില്ല. കർഷക തൊഴിലാളി സ്ത്രീകൾ ഇവരെ നേരിടാനായി പാടത്തേക്കിറങ്ങി. കുറുവടിപ്പടയും ജന്മിമാരുടെ ഗുണ്ടകളും സ്ത്രീ തൊഴിലാളികളെ നേരിടാൻ പാടത്തേക്കിറങ്ങി. സ്ത്രീകളെ കഠാരകൊണ്ട് കുത്തിക്കൊല്ലാൻ ശ്രമിച്ചു. കർഷക തൊഴിലാളി സ്ത്രീകളുടെ നിലവിളി കേട്ടുകൊണ്ടോടി വന്ന

സഖാക്കൾ ആലിയും വാവയും ഗോപിയും ഗുണ്ടകളെ ചെറുത്തു. സ്ത്രീകൾക്ക് മുന്നിൽ മതിലായി മാറി. ഭൂപ്രഭുക്കളുടെ കഠാരകൾ തൊഴിലാളി സഖാക്കളുടെ ശരീരത്തിൽ പലതവണ ആണ്ടിറങ്ങി കുത്തിവീഴ്ത്തിയ സഖാക്കളെ പാടത്തെ ചെളിയിൽ ചവിട്ടിതാഴ്ത്തി. 1971 ഡിസംബർ 21 ന്റെ വൈകുന്നേരം ആ പാടത്തുയർന്ന ചെങ്കൊടിയുടെ ചുമപ്പ് ഈ ധീരരായ രക്തസാക്ഷികളുടെ ചോരയാൽ ചുവന്നതുകൂടിയായിരുന്നു. കർഷക തൊഴിലാളി സ്ത്രീകളായ സഖാക്കൾ ഓമന, അമ്മിണി, കാഞ്ചന, കോമളം, കുഞ്ഞുമോൾ, ജാനകി, അന്നക്കുട്ടി എന്നിവർക്ക് കുത്തേറ്റിരുന്നു. തക്കസമയത്ത് ചികിത്സ നല്കാൻ സാധിച്ചതുകൊണ്ട് ഇവരെ ജീവിതത്തിലേക്ക് തിരിച്ചുകൊണ്ടുവരാൻ സാധിച്ചു. കർഷക തൊഴിലാളി യൂണിയന്റെ ചരിത്രത്തിലെ തിളക്കമുള്ള അദ്ധ്യായമാണ് നീണ്ടൂരിലെ രക്തസാക്ഷിത്വം.

മലബാറിലെ മുസ്ലിം ഭൂപ്രമാണിമാരിൽ മിക്കവരും കുടികിടപ്പ് സമരം പൊളിക്കാനുള്ള പരിശ്രമം നടത്തിയവരായിരുന്നു. വടകര പ്രദേശത്ത് അവർ നടത്തിയ പല അക്രമകഥകളും കനലുപോലെ പൊള്ളിക്കുന്നതാണ്. വടകരയിലെ വലിയപറമ്പത്ത് വാസുവിന്റെ രക്തസാക്ഷിത്വം അത്തരത്തിലൊന്നായിരുന്നു. വടകര വള്ളിക്കാട് പ്രദേശത്തുവെച്ചാണ് മുസ്ലീംലീഗുകാരനായ ജന്മിയും അയാളുടെ ഗുണ്ടകളും ചേർന്ന് വാസുവിനെ മർദ്ദിച്ചുകൊന്നത്. ജന്മിയുടേതടക്കം ഭൂമിയിൽ കുടികിടപ്പ് സമരം കർഷക തൊഴിലാളിയൂണിയന്റെ നേതൃത്വത്തിൽ ആ സമയത്ത് നടക്കുന്നുണ്ടായിരുന്നു. ഭീഷണിപ്പെടുത്തിയും പ്രലോഭിപ്പിച്ചും മറ്റും പലരെയും ജന്മികൾ സമരത്തിൽനിന്ന് പിന്തിരിപ്പിച്ചു. വാസുവിനോടും സമരത്തിൽനിന്ന് പിന്മാറാൻ ഭീഷണിയുടെ സ്വരത്തിൽ ജന്മി കല്പിച്ചു. ഉശിരുള്ള ആ കർഷക തൊഴിലാളി, ജന്മിയുടെ ഭീഷണിയെ വകവെക്കാതെ സമരരംഗത്ത് സജീവമായി നിന്നു. കുടികിടപ്പ് സമരം കത്തിജ്ജ്വലിച്ചുകൊണ്ടിരിക്കുമ്പോഴാണ് ആ സമരം അടിച്ചൊതുക്കുന്നതിന് വേണ്ടി ജന്മികൾ തങ്ങളുടെ ഗുണ്ടാപ്പടയെ അഴിച്ചുവിട്ടത്. സർവ്വത്ര അക്രമം. വാസുവിനെ വളഞ്ഞുപിടിച്ച് അടിച്ചുകൊല്ലുന്നതിലൂടെ സമരം ഇല്ലാതാവുമെന്ന് കരുതിയ ജന്മിക്ക് അവസാനം സമരത്തെ അംഗീകരിക്കേണ്ടി വന്നു. 1971 മെയ് 7 ന് വലിയപറമ്പത്ത് വാസു രക്തസാക്ഷിത്വം വരിച്ചെങ്കിലും ആ ധീരന്റെ സ്മരണകൾ നല്കിയ ആവേശം കർഷക തൊഴിലാളി പ്രസ്ഥാനത്തിന്റെ മുന്നോട്ടുള്ള വഴികൾക്ക് ഊർജ്ജമായി.

1972 മെയ് 22നാണ് പാപ്പനംകോട് വിശ്വംഭരൻ രക്തസാക്ഷിത്വം വരിക്കുന്നത്. പാപ്പനംകോട് ഏലയിൽ പണിയെടുക്കുന്ന കർഷക തൊഴിലാളികൾക്ക് കൂലിക്കൂടുതലിനുവേണ്ടിയുള്ള സമരത്തെത്തുടർന്നാണ് കർഷക തൊഴിലാളിയായ വിശ്വംഭരൻ കൊലചെയ്യപ്പെടുന്നത്. പാടത്തെ പണിക്ക് കൂലിക്കൂടുതൽ ചോദിച്ചത് പ്രദേശത്തെ ഭൂപ്രഭുവായിരുന്ന ശങ്കരൻമുതലാളിക്ക് ഇഷ്ടപ്പെട്ടില്ല. കൂലിക്കൂടുതൽ തരില്ലെന്ന വാശിയിൽ മുതലാളി ഉറച്ചുനിന്നു. തോപ്പിൽ ശിവശങ്കരനും വിശ്വംഭരനും തൊഴി

ലാളികളെ സമരസജ്ജരാക്കി. കാര്യങ്ങൾ തങ്ങളുടെ വരുതിയിൽ നില്ക്കില്ലെന്ന് മനസ്സിലാക്കിയ ശങ്കരൻ മുതലാളി നേതാക്കളെ കൊല്ലാൻ തീരുമാനിച്ചു. മുതലാളിയുടെ മക്കളും ഗുണ്ടകളും വിശ്വംഭരനും തോപ്പിൽ ശിവശങ്കരനും വരുന്ന വഴിയിൽ പതിയിരുന്ന് അവരെ ആക്രമിച്ചു. സഖാവ് വിശ്വംഭരൻ രക്തസാക്ഷിത്വം വരിച്ചു. തോപ്പിൽ ശിവശങ്കരന് ഗുരുതരമായ പരിക്ക് പറ്റി. മരണകിടക്കയിൽനിന്നും അദ്ദേഹം രക്ഷപ്പെട്ടു. പാപ്പനംകോട് വിശ്വംഭരന്റെ രക്തസാക്ഷിത്വം കൂലിക്കൂടുതലിന് വേണ്ടി പൊരുതുന്ന ജില്ലയിലെ കർഷക തൊഴിലാളികൾക്ക് എന്നും ആവേശം പകരുന്നതാണ്.

പൊലീസുകാരുടെ നരനായാട്ടിനൊപ്പം കോൺഗ്രസുകാരും അവരുടെ തൊഴിലാളി സംഘടനയായ ഐ എൻ ടി യു സിയും കർഷക തൊഴിലാളി യൂണിയന്റെ പ്രവർത്തകരെ ഇല്ലാതാക്കാൻ വേണ്ടി ആ കാലഘട്ടത്തിൽ മുന്നോട്ടുവന്നു. അന്നത്തെ ആഭ്യന്തര വകുപ്പുമന്ത്രിയായിരുന്ന കെ കരുണാകരൻ ഐ എൻ ടി യു സി രംഗത്തുനിന്നും ഉയർന്നുവന്ന വ്യക്തിയാണെന്ന കാര്യം എന്തും ചെയ്യാമെന്ന ഹുങ്കിലേക്ക് ഐ എൻ ടി യു സിക്കാരെ എത്തിച്ചു. പത്തനംതിട്ട ജില്ലയിൽ അക്കൂട്ടർ അക്രമപ്രവർത്തനങ്ങളുടെ പരമ്പരകൾ തന്നെ സൃഷ്ടിച്ചു. തിരുവല്ലയിലെ ഓതറ എന്ന സ്ഥലത്തെ കർഷക തൊഴിലാളി യൂണിയന്റെ കരുത്തനായ പ്രവർത്തകൻ ഇരവിപേരൂർ പൊടിയനെ ഐ എൻ ടി യു സി ഗുണ്ടകൾ കുത്തിക്കൊലപ്പെടുത്തുകയായിരുന്നു. 1973 ആഗസ്ത് 30 നാണ് വലതുപക്ഷത്തിന്റെ കണ്ണിലെ കരടായിരുന്ന ആ ധീരനായ സഖാവിനെ ഇത്തരത്തിൽ ഇല്ലാതാക്കിയത്. പ്രദേശത്തെ തൊഴിലാളികളുടെ സമരോർജ്ജമായിരുന്ന പൊടിയൻ ഇല്ലാതായാൽ കർഷക തൊഴിലാളി യൂണിയനെയും പുരോഗമന പ്രസ്ഥാനങ്ങളുടെ കുതിപ്പിനെയും ഇല്ലാതാക്കാമെന്നായിരുന്നു ഐ എൻ ടി യു സിക്കാരുടെയും കോൺഗ്രസ് പ്രവർത്തകരുടെയും കണക്കുകൂട്ടൽ. പക്ഷേ, സഖാവ് പൊടിയന്റെ ധീര രക്തസാക്ഷിത്വത്തെത്തുടർന്ന് പ്രദേശത്ത് പുരോഗമന പ്രസ്ഥാനങ്ങൾ കൂടുതൽ മികവോടെ ഉണർന്നു പ്രവർത്തിക്കാൻ തുടങ്ങി.

യൂത്ത് കോൺഗ്രസ് പ്രവർത്തകരും ആ കാലത്ത് ഭരണത്തിന്റെ മറവിൽ കൊല്ലുംകൊലയുമായി രംഗത്തിറങ്ങി. കർഷക തൊഴിലാളി യൂണിയൻ പ്രവർത്തകരെ ഇല്ലായ്മ ചെയ്യുന്നതിൽ അവരുടെ പങ്കും ചരിത്രത്തിൽ രേഖപ്പെടുത്തിയിട്ടുണ്ട്. ആ കാലഘട്ടത്തിൽ ജന്മിത്വഭൂപ്രഭുത്വം ഇല്ലാതാകുന്ന വേളയിൽ സമൂഹം വലിയൊരു മാറ്റത്തിന് വിധേയമാവുകയായിരുന്നു. അത് ഉൾക്കൊള്ളാൻ ഭൂപ്രഭുത്വത്തിന്റെ വക്താക്കളായ വലതുപക്ഷ ശക്തികൾക്ക് പ്രയാസമായിരുന്നു. ഭൂപ്രമാണിമാരുമായി എല്ലായ്പ്പോഴും നേർക്കുനേർ നിന്ന് പ്രക്ഷോഭം നടത്തിയത് കർഷക തൊഴിലാളികളാണ്. അതിനാൽ ഭൂപ്രമാണിമാർക്ക് വേണ്ടി കർഷക തൊഴിലാളി പ്രസ്ഥാനത്തെ ഇല്ലാതാക്കാനും പ്രവർത്തകരെ കൊല്ലാൻ പോലും വലതുപക്ഷ ഐക്യം മടിച്ചുനിന്നില്ല. എറണാകുളം ജില്ലയിലെ

കുമ്പളങ്ങിയിലെ കരുത്തനായ കർഷക തൊഴിലാളി യൂണിയൻ പ്രവർത്തകനായിരുന്ന അയ്യപ്പൻ കുഞ്ഞനെ 1974 ആഗസ്ത് 31 ന് യൂത്ത് കോൺഗ്രസ് ഗുണ്ടകൾ കുത്തിക്കൊലപ്പെടുത്തിയത് ഇത്തരത്തിലൊരു സംഭവമാണ്. എറണാകുളം ജില്ലയിലെ നിരവധിയായ കർഷക തൊഴിലാളി പോരാട്ടങ്ങൾക്ക് ശക്തിപകരുന്ന രക്തസാക്ഷിത്വമാണ് സഖാവ് അയ്യപ്പൻ കുഞ്ഞന്റേത്.

ആലപ്പുഴയിൽ കുടികിടപ്പ് സമരത്തോടൊപ്പം തൊഴിൽ നീതിക്ക് വേണ്ടിയുള്ള സമരങ്ങളും സജീവമായി നിലനിന്ന കാലഘട്ടമായിരുന്നു എഴുപതുകൾ. ചമ്പക്കുളം കണ്ടങ്കരിയിലെ ജന്മി പ്രമാണിയായ ഗോപാലക്കുറുപ്പിന്റെ സ്ഥിരം തൊഴിലാളിയായ ശ്രീധരനെ തൊഴിലിൽനിന്നും പിരിച്ചുവിട്ടപ്പോൾ കർഷക തൊഴിലാളി യൂണിയൻ ശക്തമായ സമരവുമായി മുന്നോട്ടുവന്നു. ആ സമയത്ത് ഗോപിനാഥക്കുറുപ്പിന്റെ പാടത്ത് കൊയ്ത്തും കറ്റമെതിപ്പും നടക്കുകയാണ്. കർഷക തൊഴിലാളികൾ കൊയ്തെടുത്ത കറ്റകൾ പാടത്തിനോട് ചേർന്നുള്ള കളത്തിൽ സംഭരിച്ചു. ശ്രീധരന്റെ തൊഴിലവകാശം അംഗീകരിക്കുന്നതുവരെ കറ്റമെതിക്കുകയില്ല എന്ന ധീരമായ പ്രഖ്യാപനം നടത്താൻ യൂണിയൻ തയ്യാറായി. ഗോപിനാഥക്കുറുപ്പിന് അന്നത്തെ അച്യുതമേനോൻ സർക്കാരിൽ നല്ല സ്വാധീനമുണ്ട്. പൊലീസിനെ നിയന്ത്രിക്കുന്ന കോൺഗ്രസുകാരും കുറുപ്പുമായി നല്ല ബന്ധത്തിലുമാണ്. പൊലീസിനെ രംഗത്തിറക്കാൻ ഗോപിനാഥക്കുറുപ്പിന് സാധിച്ചു. രാത്രി, ഇരുളിന്റെ മറവിൽ പൊലീസിന്റെ സഹായത്തോടെ ഗുണ്ടകൾ കളത്തിൽ സംഭരിച്ച കറ്റകൾ കുറുപ്പിന്റെ വീട്ടിലേക്ക് മാറ്റി. തൊഴിലാളികളുടെ സമരം പൊളിച്ചെന്ന അഹങ്കാരത്തോടെ കുറുപ്പ് ആ രാത്രിയിൽ മദ്യവും മദിരാക്ഷിയും ഒരുക്കിയിരുന്നു. മദ്യപിച്ച് മദോന്മത്തരായ ഭൂപ്രഭുക്കന്മാരും ഗുണ്ടകളും സംഘം ചേർന്ന് കർഷക തൊഴിലാളികളെ ആ രാത്രി തന്നെ അക്രമിക്കാൻ പദ്ധതിയിട്ടു. അടുത്തുള്ള പൂത്തറ കർഷക തൊഴിലാളി യൂണിയന്റെ ഓഫീസിലേക്ക് അവർ അക്രമത്തിനായെത്തി. അവിടെ ഉറങ്ങിക്കിടന്നിരുന്ന കണ്ടങ്കരി വേലുക്കുട്ടനെന്ന കർഷക തൊഴിലാളി യൂണിയന്റെ പ്രവർത്തകനെ വളഞ്ഞിട്ട് ക്രൂരമായി മർദ്ദിച്ചു. ഒരു തൊഴിലാളിയെ തല്ലിക്കൊന്നാൽ മറ്റുള്ള തൊഴിലാളികളെല്ലാം പേടിച്ച് ചൊല്പടിക്ക് നില്ക്കുമെന്നും അവകാശ സമരത്തിൽനിന്ന് പിന്തിരിഞ്ഞ് പേടിച്ചോടുമെന്നുമായിരുന്നു അവരുടെ കണക്കുകൂട്ടൽ. വേലുക്കുട്ടന്റെ രക്തസാക്ഷിത്വത്തെത്തുടർന്ന് പ്രദേശത്ത് ശക്തമായ കർഷക തൊഴിലാളി സമരം ഉടലെടുത്തു. ശ്രീധരന്റെ തൊഴിലവകാശങ്ങൾ അനുവദിച്ച് നല്കാൻ ഗോപിനാഥക്കുറുപ്പ് നിർബ്ബന്ധിതനായി. 1975 ഫെബ്രുവരി 25 ലെ കണ്ടങ്കരി വേലുക്കുട്ടന്റെ രക്തസാക്ഷിത്വം ശക്തമായ തൊഴിലാളി മുന്നേറ്റങ്ങൾക്ക് പ്രേരണയായി മാറി എന്നതാണ് ചരിത്രം.

കർഷക തൊഴിലാളി യൂണിയൻ കർഷക തൊഴിലാളികളുടെ ആവശ്യങ്ങൾ നേടിയെടുക്കുന്നതിന് വേണ്ടി പ്രക്ഷോഭ പ്രവർത്തനങ്ങളുമായി

മുന്നോട്ടുപോകുമ്പോൾ ഭൂപ്രഭുക്കന്മാർ ചില കുരുട്ടുബുദ്ധികൾ പ്രയോഗിച്ച് ആ മുന്നേറ്റത്തെ നേരിടാൻ ശ്രമിച്ചിരുന്നു. ഗുണ്ടകളെയും പൊലീസിനെയും ഇറക്കുമ്പോൾ തങ്ങൾക്കെതിരെ ശക്തമായ ജനവികാരം ഉയർന്നുവരുമെന്ന് മനസ്സിലാക്കിയ ഭരണകക്ഷികളും ഭൂപ്രമാണിമാർക്ക് കുടിലബുദ്ധി ഉപദേശിച്ച് കൊടുക്കുകയായിരുന്നു. കർഷക തൊഴിലാളി യൂണിയനെ എതിർക്കാൻ വേറെ സംഘടന ഉണ്ടാക്കുകയെന്ന തന്ത്രം അത്തരത്തിലൊന്നായിരുന്നു. അങ്ങനെയാണ് പാലക്കാട് ജില്ലയിൽ കർഷക സമാജം ഉണ്ടാവുന്നത്. കർഷക തൊഴിലാളികളുടെ ന്യായമായ ആവശ്യങ്ങൾ അംഗീകരിക്കാതിരിക്കാൻ വേണ്ടി തട്ടിക്കൂട്ടിയുണ്ടാക്കിയ ഒന്നായിരുന്നു അത്. തങ്ങളുടെ അവകാശങ്ങൾ നേടിയെടുക്കാൻ വേണ്ടി കർഷക തൊഴിലാളി യൂണിയൻ സമരഭൂമികയിലേക്ക് ഇറങ്ങുമ്പോൾ കർഷക സമാജം അക്രമംകൊണ്ട് മറുപടി പറയുന്ന അവസ്ഥ പാലക്കാട് ഉണ്ടായി. ചിറ്റൂർ താലൂക്കിലെ നല്ലേപ്പിള്ളി പഞ്ചായത്തിലെ കർഷക തൊഴിലാളി യൂണിയൻ പ്രവർത്തകനായിരുന്ന നരിച്ചിറ മണിയുടെ രക്തസാക്ഷിത്വം കർഷക സമാജക്കാരുടെ അക്രമത്തെ തുടർന്നായിരുന്നു. 1975 മാർച്ച് 18 നാണ് സഖാവ് മണിയെ ആക്രമിച്ച് കൊലപ്പെടുത്തിയത്. പക്ഷേ, അത്തരത്തിലുള്ള കുരുട്ടുസംഘങ്ങളുടെ ആക്രമണങ്ങളെയൊക്കെ അതിജീവിച്ച് കർഷക തൊഴിലാളി പ്രസ്ഥാനം മുന്നോട്ടുപോയി. ശക്തമായ സമരമാർഗ്ഗങ്ങളിലൂടെ തൊഴിലാളികളുടെ ന്യായമായ ആവശ്യങ്ങൾ പാലക്കാടടക്കമുള്ള ജില്ലകളിൽ നേടിയെടുക്കുക തന്നെ ചെയ്തു.

ഭൂപ്രമാണിമാരുടെ കൂടെനിന്ന് അവരുടെ ചൊല്പടിക്ക് ജീവിച്ച പാവപ്പെട്ട, തൊഴിലാളി വിഭാഗത്തിലുള്ള പലരും കർഷക തൊഴിലാളി യൂണിയനെയും അതിന്റെ പ്രവർത്തനങ്ങളെയും ആദ്യമൊക്കെ അവജ്ഞയോടെയാണ് വീക്ഷിച്ചത് എങ്കിലും വൈകാതെ അവരിൽ മിക്കവാറും പേർ യൂണിയനിലേക്ക് വരുന്ന സാഹചര്യം ഉണ്ടായി. കർഷക തൊഴിലാളി യൂണിയന്റെ പ്രവർത്തനങ്ങളിൽ ഇത്തരത്തിൽ വരുന്ന വ്യക്തികൾ സജീവമാകും. അത് നേരത്തെ അവരെ ആശ്രിതരായി വെച്ചിരുന്ന ഭൂപ്രമാണിമാരിലും ജന്മികളിലും കടുത്ത നീരസമുണ്ടാക്കുകയും ചെയ്യും. ആലപ്പുഴ ജില്ലയിലെ കുട്ടനാട് കൈനകരിയിലെ ഭൂപ്രമാണിയും കോൺഗ്രസ് പ്രവർത്തകനുമായിരുന്ന ശാർങ്ധരൻ വക്കീലിന്റെ ശിങ്കിടിയായി അയാളുടെ പാടത്ത് വർഷങ്ങളായി കൃഷിപ്പണി ചെയ്തുകൊണ്ടിരുന്ന വ്യക്തിയായിരുന്നു കോൺഗ്രസുകാരനായിരുന്ന വാസു. ഒരു സുപ്രഭാതത്തിൽ ഒരു കാരണവും കൂടാതെ വാസുവിനെ ജോലിയിൽനിന്നും വക്കീൽ പിരിച്ചുവിട്ടു. ഭൂപ്രമാണിയുടെ തൊഴിലാളി വഞ്ചന മനസ്സിലാക്കിയ വാസു കോൺഗ്രസിന്റെ നേതാക്കളെ സമീപിച്ചെങ്കിലും അവരെല്ലാം ഭൂപ്രമാണിയായ വക്കീലിന്റെ കൂടെയായിരുന്നു. അവസാനം വാസു കർഷക തൊഴിലാളി യൂണിയനിൽ അഭയം പ്രാപിച്ചു. ശാർങ്ധരൻ വക്കീലിന്റെ പാടത്തെ കൊയ്ത്തിന് ശേഷം യൂണിയൻ സമരം പ്രഖ്യാപിച്ചു. കർഷക

തൊഴിലാളികൾ പണിമുടക്കി. കൊയ്ത്തുകളത്തിൽ കറ്റമെതിക്കാൻ ഒരു തൊഴിലാളിയെപ്പോലും ഭൂപ്രമാണിക്ക് ലഭിച്ചില്ല. വക്കീൽ ഒത്തുതീർപ്പ് ചർച്ചയ്ക്ക് നിർബ്ബന്ധിതനായി. ശാർങ്ധരൻ വക്കീലിന്റെ കളത്തിലുള്ള ഓഫീസിൽവെച്ച് ചർച്ചയാവാമെന്ന ധാരണയിൽ തിരുവിതാംകൂർ കർഷക തൊഴിലാളി യൂണിയന്റെ മുൻ ജനറൽ സെക്രട്ടറി കൂടിയായിരുന്ന കെ ജെ ജോസഫിന്റെ നേതൃത്വത്തിൽ യൂണിയൻ പ്രവർത്തകർ 1975 മാർച്ച് 27 ന് അവിടേക്കെത്തി. വക്കീലിന്റെ ഓഫീസിനുള്ളിലും കൂട്ടിയിട്ട കറ്റകളുടെ മറവിലും വക്കീലിന്റെ മകൻ ഹരിയുടെ നേതൃത്വത്തിൽ ഒളിച്ചിരുന്ന ഗുണ്ടകൾ സഖാവ് ജോസഫിനെയും വാസുവിനെയും ക്രൂരമായി ആക്രമിച്ചു. മാരകായുധങ്ങൾ അവരുടെ ശരീരത്തിൽ പ്രയോഗിച്ചു. അപ്രതീക്ഷിതമായ ആക്രമണത്തിൽ മറ്റ് പ്രവർത്തകർക്കും പരിക്കുപറ്റി. അവർ ചിതറിപ്പോയി. വക്കീലിന്റെ മകനും ഗുണ്ടാത്തലവനുമായ ഹരി സഖാവ് ജോസഫിന്റെ നേരെ തന്റെ തോക്കുകൊണ്ട് നിറയൊഴിച്ചു. ഇടനെഞ്ചിൽ വെടിയേറ്റ കെ ജെ ജോസഫ് ആ പാടത്ത് പിടഞ്ഞുവീണ് മരണപ്പെട്ടു. ഗുരുതരമായി പരിക്കേറ്റ വാസു ആലപ്പുഴ മെഡിക്കൽ കോളേജിൽവെച്ച് മരണപ്പെട്ടു. കർഷക തൊഴിലാളികളുടെ പ്രിയങ്കരനായ നേതാവായിരുന്നു സഖാവ് ജോസഫ്. അദ്ദേഹത്തിന്റെ കൊലപാതകം കുട്ടനാട്ടിലാകെ പ്രതിഷേധമുയർത്തി. ഭൂപ്രമാണിയായ ശാർങ്ധരൻ വക്കീലിന്റെ പാടത്ത് വർഷങ്ങളോളം കർഷക തൊഴിലാളികൾ ജോലിക്കിറങ്ങിയില്ല. നിലം തരിശുകിടന്നു. സഖാക്കൾ കെ ജെ ജോസഫിന്റെയും വാസുവിന്റെയും രക്തസാക്ഷിത്വം കർഷക തൊഴിലാളി യൂണിയന്റെ മുന്നോട്ടുള്ള കുതിപ്പിന് ഇന്നും ഊർജ്ജമാണ്.

അടിയന്തരാവസ്ഥയുടെ നാളുകൾ കർഷക തൊഴിലാളി പ്രസ്ഥാനത്തിനെ വേട്ടയാടാൻ വേണ്ടിയും ചിലർ ഉപയോഗിച്ചിരുന്നു. 'നാവടക്കൂ, പണിയെടുക്കൂ' എന്നാണ് അന്ന് ഭരണാധികാരികൾ തൊഴിലാളികളോട് കല്പിച്ചത്. സി പി ഐ നേതാവായിരുന്ന അച്യുതമേനോനാണ് അടിയന്തരാവസ്ഥ കാലത്ത് കേരളത്തിന്റെ മുഖ്യമന്ത്രി. കോൺഗ്രസുകാരോടൊപ്പം സി പി ഐക്കാരും കർഷക തൊഴിലാളികളുടെ സമരത്തെ തകർക്കാൻ നോക്കിയ ചരിത്രമാണ് കൈനകരിക്കുള്ളത്. ആ സമയത്ത് ചെങ്കൊടി ഉയർത്തിയും താഴ്ത്തിയുമായിരുന്നു ജോലി സമയം നിജപ്പെടുത്തിയിരുന്നത്. കോൺഗ്രസുകാർ പൊലീസിന്റെ സഹായത്തോടെ ചെങ്കൊടിയുയർത്തുന്നത് തടയാനും വെള്ളക്കൊടി പകരം ഉപയോഗിക്കാനും ശ്രമിച്ചത് വിജയിച്ചില്ല. കുട്ടമംഗലം കുപ്പപ്പുറം പാടത്ത് ജോലി സമയമറിയിക്കാൻ കൊടി ഉയർത്താനും താഴ്ത്താനും നിയോഗിക്കപ്പെട്ട പ്രവർത്തകനായിരുന്നു മനോഹരൻ. 1976 ജൂൺ 11 ന് ആ കർഷക തൊഴിലാളി കൊടി ഉയർത്തിയപ്പോൾ ഭരണകക്ഷിയായ സി പി ഐ പ്രവർത്തകർ തർക്കമുന്നയിച്ച് മുന്നോട്ടുവന്നു. കോൺഗ്രസുകാരും അവരോടൊപ്പം ചേർന്നു. പൊലീസ് സഹായവും സി പി ഐക്കാർക്ക് ലഭിച്ചു. ആ തർക്കത്തിന്റെ അവസാനം സഖാവ് മനോഹരൻ രക്തസാക്ഷിയായി. മണ്ണിന്റെ

മക്കളുടെ തൊഴിൽസമയം അറിയിക്കാനാണ് മനോഹരൻ ചെങ്കൊടി ഉയർത്തിയത്. ഇന്നും പാടത്തിറങ്ങുന്ന തൊഴിലാളികളുടെ മനസ്സിൽ മനോഹരന്റെ സ്മരണ ജ്വലിച്ചുനില്ക്കുന്നുണ്ട്. കുട്ടനാടൻ കായൽ നിലങ്ങളിൽ ഇന്നും ചെങ്കൊടിക്ക് കീഴിലാണ് തൊഴിലാളികൾ ജോലി ചെയ്യുന്നത്. തൊഴിലാളികളുടെ അവകാശങ്ങളെ ഇല്ലാതാക്കാൻ ആരൊക്കെ ശ്രമിച്ചാലും കർഷക തൊഴിലാളി യൂണിയൻ അതിന് സമ്മതിക്കില്ല. കർഷക തൊഴിലാളികളിൽ രൂഢമൂലമായ ആ തിരിച്ചറിവ് വെല്ലുവിളിക്കപ്പെടുമ്പോൾ തങ്ങളുടെ ജീവൻ ത്യജിച്ചും തൊഴിലാളി വർഗ്ഗത്തിനുവേണ്ടി നിലയുറപ്പിച്ച രണധീരരുടെ പാരമ്പര്യം ഇന്നും തുടരുക തന്നെയാണ്.

പെൺകരുത്തുകൾ

കർഷക തൊഴിലാളി യൂണിയന്റെ ചരിത്രത്തിലെ ചോര ചിന്തിയ അദ്ധ്യായങ്ങളുടെ ബാക്കിപത്രമാണ് ഇന്നത്തെ കേരളം. കർഷക തൊഴിലാളികളടക്കമുള്ള ദുർബ്ബല ജനവിഭാഗങ്ങൾക്ക് രാജ്യത്തിന്റെ മറ്റേത് ഭാഗത്തുള്ളതിനേക്കാളും മെച്ചപ്പെട്ട ജീവിത സാഹചര്യം നമ്മുടെ സംസ്ഥാനത്ത് ലഭ്യമായത് ഇത്തരം പോരാട്ടങ്ങളുടെ ഭാഗമായാണ്. കർഷക തൊഴിലാളികളുടെ പ്രക്ഷോഭങ്ങളിൽ അന്നും ഇന്നും സ്ത്രീപങ്കാളിത്തം ഉണ്ട്. സ്ത്രീകൾ ഒരിക്കലും പിൻനിരയിലുള്ളവരല്ല. സ്ത്രീകളുടെ രക്തസാക്ഷിത്വം കർഷക തൊഴിലാളി യൂണിയന്റെ പോരാട്ടവഴികളിലുണ്ടായിട്ടുണ്ട്. ലിംഗപരമായ വേർതിരിവില്ലാതെ കർഷക തൊഴിലാളി സ്ത്രീകൾ പ്രക്ഷോഭത്തിന്റെ വഴികളിൽ കത്തിജ്ജ്വലിച്ചിരുന്നു, രക്തസാക്ഷിത്വം വരിച്ചിരുന്നു എന്ന വസ്തുത ലോകത്തിന്റെ തന്നെ വിപ്ലവ ചരിത്രത്തിലെ തിളക്കമുള്ള വസ്തുതയാണ്.

മേല്പാടം കുട്ടിയമ്മ കർഷക തൊഴിലാളി യൂണിയന്റെ രക്തസാക്ഷിയാണ്. യൂണിയന്റെ പ്രവർത്തകയായിരുന്നു കുട്ടിയമ്മ. ആലപ്പുഴ ജില്ലയിൽ കായൽ ജന്മിമാർ പണ്ട് നടത്തിയ ക്രൂരതകൾ കൈയുംകണക്കുമില്ലാത്തതാണ്. കമ്യൂണിസ്റ്റുപാർട്ടി അധികാരത്തിൽ വരുന്നതുവരെ ഭരണകൂടത്തെ ഉപയോഗിച്ചുകൊണ്ടുള്ള ക്രൂരതയും തൊഴിലാളികൾക്ക് അഭിമുഖീകരിക്കേണ്ടി വന്നിരുന്നു. ഇ എം എസ് സർക്കാർ അധികാരത്തിൽ വന്നതോടെ പൊലീസുകാർ നിയമം പാലിക്കാൻ നിർബ്ബന്ധിതരായി. തൊഴിലാളികളുടെ പരാതിയിലും അവർ അന്വേഷണം നടത്തി. തൊഴിലാളികൾക്ക് നീതി ലഭിച്ചു. ആ പശ്ചാത്തലത്തിലാണ് ഭൂപ്രഭുവും കേരള കോൺഗ്രസ് നേതാവുമായ നിരണം ബേബി എന്ന ഇ ജോൺ നിരണം പൊലീസ് സ്റ്റേഷനിൽവെച്ച് ഒരു പ്രതിജ്ഞ ചെയ്തത്. ഒരു

കർഷക തൊഴിലാളിയെ മർദ്ദിച്ചു എന്ന പരാതിയിൻമേലായിരുന്നു ബേബിക്ക് പൊലീസ് സ്റ്റേഷൻ കയറേണ്ടി വന്നത്. ഭൂപ്രഭുത്വത്തിന്റെ ചെകിടത്ത് കിട്ടിയ ആ അടി അയാൾക്ക് സഹിക്കാവുന്നതിനും അപ്പുറത്തുള്ളതായിരുന്നു. തൊഴിലാളി മർദ്ദനം തുടർക്കഥയാക്കിയ ബേബിക്ക് നേരെ ജനകീയ സർക്കാരിന്റെ പൊലീസിന് നടപടിയെടുക്കാതെ മാറി നില്ക്കാൻ സാധിക്കുമായിരുന്നില്ല. അങ്ങനെ പൊലീസ് സ്റ്റേഷനിലെത്തിയ ബേബി അപമാനിതനായി. അപ്പോഴാണ് അയാൾ പ്രതിജ്ഞ ചെയ്തത്. "എന്നെ അറസ്റ്റ് ചെയ്യാൻ ഉത്തരവിട്ട ഇ എം എസ് സർക്കാരിനെ താഴെയിറക്കിയിട്ടേ ഞാനെന്റെ താടി വടിക്കൂ. ഇതെന്റെ പ്രതിജ്ഞ..." നിരണം ബേബിയെപ്പോലുള്ള നിരവധി ഭൂപ്രമാണിമാർ കേരളത്തിലങ്ങോളമിങ്ങോളമുണ്ടായിരുന്നു. അവരുടെ തീർത്തും തൊഴിലാളി വിരുദ്ധമായ ബോധം സ്വന്തം കൈകളിൽനിന്ന് ജന്മിത്വത്തിന്റെ അധികാര ചിഹ്നങ്ങൾ ഊർന്നുപോകുമ്പോൾ, ഭ്രാന്തമായ മാനസിക നിലയിലേക്ക് ഉയർന്നു. നാടുനീളെ കമ്യൂണിസ്റ്റ് സർക്കാരിനെതിരെ അവർ ഒത്തുകൂടി. ഇവരുടെയൊക്കെ പ്രവർത്തനഫലമായാണ് ഘടകകക്ഷികൾ ഇ എം എസ് സർക്കാരിന്റെ കാലുവാരിയത്. 1969 ഒക്ടോബർ 24 ന് ഇ എം എസ് സർക്കാർ രാജിവെച്ചു. നിരണം ബേബി ആഘോഷപൂർവ്വം താടിയെടുത്തു. കേരളത്തിലെ നിരവധി നിരണം ബേബിമാർ സന്തോഷത്തിലാറാടി. ആഘോഷങ്ങൾ നടത്തി. തൊഴിലാളികൾക്ക് നേരെ അക്രമം അഴിച്ചുവിട്ടു.

ആലപ്പുഴയിൽ മേല്പാടത്ത് കോടംകണ്ടത്തിൽ കൊച്ചുരാമന്റെ ചായക്കടയിലായിരുന്നു ആ പ്രദേശത്തെ കർഷക തൊഴിലാളികൾ കേന്ദ്രീകരിക്കാറുള്ളത്. യൂണിയന്റെ പ്രവർത്തന കേന്ദ്രമായിരുന്നു ആ ചായക്കട. കർഷക തൊഴിലാളികളടക്കമുള്ള അധ്വാനിക്കുന്ന ജനവിഭാഗങ്ങൾക്ക് ഇ എം എസ് സർക്കാരിനെ അട്ടിമറിച്ച നടപടി വലിയ ആഘാതമായി മാറി. അവർ തങ്ങളുടെ സർക്കാരിനെ അട്ടിമറിച്ച വിധ്വംസക ശക്തികൾക്കെതിരെ അതിശക്തമായ പ്രതിഷേധം സംഘടിപ്പിച്ചു. സംസ്ഥാനത്തെമ്പാടും പ്രതിഷേധപ്രകടനങ്ങൾ നടന്നു. ഹരിപ്പാടും അത്തരത്തിലുള്ള ഉജ്ജ്വലമായ പ്രതിഷേധം സംഘടിപ്പിക്കപ്പെട്ടു. അതുപോലെ ഭൂപ്രമാണിമാരും അവരുടെ കൂടെയുള്ള മുതലാളി വർഗ്ഗവും സർക്കാരിന്റെ വീഴ്ചയിൽ ആഘോഷം സംഘടിപ്പിച്ചു. അത്തരമൊരാഘോഷം നിരണം ബേബിയുടെ ഗുണ്ടകളും മറ്റ് പ്രമാണിമാരും കൂടി മേല്പാടത്ത് നടത്തി. മദ്യപിച്ച് മദോന്മത്തരായ കേരള കോൺഗ്രസുകാർ സംഘംചേർന്ന് ആയുധങ്ങളുമായി വെല്ലുവിളിച്ചുകൊണ്ട് അക്രമങ്ങൾ നടത്തി. കൊച്ചുരാമന്റെ കടയുടെയടുത്തെത്തിയപ്പോൾ അവർ ഇ എം എസിനെയും മറ്റ് കമ്യൂണിസ്റ്റ് നേതാക്കളെയും ചീത്തവിളിച്ചുകൊണ്ട് കടയിലേക്ക് കയറി ആക്രമിച്ചു. ആ ഭാഗത്തുള്ള കർഷക തൊഴിലാളികൾ പ്രതിഷേധ പ്രകടനത്തിൽ പങ്കെടുക്കാൻ ഹരിപ്പാട് പോയിരുന്നു. കടയിൽ കുട്ടിയമ്മയും അവരുടെ കുഞ്ഞമ്മമാരായ കാർത്ത്യായനിയും കുഞ്ഞുകൊച്ചും മകൻ

സോമനും മാത്രമേ ഉണ്ടായിരുന്നുള്ളു. ഗുണ്ടാസംഘം ഇവരെ ക്രൂരമായി ആക്രമിച്ചു. വടിവാളുകൊണ്ട് കുട്ടിയമ്മയുടെ തല വെട്ടിക്കീറി. ഗുരുതരാവസ്ഥയിലായ കുട്ടിയമ്മയെ മെഡിക്കൽ കോളേജിൽ കൊണ്ടുപോയി രക്ഷിക്കാൻ ശ്രമിച്ചെങ്കിലും ഒക്ടോബർ 27 ന് കുട്ടിയമ്മ രക്തസാക്ഷിത്വം വരിച്ചു. ആ വനിതയ്ക്ക് 48 വയസ്സായിരുന്നു. തൊഴിലാളി വർഗ്ഗത്തിന് വേണ്ടി രക്തസാക്ഷിത്വം വരിച്ച ധീരവനിതയാണ് സഖാവ് കുട്ടിയമ്മ.

എഴുപതുകളിൽ കർഷക തൊഴിലാളി യൂണിയന്റെ പ്രവർത്തകർക്ക് നേരെ സംസ്ഥാനത്തെ ഭരണകൂടം നടത്തിയ അതിക്രമങ്ങൾ വിവരണാതീതമാണ്. ആ കാലത്ത് വെടിവെപ്പും ലാത്തിചാർജ്ജും നടത്തി നിരവധി പേർ രക്തസാക്ഷികളായി. കർഷക തൊഴിലാളി സ്ത്രീകളെ ബലാത്സംഗം ചെയ്യാനും പൊലീസുകാർ തയ്യാറായി. കുടികിടപ്പ് സമരവുമായി ബന്ധപ്പെട്ട് കർഷക തൊഴിലാളി യൂണിയൻ പാവപ്പെട്ട തൊഴിലാളി ജനവിഭാഗങ്ങളെ സംഘടിപ്പിച്ച് മുന്നോട്ടുപോകുമ്പോൾ ഭൂപ്രഭുക്കന്മാരും ജന്മികളും അവരുടെ ഗുണ്ടകളും പൊലീസും ഒറ്റക്കെട്ടായി നിന്നാണ് പലപ്പോഴും സമരത്തെ അടിച്ചമർത്താൻ നോക്കിയത്. തിരുവനന്തപുരത്ത് കിളിമാനൂരിൽ കർഷക തൊഴിലാളികളായ രാജമ്മയെയും രാധയെയും കസ്റ്റഡിയിലെടുത്ത പൊലീസുകാർ സ്റ്റേഷനിലിട്ട് ക്രൂരമായി ബലാത്സംഗം ചെയ്തത് ദാരുണമായ സംഭവമായിരുന്നു. ആ സമയത്ത് അച്യുതമേനോൻ മുഖ്യമന്ത്രിയും കരുണാകരൻ ആഭ്യന്തര വകുപ്പ് മന്ത്രിയുമാണ്. പൊലീസുകാർ ജന്മിമാരുടെയും ഭൂപ്രഭുക്കന്മാരുടെയും അച്ചാരം വാങ്ങി കർഷക തൊഴിലാളികളെയും ദരിദ്ര കർഷകരെയും അടിച്ചമർത്തുന്ന കാലം. കർഷക തൊഴിലാളി സ്ത്രീകളായ രാജമ്മയും രാധയും വഴിയിൽക്കൂടി നടന്നുപോകുമ്പോൾ പൊലീസ് അവരെ പിടികൂടി പൊലീസ് സ്റ്റേഷനിലേക്ക് കൊണ്ടുപോയി. കിളിമാനൂർ പൊലീസ് സ്റ്റേഷനിൽ ക്യാമ്പ് ചെയ്യുന്ന ആംഡ് സ്പെഷ്യൽ പൊലീസുകാരും ഈ സ്ത്രീകളെ ഉപദ്രവിക്കാൻ കൂട്ടുനിന്നു. 1973 ആഗസ്ത് 20നാണ് കിളിമാനൂർ സ്റ്റേഷനിൽവെച്ച് രാജമ്മയെയും രാധയെയും ക്രൂരമായി ബലാൽസംഗത്തിനിരയാക്കിയത്. നിരവധി പൊലീസുകാർ വേട്ടക്കാരായി അവരെ പിച്ചിച്ചീന്തി. ക്രൂരമായ പീഡനത്തെത്തുടർന്ന് രാജമ്മ രക്തം വാർന്ന് രക്തസാക്ഷിത്വം വരിച്ചു. ഈ വിവരം പ്രദേശത്തെ കർഷക തൊഴിലാളി പ്രവർത്തകർ എ കെ ജിയെ അറിയിച്ചു. അദ്ദേഹം ഭരണകൂടത്തിന്റെ ഈ പീഡനം പാർലമെന്റിൽ ചർച്ചയാക്കി. ശക്തമായ സമരം ഇതിന്റെ ഭാഗമായി ഉണ്ടായി. പാർലമെന്റിൽ ഒരു നിയമനിർമ്മാണത്തിന് ഈ രക്തസാക്ഷിത്വം കാരണമായി. പീഡനമേറ്റ രാധ ഇന്നും ജീവിച്ചിരിപ്പുണ്ട്. കർഷക തൊഴിലാളി യൂണിയന്റെ സമരഭൂമികയിൽ പെണ്ണുശിരുകൾ എന്നും നിറഞ്ഞുനിന്നിരുന്നു. ആണിനൊപ്പം പോരിമയോടെ പോരാട്ടങ്ങളെ ജ്വലിപ്പിക്കാൻ പെണ്ണുങ്ങളും എന്നും മുന്നിലുണ്ടായിരുന്നു.

കർഷക തൊഴിലാളി യൂണിയന്റെ ചരിത്രത്തിൽ സമരപഥങ്ങളിൽ ജ്വലിച്ചുയർന്ന പെൺകരുത്തുകൾ ഏറെയുണ്ട്. തൃശൂരിന്റെ വിപ്ലവപുത്രി

വടക്കൻ ഇറ്റ്യാനം യൂണിയന്റെ ചരിത്രത്തിലെ വീരനായികയാണ്. എഴുപതുകളിൽ തൃശൂർ ജില്ലയിലെ ഏറ്റവും വലിയ സമരമായിരുന്നു മുക്കാട്ടുകര-നെല്ലങ്കര കർഷക സമരം. അവിടെ വിത്ത് വിതച്ച ധീരവനിതയാണ് ഇറ്റ്യാനം. അഞ്ചിലൊന്നു പറ പതത്തിനും പിൻപണി അവസാനിപ്പിക്കാനുമായി കർഷക തൊഴിലാളികൾ അണിനിരന്ന നെല്ലങ്കര സമരം തൊണ്ണൂറ് ദിവസം നീണ്ടുനിന്നു. നെല്ലങ്കരയിലെ കർഷക തൊഴിലാളിയായ ദേവുവിന് ഭൂപ്രമാണിമാർ തൊഴിൽ നിഷേധിച്ചപ്പോൾ കർഷക തൊഴിലാളികൾ പണിമുടക്കിനിറങ്ങി. വിത്തിറക്കാനും വളമിടാനും കള പറിക്കാനും കർഷക തൊഴിലാളി യൂണിയനിലെ പ്രവർത്തകരെ ഉപയോഗിക്കുന്ന ഭൂപ്രമാണിമാർ കൊയ്ത്തിന് കരിങ്കാലികളായ തൊഴിലാളികളെ പണിക്കിറക്കും. വിളവെടുപ്പിന്റെ പതം കിട്ടിയാൽ അടുപ്പ് പുകയ്ക്കാൻ കാത്തിരിക്കുന്ന തൊഴിലാളികളെ ദുരിതത്തിലേക്ക് തള്ളിയിടുന്ന ഹൃദയരാഹിത്യമായിരുന്നു ആ നടപടി. കർഷക തൊഴിലാളി യൂണിയൻ അവിടെ സമരത്തിന്റെ വിത്തെറിഞ്ഞു. നെല്ലങ്കരയിൽനിന്നും മുക്കാട്ടുകരയിലേക്കും കുന്നത്തുകരയിലേക്കും കിഴക്കുമ്പാട്ടുകരയിലേക്കും സമരം വ്യാപിച്ചു. സമരത്തെ വെല്ലുവിളിച്ചുകൊണ്ട് ഭൂപ്രഭുക്കന്മാരും അണിനിരന്നു. സമരം പൊളിക്കുമെന്ന് അവർ പ്രഖ്യാപിച്ചു. കരിങ്കാലികളെ ഇറക്കി സമരം പൊളിക്കുവാനുള്ള തന്ത്രത്തെ ചെറുസംഘങ്ങളായി പാടത്തിറങ്ങിക്കൊണ്ട് ചെറുക്കണമെന്ന് കർഷക തൊഴിലാളി യൂണിയൻ തീരുമാനിച്ചു. മുക്കാട്ടുകരയിലെ സമരകേന്ദ്രത്തിൽനിന്ന് അരങ്ങത്ത് മേനോന്റെ കൊയ്ത്തുപാടത്തേക്ക് നാലുവശത്തുനിന്നും തൊഴിലാളികൾ കൊയ്ത്തരിവാളുമായി മാർച്ച് ചെയ്തു. പൊലീസിനെ ഭൂപ്രഭുക്കന്മാർ സ്വാധീനിച്ചിരുന്നു. അവർ തൊഴിലാളികളുടെ മാർച്ചിനെ തടഞ്ഞു. പൊലീസ് സേനയുടെ മുന്നിലുണ്ടായിരുന്ന എസ് ഐ അഗസ്തി, കർഷക തൊഴിലാളി പ്രകടനത്തിന്റെ മുന്നിലുണ്ടായിരുന്ന ഇറ്റ്യാനത്തെ ഇരുമ്പുകെട്ടിയ ലാത്തികൊണ്ട് ക്രൂരമായി മർദ്ദിച്ചു. ഇറ്റ്യാനത്തിന്റെ തലയ്ക്ക് നേരെ അഞ്ചാറ് തവണ ആ ലാത്തി ഉയർന്നുതാണു. തലപൊട്ടി ചോരചിന്തി. അപ്പോൾ ഇറ്റ്യാനം ലാത്തിയടി തടുക്കാനായി അരിവാളോടെ കൈകളുയർത്തി. സർവ്വ ഊക്കുമെടുത്ത് ഇറ്റ്യാനത്തിന്റെ തലയടിച്ച് പൊളിക്കാനായി ലാത്തിവീശിയ അഗസ്തി പൊലീസിന്റെ കൈകൾ അരിവാളിൽ തട്ടി. വിരലുകൾ അറ്റുവീണു. എസ് ഐ അഗസ്തി, തന്റെ വിരലുകൾ ഇറ്റ്യാനം അരിവാളുകൊണ്ട് വെട്ടിയെന്ന് വിളിച്ചാർത്തു. പൊലീസ് സംഘം ഇറ്റ്യാനത്തെ പൊതിഞ്ഞു. ആ വിപ്ലവതാരത്തെ അടിച്ച് നിലത്തിട്ടു. ബൂട്ട്സിട്ട പൊലീസ് കാലുകൾ ഇറ്റ്യാനത്തിന്റെ ശരീരത്തിൽ ഇടതടവില്ലാതെ പതിഞ്ഞു. നിരവധി ലാത്തികൾ ഉയർന്നുതാണു. അവർ മർദ്ദിച്ച് തളർന്നപ്പോൾ ചുവന്ന തുണിക്കെട്ടുപോലെ ഇറ്റ്യാനത്തെ പൊലീസ് വണ്ടിയിലേക്ക് വലിച്ചെറിഞ്ഞു. ഇറ്റ്യാനം മരിച്ചെന്ന വാർത്ത നാടാകെ പരന്നു. എന്നാൽ, ആ വിപ്ലവകാരി മരണത്തെ അതിജീവിച്ചു. അഞ്ചാംനാളാണ് ആശുപത്രിയിൽവെച്ച് ഇറ്റ്യാനം

കണ്ണുകൾ തുറന്നത്. കുറെ നാളുകൾ നീണ്ട ചികിത്സയ്ക്ക് ശേഷം അവർ ആശുപത്രിവിട്ടു. പിന്നീട് പാടത്ത് കൊയ്യാനോ, ഞാറ് നടാനോ പോകാൻ ഇറ്റ്യാനത്തിന് കഴിഞ്ഞില്ല. പൊലീസ് അവരെ തകർത്തുകളഞ്ഞു. സമരത്തിനൊടുവിൽ ഭൂപ്രഭുവിന് ദേവുവിനെ തിരികെയെടുക്കേണ്ടി വന്നു. അത് തൊഴിലാളികളുടെ പോരാട്ടത്തിന് കൂടുതൽ ആവേശം പകർന്നു. അതോടെ മെച്ചപ്പെട്ട കൂലിക്കും പിൻപണി സമ്പ്രദായം അവസാനിപ്പിക്കാനും അഞ്ചിൽ ഒന്ന് പതം നല്കാനും കർഷക തൊഴിലാളി യൂണിയൻ, ഭൂപ്രമാണിമാർക്ക് നോട്ടീസ് നല്കി. ഭൂവുടമകൾക്ക് വേണ്ടി കോൺഗ്രസുകാർ രംഗത്ത് വന്നു. അവർ കൂട്ടുമുന്നണിയുണ്ടാക്കി. ഒത്തുതീർപ്പുകളും ലംഘനങ്ങളും കരിങ്കാലികളെ ഇറക്കലും സംഘർഷവും പതിവായി മാറിയ നാളുകൾ. കരിങ്കാലികളെ ഇറക്കുമ്പോൾ തൊഴിലാളികൾ സംഘടിച്ച് പാടത്ത് കൊയ്യാനിറങ്ങും. ഭൂവുടമകൾ പൊലീസിനെ ഉപയോഗിച്ച് തൊഴിലാളികളെ മർദ്ദിക്കും. പ്ലാവളപ്പിൽ വേലായുധന്റെ ഭാര്യ അയ്യു മർദ്ദനമേറ്റ് പാടത്തെ ചെളിയിൽ ബോധം കെട്ടുവീണത് അത്തരമൊരവസരത്തിലാണ്. 70 മുതൽ 74 വരെയുള്ള കാലയളവ് മർദ്ദനത്തിന് ഇടവേളകളില്ലാത്ത നാളുകളായിരുന്നു. കള്ളക്കേസുകളുടെ കൂമ്പാരം ആ കാലയളവിൽ സൃഷ്ടിക്കപ്പെട്ടു. അവസാനം നെല്ലങ്കര സമരം വിജയിക്കുക തന്നെ ചെയ്തു. കർഷക തൊഴിലാളി യൂണിയന്റെ ചെമ്പതാക ഉയർത്തി വിജയമാഘോഷിക്കുമ്പോൾ, ഇറ്റ്യാനം ചികിത്സയിലാണ്. ആയുർവ്വേദ ചികിത്സ. സഖാവ് അഴീക്കോടൻ ആ വിപ്ലവ ധീരതയെ സന്ദർശിച്ച് ധൈര്യം നല്കും. ചികിത്സയ്ക്കുള്ള പണം നല്കിയ അഴീക്കോടന്റെ മുഖം ഇന്നും മനസ്സിലുണ്ടെന്ന് ഇറ്റ്യാനം സംസാരത്തിനിടയിൽ ഓർമ്മിക്കുന്നു. ഇപ്പോൾ കർഷക തൊഴിലാളി പെൻഷൻ കൈയിൽ വാങ്ങുമ്പോൾ ഇറ്റ്യാനമെന്ന വിപ്ലവ നായിക, തന്റെ ജീവിതത്തിലെ പോരാട്ടപർവ്വം വെറുതെയായില്ല എന്ന് അഭിമാനിക്കുന്നു.

പീഡനങ്ങളുടെ മഹാപർവ്വം

കർഷക തൊഴിലാളി പ്രസ്ഥാനത്തിന്റെ ചരിത്രത്തിൽ ത്യാഗപൂർണ്ണമായ നിരവധി അദ്ധ്യായങ്ങൾ ഉണ്ട്. കൊടിയ മർദ്ദനവാഴ്ചയെ അഭിമുഖീകരിച്ചാണ് കർഷക തൊഴിലാളികൾ ആ മേഖലയിലെ ജീർണ്ണതകളെ ഇല്ലായ്മ ചെയ്തത്. അവകാശങ്ങൾ പിടിച്ചുവാങ്ങിയത്. 1946 ലെ പണിമുടക്കിൽ കർഷക തൊഴിലാളികൾ സജീവമായി പങ്കാളികളായിരുന്നു. ആലപ്പുഴ കൈനകരി ഭാഗത്തൊക്കെ പണിമുടക്ക് ഏതാണ്ട് പൂർണ്ണമായിരുന്നു. ആ കാലത്ത് സർവ്വീസ് നടത്തുന്ന ബോട്ടുകളെല്ലാം ഓരോ മുതലാളിമാരുടെ ഉടമസ്ഥതയിലുള്ളവയാണ്. ബോട്ട് തൊഴിലാളികളിൽ പലരും മുതലാളിമാരുടെ ആശ്രിതരും കരിങ്കാലികളുമായിരുന്നു. അവർ പണിമുടക്ക് വേളയിൽ ബോട്ടിറക്കാൻ തയ്യാറായി. കർഷക തൊഴിലാളികൾ സംഘടിച്ച് ബോട്ടുകൾ തടയാനുള്ള വിവിധ മാർഗ്ഗങ്ങൾ പ്രയോഗിച്ചു. വടംകെട്ടിയും മറ്റും ഗതാഗതം തടസ്സപ്പെടുത്തി. ബോട്ടു മുതലാളിമാർ പൊലീസിന്റെ സഹായം തേടി. ഒരു ബോട്ടുനിറയെ റിസർവ്വ് പൊലീസ് അങ്ങോട്ടേക്ക് കുതിച്ചു. മർദ്ദക വീരനായ ഇൻസ്പെക്ടർ നാടാരാണ് ആ യൂണിറ്റിനെ നയിച്ചത്. കമ്യൂണിസ്റ്റുകാരെ കണ്ണിൽ കാണുമ്പോൾ കാർക്കിച്ച് തുപ്പുന്ന കമ്യൂണിസ്റ്റ് വിരുദ്ധൻ മുക്കം അപ്പച്ചന്റെയടുത്തേക്കാണ് പൊലീസ് പോയത്. അയാൾ കൊടുത്ത ലിസ്റ്റിലുള്ളവരുടെ വീടുകളിൽ ഇൻസ്പെക്ടർ നാടാരുടെ നേതൃത്വത്തിൽ പൊലീസ് കയറിയിറങ്ങി. പൊലീസിന്റെ സംഹാരതാണ്ഡവത്തിനാണ് തുടർന്ന് ആ നാട് സാക്ഷ്യം വഹിച്ചത്. ക്രൂരമായ മർദ്ദനമുറകൾക്ക് നാട്ടിലെ പാവങ്ങൾ വിധേയരായി. കുട്ടമംഗലത്ത് പങ്കൻ എന്ന കർഷക തൊഴിലാളി അന്നേറ്റ ക്രൂരമായ മർദ്ദനത്തിന്റെ ഭാഗമായാണ് പില്ക്കാലത്ത് മരണമടഞ്ഞത്. ഇൻസ്പെക്ടർ നാടാർ അനവധി തൊഴിലാളികളെ പിടിച്ചു

ബോട്ടിൽ കയറ്റി കൊണ്ടുപോയി. അവരെ ബോട്ടുജെട്ടിയിലുള്ള ഔട്ട്പോസ്റ്റിൽ കൊണ്ടുപോയി ക്രൂരമായി തല്ലിച്ചതച്ചു.

പ്രദേശത്തെ കർഷക തൊഴിലാളി യൂണിയന്റെ നേതൃത്വത്തിലുള്ള കെ എ കറുത്ത, കെ പളനി തുടങ്ങി അഞ്ചുപേരെ അവിടെ നിർത്തി ബാക്കി കർഷക തൊഴിലാളി സഖാക്കളെ പൊലീസ് വിട്ടയച്ചു. പിടിച്ചു വച്ചവരുടെ പേരിൽ എമർജൻസി ആക്ടനുസരിച്ച് കേസ് രജിസ്റ്റർ ചെയ്തു. ആ കേസിൽ അവരെ ഒമ്പത് മാസം ശിക്ഷിച്ചു. സെൻട്രൽ ജയിലിലായിരുന്നു തടവ് ശിക്ഷ. ലോക്കപ്പിൽ കിടന്ന കാലയളവിൽ വിചിത്രമായ മർദ്ദനമുറയാണ് ഈ സഖാക്കൾക്ക് നേരിടേണ്ടി വന്നിരുന്നത്. മൂന്നുനേരം മർദ്ദനം. ആ സമയം കൈനകരി പ്രദേശത്താകെ പൊലീസ് തേർവാഴ്ച നടത്തി. നാടുനീളെ മർദ്ദനത്തിന്റെ കാഴ്ചകളായിരുന്നു. ഒളിവിലായിരുന്ന കർഷക തൊഴിലാളി നേതാക്കളുടെ തലയ്ക്ക് വിലയിട്ട നാളുകളായിരുന്നു അത്. ഒരു തലയ്ക്ക് 1000 രൂപ നല്കുമെന്ന് സർക്കാർ പ്രഖ്യാപിച്ചു. പൊലീസ് സഖാക്കൾക്കായി വ്യാപകമായി തിരച്ചിൽ നടത്തി.

ആലപ്പുഴയിലെ ആസ്പിൻവാൾ തൊഴിലാളിയായിരുന്ന പി പി പങ്കജാക്ഷന്റെ അനിയൻ പി പി തങ്കച്ചൻ കോൺഗ്രസ് അനുഭാവിയായിരുന്നു. കമ്യൂണിസ്റ്റുകാർ ഒളിവിൽകഴിയാനായി പങ്കജാക്ഷന്റെ വീട്ടിൽ വരാറുണ്ട്. കോൺഗ്രസുകാരനാണെങ്കിലും തങ്കച്ചൻ അതൊന്നും പുറത്താരോടും പറയില്ല. ഒരു ദിവസം എസ് കെ ദാസ് നടന്നുപോകുമ്പോൾ തോണിതുഴഞ്ഞ് പോകുന്ന തങ്കച്ചനെ കണ്ടു. ദാസ്, തങ്കപ്പനെ വിളിച്ചു. ദാസിന് കാട്ടിച്ചിറയിലേക്ക് പോകണം. തങ്കപ്പൻ ദാസിനെയും കയറ്റി തോണി തുഴഞ്ഞു. പൊലീസിന്റെ ഒറ്റുകാർ അത് കണ്ടു. രാത്രിയിൽ പൊലീസിറങ്ങി. കാട്ടിച്ചിറയിലെ ശ്രീനിയുടെ വീട് പൊലീസ് വളഞ്ഞു. അവിടെ ദാസുണ്ടായിരുന്നില്ല. ശ്രീനിയെ അവർ ക്രൂരമായി മർദ്ദിച്ചു. തുടർന്ന് മണത്ര നാരായണന്റെ വീട്ടിലാണ് പൊലീസ് സംഹാരതാണ്ഡവം ആടിയത്. നാരായണനെ ചവിട്ടികൂട്ടി പൊലീസ് ബോട്ടിലേക്ക് വലിച്ചെറിഞ്ഞു. അടുത്ത ഊഴം പളനിക്കായിരുന്നു. അദ്ദേഹത്തെ വീടുകയറി പിടിച്ച് ക്രൂരമർദ്ദനത്തിനിരയാക്കി. ദാസ് എവിടെയെന്ന് ഇവർക്കൊന്നും അറിയില്ലെന്ന് മനസ്സിലാക്കിയ പൊലീസ്, അവസാനം തങ്കപ്പന്റെ വീട്ടിലേക്ക് നീങ്ങി. പങ്കജാക്ഷന്റെ വീട്ടിൽ തന്നെയാണ് തങ്കപ്പന്റെ താമസം. പൊലീസ് ആ വീട്ടിലേക്കെത്തുന്നതിന് അല്പം മുമ്പ് വർഗീസ് വൈദ്യനും ദാസും അവിടെ നിന്ന് മാറി. പൊലീസ് തങ്കപ്പനോട് ചെയ്ത ക്രൂരതകൾ വിവരണാതീതമായിരുന്നു. മർദ്ദനത്തിന്റെ പുതിയ മുറകൾക്ക് തങ്കപ്പൻ വിധേയനായി. ദാസും വൈദ്യരും പോയതെവിടെയാണെന്ന് കോൺഗ്രസുകാരനായ തങ്കപ്പന് അറിയാമായിരുന്നു. പക്ഷേ, പൊലീസ് എന്തൊക്കെ ശ്രമിച്ചിട്ടും അവരെ ഒറ്റുകൊടുക്കാൻ തങ്കപ്പൻ തയ്യാറാ

യില്ല. ഇന്നും തങ്കപ്പന്റെ ധൈര്യവും പൊലീസ് മർദ്ദനവും ഓർത്ത് ആവേശഭരിതരാവുന്നവർ ആ നാട്ടിലുണ്ട്. വൈകാതെ കോൺഗ്രസിൽനിന്നും രാജിവെച്ച്, തങ്കപ്പൻ കർഷക തൊഴിലാളി യൂണിയന്റെ സജീവനായ പ്രവർത്തകനായി മാറി.

പുന്നപ്ര-വയലാർ സമരം കഴിഞ്ഞപ്പോഴാണ് കൈനകരിയിലെ വക്കനെ പൊലീസ് അറസ്റ്റ് ചെയ്യുന്നത്. ഭീകരമായ മർദ്ദനത്തിനിരയാക്കിക്കൊണ്ട് പൊലീസ് തങ്ങളുടെ രോഷം മുഴുവൻ വക്കന്റെ ശരീരത്തിൽ തീർക്കുകയുണ്ടായി. കർഷക തൊഴിലാളിയായ ആ സഖാവിനെ പുന്നപ്ര-വയലാർ കേസിൽപ്പെടുത്തി ശിക്ഷിച്ചു. ജയിലിൽ നിന്നിറങ്ങുമ്പോൾ വക്കൻ രോഗിയായി മാറിയിരുന്നു. പൊലീസ് മർദ്ദനത്തിന്റെ ബാക്കിപത്രം. രോഗങ്ങൾ മരണംവരെ ആ പാവത്തിനെ വിട്ടൊഴിഞ്ഞില്ല.

ചെറുകാലിൽ വീട്ടിലെ ജാനകിയമ്മ കർഷക തൊഴിലാളി പ്രസ്ഥാനത്തിന്റെ ചരിത്രത്തിലെ ധീരവനിതയാണ്. ചെറുകാലിൽ വീട് നിരവധി കമ്യൂണിസ്റ്റുകാർക്ക് സംരക്ഷണം നല്കുന്ന അഭയകേന്ദ്രംകൂടിയായിരുന്നു. ജാനകിയമ്മയുടെ വീട്ടിൽ കൂത്താട്ടുകുളം മേരി ഒളിവിൽ കഴിഞ്ഞിരുന്ന കഥ രസകരമാണ്. ഒളിവിൽ കഴിയുന്ന മേരിക്ക് സിനിമ കാണാൻ വല്ലാത്ത ആഗ്രഹം തോന്നി. ജാനകിയമ്മയെ നിർബ്ബന്ധിച്ചപ്പോൾ അവർ മേരിയേയും കൂട്ടി സെക്കന്റ്ഷോ സിനിമയ്ക്ക് പോയി. ജാനകിയമ്മയുടെ മകൻ ത്രിവിക്രമനും ഭാര്യയും കുട്ടികളും ശങ്കുണ്ണിയെന്നൊരാളുമാണ് വീട്ടിലുള്ളത്. നല്ല ചൂടുകാലമായിരുന്നു അത്. വിക്രമൻ പതിവുപോലെ അന്നും തിണ്ണയിലുള്ള കട്ടിലിലാണ് കിടന്നത്. വിക്രമന്റെ ഭാര്യ തത്താമ്മ അകത്ത് മക്കളോടൊപ്പവും ജാനകിയമ്മയും മേരിയും വേറൊരു പായയിലും കിടന്നു. രാത്രി പൊലീസ് വീടുവളഞ്ഞു. നൂറിൽപ്പരം പൊലീസുകാർ. മയക്കത്തിൽ മേരി പുറത്തുനിന്നുള്ള കാല്പെരുമാറ്റം കേട്ടു. പൊലീസ് പിടിക്കുമെന്നുറപ്പാണ്. മേരിക്ക് പെട്ടെന്നൊരു ബുദ്ധി തോന്നി. അവർ പുറത്ത് വിക്രമൻ കിടന്ന കട്ടിലിൽ പോയി കിടന്ന് പുതപ്പെടുത്ത് പുതച്ച് ഉറക്കം നടിച്ചു. പൊലീസ് വന്ന് ടോർച്ചടിച്ച് നോക്കുമ്പോൾ വിക്രമനും ഭാര്യയും കട്ടിലിൽ കിടക്കുന്നു. അപ്പോൾ അകത്ത് മേരിയുണ്ടെന്ന് പൊലീസുറപ്പിച്ചു. അകത്ത് കയറിയ പൊലീസ് മേരിയാണെന്ന് കരുതി വിക്രമന്റെ ഭാര്യ തത്താമ്മയെ പിടികൂടി. മേരിയുടെ ബുദ്ധിപരമായ നീക്കം മനസ്സിലാക്കിയ തത്താമ്മയടക്കമുള്ള ആരും ഒന്നും എതിർത്ത് പറഞ്ഞില്ല. പൊലീസ് കുറെ പോയപ്പോഴാണ് ആ പ്രദേശത്തുള്ള ചില പൊലീസുകാർ എതിരെ വന്നത്. അവർ തത്താമ്മയെ കണ്ട് അമ്പരന്നു. ഇത് കൂത്താട്ടുകുളം മേരിയല്ല എന്ന് അവർ പറഞ്ഞു. പൊലീസുകാർക്ക് തങ്ങൾക്ക് പറ്റിയ അമളി മനസ്സിലായി. അപ്പോഴേക്കും വിക്രമനും ശങ്കുണ്ണിയും കൂടി മേരിയെ വേറൊരു ഷെൽട്ടറിലേക്ക് മാറ്റിയിരുന്നു.

കുട്ടനാട്ടിലെ കർഷക തൊഴിലാളി പ്രസ്ഥാനത്തെ ആശയപരമായി വളർത്തുന്നതിൽ എന്നും കൂടെനിന്നിട്ടുള്ള വ്യക്തിയായിരുന്നു ശങ്കരനാരായണൻ തമ്പി. അദ്ദേഹവും ചെറുകാലിൽ ജാനകിയമ്മയുടെ വീട്ടിൽ ഒളിവിൽ താമസിച്ചിട്ടുണ്ട്. അപ്പോഴാണ് അദ്ദേഹത്തിന് വാതരോഗം വന്ന് ഒരുഭാഗം തളർന്നുപോയത്. ചെറുകാലിൽ വീട്ടിൽ താമസിക്കുമ്പോൾ ശങ്കരനാരായണൻ തമ്പിക്ക് ചികിത്സ ആരംഭിച്ചു. ജാനകിയമ്മയുടെ മകൻ ത്രിവിക്രമൻ ആലപ്പുഴയിൽ പോയി വരുമ്പോൾ ജട്ടിയിൽനിന്നും തമ്പിക്ക് വേണ്ടി ബ്ലിറ്റ്സ് പത്രം വാങ്ങി. രഹസ്യ സി ഐ ഡിമാർ അത് കണ്ടു. ചെറുകാലിൽ വീട്ടിൽ ആരോ ഒളിവിൽ കഴിയുന്നുണ്ടെന്ന് അവർ ഉറപ്പിച്ചു. അന്ന് രാത്രി തന്നെ പൊലീസ്, ഒരു ബോട്ടിൽ അവിടേക്കെത്തി. ചെറുകാലിൽ വീടിന് മുന്നിൽ ഒരു തോടാണ്. അതുവഴി ബോട്ട് വരില്ല. ആറിനരികിൽ ബോട്ടിട്ട് പൊലീസ് വീട്ടിലേക്ക് നടക്കാൻ തുടങ്ങി. കാര്യം മനസ്സിലാക്കിയ ഒരു കർഷക തൊഴിലാളി ചെറുകാലിൽ വീട്ടിലേക്ക് ഓടി പൊലീസ് വരുന്ന കാര്യം പറഞ്ഞു. വിക്രമനും ശങ്കുണ്ണിയും കൂടി തമ്പിയെ എടുത്ത് ഒരു ചെറുവള്ളത്തിൽ കയറ്റി. തൊട്ടപ്പുറത്തുള്ള ചിറയുടെ അരികിലുള്ള കാട്ടിലേക്ക് കയറ്റിയിട്ടു. തിരികെ വന്ന് വീട്ടിൽ കയറി ഉറക്കം നടിച്ചുകിടന്നു. പൊലീസ് വീട്ടിലേക്ക് ഓടിക്കയറി. മൂക്കും മൂലയും പരിശോധിച്ചു. നിരാശരായി മടങ്ങി. ആ രാത്രിതന്നെ ശങ്കരനാരായണൻ തമ്പിയെ കാവാലം ഷെൽട്ടറിലേക്ക് മാറ്റി.

1952 ൽ എടത്വാപള്ളിയിലെ പെരുന്നാളും അതോടനുബന്ധിച്ചുണ്ടായ സംഭവങ്ങളും കർഷക തൊഴിലാളി യൂണിയനും വിശ്വാസികളും തമ്മിലുള്ള ബന്ധം വെളിപ്പെടുത്തുന്നുണ്ട്. പള്ളിയിലെ പെരുന്നാൾ കഴിഞ്ഞപ്പോൾ കുറച്ചധികം രൂപ മിച്ചം വന്നു. ആ പണമെന്ത് ചെയ്യണമെന്ന് ആലോചിക്കാൻ ഒരു യോഗം വിളിച്ചുകൂട്ടി. പള്ളിവികാരിക്കും സിൽബന്ധികൾക്കും അവിടെ പള്ളിമേട പണിയണമെന്നായിരുന്നു ആഗ്രഹം. അവർ അതിനായി വാദിച്ചു. എന്നാൽ, പള്ളിവക കോളേജ് പണിയണമെന്നാണ് ഒരു വിഭാഗം ആൾക്കാർ ആവശ്യപ്പെട്ടത്. രണ്ട് പക്ഷവും തങ്ങളുടെ ആവശ്യം തന്നെ നടപ്പിലാക്കണമെന്ന പിടിവാശിയിലായപ്പോൾ ബിഷപ്പിന് മുന്നിലേക്ക് തീർപ്പിന് പോയി. ബിഷപ്പ് പള്ളിമേട ആവാമെന്ന് വിധിച്ചു. അപ്പോഴാണ് ഇടവകയിലെ ഭൂരിപക്ഷത്തിന്റെ അഭിപ്രായം ബിഷപ്പ് മാനിച്ചില്ല എന്ന് പറഞ്ഞുകൊണ്ട് തൊമ്മച്ചനെന്നൊരാൾ പള്ളിക്ക് മുന്നിൽ നിരാഹാരമിരുന്നത്. പന്ത്രണ്ട് ദിവസത്തോളം നിരാഹാര സമരം നീണ്ടു. ഒടുവിൽ ചില മദ്ധ്യസ്ഥക്കാരുടെ ഇടപെടലിലൂടെ സമരം ഒത്തുതീർന്നു. എന്നാൽ, ഇടവക വെറുതെയിരുന്നില്ല. ചില എതിരഭിപ്രായക്കാരെ പള്ളിയിൽനിന്ന് പുറത്താക്കി. അവരൊക്കെ പള്ളിയുടെ നിലം പാട്ടത്തിനെടുത്ത് കൃഷി ചെയ്യുന്നവരായിരുന്നു. അവരുടെ കൈയിലുള്ള നിലങ്ങൾ പിടിച്ചെടുക്കാനുള്ള നടപടിയുമായി സഭ മുന്നോട്ടുപോയി. അപ്പോ

ഴാണ് വിഷയത്തിൽ കർഷക തൊഴിലാളി യൂണിയൻ ഇടപെട്ട് ചെങ്കൊടിയുമേന്തി ജാഥയായി കർഷക തൊഴിലാളികൾ ജോലിക്കിറങ്ങി. സഭയുടെയും മതമേലദ്ധ്യക്ഷന്മാരുടെയും തീർപ്പുകളെ വകവെക്കാതെയും അവരുടെ ചട്ടക്കൂടുകളെ എതിർത്തും കർഷക തൊഴിലാളി യൂണിയനും കർഷക പ്രസ്ഥാനവും കൈകോർത്ത് സമരരംഗത്തേക്ക് വന്നു. അതൊരു വലിയ പ്രക്ഷോഭമായി മാറി. അവസാനം പള്ളിയുടെ വകയായി കോളേജ് നടത്തുവാൻ തീരുമാനിക്കുകയും ഭൂമി പാട്ടത്തിനെടുത്ത കൃഷിക്കാർക്കെതിരെ എടുത്ത നടപടികൾ സഭ പിൻവലിക്കുകയും ചെയ്തു.

ഭൂപ്രഭുക്കന്മാർ വ്യത്യസ്ത മതസ്ഥരാണെങ്കിലും കർഷക തൊഴിലാളികളെ ചൂഷണംചെയ്യുന്ന കാര്യത്തിൽ അവർക്ക് ഒരൊറ്റ മതമായിരുന്നു. വാരത്തിനും പാട്ടത്തിനും കൃഷി ചെയ്യുന്നവർ കാലാകാലങ്ങളിൽ ഭൂപ്രഭുവിന് ജന്മിഭോഗങ്ങൾ കൊടുക്കണം. ഭൂപ്രഭു ക്രിസ്ത്യാനിയാണെങ്കിൽ പുണ്യാളൻ പങ്ക്, നേർച്ച പങ്ക്, കാവൽചുരുട്ട്, ചിറചുരുട്ട്, പടിക്കപ്പതം ധർമ്മാവ്, കിള്ളിപ്പതം തുടങ്ങിയ ഭോഗങ്ങളാണ് ഒടുക്കേണ്ടത്. ഇതിനുപുറമെയാണ് നിശ്ചയിക്കപ്പെട്ട പാട്ടവും വാരവും നല്കേണ്ടത്. ഭൂപ്രഭു ഹിന്ദുവാണെങ്കിൽ, കാവൽചുരുട്ട്, ചിറചുരുട്ട്, ദേവൻഫണ്ട്, കൊടിമരചുവട്ടിൽ, ഏകാദശിഫണ്ട്, എഡ്യൂക്കേഷൻ ഫണ്ട്, ആനക്കറ്റ തുടങ്ങിയ ഭോഗങ്ങൾ ഒടുക്കണം. ഇത്തരത്തിൽ ഭോഗം നല്കിയ ശേഷം ബാക്കി ലഭിക്കുന്ന നെല്ലിന്റെ നേർപകുതിയാണ് വാരമായി കൊടുക്കേണ്ടിയിരുന്നത്. ഇതിന് പുറമെ വാരം അളക്കുന്ന ഓരോ പത്തുപറയ്ക്കും മൂന്നുരൂപവീതം വാരപ്പണം ഭൂപ്രഭുവിന് നല്കണം. വാരക്കാരനായ കൃഷിക്കാരൻ അയാൾ കൃഷി ചെയ്യുന്ന സ്ഥലത്തെ കറ്റകൾ ജന്മി നിശ്ചയിക്കുന്ന സ്ഥലത്തുവെച്ച് തന്നെ മെതിക്കണം. മെതിയും അളവുമെല്ലാം ഭൂപ്രഭുവിന്റെ നിയന്ത്രണത്തിലായിരിക്കും. കൃഷിചെയ്യുന്നയാൾ ഭൂപ്രഭു നിശ്ചയിക്കുന്ന പാട്ടമാണ് നല്കേണ്ടത്. രൂപയായി നല്കണമെന്ന് നിബന്ധന ചിലർക്കുണ്ട്. നെല്ലിന്റെ വില നിശ്ചയിക്കുന്നത് ഭൂപ്രഭുവാണ്. പാട്ടക്കാരൻ ഭൂപ്രഭുവിന് ഓണം, വിഷു, വാവ് തുടങ്ങിയ വിശേഷ ദിവസങ്ങളിൽ കാഴ്ച കൊടുക്കണം.

പെണ്ണുകെട്ടിയാൽ പടികാണിക്കുന്ന സമ്പ്രദായം ഭൂപ്രഭുക്കന്മാരുടെ ക്രൂരതയുടെ മറ്റൊരു മുഖമായിരുന്നു. ചേർത്തല താലൂക്കിലെ ഏറ്റവും വലിയ ജന്മിയായിരുന്നു കോച്ചാ. കുടികിടപ്പുകാരെ വെറും കൂലിയടിമകളായാണ് പരിഗണിച്ചിരുന്നത്. കുടികിടപ്പുകാരന്റെ വീട്ടിലെ ആണുങ്ങൾ വിവാഹം കഴിച്ചുവന്നാൽ പിറ്റേന്ന് രാവിലെ പടികാണിക്കണം. പെണ്ണും ഭർത്താവും ബന്ധുക്കളുമെല്ലാം കൂടി കോച്ചായുടെ വീട്ടുപടിക്കലെത്തും. കോച്ചാ ഇറങ്ങിവന്ന് പെണ്ണിനെ കണ്ടിഷ്ടപ്പെട്ടാൽ മൂന്നുമാസം ജന്മിയുടെ വീട്ടിൽ പെണ്ണ് താമസിക്കണം. അടിമപ്പണിക്ക് നിർത്തുന്നു എന്നാണ് പറയുക. പക്ഷേ, അവിടെ നടക്കുന്നത് നഗ്നമായ പീഡനമാണ്.

പെണ്ണിനെ കാണാൻ ഭംഗിയില്ലെങ്കിൽ അപ്പോൾ തന്നെ കൊണ്ടുപൊയ്ക്കൊള്ളാൻ പറയും. കോച്ചായുടെ മാളികയിൽ താമസിക്കുന്ന ദിവസങ്ങളിൽ പെൺകുട്ടിക്ക് ഭർത്താവുമായോ ബന്ധുക്കളുമായോ ഇടപഴകാൻ കഴിയുകയില്ല. തൊണ്ണൂറാം ദിവസം പെൺകുട്ടിയുടെ ഭർത്താവ് ബന്ധുക്കളുമായി കോച്ചായുടെ വീട്ടിലെത്തും. പച്ചോല വെട്ടിക്കീറാതെ മെടഞ്ഞെടുക്കുന്ന മൂന്ന് കിടുകുകളും മൂന്ന് പൂവൻകോഴിയും ഏഴ് കളിത്തേങ്ങയും ജന്മിയുടെ പടിക്കൽ വെക്കണം. എന്നാലേ പെണ്ണിനെ വിട്ടുകിട്ടുകയുള്ളു. പെൺകുട്ടി ഇറങ്ങുമ്പോൾ കോച്ചാ ഒരു ഒറ്റമുണ്ട് കൊടുക്കും, ഭക്ത്യാദരപൂർവ്വം അത് വാങ്ങിയാണ് അവർ സ്വന്തം കൂരകളിലേക്ക് മടങ്ങുക. കർഷക തൊഴിലാളികളുടെ ഉശിരാർന്ന മുന്നേറ്റത്തിലൂടെയാണ് ഈ ക്രൂരമായ രീതി അവസാനിപ്പിച്ചത്.

ഭൂപ്രഭുക്കന്മാരും ഭരണകൂടവും കൈകോർത്ത നാളുകൾ

ചേർത്തലഭാഗത്തെ കർഷക തൊഴിലാളികൾ സംഘടിതരാവുന്നത് അവകാശങ്ങൾ നേടിയെടുക്കാനുള്ള ഫാക്ടറി തൊഴിലാളികളുടെ മുദ്രാവാക്യങ്ങളിലും പ്രവർത്തനങ്ങളിലും ഉത്തേജിതരായാണ്. വൈകാതെ തന്നെ അവർ സംഘടിച്ചു. പൊന്നാംവേളി എന്ന പ്രദേശത്തെ കയർഫാക്ടറി വർക്കേഴ്സ് യൂണിയന്റെ ഓഫീസിൽ വെച്ചായിരുന്നു ആദ്യ യോഗം. കർഷക തൊഴിലാളികളെയും കുടികിടപ്പുകാരെയും ബാധിക്കുന്ന പ്രശ്നങ്ങളാണ് അവർ ചർച്ച ചെയ്തത്. ജന്മികളുടെ അക്രമങ്ങൾക്കും അനാചാരങ്ങൾക്കുമെതിരായ നിരവധി സമരങ്ങളുടെ തുടക്കമായിരുന്നു അത്. കൂലിക്കൂടുതലിന് വേണ്ടിയുള്ള പ്രക്ഷോഭങ്ങളും അതാത് ദിവസത്ത് തീർപ്പ് കിട്ടുന്നതിനുള്ള സമരവും ഉയർന്നുവന്നു. തൊഴിലാളികളുടെ ന്യായമായ ആവശ്യങ്ങൾ പലതും അംഗീകരിക്കാൻ ഭൂപ്രഭുക്കന്മാർ നിർബ്ബന്ധിതരായി. 1947 ലെ പൊതുമണിമുടക്കിൽ കർഷക തൊഴിലാളികൾ സജീവമായി പങ്കാളികളായി. തിരുവിതാംകൂറിന്റെ രാഷ്ട്രീയ ചരിത്രത്തിലെ സുപ്രധാനമായിരുന്ന ഒരേടായിരുന്നു അത്. രാജവാഴ്ച അവസാനിപ്പിക്കുന്നതിനും രാജ്യത്തിന്റെ സ്വാതന്ത്ര്യത്തിനും വേണ്ടി കർഷക തൊഴിലാളി പ്രസ്ഥാനവും കൈകോർത്തു.

സ്വാതന്ത്ര്യത്തിന് മുൻപ് ആരംഭിച്ച പൊലീസ് തേർവാഴ്ച സ്വാതന്ത്ര്യലബ്ധിക്ക് ശേഷവും തുടർന്നതും കർഷക തൊഴിലാളികൾ കൊടിയ പീഡനത്തിനിരയായതും തൊഴിലാളി വർഗ്ഗ ചരിത്രത്തിലെ ത്രസിപ്പിക്കുന്ന അദ്ധ്യായം തന്നെയാണ്. ആയിരക്കണക്കിന് കർഷക തൊഴിലാളികളാണ് ആ കാലയളവിൽ കൊടിയ പീഡനങ്ങൾക്ക് ഇരയായത്. കർഷക തൊഴിലാളികൾ സംഘടിക്കുന്നതിന് മുൻപായി പാടശേഖരങ്ങളിലെ കോച്ചായുടെ നടത്തിപ്പുകാരന്മാർക്ക് കീഴിൽ കുറെ തൊഴിലാ

ളികൾ ഉണ്ടാവുമായിരുന്നു. നടത്തിപ്പുകാരാണ് അവരുടെ കൈകാര്യ കർത്താക്കൾ. അവർ പറയുന്നതുപോലെയാണ് തൊഴിലാളികൾ ജോലി ചെയ്യേണ്ടിയിരുന്നത്. എന്നാൽ, കർഷക തൊഴിലാളികൾ സംഘടിച്ച തോടെ ഇത്തരത്തിലുള്ള ഇടനിലക്കാർ പരുങ്ങലിലായി. വെട്ടക്കൽ നാലു കെട്ടുങ്കൽ രാമൻ ഒരു കോച്ചാ നടത്തിപ്പുകാരനായിരുന്നു. കർഷക തൊഴി ലാളികളെ ദ്രോഹിക്കുന്നതിൽ അയാൾ പൊലീസുമായി കൂട്ടുചേർന്നു. രാമൻ ചൂണ്ടിക്കാട്ടുന്നവരെയാണ് പൊലീസ് പിടികൂടി മർദ്ദിച്ചത്. ആ സമ യത്ത് ജന്മിമാർ സന്നദ്ധസേന എന്നൊരു ഗുണ്ടാപ്പടയെക്കൂടി ഊട്ടിവ ളർത്തിയിരുന്നു. അതിലുണ്ടായിരുന്ന കൃഷ്ണപ്പനെന്ന ഗുണ്ട, രാമന്റെ ചൊല്പടിക്ക് നിന്നുകൊണ്ട് വിവരണാതീതമായ രീതിയിൽ ഉപദ്രവങ്ങൾ നടത്തി. ഗുണ്ടകളും പൊലീസും ചേർന്ന് കർഷക തൊഴിലാളി സ്ത്രീ കളെ ബലാത്സംഗം ചെയ്തു. ക്രൂരമായ മർദ്ദനമുറകൾ പുരുഷന്മാരുടെ നേർക്ക് അഴിച്ചുവിട്ടു. ആടുമാടുകളെയും കോഴികളെയും തട്ടിപ്പറിച്ചു,

ഗോപാലനെന്ന കർഷക തൊഴിലാളിയെയും കുടുംബത്തെയും പീഡിപ്പിച്ച സംഭവം ഇന്നും ആ നാട്ടിലുള്ളവർ ഓർക്കുന്നുണ്ട്. ഒരുനാൾ ജോലികഴിഞ്ഞു വീട്ടിൽ വന്ന ഗോപാലൻ മുറ്റത്തുനില്ക്കുമ്പോൾ അതു വഴി വന്ന പൊലീസ് വാൻ പെട്ടെന്ന് നിർത്തി. വാനിൽനിന്നും ചാടിയിറ ങ്ങിയ സബ് ഇൻസ്പെക്ടർ ഗോപാലനെ പിടികൂടി. ഗോപാലനെ പിടി ച്ചുകൊണ്ടുപോകുന്നത് കണ്ട് വീട്ടിൽനിന്നും ഇറങ്ങിവന്ന ഭാര്യയും അമ്മയും അലമുറയിട്ടു. പൊലീസ് ഗോപാലനെ വലിച്ചിഴച്ച് പൊലീസ് വാനിന്റെ അടുത്തേക്ക് കൊണ്ടുപോയി ചവിട്ടി നിലത്തിട്ടു മർദ്ദിച്ചു. അല മുറയിട്ടുകരയുന്ന ഗോപാലന്റെ അമ്മയെയും പൊലീസുകാർ പിടിച്ചു കൊണ്ടുവന്നു. ആ അമ്മയുടെയും മകന്റെയും ഉടുതുണി പറിച്ചെറിഞ്ഞു. അവരെ മുഖാമുഖം നിർത്തിപ്പിച്ച് കെട്ടിയിട്ടു. അവരുടെ മുന്നിലിട്ട് ഗോപാ ലന്റെ ഭാര്യയെ ക്രൂരമായി ബലാത്സംഗം ചെയ്തു. ഇത്തരത്തിലുള്ള ആക്രമണങ്ങളിൽ പലതും പുറത്തുവന്നിട്ടില്ല. പുറംലോകം അറിയാതെ എത്രയെത്ര നിലവിളികൾ ആ പാടശേഖരങ്ങളിൽ ഉയർന്നുവന്നിട്ടുണ്ടാ വണം. മനുഷ്യത്വം വിറങ്ങലിച്ചുപോകുന്ന ഇത്തരം സംഭവങ്ങൾ കർഷക തൊഴിലാളികളടക്കമുള്ളവരെ വല്ലാത്ത ആശങ്കയിലാക്കി. ആ സമയത്ത് ഒരുദിവസം തൊഴിലാളികളുടെ കമ്മിറ്റി കൂടിയപ്പോൾ ഇതിനെതിരെ തിരി ച്ചടിക്കണം എന്ന് തീരുമാനിച്ചു. അത്രയ്ക്ക് അസ്സഹനീയമായിരുന്നു അതി ക്രമങ്ങൾ.

രാമനെ തിരക്കി കർഷക തൊഴിലാളികൾ ഇറങ്ങി. അവരുടെ കൈകളിൽ വെട്ടിയെടുത്ത വടികളുണ്ടായിരുന്നു. തന്നെ തിരക്കിവരുന്ന തൊഴിലാളികളെ കണ്ട രാമൻ, പേടിച്ച് ഇത്താപറമ്പ് തറവാട്ടിലേക്ക് കയറി ഒളിച്ചിരുന്നു. കർഷക തൊഴിലാളികൾ ആ വീടിനകത്തേക്ക് കടന്ന് രാമനെ വലിച്ചുപുറത്തേക്കിട്ടു. മുറ്റത്തിട്ട് അടിതുടങ്ങി. വീടിന്റെ പിന്നാ മ്പുറത്തുള്ള അമ്മിക്കല്ലിൻ മുകളിൽ വീണ രാമൻ മരിച്ചു. ഒരു ജനദ്രോ ഹിയുടെ ഇരന്നുവാങ്ങിയ മരണം. എന്നാൽ, പൊലീസിന് അതൊരു

വെല്ലുവിളിയായി തോന്നി. പിറ്റേദിവസം മുതൽ പൊലീസ് തേർവാഴ്ച തുടങ്ങി. വീടുകളിൽ കയറിയിറങ്ങിയ പൊലീസ് ക്രൂരമായ മർദ്ദനമാരംഭിച്ചു. ആ മർദ്ദനത്തിനിരയായ പലരും ജീവിക്കുന്ന രക്തസാക്ഷികളെപ്പോലെയാണ് പിന്നീടുള്ള കാലം ജീവിച്ചത്. നിരവധി കർഷക തൊഴിലാളികളെ ചേർത്തുകൊണ്ട് രാമൻ കൊലക്കേസ് ചാർജ്ജ് ചെയ്തു. പൊലീസ് മർദ്ദനങ്ങൾ തുടർന്നു, സമരങ്ങളും തുടരുകതന്നെയായിരുന്നു.

കക്കാകായലിൽ സ്കറിയായുടെ പാടശേഖരത്തിൽ നടന്ന സമരം ആവേശകരമായിരുന്നു. കർഷക തൊഴിലാളി യൂണിയൻ ഉയർത്തിയ ആവശ്യങ്ങളെ സ്കറിയയും മക്കളും വകവെച്ചില്ല. അവർ കർഷകരെ സംഘടിപ്പിച്ച് യൂണിയൻ തീരുമാനങ്ങളെ പരാജയപ്പെടുത്താൻ തീരുമാനിച്ചു. സ്ത്രീകളുടെ കൂലി അഞ്ച് കൂലിയാനിൽനിന്ന് എട്ട് കൂലിയാനാക്കി വർദ്ധിപ്പിക്കണമെന്നാണ് യൂണിയന്റെ ആവശ്യം. അത് നല്കാൻ സാധിക്കില്ലെന്ന നിലപാടിൽ തൊഴിലാളികൾ നിന്നു. തുടർന്ന് തൊഴിലാളികൾ പണിമുടക്ക് പ്രഖ്യാപിച്ചു. ആറ് ദിവസമായപ്പോൾ ഒരു യോഗം നടത്താൻ തീരുമാനിച്ചു. പുന്നമടയിൽനിന്നും തോടിന്റെ മറുകര എത്തിയാലേ യോഗസ്ഥലത്തെത്തുകയുള്ളു. യോഗത്തിൽ പങ്കെടുക്കേണ്ട കർഷക തൊഴിലാളി നേതാക്കൾ തോട് കടക്കാനായി നില്ക്കുമ്പോഴാണ് സ്കറിയായെയും കയറ്റി കുട്ടിമത്തൻ എന്ന ഗുണ്ട ഒരു തോണിയിൽ തുഴഞ്ഞുവരുന്നത്. ആളെ മനസ്സിലാവാതെ നേതാക്കളെ സ്കറിയായുടെ തോണിയിൽ കയറ്റി. മറുകര താണ്ടാറായപ്പോഴാണ് പൊതുയോഗത്തിൽ പോകുന്നവരാണ് ഇവരെന്ന് മനസ്സിലായത്. കുട്ടിയപ്പൻ രാജാവിനേക്കാൾ വലിയ രാജഭക്തി കാണിച്ചു. തോണി രണ്ടുമൂന്ന് ഫർലോങ് തെക്കോട്ടേക്ക് കൊണ്ടുപോയി. കരയോടടുപ്പിച്ചു. മാത്രമല്ല, നേതാക്കളെ കളിയാക്കി ചിരിക്കുകയും ചെയ്തു. അപ്പോൾത്തന്നെ സഖാക്കൾ കൂലി കൊടുത്തു. കുട്ടിമത്തന് നല്ല അടിയും തൊഴിയും നല്കി അവർ യോഗ സ്ഥലത്തേക്ക് പോയി. സംഭവം നാട്ടിൽപാട്ടായി. കുട്ടിമത്തന്റെ അച്ഛൻ കുട്ടിയുടെ നേതൃത്വത്തിൽ ഒരുപറ്റം ഗുണ്ടകൾ നേതാക്കളെ കൈയേറ്റം ചെയ്യാനായി ഓടിയെത്തി.

ഒരു കളത്തിനരികെയായിരുന്നു യോഗം. കുട്ടിയും ഗുണ്ടകളും വരുന്നത് കണ്ടപ്പോൾ തൊഴിലാളികൾക്ക് കാര്യം മനസ്സിലായി. സ്ത്രീതൊഴിലാളികൾ പുഴുവടിക്കുന്ന ചൂലും കൂലിവാങ്ങുന്ന വട്ടിയുമായി നിരന്നു നിന്നു. പുരുഷന്മാർ കൈയിൽ കിട്ടിയതെല്ലാമെടുത്ത് ഒരുങ്ങിനിന്നു. അവർ നേതാക്കളെ വളഞ്ഞുനിന്നു. ഗുണ്ടകളും തൊഴിലാളികളും തമ്മിൽ സംഘർഷമായി. ഗുണ്ടകളെ തൊഴിലാളികൾ തല്ലിയോടിച്ചു. പിറ്റേന്ന് ഉജ്ജ്വലമായ ഒരു പ്രതിഷേധ പ്രകടനം അവിടെ സംഘടിപ്പിച്ചു. കയർ ഫാക്ടറികളിൽ അനുഭാവ പ്രകടനങ്ങൾ നടന്നു. തൊഴിലാളി ഐക്യത്തിന്റെ മുദ്രാവാക്യങ്ങൾ. കർഷക തൊഴിലാളികളുടെ സമരകാഹളം കേട്ട് ഭൂപ്രഭുക്കന്മാർ ഞെട്ടിവിറയ്ക്കുക തന്നെചെയ്തു. അന്നു രാത്രി സ്കറിയായുടെ നേതൃത്വത്തിൽ കർഷകർ യോഗം ചേർന്ന് കൂലി

കൂട്ടികൊടുക്കാൻ തീരുമാനിച്ചു. പിറ്റേന്ന് മുതൽ കർഷക തൊഴിലാളികൾക്ക് എട്ടുകൂലിയാൻ നെല്ല് ലഭിച്ചുതുടങ്ങി. ഉച്ചക്കയറ്റവും അംഗീകരിച്ചു.

ഡി ബ്ലോക്ക് കായലിൽ പുളിങ്കുന്നുകാരൻ ചാമ്പനെന്ന ഭൂപ്രമാണി കർഷക തൊഴിലാളികൾക്ക് കൂലികൊടുക്കാതെ മൂന്നുദിവസം തുടർച്ചയായി ജോലി ചെയ്യിച്ചു. ചാമ്പന്റെ വീട്ടുപടിക്കൽ തൊഴിലാളികൾ സമരം തുടങ്ങി. ആലപ്പുഴയിൽനിന്നും യൂണിയന്റെ നേതാക്കൾ സമരസ്ഥലത്തേക്കെത്തി. സമരം നീണ്ടുപോയി. ഒരു ദിവസം രാത്രി നേതാക്കളെയും തൊഴിലാളികളിൽ ചിലരെയും സ്ഥലത്തെ പ്രമാണിയായ കുഞ്ചെറിയാ ജോണിന്റെ വീട്ടിലേക്ക് തെറ്റിദ്ധരിപ്പിച്ച് കൊണ്ടുപോയി. തൊഴിലാളി സഖാക്കളെ മർദ്ദിച്ചു. നേതാക്കളെ ഭീഷണിപ്പെടുത്തി. സമരം നിർത്തി പൊക്കോണം എന്ന് കല്പിച്ചു. നേതാക്കൾ തന്ത്രപരമായ നിലപാടാണെടുത്തത്. സമരം നിർത്തിക്കോളാം ആലപ്പുഴയ്ക്ക് പോകാൻ ഒരു വള്ളം വേണമെന്ന് പറഞ്ഞു. കുഞ്ചെറിയാ തന്റെ കെട്ടുവള്ളത്തിൽ നാലഞ്ച് ഗുണ്ടകളുടെ അകമ്പടിയോടെ നേതാക്കളെ ആലപ്പുഴയിലേക്ക് അയച്ചു. സമരം അടിച്ചമർത്തിയെന്ന ഗർവ്വിൽ ഇരുന്നു. അന്ന് ആലപ്പുഴ ബോട്ടുജെട്ടിയിലാണ് കർഷക തൊഴിലാളി യൂണിയന്റെ ഓഫീസ്. കുഞ്ചെറിയായുടെ ഗുണ്ടകൾ അവിടെ വള്ളമടുപ്പിച്ച് നേതാക്കളെ ഇറക്കി. ഗുണ്ടകളെക്കൊണ്ട് നേതാക്കളും അവിടെയുള്ള പ്രവർത്തകരും വള്ളം ജട്ടിയിൽ പൂട്ടിപ്പിച്ചു. അവരോട് എങ്ങനെയെങ്കിലും പൊയ്ക്കോളാൻ പറഞ്ഞു. തൊഴിലാളികളുടെ കൂലി തീർത്തുകൊടുത്താൽ വള്ളം വിട്ടുതരാമെന്ന് മുതലാളിയോട് പറയാനും പറഞ്ഞേല്പിച്ചു. അതിന്റെ പേരിൽ വലിയ ബഹളം യൂണിയൻ പ്രതീക്ഷിച്ചുവെങ്കിലും ഒന്നുമുണ്ടായില്ല. രണ്ടാം ദിവസം കൂലിമുഴുവൻ യൂണിയനാഫീസിൽ എത്തിച്ച് മാപ്പ് പറഞ്ഞപ്പോൾ വള്ളം വിട്ടുകൊടുത്തു.

തൊള്ളായിരം പാടശേഖരം കോട്ടയം താലൂക്കിലാണ്. കവലയ്ക്കൽ കൊച്ചുതൊമ്മിയെന്ന ഭൂപ്രഭുവാണ് ആ നിലത്തിന്റെ ഉടമ. സ്ത്രീ തൊഴിലാളികൾക്ക് ഇവിടെ കുറഞ്ഞ കൂലിയായിരുന്നു. രണ്ടണകൂലി. അല്ലെങ്കിൽ രണ്ടേകാലിടങ്ങഴി നെല്ല്. കൂലി വർദ്ധിപ്പിക്കാൻ യൂണിയൻ ആവശ്യപ്പെട്ടു. മൂന്നിടങ്ങഴി നെല്ലോ അതിന് തുല്യമായ വിലയോ ലഭിക്കണം. യൂണിയന്റെ പ്രതിനിധികൾ കൊച്ചുതൊമ്മിയെ നേരിട്ട് കണ്ട് ആവശ്യം പറഞ്ഞു. ആ ഭൂപ്രഭു വഴങ്ങിയില്ലെന്ന് മാത്രമല്ല, ഒരണയോ, ഒരുമണി നെല്ലോ കൂടുതൽ കൊടുക്കില്ലെന്ന വാശി പിടിച്ചുനില്ക്കുകയും ചെയ്തു. മാസാവസാനം യൂണിയൻ ആവശ്യപ്പെട്ട കൂലി കിട്ടാത്തതിനാൽ തൊഴിലാളികൾ കൂലി വാങ്ങിയില്ല. എല്ലാ അനുരഞ്ജന ശ്രമങ്ങളും പരാജയപ്പെട്ടു. പണിമുടക്ക് പ്രഖ്യാപിച്ചു. മാസാദ്യം തന്നെ പണിമുടക്ക്. ഒറ്റ തൊഴിലാളിപോലും പാടത്തിറങ്ങിയില്ല. പരിപൂർണ്ണ വിജയം. കൊച്ചുതൊമ്മി സമരം പൊളിക്കാനായി കരിങ്കാലി തൊഴിലാളികളെ കൊണ്ടുവന്നു. മൂന്നാംദിവസം പാടത്തിറക്കി. പൊലീസ് കാവൽ നിന്നു. കർഷക

തൊഴിലാളി യൂണിയന്റെ പ്രവർത്തകർ മുദ്രാവാക്യം വിളിച്ചുകൊണ്ട് ആ പാടത്തേക്കിറങ്ങി. കരിങ്കാലികളുമായി സംഘർഷം നടന്നു. എട്ടുപുരുഷന്മാരെയും ഇരുപത്തിയൊന്ന് സ്ത്രീകളെയും പൊലീസ് അറസ്റ്റ് ചെയ്തു. അറസ്റ്റുചെയ്തവരെ കൊച്ചുതൊമ്മിയുടെ ഓഫീസിലിരുത്തി. ബാക്കിയുള്ള സമര സഖാക്കളെ പൊലീസ് വിരട്ടിയോടിച്ചു. അവർ പിരിഞ്ഞുപോയില്ല. തിരികെ വന്നു. നിലത്തിന് ചുറ്റും അങ്ങിങ്ങായി കൂടി നിന്ന് മുദ്രവാക്യം വിളിച്ചു. അക്കാലത്ത് എം എൽ എ ആയിരുന്ന കോട്ടയം ഭാസി സംഘർഷ വിവരമറിഞ്ഞ് അവിടെയെത്തി. യൂണിയന്റെ മറ്റ് നേതാക്കളും വന്നു. അപ്പോഴേക്കും വലിയ പൊലീസ് ഫോഴ്സും സ്ഥലത്തെത്തി. മർദ്ദകവീരനെന്നറിയപ്പെട്ട ഇൻസ്പെക്ടർ വേണുഗോപാൽ, മിന്നൽ പരമശിവൻ നായർ തുടങ്ങിയവർ സമരത്തെ അടിച്ചമർത്താൻ ഒരുങ്ങി നില്പുണ്ട്. നേതാക്കളും പൊലീസും തമ്മിൽ കശപിശയായി. വലിയ വാഗ്വാദം നടന്നു. സംഘർഷത്തിലേക്ക് പോകാതെ യൂണിയൻ നേതാക്കൾ സംയമനം പാലിച്ചു. തല്ക്കാലത്തേക്ക് പിന്തിരിഞ്ഞു. നേതാക്കൾ സമരസ്ഥലത്തുനിന്നും മാറിയപ്പോൾ അറസ്റ്റുചെയ്ത തൊഴിലാളികളെ പൊലീസ് ക്രൂരമായി മർദ്ദിച്ചു. സമരത്തിന് നേതൃത്വം നല്കിയ ചിറക്കത്തറ ലക്ഷ്മി, മാളേക്കൽ ജാനകി, മാങ്ങാച്ചിറ ലക്ഷ്മി എന്നിവർക്ക് ഭീകരമർദ്ദനമേറ്റു. ഒരു രാത്രിമുഴുവൻ മർദ്ദനമുറകൾ നീണ്ടുനിന്നു. മിന്നൽ പരമശിവൻനായർ പുരുഷ സഖാക്കളെ നഗ്നരാക്കി നിർത്തി മർദ്ദിച്ചു. പിറ്റേന്ന് പൊലീസ് സ്റ്റേഷനിലേക്ക് അവരെ മാറ്റി. ആറാമത് ദിവസം അറസ്റ്റ് ചെയ്തവർക്ക് ജാമ്യം ലഭിച്ചു. അപ്പോഴേക്കും നാടാകെ സമരത്തിലേക്ക് ഉണർന്നിരുന്നു. മുദ്രാവാക്യങ്ങളാൽ കായലോളങ്ങൾ പുളകിതമായി. ജയിൽമോചിതരായ സഖാക്കൾക്ക് കോട്ടയം മുതൽ സ്വീകരണം നല്കി വരവേറ്റു. സ്വീകരണ യോഗത്തിൽ കെ ആർ ഗൗരിയമ്മ, കോട്ടയം ഭാസി തുടങ്ങിയവർ സംസാരിച്ചു. പിറ്റേന്ന് തന്നെ സമരം ഒത്തുതീർപ്പായി. യൂണിയൻ ആവശ്യപ്പെട്ട ഡിമാന്റുകൾ അംഗീകരിക്കാൻ കൊച്ചുതൊമ്മി നിർബ്ബന്ധിതനായി.

മർദ്ദനമേറ്റ സഖാക്കൾക്ക് ചികിത്സ ഏർപ്പാടാക്കിയ യൂണിയൻ അതിനായി ഒരു ക്യാമ്പ് തുറന്നു. നാട്ടുകാർ ചികിത്സാച്ചെലവിലേക്ക് ഉദാരമായി സംഭാവന നല്കി.

ആദിവാസികൾ ചെങ്കൊടിക്കീഴിൽ

മലമേടുകൾ ഒരുകാലത്ത് ആദിവാസികളുടെ സ്വന്തമായിരുന്നു. അവർക്ക് സ്വാതന്ത്ര്യമുള്ള പ്രദേശം. കാട്ടിൽ അവർക്ക് അതിർത്തികളുണ്ടായിരുന്നില്ല. ആ ഭൂമി അവർക്കെല്ലാം കൂടിയുള്ളതായിരുന്നു. വനവിഭവങ്ങൾ ശേഖരിച്ച് അവർ അല്ലലില്ലാതെ ജീവിച്ചു. ആദിവാസികളുടെ വനഭൂമിയിലേക്കാണ് കുടിയേറ്റമുണ്ടായത്. കൂടുതൽ മണ്ണ് സ്വന്തമാക്കാൻ നാട്ടിലുള്ളവർ കാട്ടിലേക്ക് കുടിയേറി. ആദിവാസികൾ വനാന്തരങ്ങളിലേക്ക്, മലകളിലേക്ക് പിൻവാങ്ങി. കണ്ണൂർജില്ലയുടെ പഴയരൂപം കാസർഗോഡ്, നോർത്ത് വയനാട്, കണ്ണൂർ എന്നിവ ഉൾപ്പെട്ടതായിരുന്നു. മലയോരമേഖലയിലൊക്കെ ആ കാലത്ത് ആദിവാസികളാണ് ജീവിച്ചിരുന്നത്. ഭൂപ്രമാണിമാരുടെ ഏക്കറുകണക്കിനുള്ള ഭൂമിയിൽ അടിമകളായി അവർ ജോലിചെയ്തു. കൊടിയ പീഡനങ്ങളേറ്റുവാങ്ങി. അവരിൽ പലരേയും ഭൂപ്രഭുക്കൾ കൊന്നുതള്ളി. മൃഗീയമായ രീതിയിൽ സ്ത്രീകളെ പീഡനത്തിനിരയാക്കി. ഭൂപ്രമാണിമാരും ഇടനിലക്കാരും ഗുണ്ടകളും തൊഴിലാളിദ്രോഹത്തിന്റെ കാര്യത്തിൽ പരസ്പരം മത്സരിക്കുന്ന കാലമായിരുന്നു അത്.

മലയോര മേഖലകളിൽ ആദിവാസികൾ കടുത്ത പീഡനത്തിനും ചൂഷണത്തിനും ഇരയായിരുന്നു. ഭൂപ്രമാണിമാരായ ജന്മിമാരുടെ കൈയിൽനിന്നും ഭൂമി പാട്ടത്തിനെടുക്കുന്ന മദ്ധ്യവർത്തികൾ കുടിയാന്മാർക്ക് ഭൂമി വിട്ടുനല്കും. പിന്നീട് അക്രമപ്പിരിവാണ്. ജന്മി കൊടുക്കേണ്ട വിഹിതത്തിന്റെ ഇരട്ടിയിലധികം കുടിയാന്മാരിൽനിന്ന് ഈടാക്കുന്ന രീതിയാണ് അവർ നടപ്പിലാക്കിയത്. ഇതിനെതിരെ കർഷക-കർഷക തൊഴിലാളി പ്രസ്ഥാനങ്ങൾ ശക്തമായ സമരവുമായി മുന്നോട്ടുവന്നു. വളരെയേറെ കാലത്തെ പോരാട്ടങ്ങളിലൂടെ ദരിദ്രകർഷകർക്കും

കർഷക തൊഴിലാളികൾക്കും വിജയം നേടാനായി.

പോരാട്ടത്തിന്റെ തീക്ഷ്ണമായ ഏടുകൾ രൂപംകൊണ്ട കാലഘട്ട മായിരുന്നു അത്. എം എസ് പിക്കാർ ഭൂപ്രമാണിമാർക്കുവേണ്ടിയാണ് നിലകൊണ്ടത്. അവകാശപ്പോരാട്ടങ്ങളെ അടിച്ചമർത്താൻ നോക്കി. ആ സമയത്ത് ആദിവാസികളെ സംഘടിപ്പിച്ച് ശാക്തീകരിക്കാൻ കർഷക തൊഴിലാളി പ്രസ്ഥാനം പരിശ്രമിച്ചു. മലമേടുകളിലേക്ക് പ്രവർത്തകർ നടന്നുപോയി. കിലോമീറ്ററുകൾ കാൽനടയായി നടക്കണം. അവിടെ കരിമ്പാലർ, മാവിലർ, പണിയർ തുടങ്ങിയ ആദിവാസി വിഭാഗങ്ങളാ ണുള്ളത്. അവരിൽ പലർക്കും അവിടേക്ക് കടന്നുചെല്ലുന്ന സഖാക്കൾ അയിത്തക്കാരായിരുന്നു. ആദിവാസി വിഭാഗങ്ങളെ സംഘടിപ്പിക്കാനായി മല കയറി വരുന്നവരെ അയിത്തക്കാരായി അകറ്റി നിർത്തുന്ന രീതി മാറ്റിയെടുക്കാൻ ഏറെ പണിപ്പെടേണ്ടി വന്നു. അവസാനം അവരും സംഘടിതരായി. ഭൂമിക്കുവേണ്ടിയും കൂലിക്കുവേണ്ടിയും മറ്റ് അവകാശ ങ്ങൾ നേടിയെടുക്കാനും അവർ ചെങ്കൊടിയേന്തി. .

പാച്ചേനി മാണിക്യത്തെപ്പോലുള്ള വനിതകൾ ആ കാലയളവിൽ കഠിനമായ മർദ്ദനത്തിന് ഇരകളായി. ഒളിവുജീവിതം നയിച്ച കമ്യൂണി സ്റ്റുകാരെ സംരക്ഷിച്ചതിന്റെ പേരിലാണ് മാണിക്യത്തിന് മർദ്ദനമേല് ക്കേണ്ടി വന്നത്. പാച്ചേനികുഞ്ഞിരാമന്റെ അമ്മയാണ് അവർ. കാന പ്പുറത്ത് മാണിക്യത്തിനും എം എസ് പിക്കാരുടെ മർദ്ദനമേല്ക്കേണ്ടി വന്നു. ആദ്യകാല പാർട്ടിസെല്ലിന് നേതൃത്വം നല്കിയ നേതാവായ കെ പി കുഞ്ഞപ്പയുടെ ഭാര്യയായിരുന്നു മാണിക്യം. അദ്ദേഹത്തിന്റെ പ്രവർ ത്തനങ്ങൾക്ക് ശക്തിപകർന്നുനിന്ന മാണിക്യം പൊലീസിന്റെ കണ്ണിലെ കരടായിരുന്നു. ഇത്തരത്തിലുള്ളവരെ അടിച്ചൊതുക്കിയാൽ കമ്യൂണിസ്റ്റ് പ്രസ്ഥാനത്തെ നിർമ്മാർജ്ജനം ചെയ്യാൻ സാധിക്കുമെന്നാണ് അന്നത്തെ ഭരണകൂടം കരുതിയിരുന്നത്.

1960 കളുടെ ആരംഭത്തിലാണ് വിസ്തൃതമായ കണ്ണൂർ ജില്ലയിൽ ആദിവാസി വിഭാഗങ്ങളെ ശാക്തീകരിക്കുക എന്ന ലക്ഷ്യമിട്ടുകൊണ്ട് ശക്തമായ പ്രവർത്തനങ്ങൾ സംഘടിപ്പിക്കാൻ തുടങ്ങിയത്. ആദിവാസി കളുടെ അദ്ധ്വാനത്തിന് അർഹമായ കൂലി വേണം. അതിനായുള്ള ശക്തമായ സമരമാണ് മലയോരമേഖലകളിൽ സംഘടിപ്പിക്കപ്പെട്ടത്. അവിടെ ചില മലകൾ ഭൂപ്രമാണിമാരുടെ കൈകളിലായിരുന്നു. അവർ ആദിവാസികളെ അടിമകളാക്കി വെച്ച് ജോലി ചെയ്യിപ്പിച്ചു. വിവിധ ആദിവാസി ഗോത്രങ്ങളെ ഭൂപ്രമാണിമാർ ഭിന്നിപ്പിച്ചു. അവരിൽ വേർ തിരിവുണ്ടാക്കി. അടിമ വ്യവസ്ഥിതിയെ നിലനിർത്താൻ അത്തരത്തി ലുള്ള ഭിന്നിപ്പ് തന്ത്രം ഉപയോഗപ്രദമായി. ആ ചൂഷണ വ്യവസ്ഥിതി ക്കെതിരായാണ് കർഷക തൊഴിലാളി യൂണിയൻ പ്രതികരിച്ചത്.

ആ കാലത്ത് കാടേറി നടത്തിയ ആദിവാസി സംഘടനാ പ്രവർത്തനങ്ങൾ സമാനതകളില്ലാത്തതും ത്യാഗപൂർണ്ണവുമായിരുന്നു. 1964 ൽ തളിപ്പറമ്പ് താലൂക്കിൽ ആദിവാസികളുടെ ഒരു സംഘടന

യുണ്ടാക്കി. ആദിവാസി സമിതി. അതിന്റെ താലൂക്ക് സമ്മേളനം സംഘടിപ്പിച്ചത് കൊട്ടയാട് എന്ന പ്രദേശത്താണ്. അവിടെ ആദിവാസി സമിതിയുടെ ഒരു ഓഫീസും ഉണ്ടാക്കി. 1964 ഫെബ്രുവരി 24 ന് ഇ എം എസ് ആയിരുന്നു ആ ഓഫീസ് ഉദ്ഘാടനം ചെയ്തത്. അക്കാലത്ത് അമ്പത്, അറുപത് കിലോമീറ്ററുകൾ താണ്ടിയാണ് ആദിവാസികളുടെ ഊരുകളിലേക്ക് എത്താനാവുക. അവരുടെ ഭക്ഷണം പ്രത്യേക രീതിയിലുള്ളതാണ്. ആദിവാസി വിഭാഗങ്ങളെ സംഘടിപ്പിക്കാൻ പോകുന്ന സഖാക്കൾ അത് കഴിക്കും. പുനംകൃഷിയിൽ അവരോടൊപ്പം ചേരും. അവിടെ താമസിക്കും. ആദിവാസി വിഭാഗങ്ങൾക്ക് സ്വന്തമായി ഭൂമി വേണമെന്നും അവർക്ക് അവകാശങ്ങൾ സ്ഥാപിച്ചുകിട്ടണമെന്നും അവരെ ബോദ്ധ്യപ്പെടുത്തുക എന്നത് വലിയ ക്ലേശമുള്ള കാര്യമായിരുന്നു. നിലവിലുള്ള അവരുടെ ജീവിതരീതിയും അവർക്കുള്ള സ്വാതന്ത്ര്യങ്ങളും അവകാശങ്ങളും മാത്രമേ അവർക്കുവേണ്ടതുള്ളു. അതിനപ്പുറം ചിന്തിക്കുന്നത് ശരിയല്ല എന്ന കാഴ്ചപ്പാടാണ് ആ വിഭാഗങ്ങൾ വെച്ചുപുലർത്തിയിരുന്നത്. ഊരുമൂപ്പനെപ്പോലുള്ളവരുടെ വാക്കുകൾക്കായിരുന്നു ആ സമൂഹത്തിൽ മേൽക്കൈ ഉണ്ടായിരുന്നത്. ഭൂപ്രമാണിമാരിൽനിന്ന് അത്തരക്കാർക്ക് കിട്ടുന്ന പുകയില ചുരുൾപോലുള്ള പരിഗണനയിൽ അവർ തൃപ്തരായി. അതിനപ്പുറം തങ്ങളെ ഉപയോഗിക്കുകയാണ് എന്ന് മനസ്സിലാക്കാനുള്ള ലോകവിവരം അവർക്ക് ഇല്ലായിരുന്നു. ചൂഷണങ്ങളെപ്പറ്റി ബോദ്ധ്യപ്പെടുത്താനും ചൂഷണങ്ങൾക്കെതിരായി സംഘടിക്കാനും ആദിവാസി വിഭാഗങ്ങളെ സംഘടിപ്പിക്കുന്ന പ്രവർത്തനത്തിലേർപ്പെടാൻ ആദ്യകാല കർഷക-കർഷക തൊഴിലാളി നേതാക്കൾ ഏറെ ത്യാഗഭരിതമായ പ്രവർത്തനങ്ങളിലേർപ്പെട്ടിട്ടുണ്ട്.

ഏക്കറുകണക്കിന് ഭൂമി, മലയായും തോട്ടമായും ഹിന്ദു-മുസ്ലിം ഭൂപ്രമാണിമാർക്ക് കീഴിലുണ്ടായിരുന്നു. ഇവർ തമ്മിൽ സംഘർഷത്തിലായിരുന്നു. പക്ഷേ, കർഷക തൊഴിലാളികളെ ചൂഷണം ചെയ്യുന്ന കാര്യത്തിൽ അവർക്ക് ഒരേ സ്വഭാവമായിരുന്നു. കോളയാട് എസ്റ്റേറ്റ് സമരം പോലുള്ള ഉജ്ജ്വലമായ സമരങ്ങൾ ഉണ്ടാവുന്നത് ഈ സന്ദർഭത്തിലാണ്. ജാതിക്കെതിരെയുള്ള സമരങ്ങളും ആ സമയത്ത് നടക്കുന്നുണ്ട്. നിരന്തരമായ സമരങ്ങളിലൂടെയാണ് മലയോരമേഖലയിലെ ആദിവാസികൾക്ക് ഭൂമിയും മറ്റ് അവകാശങ്ങളും ഈ തോതിലെങ്കിലും നേടിക്കൊടുക്കാനായത്. തിരുവിതാംകൂറിൽനിന്ന് വ്യാപകമായി കുടിയേറ്റമുണ്ടായപ്പോൾ ഭൂമി ലഭിച്ച ആദിവാസികളിൽ പലരും ആ ഭൂമി ഉപേക്ഷിച്ച് മലകളിലേക്ക് പോയി. ഇപ്പോഴും ആദിവാസി വിഭാഗങ്ങളിൽ ഏറെപ്പേർ ഇവിടെ താമസിക്കുന്നുണ്ട്.

വയനാടൻ കുന്നുകളുമായി ബന്ധപ്പെട്ടുകിടക്കുന്ന മലയോരങ്ങളിൽ പലയിടത്തും മലരാജാക്കന്മാരും ജന്മിമാടമ്പികളും അവരുടെ റൗഡികളും യഥേഷ്ടം വിഹരിച്ചു. പാവപ്പെട്ട ആദിവാസി വിഭാഗങ്ങൾ എല്ലാ അർത്ഥത്തിലും അടിമകളായിരുന്നു. അവരുടെ നിവൃത്തികേടിനെ ഭൂപ്ര

ഭുത്വം പരമാവധി ചൂഷണം ചെയ്തു. കോഴിക്കോട് ജില്ലയുടെ മലയോര മേഖലയായ കാവിലുംപാറയിലൊക്കെ പണിയ, കുറുമ വിഭാഗങ്ങളിലുള്ള ആദിവാസികളായിരുന്നു ജീവിച്ചിരുന്നത്. അവിടെയുള്ളതും ചുറ്റുവട്ടത്തുള്ളതുമായ മലകളെല്ലാം ഒരു കാലത്ത് വെള്ളക്കാരുടെയും ഉത്തരേന്ത്യൻ മുതലാളിമാരുടെയും നാട്ടുഭൂപ്രമാണിമാരുടെയും കൈകളിലായിരുന്നു. ഗുജറാത്തിലെ ദാദാബായ് നവറോജി കമ്പനി, പിയേർസ് ലസ്ലി കമ്പനിയുമൊക്കെ കൈയടക്കിവെച്ചിരുന്ന ഭൂമി കാലാന്തരത്തിൽ നാടൻ മുതലാളിമാർ കൈയടക്കി. കൈയേറ്റവും ചില്ലാനം കൊടുത്ത് കൈവശമാക്കിയും പുതിയ ഭൂപ്രമാണിമാർ ചൂഷണം തുടർന്നു. അവരിൽനിന്നാണ് സമരങ്ങളിലൂടെ കർഷക തൊഴിലാളി യൂണിയന്റെ നേതൃത്വത്തിൽ പാവങ്ങൾക്കും അധകൃതരായി മാറ്റി നിർത്തിയ മറ്റ് വിഭാഗങ്ങൾക്കും ഭൂമി ലഭ്യമാക്കിയത്.

കോഴിക്കോട്ടെ മലയോര മേഖലയായ വാണിമേലിൽ പശുക്കടവ്, പാനോം, അടപ്പുമല മുതലായ ആദിവാസികോളനികളുണ്ട്. അവരുടെ മോചനത്തിനും ജീവിത സാഹചര്യങ്ങൾ മെച്ചപ്പെടുത്താനും നിരവധി സമരങ്ങൾ കെ എസ് കെ ടി യുവിന്റെ നേതൃത്വത്തിൽ നടന്നു. മലയോരത്തിന്റെ അധിപന്മാരായ ഭൂപ്രമാണിമാർ വയനാട്ടിലെ വെള്ളൂർക്കാവ് അടിമച്ചന്തയിൽനിന്നും ആദിവാസി കുടുംബങ്ങളെ വിലയ്ക്കുവാങ്ങി വാണിമേലിൽ കൊണ്ടുവന്നു. കമ്പനിപ്പീടികയിലായിരുന്നു അവർക്ക് ജോലി. ഭീകരമായ മർദ്ദനത്തിനും പട്ടിണിക്കും ആ പാവങ്ങളെ വിധേയരാക്കി. അതിനെതിരെ ശബ്ദമുയർത്തിയത് കർഷക തൊഴിലാളി പ്രസ്ഥാനത്തിന്റെ നേതാക്കളായിരുന്നു.

മലകളിൽനിന്നും മുള, ഓട, വന്മരങ്ങൾ തുടങ്ങിയവ വെട്ടിയെടുക്കാൻ ആദിവാസികളെയാണ് ഉപയോഗിച്ചിരുന്നത്. കൂടാതെ കാട്ടുതേൻ പോലുള്ള കാട്ടുവിഭവങ്ങൾ ശേഖരിക്കാനും അവരോട് കല്പിച്ചു. എല്ലാം ശേഖരിച്ച് കമ്പനിപ്പീടികയിലെത്തിക്കണം. കൃഷി ആവശ്യത്തിന് വനഭൂമി വെട്ടിത്തെളിക്കാനും തടികൾ വെട്ടിയെടുത്ത് കൂപ്പുകളിലെത്തിക്കാനും പണിയർ വേർപ്പൊഴുക്കി. ആദിവാസി കുട്ടികളെ കൊണ്ടുപോലും കഠിനമായി ജോലി ചെയ്യിച്ചു. ആട്ടിൻപറ്റങ്ങളെ മേയ്ക്കലും കപ്പവെട്ടി നുറുക്കലുമൊക്കെ അവരുടെ ജോലിയായിരുന്നു. ജോലിക്ക് കൂലിയായി പണം ഉണ്ടായിരുന്നില്ല. ഉണക്കമത്സ്യവും ഉപ്പും പുകയിലയും പേരിന് അരിയും നല്കും. പുറംലോകവുമായി ബന്ധപ്പെടാനുള്ള അനുവാദവും ആദിവാസികൾക്ക് ഉണ്ടായിരുന്നില്ല. അക്രമങ്ങൾ വിവരണാതീതമായ ഘട്ടത്തിലാണ് കമ്പനി മുതലാളിമാർ ആദിവാസികളെ മൃഗീയ ചൂഷണത്തിനിരയാക്കാൻ തുടങ്ങിയത്. ഒരുദിവസം ഒരു ഗർഭിണിയെ ചവിട്ടിവീഴ്ത്തി മൃതപ്രായയാക്കി. അപ്പോൾ യൂണിയന്റെ പ്രവർത്തകർ ആദിവാസികളോടൊപ്പം തിരിച്ചടിച്ചു. അതായിരുന്നു ആദിവാസികളുടെ ആദ്യത്തെ പ്രതികരണം. നിന്ന് തല്ലുകൊള്ളുന്ന രീതിക്ക് അതോടെ അവസാനമായി. ആദിവാസി വിഭാഗത്തെ സമരസജ്ജരാ

ക്കിയത് കർഷക തൊഴിലാളി യൂണിയനാണ്. പിന്നീട് ആ മേഖല യിലേക്ക് പല നിക്ഷിപ്ത താല്പര്യക്കാരും നുഴഞ്ഞുകയറി. കർഷക തൊഴിലാളി മേഖലയിലുള്ള ചിലർ നിക്ഷിപ്ത താല്പര്യങ്ങളോടെ സ്വത്വരാഷ്ട്രീയത്തിന്റെയും എൻ ജി ഒകളുടെയും ഭാഗമായി മാറി.

കേരളത്തിലെ ആദിവാസികളുടെയും ഇന്ത്യയിലെ മറ്റ് ആദിവാസി വിഭാഗങ്ങളുടെയും ഭൂമി അപഹരിച്ചിട്ടുള്ളതിനെപ്പറ്റി നടത്തിയ നിരവധി പഠനങ്ങൾ ഗൗരവാർഹമായ പ്രശ്നങ്ങളാണ് ആദിവാസി സമൂഹം അഭിമുഖീകരിക്കുന്നത് എന്ന് വെളിപ്പെടുത്തുന്നു. കേരളത്തിൽ അട്ടപ്പാ ടിയിലെ ആദിവാസി വിഭാഗങ്ങളെ സംബന്ധിച്ച് പരിശോധിക്കുമ്പോൾ ഈ ദുരവസ്ഥ നന്നായി മനസ്സിലാക്കാൻ സാധിക്കും.

ബ്രിട്ടീഷുകാരുടെ നേരിട്ടുള്ള ഭരണപ്രദേശമായിരുന്ന മദ്രാസ് പ്രവി ശ്യയിലെ പാലക്കാട് ജില്ലയിൽപ്പെട്ട മണ്ണാർക്കാട് താലൂക്കിൽ 765 ചതു രശ്ര കി.മീറ്റർ പ്രദേശം അടങ്ങുന്ന ഒരു വനഭൂമിയാണ് അട്ടപ്പാടി. സമുദ്ര നിരപ്പിൽനിന്നും 4000 അടി ഉയരമുള്ള മലമേടാണ്. 1950 കളിൽ വരെ ഇരുളർ, മൂഡുഗാസ്, കുറുബാസ് എന്നീ മൂന്ന് ആദിവാസി വിഭാഗക്കാ രായിരുന്നു ആ പ്രദേശത്തിന്റെ അവകാശികൾ. വന്യജീവികളുടെയും മലേറിയപോലുള്ള മാരകരോഗങ്ങളെയും ഭയന്ന് ആരും കടന്നുചെല്ലാ തിരുന്നതുകൊണ്ട് ആ പ്രദേശങ്ങൾക്ക് പുറംലോകവുമായി ഒരു ബന്ധ വുമുണ്ടായിരുന്നില്ല.

ബ്രിട്ടീഷുകാർക്കുമുമ്പുതന്നെ മലബാറിലെ ഭൂമിയാകെ നേരിട്ടു കൃഷിനടത്താത്ത ജന്മിമാരുടെ വകയായിരുന്നു. ഭൂമിയുടെമേലുള്ള അവ കാശാധികാരങ്ങൾ നിയമസാധുത്വമില്ലാത്ത, ആചാരവിധിയിൽമാത്രം അധിഷ്ഠിതമായിരുന്നു.

ജന്മിമാർ നേരിട്ടു കൃഷി നടത്താതെ കരപ്രമാണിമാരെ നിയോഗിച്ച് അവർവഴി പാട്ടക്കാരെക്കൊണ്ട് കൃഷി ചെയ്യിച്ചു. 18-ാം നൂറ്റാണ്ടിന്റെ ആരം ഭത്തോടെ, കോഴിക്കോട് സാമൂതിരിയുടെ ജന്മവസ്തുവായിത്തീർന്നു അട്ട പ്പാടിയും. ഈ പ്രദേശത്തിന്റെ ഭരണനേതൃത്വം മണ്ണാർക്കാട്ടിലേയും പാല ക്കാട്ടിലേയും പ്രാദേശിക കരപ്രമാണിമാർക്ക് സാമൂതിരി നല്കി. പക്ഷേ, അട്ടപ്പാടി വനപ്രദേശത്തിന്റെ ദുർഘടാവസ്ഥ, കരപ്രമാണിമാരെയും പാട്ട ക്കാരെയും ആ പ്രദേശം വശ്യമാക്കിയില്ല. ഭൂമി കൃഷിയോഗ്യമല്ലായിരുന്നു. ഇക്കാരണത്താൽ അവിടെ അക്കാലത്ത് പ്രശ്നങ്ങളോ സംഘർഷങ്ങളോ ഉണ്ടായില്ല. ആ പ്രദേശത്തെ ആദിവാസികൾ സർവ്വതന്ത്രസ്വതന്ത്രരായി, സ്വന്തം രീതിയിൽ കൃഷിചെയ്തും, വേട്ടയാടിയും വനസമ്പത്ത് ശേഖ രിച്ചും കഴിഞ്ഞുപോന്നു. പിന്നീട് ആദിവാസികൾ ശേഖരിച്ച തേൻ മുത ലായ അപൂർവ്വവസ്തുക്കൾ ഫ്യൂഡൽ ആചാരപ്രകാരം ജന്മിമാർക്ക് കാഴ്ചവച്ചു തുടങ്ങി. ഈ കാഴ്ചവയ്ക്കൽ ഒരു സാമ്പത്തിക സമർപ്പണം അല്ലായിരുന്നു. ജന്മികളോടുള്ള വിധേയത്വം എന്ന നിലയ്ക്കായിരുന്നു.

പതിനെട്ടാം നൂറ്റാണ്ടോടുകൂടി മലബാർ, ബ്രിട്ടീഷ് ഭരണത്തിൻകീ ഴിലായിരുന്ന മദ്രാസ് പ്രവിശ്യയോടുചേർന്നപ്പോൾ മാറ്റം വന്നു. അതു

വരെ ഭൂമിയിൽ നിയമപരമായി അധികാരമില്ലാതിരുന്ന ജന്മികൾക്ക് ബ്രിട്ടീഷുകാർ കൊണ്ടുവന്ന നിയമപ്രകാരം പൂർണ്ണനിയമാനുകൂല്യം ലഭിച്ചു. ഇത്തരം ഭൂവുടമാവകാശം ജന്മികൾക്കു നല്കിയതോടുകൂടി സർക്കാർ കൂടുതൽ ഭൂക്കരം ഈടാക്കുവാനും, അതിന്റെ ഫലമായി ജന്മികൾ പാട്ടം കൂടുതൽ ഈടാക്കാനും തുടങ്ങി. 19-ാം നൂറ്റാണ്ടായപ്പോൾ ഈ പാട്ടപ്പിരിവ് രൂക്ഷകരമായി മലബാറിലാകെ വ്യാപിച്ചു. ഈ അവസരത്തിൽ പോലും ആദിവാസിപ്രദേശം പാട്ടപ്പിരിവിൽനിന്നും വിമുക്തമായിരുന്നു. ആദിവാസികളായ മുഖ്യന്മാർ ജന്മിസേവയ്ക്കായി മുടങ്ങാതെ കാണിക്കകൾ സമർപ്പിച്ചുപോന്നു. ബ്രിട്ടീഷ് ഭരണകാലത്ത് മലബാറിലെ വടക്ക് പടിഞ്ഞാറുള്ള മലയോരപ്രദേശങ്ങൾ വനങ്ങളായും മറ്റു പ്രദേശങ്ങൾ റിസർവ്വ് വനങ്ങളായും വേർതിരിച്ചെങ്കിലും, ആദിവാസികൾ അലട്ടൽ കൂടാതെ വനവിഭവങ്ങൾ എടുത്തും, കൃഷിചെയ്തും ഉപജീവിച്ചു പോന്നു.

അട്ടപ്പാടി അതിപുരാതനകാലം മുതൽ ഈ അടുത്തകാലംവരെ കേരള സാമൂഹ്യജീവിതത്തിൽനിന്നും തികച്ചും ഒറ്റപ്പെട്ടുകൊണ്ട്, ആദിവാസി സാമൂഹ്യനീതിക്കുകീഴിൽ സമ്പത്ത് ഉല്പാദിപ്പിച്ചുകൊണ്ട് സ്വാശ്രയജീവിതരീതി പടുത്തുയർത്തിയിരുന്നു. അവരുടെ തനതായ സാമൂഹ്യക്രമത്തേയും ഉല്പാദന-വിതരണ രീതികളേയും നിയന്ത്രിക്കുന്ന അലിഖിത നിയമം നിലനിന്നിരുന്നു. കൃഷിയാണ് അവരുടെ പ്രധാന തൊഴിലെങ്കിലും ഭൂമിയുടെ അവകാശികളാരെന്ന ബോധം അവരിൽ ഇല്ലായിരുന്നു. സ്വകാര്യ സ്വത്തിനോട് അവർക്ക് താല്പര്യമുണ്ടായിരുന്നില്ല. ഭൂമി പൊതുസ്വത്തായി കണക്കാക്കി. ആദിവാസിമേധാവി, കുടുംബത്തിന്റെ വലിപ്പത്തിനനുസരിച്ച് കൃഷിഭൂമി വിതരണംചെയ്തു. അട്ടപ്പാടി വനഭൂമി വളരെ വിസ്തൃതമായിരുന്നതിനാൽ പുതിയ കൃഷിസ്ഥലങ്ങളിലേക്ക് മാറി മാറി അവർ കൃഷിചെയ്തുകൊണ്ടിരുന്നു. മണ്ണ് പരിശോധനയ്ക്ക് ആദിവാസിസമിതി ഉണ്ടായിരുന്നു. ആദിവാസിസമിതിയുടെ അദ്ധ്യക്ഷനെ മൂപ്പൻ എന്നാണ് വിളിച്ചിരുന്നത്. മൂപ്പന്റെ നേതൃത്വത്തിൻകീഴിൽ, കായബലമുള്ള അംഗങ്ങളെക്കൊണ്ട് കൃഷിക്കുപയുക്തമായ ഭൂമി വെട്ടിത്തെളിച്ചെടുക്കുന്നു, മരങ്ങൾ വെട്ടിമുറിച്ച് തീയിട്ടു ചാമ്പലാക്കുന്നു, ചാരം വളമാക്കി ഉപയോഗിക്കുന്നു, ഒരുക്കിയെടുക്കുന്ന ഭൂമി ഫലഭൂയിഷ്ഠമല്ലെന്നുകണ്ടാൽ മറ്റു ഭൂമിയുടെ അന്വേഷണം തുടരുന്നു, കൃഷിക്കുള്ള ഉല്പാദനോപകരണങ്ങൾ അപരിഷ്കൃതവസ്തുക്കളായിരുന്നു. നിലത്തിൽ ഉഴവുനടത്താതെ, വിത്ത് നിലത്തിലെ ചെറിയ പോതുകളിൽ ഇട്ട് കിളിർപ്പിച്ചിരുന്നു. മറ്റു തൊഴിലുകൾ, വേട്ടയാടലും, മീൻപിടുത്തവും, ഭക്ഷ്യവസ്തുക്കൾ ശേഖരിക്കലും ആയിരുന്നു, അട്ടപ്പാടിയിലെ ആദിവാസികൾ സാമ്പത്തികമായി തുല്യരായിരുന്നു. ഉപയോഗമൂല്യത്തിനുള്ള ഭക്ഷണ ശേഖരണത്തിൽ വ്യാപൃതരായിരുന്നതുകൊണ്ട് സജാത്യവിഭാഗമായിരുന്നു. 20-ാം നൂറ്റാണ്ടിന്റെ ആദ്യപകുതിവരെ പുറംലോകവുമായി ബന്ധമില്ലാത്ത, ആദിവാസി സാമ്പത്തിക വ്യവസ്ഥിതിയിൻ കീഴിലായിരുന്ന ഒരു പ്രദേശമായിരുന്നു അട്ടപ്പാടി. ഇതിനു മാറ്റംവന്നത് തമിഴ്നാട്ടിലെ

യും കർണ്ണാടകത്തിലെയും ഗൗണ്ടർമാരും മറ്റും വനവിഭവങ്ങളായ തേൻ, അരക്ക്, കൊമ്പ്, പച്ചമരുന്നുകൾ എന്നിവയുടെ വില്പനയ്ക്കായി വന്നുംപോയുമിരുന്നതിനുശേഷമാണ്. പട്ടികവർഗ്ഗത്തിൽപ്പെട്ട വിഭാഗമായ ഇരുളരും മുഡുഗരും ഉപ്പിനും പുകയിലയ്ക്കും വേണ്ടി തങ്ങൾ ക്ലേശിച്ചു നിർമ്മിച്ച പനമ്പുകുട്ടകൾ, തഴപ്പായ് തുടങ്ങിയവ കൈമാറിയിരുന്നു. അങ്ങനെ അട്ടപ്പാടിയുടെ അമൂല്യ വിഭവസമ്പത്ത് പുറം ലോകത്തുള്ള ചൂഷകരുടെ ശ്രദ്ധപിടിച്ചുപറ്റി. പക്ഷേ, വന്നും പോയുമിരുന്ന കച്ചവടക്കാരുടെ സാമീപ്യംകൊണ്ട് ആദിവാസി സാമ്പത്തികവ്യവസ്ഥയ്ക്ക് പെട്ടെന്ന് ഉലച്ചിൽ വന്നില്ല. മറിച്ച്, തമിഴ്നാട്, കർണ്ണാടക തുടങ്ങിയ സംസ്ഥാനങ്ങളിലെ ഗൗണ്ടർമാരായ വ്യവസായികളുടെ സ്ഥിരതാമസവും സ്ഥിരം കാർഷികവൃത്തിയോടുംകൂടിയാണ് പില്ക്കാലത്ത് മാറ്റം സംഭവിച്ചുതുടങ്ങിയത്. 1951 വരെ കുടിയേറ്റക്കാരുടെ ഒഴുക്ക് അത്ര കൂടിയിരുന്നുമില്ല.

1950 കളിലായിരുന്നു കേരളത്തിലെ ജില്ലകളിലേക്ക് മാറി മാറിയുള്ള കുടിയേറ്റാരംഭം. മലബാറിലെ വനഭൂമിയിൽ ജനവാസം കുറവായിരുന്നതിനാലും, ഭൂമിയുടെ വില വളരെ താണതായിരുന്നതിനാലും തിരുകൊച്ചി ഭാഗത്തുള്ളവർ മലബാറിലെ ഈ ഭാഗങ്ങളിലാണ് കുടിയേറ്റം തുടങ്ങിയത്. ഈ കുടിയേറ്റപ്രക്രിയയിൽ അട്ടപ്പാടിയും ഇരയായി.

സമതലപ്രദേശത്തുകാരായ കുടിയേറ്റക്കാർ, വനഭൂമികൾ ജന്മികളിൽനിന്നും ഏക്കറൊന്നിന് തുച്ഛമായ രണ്ടു രൂപ വിലവെച്ച് ഉടമാവകാശം സ്ഥാപിച്ചെടുത്തു. ജന്മികളും അവരുടെ ദല്ലാളുകളും ഒരിക്കലും എത്തിനോക്കാതിരുന്ന ഒരു ഭൂവിഭാഗം രണ്ടു രൂപയ്ക്ക് വില്ക്കുന്നത് അവരെ സംബന്ധിച്ചിടത്തോളം ആദായകരമായിരുന്നു.

കുടിയേറ്റക്കാരായ സമതലവാസികളുടെ കടന്നുകയറ്റം ഭൂമിയുടെ ഉപയോഗത്തിനും ഉല്പാദനവളർച്ചയ്ക്കും കാതലായ മാറ്റം വരുത്തി. തുടർന്ന് ഭൂമിയുടെ മാർക്കറ്റുവില ഉയർന്നു. ഭൂമിക്ക് വേണ്ടിയുള്ള ആർത്തി വർദ്ധിച്ചു. വില്ക്കപ്പെട്ട ഭൂമി എവിടെയാണെന്ന് നിർണ്ണയിച്ചുകൊടുക്കാതെ ഭൂവുടമകൾ കൈപ്പറ്റിയ തുകയ്ക്ക് രസീതുമാത്രമേ ഭൂമി വാങ്ങിയവർക്ക് നല്കിയിരുന്നുള്ളൂ. ഈ രസീതിന്റെ പിൻബലത്താൽ അവർ അട്ടപ്പാടിയിലെ നദീതടങ്ങളിലും മലയോരങ്ങളിലും ഉള്ള ഫലഭൂയിഷ്ഠമായ ഭൂമിയിലാകെ അവകാശമുറപ്പിച്ചു. ജന്മികൾ നല്കപ്പെട്ടതായി പറയപ്പെടുന്ന ഈ 'രസീതു'കളാണ് ഈ പ്രദേശത്തെ യഥാർത്ഥ നിലവുടമകളായ പൂർവ്വ ആദിവാസികളുടെ അസ്തിത്വത്തെ തകർത്തത്. കുടിയേറ്റക്കാരുടെ കൈയേറ്റംകൊണ്ട് ആദിവാസികൾ ഗമ്യമായ വനാന്തരഭാഗത്തേക്ക് അഭയം തേടി. ഇങ്ങനെ ഒഴിപ്പിക്കപ്പെട്ടത് കൈയേറ്റമാണെന്ന് സർക്കാർ ആദ്യമായി പ്രഖ്യാപിച്ചു. പക്ഷേ, പ്രായോഗികമായി കൈയേറ്റക്കാർക്കെതിരെ നടപടിയെടുക്കാതെ, പകരം ഫലഭൂയിഷ്ഠമല്ലാത്ത ഭൂമി നല്കിയത്രെ. കൈയേറ്റക്കാർ ഭൂമി വാങ്ങുന്നതോടൊപ്പം അന്യായമായി ഭൂപരിധിയും വികസിപ്പിച്ചുകൊണ്ടിരുന്നു. ഭൂമിയുടെ അതിർത്തി നിർണ്ണയി

ക്കപ്പെടാതിരുന്ന അന്നത്തെ സ്ഥിതി കൈയേറ്റക്കാർക്ക് അനുഗ്രഹമായിരുന്നു.

തിരുകൊച്ചിയിൽനിന്നുള്ള കുടിയേറ്റക്കാർ ക്രിസ്ത്യാനികളായ കർഷകരായിരുന്നതുകൊണ്ട് ഈഴവരെയും മറ്റു പട്ടികജാതിക്കാരെയും കൃഷിപ്പണിക്കായി ധാരാളം കൊണ്ടുവന്നു. കാർഷികാഭിവൃദ്ധിയുടെ ഫലമായി കച്ചവടത്തിനായി മുസ്ലീമുകളും എത്തി. ആദിവാസികളല്ലാത്തവരുടെ ഈ വമ്പിച്ച കുടിയേറ്റം അവിടത്തെ ആൾപ്പെരുപ്പത്തിന് കാരണമാക്കി. ഒരു ദശകം കൊണ്ട് ആദിവാസി മേഖലകളിലെ ജനസംഖ്യയിൽ വലിയ വർദ്ധനവ് സംഭവിച്ചു. എന്നാൽ, സ്വദേശീയരായ ആദിവാസികളുടെ ജനവർദ്ധനവ് തുച്ഛമായിരുന്നു. അഭൂതപൂർവ്വമായ ആദിവാസികളല്ലാത്തവരുടെ പെരുപ്പം ആദിവാസി വിഭാഗങ്ങളെ ചെറുന്യൂനപക്ഷമാക്കി.

കേരളത്തിലെ ഇടനാടുകളിൽനിന്നുള്ള കുടിയേറിപ്പാർപ്പുകാരുടെ വമ്പിച്ച വർദ്ധനവ് വനനശീകരണത്തിനുകാരണമായി. കുടിയേറ്റവും വനനശീകരണവും ആദിവാസികളുടെ ഉപജീവന സാമ്പത്തികക്രമത്തെ വല്ലാതെ ഉലച്ചുകളഞ്ഞു. പരമ്പരാഗതമായിരുന്ന ഒറ്റ ആദിവാസിസമ്പദ് മേഖലയ്ക്ക് പകരം സ്ഥിരം കുടിയേറ്റമേഖലയുടേതായ മറ്റൊരു സമ്പദ്ക്രമവും ഉയർന്നു വന്നു. ആദിവാസി സമ്പദ്ക്രമത്തെ തകർത്തുകൊണ്ട് കുടിയേറ്റ സമ്പദ്ക്രമം വികസിച്ചു. കുടിയേറ്റക്കാരുടെ വരവോടുകൂടി ഭൂമിയുടെ വിതരണക്രമത്തിൽ വളരെ മാറ്റം സംഭവിച്ചു. ആദിവാസിയുടെ ഭൂമിയുടെ സന്തുലിതാവസ്ഥയെ തെറ്റിച്ചുകൊണ്ട് ഭൂമിയെല്ലാം പുറത്തുനിന്ന് വന്നവർ കൈക്കലാക്കി.

ചുരുക്കത്തിൽ 12 വർഷം കൊണ്ട് (1963-1976) അഞ്ചിലൊന്ന് ആദിവാസികൾ ഭൂരഹിതരായി. 15 ശതമാനം ഭൂരഹിതരാക്കപ്പെട്ട കുടുംബങ്ങളെ കൈയേറ്റക്കാർ ഉൾഭാഗങ്ങളിലേക്ക് ആട്ടിപ്പായിച്ചു. ഏക്കർ കണക്കിന് ഭൂമി ആദിവാസികളിൽനിന്നും തട്ടിപ്പറിച്ചിട്ടുണ്ട്.

ഭൂമിയുടെ ഈ പുനർവിതരണം ഭൂമിയുടെ അവകാശികളായ ആദിവാസി കുടുംബത്തിന്റെ ശരാശരി 7.40 ഏക്കർ എന്നത് 5.90 ആയി ചുരുങ്ങുകയും ആദിവാസിയിതര വിഭാഗങ്ങളിലുള്ളവരുടേത് സാരമായ വ്യത്യാസമില്ലാതെ നിലനിർത്തുകയും ചെയ്തു. 166 ശതമാനമായി വർദ്ധിച്ച അധിനിവേശക്കാരായ ഭൂവുടമകളുടെ ഭൂമിയുടെ വിസ്തൃതി 15 ശതമാനം വർദ്ധിച്ചപ്പോൾ ആദിവാസികളുടേത് 13 ശതമാനമായി കുറഞ്ഞു. അവരുടെ സാമ്പത്തികസ്ഥിതി ശോഷിച്ചു. ഇതിനു കാരണം, അവരെ ഫലഭൂയിഷ്ഠമല്ലാത്ത ഭൂമിയിലേക്ക് തള്ളപ്പെട്ടതും, വനവിഭവങ്ങൾ ശേഖരിക്കുന്നതിൽനിന്നും വിലക്കു കല്പിച്ചതും താഴ്ന്നകൂലിക്ക് പണിയെടുപ്പിച്ചതും കൊണ്ടായിരുന്നു. അങ്ങനെ അവരെ നിസ്വന്മാരായ തൊഴിലാളികളാക്കി മാറ്റി. ആദിവാസികളല്ലാതെ സമതലപ്രദേശത്ത് നിന്നും കൊണ്ടുവരപ്പെട്ട തൊഴിലാളികളേക്കാൾ കഷ്ടതരമായിരുന്നു അവരുടെ ജീവിതം. 60 കളിൽ ആദിവാസികളുടെ കൈകളിലുണ്ടായിരുന്ന കൃഷിക്കുപയുക്തമായ പ്രദേശങ്ങൾ 1975 ആയപ്പോൾ മിക്ക

വാറും കൈമോശം വന്നു. വനനശീകരണം, തട്ടിപ്പറി എന്നിവയിലൂടെ കുടിയേറ്റക്കാർ ഭൂമിയുടെ വിസ്തൃതി കൂട്ടി.

1963 ആയപ്പോൾ ഭൂമിയുടെ മാർക്കറ്റുവില ഉയർന്നു. തുടർന്നും ഉയർന്നുകൊണ്ടേയിരുന്നു. ആദിവാസികളല്ലാത്തവരുടെ ഭൂമിയുടെ വില ഉയർന്നെങ്കിലും ആദിവാസികളുടെ ഭൂമിയുടെ മാർക്കറ്റുവില താഴ്ന്നു തന്നെയിരുന്നു. ഇതിന് കാരണം ആദിവാസികളുടെ കൈയിൽ നിലവിലുള്ള ഭൂമി മോശപ്പെട്ടതായതുകൊണ്ടാണ്. അവരുടെ ദാരിദ്ര്യാവസ്ഥയും, കുടിയേറിയവരുടെ പ്രകോപനതന്ത്രവുംകൊണ്ട് ഭൂമിയുടെ വില കുറയുന്നു എന്നതായിരുന്നു യാഥാർത്ഥ്യം.

അങ്ങനെ ഒരു നാഗരികജനത, സമ്പത്തിന്റെ പുത്തൻ മേച്ചിൽ സ്ഥലത്തേക്ക് പടയോട്ടം നടത്തി. അരനൂറ്റാണ്ടിനുള്ളിൽ പുത്തൻ ഭൂപ്രമാണിമാരായി മാറുകയും തദ്ദേശവാസികളായ ആദിവാസികളുടെ ജീവിതം ദുരിതപൂർണ്ണമായി തുടരുകയും ചെയ്യുന്നു.

കേരളത്തിലെ ആദിവാസി മേഖലകളിൽ അധിവസിക്കുന്ന ദുർബ്ബലരായ ആദിവാസികൾക്കുവേണ്ടി കർഷക തൊഴിലാളി യൂണിയന്റെ നേതൃത്വത്തിൽ നിരവധി പ്രക്ഷോഭങ്ങൾ സംഘടിപ്പിക്കപ്പെട്ടിട്ടുണ്ട്. ഭൂവിതരണത്തിന്റെ കാര്യത്തിലടക്കം ആദിവാസികൾ തഴയപ്പെടുന്നതും മറ്റും പൊതുശ്രദ്ധയിലേക്ക് കൊണ്ടുവരാൻ യൂണിയന് സാധിച്ചു. ആദിവാസികളുടെ ഭൂമിക്കുവേണ്ടിയുള്ള പോരാട്ടങ്ങളുടെ മുൻനിരയിൽ കർഷക തൊഴിലാളി യൂണിയൻ തന്നെയാണ് ഉണ്ടായിരുന്നത്. ഇപ്പോൾ ആദിവാസി ക്ഷേമസമിതി ആ മേഖലയിൽ സജീവമായി പ്രവർത്തിക്കുന്നുണ്ട്.

കുടികിടപ്പ് മിച്ചഭൂമിസമരങ്ങളും അടിയന്തരാവസ്ഥയും

ഭൂപരിധി നിർണ്ണയിക്കുന്നതും ഒഴിപ്പിക്കൽ തടയുന്നതും ഭൂരഹിതരായ കർഷക തൊഴിലാളികൾക്കുവേണ്ടി ഭൂമി ഏറ്റെടുത്തു വിതരണം ചെയ്യുന്നതുമായ വകുപ്പുകൾ ഉൾക്കൊള്ളുന്ന ഒരു കാർഷികബന്ധ ബിൽ 1957-59 ലെ കമ്മ്യൂണിസ്റ്റ് സർക്കാർ അവതരിപ്പിച്ചെങ്കിലും ഇതിനുള്ള നിയമനിർമ്മാണ നടപടികൾ ആരംഭിച്ചയുടനെ ഭൂവുടമകൾ തങ്ങളുടെ സ്വാർത്ഥതാല്പര്യങ്ങൾ പരിരക്ഷിക്കാൻ വേണ്ടി സംഘടിതശ്രമം തുടങ്ങി. എന്നിരുന്നാലും 1958 ജൂൺ 10 ന് ബിൽ കേരളാ നിയമസഭ പാസാക്കുകയും പ്രസിഡന്റിന്റെ അംഗീകാരത്തിന് അയച്ചുകൊടുക്കുകയും ഉണ്ടായി.

കമ്മ്യൂണിസ്റ്റ് മന്ത്രിസഭയെ പുറത്താക്കുന്നതിനുവേണ്ടി ജാതി-വർഗ്ഗീയ പിന്തിരിപ്പൻ രാഷ്ട്രീയ കക്ഷികൾ ഒത്തുചേർന്ന് ഒരു വിമോചന സമരം കെട്ടഴിച്ചു വിട്ടു. 1959 ജൂലൈ 31 ന് കേരളാഗവൺമെന്റിനെ പിരിച്ചുവിട്ടു. പിന്നീട് വിമോചനസമരം സംഘടിപ്പിച്ച പാർട്ടികൾ ചേർന്നുകൊണ്ട് ഒരു സർക്കാരിനെ അവരോധിക്കാൻ പരിശ്രമിച്ചു. പ്രസിഡന്റ് അംഗീകാരം നല്കാതെ വെച്ചു താമസിപ്പിച്ചതിന്റെ ഫലമായി സന്ദിഗ്ദ്ധാവസ്ഥയിലായിരുന്നു. കാർഷികബന്ധനിയമം പുനഃപരിശോധിക്കുന്നതിന് ഭേദഗതി ചെയ്യുന്നതിനും 1960 ജൂലൈ 27 ന് പ്രസിഡന്റ് നിയമസഭയ്ക്ക് തിരിച്ചയച്ചു.

ഇന്ത്യൻ നാഷണൽ കോൺഗ്രസിൽനിന്നും വേർപെട്ടുപോയ കേരളാ കോൺഗ്രസിന്റെ നേതൃത്വത്തിൻകീഴിൽ, സമ്പന്ന കൃഷിക്കാർക്കു സ്വാധീനമുള്ള കേരളാകർഷക ഫെഡറേഷൻ എന്ന ഒരു സംഘടന നിലവിൽ വന്നു. കർഷക തൊഴിലാളികളുടെ അതിക്രമങ്ങളെ നേരിടാൻ പ്രത്യേകം പരിശീലിപ്പിക്കപ്പെട്ട അണികളെ അവർ സംഘടിപ്പിച്ചു.

കർഷകതൊഴിലാളികൾക്കും അവരുടെ വീടുകൾക്കും നേരെയുള്ള ഈ കൂലിപ്പടയുടെ ആക്രമണം നിരന്തരം തുടർന്നു. ഈ വെല്ലുവിളിയുടെ ഗുരുതരാവസ്ഥ ബോദ്ധ്യപ്പെട്ട യൂണിയൻ കൂടുതൽ സജീവമായി.

ആ കാലഘട്ടത്തിലാണ് കർഷക തൊഴിലാളികളുടെ യൂണിയൻ ഉണ്ടാക്കുവാൻ മറ്റു പാർട്ടികൾ രംഗത്തുവന്നത്. 1954 ൽ ഐ എൻ ടി യു സിയുടെ കീഴിൽ മങ്കൊമ്പു കേന്ദ്രീകരിച്ചുകൊണ്ട് തിരു-കൊച്ചി കർഷക തൊഴിലാളി സംഘം എന്ന ഒരു സംഘടന കോൺഗ്രസ് രൂപീകരിച്ചു. വിമോചനസമരത്തിന്റെ മറവിൽ തൊഴിലാളി ഐക്യത്തെ ശിഥിലീകരിക്കാനുള്ള ശ്രമമാരംഭിച്ചു. 1959, 1964 ൽ ഈ കോൺഗ്രസ് യൂണിയന് 4182 അംഗങ്ങൾ ഉൾപ്പെടുന്ന 24 ബ്രാഞ്ചുകൾ കുട്ടനാട്ടിലുണ്ടായിരുന്നു.

1964 ൽ അവിഭക്ത കമ്യൂണിസ്റ്റ് പാർട്ടിയിലുണ്ടായ പിളർപ്പ്, കർഷക തൊഴിലാളിപ്രസ്ഥാനത്തെയും ബാധിച്ചു. പിളർപ്പിനെ തുടർന്ന് സി പി ഐ (എം) നെ ജനങ്ങൾ നെഞ്ചേറ്റിയതുപോലെ കർഷക തൊഴിലാളി യൂണിയന് കീഴിൽ തൊഴിലാളികൾ അണിനിരന്നു. തുടർന്നാണ് 1968 ൽ സംസ്ഥാനാടിസ്ഥാനത്തിൽ കേരള സ്റ്റേറ്റ് കർഷക തൊഴിലാളി യൂണിയൻ രൂപീകരിക്കുന്നത്..

1968 ൽ സി പി ഐ മങ്കൊമ്പ് കേന്ദ്രീകരിച്ച് കുട്ടനാട് കർഷക തൊഴിലാളി യൂണിയൻ രൂപീകരിച്ചു. അവർതന്നെ ആലപ്പുഴ കേന്ദ്രീകരിച്ച് ആര്യാട് - അമ്പലപ്പുഴ ബ്ലോക്ക് കർഷക തൊഴിലാളി യൂണിയനും ഉണ്ടാക്കി. ഈ ഘടകങ്ങളെ സംസ്ഥാന നിലവാരത്തിൽ രൂപീകരിക്കപ്പെട്ട ഭാരതീയ ഖേത്മസ്ദൂർ യൂണിയനിൽ (ബി കെ എം യു) അംഗമാക്കപ്പെട്ടു. പായിപ്പാട് ആസ്ഥാനമാക്കി, ആർ എസ് പിയുടെ നേതൃത്വത്തിൽ 1969 ൽ അപ്പർകുട്ടനാട് കർഷക തൊഴിലാളി യൂണിയൻ എന്നു മറ്റൊരു സംഘടനയും രൂപീകരിച്ചു. കോൺഗ്രസ് 1973 ൽ പരിമിതമായ അംഗങ്ങളോടുകൂടിയ ദേശീയ കർഷക തൊഴിലാളി ഫെഡറേഷനും (ഡി കെ ടി എഫ്) ഉണ്ടാക്കി.

1967 ൽ അധികാരത്തിൽ വന്ന ഇ എം എസ് മന്ത്രിസഭ, 1969 ഒക്ടോബർ 14 ന് സമഗ്രമായ ഒരു കാർഷിക ഭൂപരിഷ്കരണ (ഭേദഗതി) നിയമം നിയമസഭയിൽ ഏകകണ്ഠമായി പാസാക്കി. കുടികിടപ്പുകാർക്ക് കിടപ്പാടത്തിന് അവകാശവും, കൈവശാവകാശത്തിന് പരിധി നിശ്ചയിച്ചതിനുശേഷം മിച്ചഭൂമി ഏറ്റെടുത്തു വിതരണം ചെയ്യുന്നതും ആയ വകുപ്പുകൾ ഈ ബില്ലിൽ ഉൾപ്പെടുത്തി. ഭൂപരിഷ്കരണനിയമം എത്രതന്നെ മൗലികമാറ്റം ഉൾക്കൊണ്ടിരുന്നതായിരുന്നാലും, അത് ശക്തമായ പ്രക്ഷോഭത്തിലൂടെ മാത്രമേ പ്രാവർത്തികമാക്കാനാവൂ എന്ന് മുൻ അനുഭവത്തിൽനിന്നും ബോദ്ധ്യമായതിന്റെ പശ്ചാത്തലത്തിൽ ഭൂപരിഷ്കരണനിയമം ത്വരിതമായി നടപ്പിലാക്കുന്നതിനുവേണ്ടി കർഷക തൊഴിലാളി യൂണിയൻ പ്രവർത്തനങ്ങൾ സജീവമാക്കി.

1969 ൽ സി പി ഐ, കോൺഗ്രസിന്റെയും കേരളാ കോൺഗ്രസി

ന്റെയും പിന്തുണയോടെ കുറുമുന്നണി സർക്കാരുണ്ടാക്കി. അവർ ഭൂപരിഷ്കരണ നിയമം നടപ്പിലാക്കരുതെന്ന ഭൂപ്രമാണിമാരുടെ താല്പര്യസംരക്ഷകരായിരുന്നു. ആ അവസരത്തിലാണ് കർഷകതൊഴിലാളികളും കുടികിടപ്പുകാരും ചെറുകർഷകരും ഉൾപ്പെടുന്നവരെ പങ്കെടുപ്പിച്ചുകൊണ്ട്, 1969 ൽ കർഷക തൊഴിലാളി യൂണിയൻ വിപുലമായ ഒരു കൺവെൻഷൻ വിളിച്ചു ചേർത്തത്. രണ്ടുദിവസത്തെ സമ്മേളനത്തിന് ശേഷം 1969 ഡിസംബർ 14 ന്, 5 ലക്ഷം പേർ പങ്കെടുത്ത വമ്പിച്ച ബഹുജനറാലിയിൽ വെച്ചു ഒരു അവകാശ പ്രഖ്യാപനരേഖ അംഗീകരിച്ചു. ആ മഹാസമ്മേളനത്തിൽവെച്ച് എ കെ ജി ആ നയപ്രഖ്യാപന രേഖ അവതരിപ്പിച്ചു. ഭൂപരിഷ്കരണനിയമം 1970 ജനുവരി 1 മുതൽ പ്രാബല്യത്തിൽ വന്നതായി കേരളത്തിലെ കർഷകരും കർഷകതൊഴിലാളികളും കണക്കാക്കുമെന്നും ബില്ലിൽ അനുശാസിക്കുന്നതുപോലെ കുടികിടപ്പുകാരും കൃഷിക്കാരും തങ്ങളുടെ ഭൂമിയിലുള്ള അവകാശം തത്ത്വത്തിൽ സ്ഥാപിക്കുമെന്നും സമ്മേളനം പ്രഖ്യാപിച്ചു.

കർഷക തൊഴിലാളികളും കർഷകരും രണ്ടുംകല്പിച്ചിറങ്ങിയത് മനസ്സിലാക്കിയ കുറുമുന്നണി സർക്കാർ കേന്ദ്രസർക്കാരുമായി പാലമുണ്ടാക്കി. പ്രസിഡന്റിനോട് ബില്ലിന് അംഗീകാരം നല്കണമെന്ന് പറഞ്ഞു. 1969 ഡിസംബർ 16 ന് ബില്ലിന് പ്രസിഡന്റിന്റെ അംഗീകാരം ലഭിച്ചു. നിയമത്തിന്റെ എല്ലാ വകുപ്പുകളും 1970 ജനുവരി 1 മുതൽ നടപ്പിൽ വരുന്നതാണെന്ന് സംസ്ഥാന സർക്കാർ പ്രഖ്യാപിക്കുകയും മേനി നടിക്കുകയും ചെയ്തു. പക്ഷേ, അവരുടെ മനസ്സും പൊലീസ് സംവിധാനങ്ങളും ഭൂപ്രഭുക്കളുടെ കൂടെയായിരുന്നു. സംസ്ഥാന സർക്കാരിനെക്കൊണ്ട് നിയമം നടപ്പാക്കുന്നതിനുവേണ്ടി 70 കൾക്ക് ശേഷമുള്ള ഒരു ദശവത്സരക്കാലം കർഷക തൊഴിലാളികളും കൃഷിക്കാരും ഭൂരഹിതരും നിരന്തര പോരാട്ടത്തിലേർപ്പെട്ടു. ഒരു കുടുംബത്തിന് 10 സ്റ്റാൻഡാർഡ് ഏക്കർ ഭൂപരിധി നിശ്ചയിച്ചതനുസരിച്ചുള്ള നടപടികൾ കർശനമായി പാലിച്ചിരുന്നെങ്കിൽ, ഏതാണ്ട് എട്ട് ലക്ഷം ഏക്കർ മിച്ചഭൂമി ഏറ്റെടുക്കാൻ കഴിയുമായിരുന്നു. പക്ഷേ, കുറുമുന്നണി സർക്കാർ അത് നിറവേറ്റിയില്ല. നിയമം പ്രാവർത്തികമാക്കുന്നതിൽ വരുത്തിയ താമസംകൊണ്ടാണ് ഈ ഒരു ദശവത്സരക്കാലത്ത് സമരം രൂക്ഷമായി തുടരേണ്ടി വന്നത്.

കുടികിടപ്പിനും കിടപ്പാടത്തിന്റെ ചുറ്റുമുള്ള 10 സെന്റുഭൂമി വളച്ചുകെട്ടി അവകാശം സ്ഥാപിക്കുന്നതിനും ബഹുഭൂരിപക്ഷം കുടികിടപ്പുകാരും 1970-71 ൽ ഐതിഹാസികമായ മറ്റൊരു സമരവും സംഘടിപ്പിച്ചു. നിയമദത്തമായ കുടികിടപ്പവകാശവും കുടിയായ്മ അവകാശവും യാഥാർത്ഥ്യവല്ക്കരിക്കുന്നതിനുവേണ്ടി പ്രക്ഷുബ്ധവും തീക്ഷ്ണവുമായ ഒരു സമരമായിരുന്നു യൂണിയന് ഏറ്റെടുക്കേണ്ടി വന്നത്. സംസ്ഥാന പൊലീസിന്റെ പിന്തുണയോടെ ഭൂവുടമകളുടെ ഭാഗത്തുനിന്നുള്ള ശക്തിയായ എതിർപ്പിനെ നേരിട്ടുകൊണ്ടാണ് ലക്ഷക്കണക്കിന് കുടികിടപ്പുകാർ തങ്ങളുടെ അവകാശം ഉറപ്പിച്ചെടുത്തത്. ഈ സമരത്തിലാണ് മുപ്പ

ത്തിരണ്ടുപേർ രക്തസാക്ഷിത്വം വരിക്കുകയും ലക്ഷക്കണക്കിന് സമര ഭടന്മാർ അറസ്റ്റുചെയ്യപ്പെട്ടു ജയിലിൽ പോവുകയും ചെയ്തത്. ആ സമരത്തിലൂടെയാണ് കർഷക തൊഴിലാളികൾക്ക് സ്വന്തമായി ഭൂമിയും കൂരയും നിർഭയമായി അന്തിയുറങ്ങാനുള്ള അവസരവുമുണ്ടായത്. ഭൂപ്രഭുവർഗ്ഗത്തിന്റെ കൈയേറ്റങ്ങളെ അതിജീവിക്കാനുള്ള പുതുശക്തിയും ആത്മധൈര്യവും ഈ സമരത്തിലൂടെ കർഷക തൊഴിലാളികൾ കൈവരിച്ചു.

പാർലമെന്ററി പ്രവർത്തനത്തിലൂടെ കമ്യൂണിസ്റ്റ് പാർട്ടി നേതൃത്വത്തിലുള്ള ഇ എം എസ് ഗവൺമെന്റ് ജന്മിത്വ ഭൂപ്രഭുത്വം അവസാനിപ്പിക്കുന്ന കാർഷിക ഭൂപരിഷ്കരണ ഭേദഗതിനിയമം പാസാക്കിയെങ്കിലും ആ ഗവൺമെന്റ് രാജിവെക്കേണ്ടിവന്ന പശ്ചാത്തലത്തിൽ, പാസാക്കിയ നിയമത്തിന്റെ അന്തസത്തയ്ക്കനുസരിച്ച് തുടർന്ന് അധികാരത്തിൽവന്ന കുറുമുന്നണി ഗവൺമെന്റ് നിയമം നടപ്പിലാക്കുമെന്നത് പ്രതീക്ഷിക്കാൻ സാധിക്കുമായിരുന്നില്ല. ആ സാഹചര്യത്തിലാണ് പാർലമെന്ററി പ്രവർത്തനത്തിലൂടെ നേടിയ നിയമം പ്രാവർത്തികമാക്കുന്നതിന് വലിയ നൂതന സമരങ്ങളിലൂടെ (പാർലമെന്റേതര മാർഗ്ഗം) മുന്നേറണമെന്ന് പ്രഖ്യാപിച്ചത്. ഇത് ഇന്ത്യൻ ചരിത്രത്തിലെ ഒരപൂർവ്വ പ്രഖ്യാപനമായിരുന്നു. പാർലമെന്ററി പ്രവർത്തനത്തെയും പാർലമെന്റേതര പ്രവർത്തനത്തെയും എങ്ങനെ ചേർത്ത് മുന്നോട്ടു കൊണ്ടുപോകാമെന്ന അനുഭവത്തിന്റെ സാക്ഷ്യപ്പെടുത്തൽ കൂടിയായിരുന്നു ഇത്.

കാർഷികമേഖലയെ ഇളക്കിമറിച്ച മറ്റൊരു പ്രക്ഷോഭമായിരുന്നു കെ എസ് കെ ടി യുവിന്റെ നേതൃത്വത്തിൽ ആരംഭിച്ച മിച്ചഭൂമി സമരം. 1970 ൽ കുടികിടപ്പുകാർ നടത്തിയ കടുത്ത പോരാട്ടത്തിന്റെ മദ്ധ്യത്തിലാണ് ഈ സമരം ആരംഭിക്കുന്നത്. മിച്ചഭൂമി വെളിച്ചത്തുകാട്ടിയും അവ സർക്കാരിന് ചൂണ്ടിക്കാട്ടിക്കൊണ്ടും, ഭൂമി ബലമായി കൈവശപ്പെടുത്തുന്നതിനു പകരം പ്രക്ഷോഭകർ താല്ക്കാലികമായി ഭൂമിയിൽ കയറി കൊടികുത്തി. ഇ എം എസ് സർക്കാർ വഴി ഉണ്ടാക്കിയ ഭൂപരിഷ്കരണ നിയമത്തിന്റെ നേട്ടങ്ങളെ ലാന്റ് ബോർഡ് ഇല്ലാതാക്കുന്നതിനെതിരെ കർഷകരും കർഷക തൊഴിലാളികളും ഉറച്ചുനിന്നു പോരാടി.

1972 മെയ് 25 ന് ആരംഭിച്ച മിച്ചഭൂമി സമരം എൺപതുദിവസം നീണ്ടുനിന്നു. വ്യാപകമായ അറസ്റ്റും, ജയിൽശിക്ഷയും അധിക്ഷേപങ്ങളും നേരിട്ടുകൊണ്ട് മിച്ചഭൂമിയിൽ പതിനായിരക്കണക്കിന് സന്നദ്ധഭടന്മാർ ഉറച്ചുനിന്നു. വിതരണത്തിനായി ഏറ്റെടുക്കാൻ മിച്ചഭൂമിയില്ലെന്ന സർക്കാരിന്റെ അവകാശവാദം, സമരത്തിലൂടെ 1,75,000 ഏക്കർ മിച്ചഭൂമി ചൂണ്ടിക്കാണിച്ചതോടുകൂടി, സർക്കാരിന്റെ അവകാശവാദം പൊള്ളയാണെന്നു തെളിഞ്ഞു. സർക്കാരിന്റെ നിയമനടപടിയിലുള്ള കാലതാമസം ഒഴിവാക്കുന്നതിന് ഈ സമരം പ്രേരകമായിത്തീർന്നു.

1970 കളുടെ ആദ്യപാദത്തിൽ ഭൂപ്രമാണിമാരുടെ നേതൃത്വത്തിൽ കർഷക തൊഴിലാളികൾക്ക് നേരെ ഉയർന്നുവന്ന അതിക്രമങ്ങൾ വിവ

രണാതീതമായിരുന്നു. ആ സർക്കാർ ഭൂപ്രമാണിമാരുടെ കൈകളിലെ പാവയെപ്പോലെയാണ് പ്രവർത്തിച്ചത്. കർഷക തൊഴിലാളി യൂണിയന്റെ 1971 ഒക്ടോബറിലെ സമ്മേളനം വമ്പിച്ച കർഷക സമരങ്ങളുടെ നാന്ദിയായി മാറി. കുടികിടപ്പുവളച്ചുകെട്ടൽ സമരത്തിന്റെ ഭാഗമായി രക്തസാക്ഷിത്വം വരിച്ച ധീരരായ സഖാക്കളുടെ സ്മരണയിൽ ആ സമ്മേളനം വികാരപുളകിതമായി. കുടി ഒഴിപ്പിക്കലും പൊലീസ് മർദ്ദനവും ഒഴിവാക്കാൻ സംസ്ഥാന സർക്കാർ നിർബ്ബന്ധിതമാവുന്ന രീതിയിൽ പ്രക്ഷോഭങ്ങൾ വ്യാപകമായി ഉയർന്നുവരണമെന്ന് സമ്മേളനം തീരുമാനിച്ചു. ജീവിത സൂചികക്കനുസൃതമായി കൂലിയിൽ വർദ്ധനവ് വരുത്തുക, കൊയ്ത്തിന് ആറിലൊന്ന് പതം നല്കുക, കൊയ്ത്ത് പാടത്ത് തന്നെ കറ്റ വെക്കുക, തൊഴിലില്ലായ്മ അനുഭവപ്പെടുന്ന സാഹചര്യത്തിൽ യന്ത്രവല്ക്കരണം നിർത്തിവെക്കുക, പലിശയില്ലാത്ത കാർഷിക വായ്പകൾ അനുവദിക്കുക, കർഷക തൊഴിലാളികൾക്ക് വീടുവെക്കാൻ ധനസഹായം നല്കുക, മിച്ചഭൂമി കമ്മിറ്റികളിൽ കർഷക തൊഴിലാളി പ്രതിനിധികളെ കൂടി ഉൾപ്പെടുത്തുക തുടങ്ങിയ അവകാശ പ്രഖ്യാപന രേഖ ആ സമ്മേളനം അംഗീകരിച്ചു.

കർഷക തൊഴിലാളി യൂണിയന്റെ നേതൃത്വത്തിലുള്ള സഖാക്കളും എ കെ ജിയുടെ മാതൃക പിന്തുടർന്ന് വിവിധ ജില്ലകളിലെ സമര കേന്ദ്രങ്ങൾ സന്ദർശിക്കുകയും സജീവമായി മുന്നോട്ട് പോകാനുള്ള ഊർജ്ജം പകർന്നുനല്കുകയും ചെയ്തു. ചുരുളി - കീരിത്തോട്, ഞാറക്കാട്ട് തുടങ്ങിയയിടങ്ങളിലൊക്കെ ഭീകരമായ പൊലീസ് വേട്ടയാണ് നടന്നത്. 1971 ലെ നീണ്ടൂർ രക്തസാക്ഷിത്വത്തെക്കുറിച്ച് നേരത്തെ പരാമർശിച്ചിട്ടുണ്ടല്ലോ. കോട്ടയം ആലപ്പുഴ ജില്ലകളിൽ കർഷക തൊഴിലാളി യൂണിയന്റെ പ്രവർത്തകർ പ്രതിഷേധാഗ്നിയായി മാറിയ വേളയായിരുന്നു അത്. പി കെ കുഞ്ഞച്ചനും ടി കെ രാമകൃഷ്ണനനും വി എസ് അച്യുതാനന്ദനുമൊക്കെ എ കെ ജിക്കും ഇ എം എസിനും പുറമേ ആ പ്രദേശങ്ങളിൽ നിറഞ്ഞുനിന്നു. പി രാമമൂർത്തിയും അവിടേക്ക് എത്തി. കർഷക തൊഴിലാളികൾ ഒരു ശക്തിക്കുമുന്നിലും മുട്ടുമടക്കില്ലെന്ന് പ്രഖ്യാപിച്ച ചരിത്ര സന്ദർഭമായിരുന്നു അത്.

ഭരണകൂടം കുടിയിറക്കിക്കൊണ്ട് അഭയാർത്ഥികളെ സൃഷ്ടിച്ചുകൊണ്ടിരുന്ന ആ കാലത്താണ് മിച്ചഭൂമി സമരം ആരംഭിക്കുന്നത്. മിച്ചഭൂമി വിതരണം ചെയ്യുക, കർഷക തൊഴിലാളി സംരക്ഷണ നിയമം പാസാക്കുക തുടങ്ങിയ മുദ്രാവാക്യങ്ങൾ ഉയർത്തിക്കൊണ്ട് യൂണിയന്റെ ആഭിമുഖ്യത്തിൽ സംസ്ഥാന വ്യാപകമായി 1972 മാർച്ച് 1 ന് സത്യഗ്രഹം നടത്തി. ഈ സമരം നടന്നുകൊണ്ടിരിക്കുമ്പോൾ അച്യുതമേനോൻ സർക്കാർ പാവപ്പെട്ടവരെ കുടിയിറക്കി വിടുന്നുണ്ട്. പുനലൂർ ചന്ദ്രപോട്ടിലും മറ്റും കൊടിയ മർദ്ദനമാണ് നടന്നത്. തുടർന്ന് മിച്ചഭൂമി സമരം എങ്ങനെയാവണമെന്ന് യൂണിയനും കർഷക സംഘവും തീരുമാനിച്ചു. മിച്ചഭൂമികൾ ഏതെല്ലാമെന്ന് മുൻകൂട്ടി കണ്ടുപിടിക്കണം. അവ പരസ്യ

മായി പ്രഖ്യാപിക്കണം. ആ ഭൂമിയിൽ വളണ്ടിയർമാർ കയറും. അവിടെ കുടിലുകൾ കെട്ടി താമസിക്കും. ഈ ഭൂമി ഭൂരഹിതർക്ക് വിതരണംചെയ്യാനുള്ള നടപടികൾ സർക്കാർ സ്വീകരിക്കുകയാണെങ്കിൽ പ്രവർത്തകർ കൈയേറിയ ഭൂമി സർക്കാരിന് വിട്ടുനല്കും. സമരത്തിന് മൂർത്തരൂപം നല്കുന്നതിന് എറണാകുളത്ത് ഒരു അവകാശ സമരപ്രഖ്യാപന സമ്മേളനം കർഷക തൊഴിലാളി യൂണിയന്റെയും കർഷക സംഘത്തിന്റെയും സംയുക്താഭിമുഖ്യത്തിൽ ചേരാനായി തീരുമാനിച്ചു. ഇതിന്റെ പ്രചരണാർത്ഥം സംസ്ഥാനത്തിന്റെ നാല് കേന്ദ്രങ്ങളിൽനിന്ന് വാഹനപ്രചരണജാഥയും ആരംഭിച്ചു. മഞ്ചേശ്വരം ജാഥയെ എം പി നാരായണൻ നമ്പ്യാരും ഊർങ്ങാട്ടിരി ജാഥയെ ഇമ്പിച്ചിബാവയും വയലാർ ജാഥയെ പി കെ കുഞ്ഞച്ചനും നയിച്ചപ്പോൾ പാറശാലയിൽനിന്ന് ആരംഭിച്ച ജാഥയുടെ ലീഡർമാർ ആർ പരമേശ്വരൻ നായരും ബി വെല്ലിങ്ടണുമായിരുന്നു. 1972 ഏപ്രിൽ 25 മുതൽ മെയ് 6 വരെ ആ ജാഥകൾ പ്രയാണം നടത്തി. ജനങ്ങളുമായി സംവദിച്ചു. 1972 മെയ് 7 ന് സമ്മേളനം ആരംഭിച്ചു. 3000 ത്തോളം പ്രതിനിധികൾ ആവേശത്തോടെ സമ്മേളനത്തിൽ പങ്കാളികളായി. നിത്യോപയോഗ സാധനങ്ങളുടെ വിലക്കയറ്റം തടയുക, കാർഷിക കടങ്ങൾക്ക് മൊറട്ടോറിയം പ്രഖ്യാപിക്കുക, പാട്ടബാക്കി റദ്ദ് ചെയ്യുക, പ്രതിഫലം കൊടുക്കാതെ ജന്മിത്വം അവസാനിപ്പിക്കുക, കർഷക തൊഴിലാളി രക്ഷാനിയമം പാസാക്കുക തുടങ്ങിയ ആവശ്യങ്ങൾ ഉയർത്തിക്കൊണ്ട് ശക്തമായ സമരം കർഷക-കർഷക തൊഴിലാളി പ്രസ്ഥാനങ്ങളുടെ ആഭിമുഖ്യത്തിൽ നടത്താൻ വേണ്ടി സമ്മേളനം തീരുമാനിച്ചു. ആ സമ്മേളനത്തിൽ വെച്ചാണ് ഫാദർ വടക്കൻ അദ്ധ്യക്ഷനായിക്കൊണ്ട്, വിവിധ രൂപങ്ങളിലുള്ള ബഹുജനസമരങ്ങൾ സംഘടിപ്പിക്കാനും അവ ഏകോപിപ്പിച്ച് ബഹുജനപ്രസ്ഥാനമാക്കി മാറ്റാനുമുള്ള ഒരു സമിതി രൂപീകരിച്ചത്. ഈ സമിതിയുടെ പ്രഥമ പരിഗണന മിച്ചഭൂമി സമരം സംഘടിപ്പിക്കുന്നതിലായിരുന്നു. മെയ് 25 ന് മിച്ചഭൂമിയിൽ കയറാൻ തീരുമാനിക്കുന്നത് ഈ സമ്മേളനത്തിൽ വെച്ചാണ്. 1969 ൽ നിയമസഭ അംഗീകരിച്ച ഭൂപരിഷ്കരണ ഭേദഗതി നിയമത്തിൽ പറയുന്നതുപോലെ 1963 മുതൽ നടന്ന എല്ലാ മിച്ചഭൂമി കൈമാറ്റങ്ങളും റദ്ദായതായി കണക്കാക്കി മിച്ചഭൂമി കണ്ടെത്തി ഗവൺമെന്റിനെക്കൊണ്ട് വിതരണം നടത്തിക്കാനായി സമരവളണ്ടിയർമാർ മിച്ചഭൂമിയിൽ പ്രവേശിക്കുമെന്ന് സമ്മേളനം പ്രഖ്യാപിച്ചു. എ കെ ജി, ഇ എം എസ്, ഹരേകൃഷ്ണ കോനാർ, ഫാദർ വടക്കൻ, ഗൗരിയമ്മ, പെണ്ണമ്മ ജേക്കബ്ബ് തുടങ്ങിയവരൊക്കെ സമ്മേളനത്തിലെ ചർച്ചയിൽ പങ്കെടുക്കുകയുണ്ടായി.

അച്യുതമേനോൻ സർക്കാർ മിച്ചഭൂമി ഏറ്റെടുത്ത് വിതരണം ചെയ്യുമെന്ന് ആ കാലത്ത് നിരന്തരം പറയാറുണ്ട് എന്നത് വസ്തുതയായിരുന്നു. എന്നാൽ, അതിനായുള്ള ഒരു നടപടിയും സർക്കാർ കൈക്കൊണ്ടിരുന്നില്ല. മിച്ചഭൂമിയുടെ കണക്കുപോലും ശേഖരിക്കാൻ ആ സർക്കാർ തയ്യാറായില്ല. ഭൂവുടമകൾക്ക് വ്യാജരേഖകൾ സൃഷ്ടിച്ച് തങ്ങളുടെ അധീ

നതയിലുള്ള ഭൂമി കൈവിട്ടുപോകാതെ സൂക്ഷിക്കാനുള്ള കാലാവസ്ഥ യായിരുന്നു ആ സർക്കാർ ഒരുക്കി നല്കിയത്. ഭരണകക്ഷികളായ രാഷ്ട്രീയ പാർട്ടികൾ ജനകീയ സമിതി രൂപീകരിച്ച് ഭൂവിതരണം നട ത്തുമെന്നൊക്കെ പറഞ്ഞുകൊണ്ട് ജനങ്ങളുടെ കണ്ണിൽപ്പൊടിയിടാനാണ് ശ്രമിച്ചത്. ഭൂപ്രഭുക്കന്മാർക്ക് വിടുവേലചെയ്യുകയായിരുന്നു ഭരണവർഗ്ഗം. അത് യൂണിയനും കർഷക പ്രസ്ഥാനത്തിനും കേരളത്തിലെ ബഹുഭൂ രിപക്ഷം സാധാരണക്കാരായ ജനങ്ങൾക്കും മനസ്സിലായി. എറണാകുളം സമ്മേളനത്തിന് ശേഷം ജില്ലകളിലും താലൂക്കുകളിലും പഞ്ചായത്ത് തലത്തിലും സമരസമിതികൾ വ്യാപകമായി രൂപീകരിക്കപ്പെട്ടു. വ്യാപ കമായ പ്രചാരണമാണ് അന്ന് സംഘടിപ്പിക്കപ്പെട്ടത്. എ കെ ജിയുടെ നേതൃത്വത്തിൽ കേന്ദ്രഗവൺമെന്റിന് മുന്നിൽ നിവേദനം സമർപ്പിക്കുക യുണ്ടായി. അങ്ങനെ മെയ് 25 ന് എല്ലാ ജില്ലയിലും നിശ്ചിത സ്ഥലങ്ങ ളിൽ വളണ്ടിയർമാർ ഭൂമിയിൽ പ്രവേശിച്ചു. 11 സ്ഥലങ്ങളിലായി പതിമൂ വായിരത്തിലധികം ഏക്കർ ഭൂമിയാണ് അത്തരത്തിൽ പിടിച്ചെടുത്തത്. തിരുവിതാംകൂർ രാജകുടുംബത്തിന്റെ കൈവശമുള്ള മുടവൻമുഗൾ കൊട്ടാരത്തിന്റെ ഭൂമിയിൽ എ കെ ജി, അഴീക്കോടൻ രാഘവനടക്കമുള്ള സമരസഖാക്കൾക്കൊപ്പം പ്രവേശിച്ചു. കണ്ണൂരിലെ 9000 ത്തോളം ഏക്കർ മിച്ചഭൂമിയുള്ള ജോർജ് തോമസ് കൊട്ടുകാപ്പിള്ളിയുടെ ചീമേനി എസ്റ്റേ റ്റിൽ എ വി കുഞ്ഞമ്പുവിന്റെ നേതൃത്വത്തിൽ വളണ്ടിയർമാർ പ്രവേ ശിച്ചു. പറവൂർ വടക്കേക്കരയിൽ മാണിവർക്കിയുടെ മിച്ചഭൂമിയിലേക്ക് ഫാദർ വടക്കനും മറ്റ് വളണ്ടിയർമാരും പ്രവേശിച്ചു. ആലപ്പുഴയിലെ മുരി ക്കന്റെ 3500 ഏക്കർവരുന്ന മിച്ചഭൂമിയിൽ വി എസ് അച്യുതാനന്ദന്റെ നേതൃത്വത്തിൽ സമരസഖാക്കൾ പ്രവേശിച്ചു. കോഴിക്കോട് ജില്ലയിലെ പിയേഴ്സ് ലസ്ലി കമ്പനിയുടെ മിച്ചഭൂമിയിൽ ഇ വി കുമാരന്റെ നേതൃത്വ ത്തിലുള്ള സമരവളണ്ടിയർമാർ പ്രവേശിച്ചു. കോട്ടയത്ത് മാന്നാർ ബ്ലോക്കിലെ 150 ഏക്കർ മിച്ചഭൂമിയിൽ എം പി ദേവസ്യയുടെ നേതൃത്വ ത്തിൽ വളണ്ടിയർമാർ പ്രവേശിച്ചു. പാലക്കാട് ആലത്തൂരിൽ ആർ കൃഷ്ണന്റെ നേതൃത്വത്തിലുള്ള സമരവളണ്ടിയർമാർ മിച്ചഭൂമിയിൽ പ്രവേ ശിച്ചപ്പോൾ തൃശൂരിലെ പൈങ്കുളം വില്ലേജിലെ മിച്ചഭൂമിയിലേക്ക് പ്രവേ ശിച്ചത് ടി കെ രാമകൃഷ്ണന്റെ നേതൃത്വത്തിലുള്ള സമരസഖാക്കളാ ണ്. മലപ്പുറത്ത് ഇമ്പിച്ചിബാവയാണ് സമരസഖാക്കളെ നയിച്ച് മിച്ചഭൂ മിയിൽ പ്രവേശിച്ചത്. ഇടുക്കിയിൽ ജോൺ മാഞ്ഞൂരാന്റെ നേതൃത്വത്തിൽ സമരസഖാക്കൾ മിച്ചഭൂമിയിൽ പ്രവേശിച്ചു. മിച്ചഭൂമി സമരം സംസ്ഥാ നമാകെ ആളിപ്പടർന്നു. നിരവധി അറസ്റ്റുകൾ ഇതിന്റെ ഭാഗമായി ഉണ്ടായി. അതുമായി ബന്ധപ്പെട്ട് എ കെ ജി കോടതിയിൽ നടത്തിയ വാദം രാജ്യമാസകലം ശ്രദ്ധിക്കപ്പെട്ടു. 1972 ജൂൺ 7 ന് സമരത്തിന്റെ രണ്ടാംഘട്ടം ആരംഭിച്ചു. പുതിയ 12 സ്ഥലങ്ങളിൽ സമരസഖാക്കൾ പ്രവേ ശിച്ചു. രണ്ടരലക്ഷത്തിലേറെ മിച്ചഭൂമി ആ സമയത്ത് സർക്കാരിന് ചൂണ്ടി ക്കാട്ടിക്കൊടുക്കാൻ സമരസമിതിക്ക് സാധിച്ചു. ജൂൺ 17 മുതൽ 14 സ്ഥല

ങ്ങളിലെ മിച്ചഭൂമികളിൽ പ്രവേശിച്ച് മൂന്നാംഘട്ട സമരം ആരംഭിച്ചു.

1972 ജൂലൈ 13 ന് കർഷക തൊഴിലാളി സമരത്തിന്റെ പ്രചരണാർത്ഥം ഒരു ജീപ്പ് ജാഥ കാസർഗോഡ് മഞ്ചേശ്വരത്തുനിന്നും തിരുവനന്തപുരത്തേക്ക് പുറപ്പെട്ടു. ആഗസ്ത് 5 ന് ജാഥ തിരുവനന്തപുരത്ത് വമ്പിച്ച പ്രകടനവും പൊതുയോഗത്തോടെയും സമാപിച്ചു. അന്ന് കർഷക സമിതി നേതാക്കളും സർക്കാരുമായി ആദ്യഘട്ട ചർച്ച നടന്നു. ചർച്ചയിൽ ധാരണയായില്ല. തുടർന്ന് 10 നും 11 നും 12 നും ചർച്ച നടന്നു. സർക്കാരിൽനിന്നും ചില ഉറപ്പുകൾ ലഭിച്ചതോടെയാണ് ചരിത്രപ്രസിദ്ധമായ മിച്ചഭൂമി സമരം അവസാനിപ്പിച്ചത്.

ഭൂപരിഷ്കരണനിയമം ത്വരിതഗതിയിൽ നടപ്പാക്കുന്നതിനുവേണ്ടിയുള്ളതായിരുന്നു മിച്ചഭൂമിസമരത്തിന്റെ അടിയന്തരമായ ലക്ഷ്യം. പ്രശ്നത്തിന്റെ ഗൗരവം പൊതുസമൂഹത്തെ ബോദ്ധ്യപ്പെടുത്തുവാനും സർക്കാരിന്റെ ഭൂവുടമകളോടുള്ള വിധേയത്വം തുറന്നുകാട്ടാനും കൂടിയായിരുന്നു പ്രസ്തുത സമരം. നിലവിലുള്ള ഉല്പാദനബന്ധങ്ങളിൽ മാറ്റം വരുത്തിക്കൊണ്ട് ജന്മിത്വ ഭൂപ്രഭുത്വം അവസാനിപ്പിക്കുന്ന മുന്നേറ്റമായി ഇത് മാറി.

1970-75 ൽ മിച്ചഭൂമിസമരം ആറാംഘട്ടത്തിലേക്ക് പ്രവേശിച്ചു. 1975-ജൂലൈ 21 ന് പ്രഖ്യാപിക്കപ്പെട്ട അടിയന്തരാവസ്ഥ കാരണം, 1975 ജൂലൈ 21 ന് ആരംഭിക്കാനിരുന്ന ഏഴാംഘട്ട സമരം നടപ്പിലായില്ല. 1978 ആഗസ്തിൽ, കർഷക തൊഴിലാളി യൂണിയന്റെ ആറാം സംസ്ഥാന സമ്മേളനം അംഗീകരിച്ച ഒൻപതിന അവകാശ പ്രഖ്യാപന രേഖയുടെ അടിസ്ഥാനത്തിൽ, 1979 ജനുവരിയിൽ കർഷക തൊഴിലാളി യൂണിയൻ ഒറ്റയ്ക്ക് മിച്ചഭൂമി സമരത്തിന്റെ പുതിയഘട്ടം മുന്നോട്ടുകൊണ്ടുപോയി.

വ്യാപകമായ പ്രചരണത്തിനുശേഷം 1979 ജനുവരി 7 ന് ആരംഭിച്ച സമരം ഒരു മാസത്തോളം നീണ്ടുനിന്നു. അരലക്ഷത്തോളം സമരഭടന്മാർ മിച്ചഭൂമിയിൽ പ്രവേശിക്കുകയും അതിൽ, 20,000 പേരെ ജയിലിലടയ്ക്കുകയും ചെയ്തു. ആരംഭത്തിൽ സർക്കാർ കടുംപിടിത്തം കാട്ടിയെങ്കിലും, അവസാനം കർഷക തൊഴിലാളി യൂണിയൻ നേതാക്കളുമായി ചർച്ചയ്ക്ക് തയ്യാറായി. സർക്കാരുമായുണ്ടാക്കിയ ഒത്തുതീർപ്പുവ്യവസ്ഥയുടെ അടിസ്ഥാനത്തിൽ സമരം തല്ക്കാലം നിർത്തിവച്ചു.

ഭൂപരിധി ഉടൻ പ്രാബല്യത്തിൽ വരുത്താൻ നടപടി എടുക്കും, ഭൂപരിധിയിൽനിന്നും ഒഴിഞ്ഞുമാറുന്ന കേസുകളിന്മേൽ നടപടി സ്വീകരിക്കാൻ ലാന്റ് ബോർഡ് അധികാരികൾക്ക് അധികാരം നല്കും, ലാന്റ് ബോർഡ് പരിശോധക ബോർഡ് സംഘടിപ്പിക്കും, 1979 മാർച്ചിനകം 10,000 ഹെക്ടർ വനഭൂമി ഏറ്റെടുക്കുകയും അതു വിതരണം ചെയ്യുന്നതിന് കർഷക തൊഴിലാളി പ്രതിനിധികളെ ഉൾപ്പെടുത്തിക്കൊണ്ട് ഒരു ഉപദേശകബോർഡ് രൂപീകരിക്കും, ഗിരിവർഗ്ഗക്കാർക്കുവേണ്ടിയുള്ള 1975 ലെ നിയമം നടപ്പിലാക്കുന്നതിനുള്ള ഒരു സർവ്വകക്ഷി സമ്മേളനം ചേരും, പ്രാദേശികസമിതികളിൽ കർഷക തൊഴിലാളികളുടെ പേരുകൾ രജിസ്റ്റർ ചെയ്യും, കുറഞ്ഞ കൂലി പുതുക്കുന്നതിന് ബന്ധപ്പെട്ട കക്ഷികളെ പങ്കെടുപ്പിച്ചു.

കൊണ്ട് ലേബർകമ്മീഷണർ സമ്മേളനം വിളിച്ചുകൂട്ടും ഇവയായിരുന്നു ഒത്തുതീർപ്പു വ്യവസ്ഥകൾ. വേറെ ചില ആവശ്യങ്ങളും യൂണിയൻ സർക്കാരിന്റെ മുന്നിൽവെച്ചു. ഭൂപരിധിയിൽനിന്നും ഒഴിവാക്കുന്നതിനു വേണ്ടിയുള്ള ഇഷ്ടദാനം പിച്ചിച്ചീന്തുക, 1974 ലെ കർഷക തൊഴിലാളി നിയമത്തിലെ പ്രോവിഡന്റുഫണ്ട് വകുപ്പ് നടപ്പാക്കുക, കുടികിടപ്പു നഷ്ട പ്രതിഫലസംഖ്യ ഇളവുചെയ്യുക, പട്ടികജാതി വിഭാഗങ്ങളുടെ 2500 ക യ്ക്കുള്ള കടവായ്പ റദ്ദ് ചെയ്യുക. ഈ ആവശ്യങ്ങളോട് സർക്കാർ പുലർത്തിയ അവഗണനയെ യൂണിയൻ ഗൗരവത്തോടെയാണ് കണ്ടത്. യൂണിയന് ഉറപ്പുനല്കിയ കാര്യങ്ങളിൽ മിക്കതും സർക്കാർ നടപ്പിലാ ക്കിയില്ല. 1979 ലെ ഇഷ്ടദാനനയം പാസാക്കിക്കൊണ്ട് ഭൂപരിഷ്കരണ നിയമത്തിൽ വെള്ളം ചേർക്കാനുള്ള സർക്കാരിന്റെ ശ്രമത്തിനെതിരെ യൂണിയൻ ശക്തമായ സമരം അഴിച്ചുവിട്ടു. തുടർന്ന് അധികാരത്തിൽ വന്ന നായനാർ സർക്കാർ, 1980 ൽ ഈ ഇഷ്ടദാനനിയമത്തെ തൂത്തെറി ഞ്ഞുകൊണ്ടാണ് ഭേദഗതി പാസാക്കിയത്.

1968 ൽ കുറഞ്ഞകൂലി നിജപ്പെടുത്തിയതിനുശേഷം കർഷകത്തൊ ഴിലാളികളുടെ സാമ്പത്തികവും സാമൂഹ്യവുമായ സുരക്ഷിതത്വത്തിനു തകുന്ന ഒരു നിയമനിർമ്മാണം ഉണ്ടാക്കണമെന്ന ആവശ്യം കർഷക തൊഴിലാളി യൂണിയൻ നിരന്തരമായി ഉന്നയിച്ചു. 1970 ൽ ഇതിനൊരു നിയമം കേരളാ അസംബ്ലിയിൽ അവതരിപ്പിച്ചു. കർഷക തൊഴിലാളിക ളുടെ താല്പര്യത്തിന് ഹാനികരമായ പല വകുപ്പുകളും ഉൾപ്പെടുന്ന പ്രസ്തുത ബില്ലിനുപകരം, പുതിയതും സമഗ്രവുമായ വകുപ്പുകൾ നിർ മ്മിക്കണമെന്നാവശ്യപ്പെടുകയുണ്ടായി. സർക്കാർ പ്രസ്തുത ബിൽ പിൻവ ലിക്കുകയും പരിഷ്കരിച്ച ബിൽ 1972 നവംബർ 18 ന് നിയമസഭയിൽ കേരളകർഷകതൊഴിലാളി നിയമം എന്ന പേരിൽ അവതരിപ്പിക്കുകയു ണ്ടായി. ഈ ബിൽ സെലക്ട് കമ്മിറ്റിക്ക് വിടുകയും ബന്ധപ്പെട്ട കക്ഷി കളിൽനിന്നും തെളിവെടുക്കുകയും അതിൻപ്രകാരം റിപ്പോർട്ട് അസം ബ്ലിയിൽ സമർപ്പിക്കുകയും ചെയ്തു. 1974 മാർച്ച് 14 ന് ഈ ബിൽ അവ തരിപ്പിക്കുകയും 1974 ജൂലൈ 31 ന് പ്രസിഡന്റ് അംഗീകാരം നല്കിയ പ്പോൾ കർഷക തൊഴിലാളികളും കർഷക പ്രമാണിമാരും ഇരുചേരിക ളിലായി നിന്ന് ബില്ലിന് അനുകൂലവും പ്രതികൂലവുമായി ശബ്ദമുയർത്തി.

1973 ഡിസംബറിൽ നടന്ന കേരളാസ്റ്റേറ്റ് കർഷക തൊഴിലാളി യൂണി യന്റെ 3-ാം വാർഷികസമ്മേളനം കർഷക തൊഴിലാളികൾക്കനുകൂ ലമായി ഈ ബിൽ ഭേദഗതി വരുത്താനും ത്വരിതമായി നടപ്പിലാക്കാനു മുള്ള പ്രക്ഷോഭം ശക്തിപ്പെടുത്താനും തീരുമാനിച്ചു. 1974 ജനുവരി 21 ന് കെ എസ് കെ ടി യു സമരഭടന്മാർ സംസ്ഥാനത്തെ എല്ലാ ജില്ലാ കള ക്ട്രേറ്റുകളും സെക്രട്ടറിയേറ്റും പിക്കറ്റുചെയ്യുകയും അറസ്റ്റ് ചെയ്യപ്പെടു കയും ഉണ്ടായി. ഈ നിയമത്തിലെ തൊഴിലാളി ദ്രോഹ വകുപ്പുപേ ക്ഷിച്ചു കൊണ്ട് ത്വരിതമായി ബിൽ നടപ്പിലാക്കാൻ വേണ്ടി അസംബ്ലിക്ക് മുന്നിലും പിക്കറ്റിങ് നടന്നു.

നിവേദനങ്ങളിലൂടെയും അസംബ്ലിയിൽ ചൂടുപിടിച്ച വാദപ്രതിവാദം ഉന്നയിച്ചും കൂടുതൽ നേട്ടങ്ങൾക്കായി വിലപേശിയും ഭൂവുടമകൾ സർക്കാരിൽ സമ്മർദ്ദം ചെലുത്തി. കർഷകരുടെ ഉപജാപത്താൽ, ബില്ലിലെ ഒരു ഏക്കർ എന്ന ഭാഗം ഒരു ഹെക്ടർ എന്നാക്കി വിപുലീകരിക്കാൻ നടത്തിയ ശ്രമം വിജയിപ്പിച്ചു. ബിൽ ഒരു നിശ്ചിത പ്രദേശത്തു മാത്രം ബാധകമാക്കുന്നവിധം ഒതുക്കി നിർത്താനും കർഷകപ്രമാണിമാരുടെ ശ്രമഫലമായി കഴിഞ്ഞു.

അദ്ധ്വാനിക്കുന്ന ജനവിഭാഗത്തിന്റെ മാഗ്നാകാർട്ടാ എന്ന് വിശേഷിപ്പിച്ചുകൊണ്ടാണ് നിയമസഭ ഈ ബില്ല് പാസാക്കിയത്. കർഷക തൊഴിലാളികളുടെ തൊഴിലിനും ക്ഷേമത്തിനും ഉറപ്പുനല്കുന്ന വകുപ്പുകൾ ഉൾക്കൊള്ളുന്നതാണ് ബില്ലിലെ മൂന്നാം ഖണ്ഡിക. കർഷക തൊഴിലാളികൾക്ക് പ്രോവിഡന്റ് ഫണ്ട് സ്ഥാപിക്കുന്നത് സംബന്ധിച്ച് ബിൽ പറഞ്ഞു. വേലസമയം പരിമിതപ്പെടുത്തുന്നതും തൊഴിലിനേയും കൂലിയേയും അനുകൂലമായി ബാധിക്കുന്നതുമായ വകുപ്പുകളുടേതാണ് നാലാമത് ഖണ്ഡിക. ജീവിതനിലവാരത്തിനനുസരിച്ചുള്ള കൂലി നിർണ്ണയിക്കുന്നതിന് ബാധകമാക്കുന്ന സെക്ഷൻ 20 നിയമത്തിലുണ്ട്. തർക്ക പരിഹാരത്തിനുള്ള തർക്ക സംവിധാനം, അനുരഞ്ജന ഉദ്യോഗസ്ഥന്മാരുടെ നിയമനം, ഓരോ ജില്ലയിലും തൊഴിൽതർക്കക്കോടതി സ്ഥാപിക്കുക എന്നിവയ്ക്കുള്ളതാണ് അഞ്ചാം ഖണ്ഡിക. പ്രാദേശിക സ്വയംഭരണസ്ഥാപനങ്ങളുടെ പരിധിക്കുള്ളിൽ താമസിക്കുന്ന കർഷക തൊഴിലാളികളുടെ പേരുകൾ രജിസ്റ്റർ ചെയ്യുന്നതിന് എക്സിക്യൂട്ടീവ് അധികാരികളെ ചുമതലപ്പെടുത്തുന്നതാണ് നിയമത്തിലെ 35-ാം വകുപ്പ്. ഇതിൽ പ്രോവിഡന്റ് ഫണ്ട് പദ്ധതി ഒഴിച്ചുള്ള വകുപ്പുകൾ അടങ്ങുന്ന ബിൽ 1975 ഒക്ടോബർ 2 മുതൽ പ്രാബല്യത്തിൽ വന്നു. സപ്തകക്ഷി ഭരണമുന്നണിയിലെ ഒരു പാർട്ടിയായ കേരളാകോൺഗ്രസിന്റെ ശക്തമായ എതിർപ്പുകാരണമാണ് പ്രോവിഡന്റുഫണ്ട് മാറ്റിവെക്കപ്പെട്ടത്. 'പ്രായോഗികതയേക്കാൾ വലിയ ജനപ്രേമം' എന്ന് ഈ ബില്ലിനെ കേരളാകോൺഗ്രസ് വിശേഷിപ്പിച്ചു. കാരണം ആ പാർട്ടി ഭൂവുടമകളുടെ നിക്ഷിപ്തതാല്പര്യങ്ങളുടെ സംരക്ഷകരായിരുന്നു.

1975 മുതൽ 1979 വരെ ഈ ബിൽ മൊത്തത്തിൽ നടപ്പിലാക്കാൻ കെ എസ് കെ ടി യു നിരവധി പ്രാവശ്യം നിവേദനം നല്കുകയും പ്രക്ഷോഭം സംഘടിപ്പിക്കുകയും ചെയ്തു. യൂണിയന്റെയും ഇതര ബഹുജനസംഘടനകളുടെയും സമ്മർദ്ദത്തിന്റെ ഫലമായി പാലക്കാട് ജില്ലയിൽ മാത്രം പ്രോവിഡന്റു ഫണ്ടു പദ്ധതി 1979 ആഗസ്ത് 9 മുതൽ നടപ്പിലാക്കാൻ സർക്കാർ മുതിരുകയുണ്ടായി.

1975 ജൂൺ മുതൽ 1977 ഫെബ്രുവരി വരെ അടിയന്തരാവസ്ഥ കാരണം യൂണിയന്റെ പ്രവർത്തനം സജീവമായിരുന്നില്ല. തൊഴിലാളികളെ കീഴ്പ്പെടുത്താനുള്ള നല്ല അവസരമായി ഭൂവുടമകൾ അടിയന്തരാവസ്ഥയെ വിനിയോഗിച്ചു. തൊഴിൽ നിഷേധത്തിനും കൂലി വെട്ടിക്കു

റയ്ക്കുന്നതിനും അവർ ശ്രമിച്ചു. തൊഴിൽ സൗകര്യങ്ങൾക്കെതിരായ ഭീഷണിക്ക് പുറമെ, കള പറിക്കുവാനും പറിച്ചുനടീലിനും മെതിക്കുവാനും ഉള്ള പലവിധ യന്ത്രങ്ങളും ട്രാക്ടറുകളും അവർ ഇറക്കി. അക്കാലത്ത് വ്യാപകമായി യന്ത്രവല്ക്കരണം നടപ്പിലാക്കുന്നതിനെതിരെ തൊഴിലാളികൾ ചെറുത്തുനിന്നു. അടിയന്തരാവസ്ഥക്കാലത്തും കർഷക തൊഴിലാളികൾ പണിമുടക്കിലേർപ്പെട്ടു.

അടിയന്തരാവസ്ഥക്കാലത്തെ ഭീകരമായ സ്ഥിതിയിൽ, ഭരണകൂടത്തിന്റെ വെല്ലുവിളിയെ അവഗണിച്ചുകൊണ്ട് 1976 ആഗസ്ത് 3, 4 തീയതികളിൽ കർഷക തൊഴിലാളി യൂണിയന്റെ നാലാം സംസ്ഥാന സമ്മേളനം പാലക്കാട്ട് സംഘടിപ്പിച്ചു. അടിയന്തരാവസ്ഥയുടെ മൂർദ്ധന്യാവസ്ഥയിൽ 1976 ജൂൺ-ജൂലൈ മാസങ്ങളിൽ എല്ലാ ജില്ലകളിലും അവകാശങ്ങൾ ഉന്നയിച്ചുകൊണ്ട് വാഹനപ്രചരണ ജാഥകൾ സംഘടിപ്പിച്ചു. അടിയന്തരാവസ്ഥയിൽ മിസ, ഡി ഐ ആർ എന്നീ കരിനിയമങ്ങൾ ഉപയോഗിച്ച് നൂറുകണക്കിന് യൂണിയൻ പ്രവർത്തകരെ ജയിലിലടച്ചു. പൊലീസിന്റെയും ഭൂവുടമകളുടെയും ഭീകരമായ മർദ്ദനത്തിനും ആ കാലയളവിൽ നിരവധി പ്രവർത്തകർ വിധേയരായി.

അടിയന്തരാവസ്ഥയ്ക്കുശേഷം, കേരള സ്റ്റേറ്റ് കർഷക തൊഴിലാളി യൂണിയന്റെ മെമ്പർഷിപ്പിലുണ്ടായ അഭൂതപൂർവ്വമായ വർദ്ധനവും മറ്റ് കർഷക തൊഴിലാളി സംഘടനകളിലുണ്ടായ ചോർച്ചയും കർഷക തൊഴിലാളികളുടെ കൂടെ നിന്ന സംഘടന ഏതാണെന്നതിന്റെ പ്രത്യക്ഷോദാഹരണമായിരുന്നു. നിരന്തരമായുള്ള സംഘടിതപ്രക്ഷോഭങ്ങളുടെ ആക്കംകൊണ്ടാണ് യൂണിയൻ വലിയ രീതിയിലുള്ള വളർച്ച കൈവരിച്ചത്.

കർഷക തൊഴിലാളികൾക്ക് അഖിലേന്ത്യാസംഘടന

ആയിരത്തി തൊള്ളായിരത്തി എൺപത്തിയൊന്ന് ഒക്ടോബർ 12, 13 തീയതികളിലാണ് ആന്ധ്രയിലെ വിജയവാഡയിൽ വെച്ച് കർഷക തൊഴിലാളികൾക്ക് ദേശീയതലത്തിലുള്ള ഒരു യൂണിയന് അടിത്തറപാകിയ മഹാസമ്മേളനം നടന്നത്. ഇന്ത്യയിലെ പൊരുതുന്ന കർഷക തൊഴിലാളി പ്രസ്ഥാനങ്ങൾക്കെല്ലാം അഭിമാനിക്കാവുന്ന ഒരു ചരിത്രസംഭവമായിരുന്നു ആ സമ്മേളനം. അഞ്ച് സംസ്ഥാനങ്ങളിലായി 7,43,480 അംഗങ്ങളെ പ്രതിനിധീകരിക്കുന്ന ഈ ദേശീയ സംഘടനയുടെ പ്രസിഡന്റായി ടി വി ആർ ചന്ദ്രയും, ജനറൽ സെക്രട്ടറിയായി പി കെ കുഞ്ഞച്ചനും തിരഞ്ഞെടുക്കപ്പെട്ടു.

കർഷക തൊഴിലാളിപ്രസ്ഥാനങ്ങളെ ഏകോപിപ്പിച്ച് ദേശീയതലത്തിൽ ഒറ്റക്കൊടിക്കീഴിൽ കൊണ്ടുവരുന്നതിന്റെ ആദ്യസംരംഭമെന്ന നിലയിൽ, വിജയവാഡയിൽ ചേർന്ന പ്രഥമസമ്മേളനത്തിൽ അഞ്ച് സംസ്ഥാനങ്ങളിൽനിന്നുള്ള പ്രതിനിധികൾമാത്രമേ പങ്കെടുത്തിരുന്നുള്ളൂ എങ്കിലും, ഇന്ത്യയിലെ മൊത്തം കർഷക തൊഴിലാളികളുടെ ഉല്ക്കടമായ വികാരങ്ങളെ ആ സമ്മേളനം പ്രതിഫലിപ്പിച്ചു. കേരളം, പഞ്ചാബ്, തമിഴ്നാട്, ആന്ധ്ര, ത്രിപുര എന്നീ സംസ്ഥാനങ്ങളിൽനിന്നുള്ള പ്രതിനിധികളാണ് സമ്മേളനത്തിൽ പങ്കെടുത്തിരുന്നത്.

ദേശീയതലത്തിൽ പുത്തൻവർഗ്ഗസംഘടനയ്ക്ക് ജന്മം നല്കുന്ന ചരിത്രപ്രധാനമായ ആ ചടങ്ങിൽ അഖിലേന്ത്യാ കിസാൻസഭയുടെ ഉപാദ്ധ്യക്ഷനായിരുന്ന ഹർകിഷൻസിങ് സുർജിത്താണ് അദ്ധ്യക്ഷത വഹിച്ചത്. ദേശീയപ്രാധാന്യമുള്ള ഈ സംരംഭത്തിൽ പങ്കാളികളായ പ്രതിനിധികളെ കിസാൻസഭയുടെ ജനറൽ സെക്രട്ടറി ചാത്തുണ്ണിമാസ്റ്റർ അഭിവാദ്യംചെയ്തു.

ലക്ഷ്യബോധത്തിലധിഷ്ഠിതവും അവകാശപ്പോരാട്ടങ്ങൾക്ക് ഊന്നൽ നല്കുന്നതുമായ ലക്ഷ്യപ്രഖ്യാപനരേഖയുടെ കരട്, ഹർകിഷൻസിങ് സുർജിത് പ്രതിനിധികളുടെ ചർച്ചയ്ക്കും നിർദ്ദേശങ്ങൾക്കുമായി സമർപ്പിച്ചു. ആ രേഖ സമ്മേളനം അംഗീകരിക്കുകയുണ്ടായി.

ഓരോ സംസ്ഥാനങ്ങളിലെയും കർഷകതൊഴിലാളികളുടെ കൂലി നിലവാരം, തൊഴിൽവ്യവസ്ഥ, സമരചരിത്രങ്ങൾ, നേട്ടങ്ങളും കോട്ടങ്ങളും തുടങ്ങി വിശദമായ വിവരണങ്ങൾ സംസ്ഥാനങ്ങളിലെ പ്രതിനിധികൾ പങ്കുവെച്ചു. പുത്തൻ അറിവും അനുഭവങ്ങളും പരസ്പരം കൈമാറി. കേരളത്തിലെ കർഷക തൊഴിലാളികളുടെ അല്പം ഭേദപ്പെട്ട സ്ഥിതി ഒഴിച്ചാൽ, മറ്റു സംസ്ഥാനങ്ങളിലെ കർഷകതൊഴിലാളികളുടെ സ്ഥിതി ദുരിതത്തിന്റെയും ദുരന്തത്തിന്റെയും അമ്പരപ്പിക്കുന്ന ചിത്രങ്ങളായിരുന്നു. കോടിക്കണക്കായ ഗ്രാമീണരെ അടിമകളാക്കി പണിയെടുപ്പിക്കുന്ന കടുത്ത ചൂഷണങ്ങൾക്ക് വിധേയമാക്കുന്ന ബൂർഷ്വ-ഭൂപ്രഭുത്വത്തിന്റെ പ്രാകൃതനീതിക്കെതിരെ ശക്തമായ വർഗ്ഗപോരാട്ടം കെട്ടഴിച്ചു വിട്ടില്ലെങ്കിൽ ഇന്ത്യൻ ജനാധിപത്യവ്യവസ്ഥയ്ക്ക് പോലും ആപത്തായിത്തീരും. ആലസ്യത്തിലാണ്ടുകിടക്കുന്ന ഈ ദരിദ്രജനവിഭാഗങ്ങളുടെ ബോധം അവകാശപ്പോരാട്ടങ്ങളിലേക്കും തിരിച്ചുവിട്ടില്ലെങ്കിൽ കാർഷികവിപ്ലവം പൂർത്തീകരിക്കാൻ കഴിയില്ല. സമ്മേളനം വിലയിരുത്തി.

ഉടുതുണിക്ക് മറുതുണിയില്ലാത്ത, നേരത്തോടുനേരം ആഹാരമില്ലാത്ത, കിടപ്പാടമില്ലാത്ത, ഒന്നരയും രണ്ടും രൂപയ്ക്കുവരെ രാപ്പകലോളം പണിയെടുക്കേണ്ടിവരുന്ന ദുഃസ്ഥിതിക്കെതിരെയുള്ള പോരാട്ടമാണ് കേരളമൊഴികെയുള്ള സംസ്ഥാനങ്ങളിൽ ആദ്യം ആരംഭിക്കേണ്ടതെന്നും അതിനുള്ള മാർഗ്ഗനിർദ്ദേശങ്ങളാണ് കേന്ദ്രനേതൃത്വത്തിൻകീഴിൽ പ്രാരംഭമായി ചെയ്തുതീർക്കേണ്ട കടമകളെന്നും മറ്റുള്ള 5 സംസ്ഥാനങ്ങളിലെ സ്ഥിതിഗതികളുടെ വിശദീകരണം പ്രതിനിധികളെ ബോദ്ധ്യപ്പെടുത്തി.

രൂക്ഷമായ തൊഴിലില്ലായ്മ, മിനിമം കൂലി നിർണ്ണയം ചെയ്യുന്നതിലുള്ള പരാജയം, അടിമത്തസമാനമായ ചൂഷണം ഇവയെ നിയന്ത്രിക്കുന്നതിന് കേന്ദ്രഭരണാധികാരികളോ സംസ്ഥാനസർക്കാരുകളോ തയ്യാറാകാത്ത സ്ഥിതിയിൽ ഒരു തൊഴിൽനിയമം കേന്ദ്രതലത്തിൽ കൊണ്ടുവരുന്നതിനും അത് സംസ്ഥാനങ്ങളിൽ നടപ്പാക്കുന്നതിനും ശക്തമായ സമ്മർദ്ദം ചെലുത്താൻ പുതുതായി രൂപീകരിച്ച അഖിലേന്ത്യാ കർഷക തൊഴിലാളി യൂണിയൻ സമ്മേളനം തീരുമാനിച്ചു. ഇന്ത്യയാകമാനം ഉള്ള കർഷക തൊഴിലാളികളെ അലട്ടുന്ന നിരവധി നീറുന്ന പ്രശ്നങ്ങൾ ഏറ്റെടുത്തുകൊണ്ട്, സംസ്ഥാനങ്ങൾതോറും ശക്തിമത്തായ പ്രസ്ഥാനം സംഘടിപ്പിക്കുന്നതിലും പുതിയ ദേശീയ സംഘടനയ്ക്ക് ശരിയായ മാർഗ്ഗനിർദ്ദേശകത്വം നല്കേണ്ട കടമയും സംഘടന ഏറ്റെടുത്തു.

അംഗീകരിച്ച അവകാശപ്രഖ്യാപനരേഖയിൽ പ്രഖ്യാപിച്ചിരുന്നതുപോലെ ഇന്ത്യയിലെ എല്ലാ കർഷകതൊഴിലാളികളും ഈ സംഘടനയുടെ കീഴിൽ വമ്പിച്ച തോതിൽ അണിനിരക്കേണ്ട ബാദ്ധ്യത ബംഗാൾ

ഉൾപ്പെടെ എല്ലാ സംസ്ഥാനത്തെയും കർഷക തൊഴിലാളി പ്രസ്ഥാനങ്ങളും പുതുതായി രൂപീകരിച്ച അഖിലേന്ത്യായൂണിയൻ ആഹ്വാനം ചെയ്തിട്ടുള്ളത് ചെവിക്കൊള്ളുമെന്നും ദേശീയ പൊതുധാരയിൽ അവർ അണിചേരുമെന്നും ആശിക്കാമെന്ന് രൂപീകരണ സമ്മേളനം പ്രത്യാശ പ്രകടിപ്പിച്ചു.

നയപ്രഖ്യാപനം

ഇന്ത്യയിലെ കാർഷികപ്രസ്ഥാനത്തിന്റെ ഏറ്റവും പ്രധാനപ്പെട്ട വിഭാഗമായി കർഷക തൊഴിലാളികൾ നിലകൊള്ളുന്നു. നാട്ടിൻപുറത്തെ കർഷകാദി വിഭാഗങ്ങളെയും പട്ടണങ്ങളിലെ തൊഴിലാളിവർഗ്ഗത്തെയും തമ്മിൽ ബന്ധിപ്പിക്കുന്ന ഒരു കണ്ണിയാണ് അവർ. നിക്ഷിപ്തതാല്പര്യക്കാരായ ജാതിഹിന്ദുക്കളാൽ സാമൂഹ്യമായ അടിച്ചമർത്തലിന് വിധേയരായിട്ടുള്ള പട്ടികജാതി പട്ടികവർഗ്ഗത്തിൽപ്പെട്ടവരിൽനിന്നും വന്നിട്ടുള്ളവരാണ്, കർഷകതൊഴിലാളികളിൽ ഭൂരിഭാഗവും. ഈ വിഭാഗങ്ങൾക്കെതിരെ നടക്കുന്ന അതിക്രമങ്ങളെപ്പറ്റി പത്രങ്ങളിൽ വരുന്ന വാർത്തകൾ വായിക്കാതെ നാം ഒറ്റദിവസവും പിന്നിടുന്നില്ല.

കോൺഗ്രസ് ഭരണാധികാരികൾ ഈ വിഭാഗത്തിന് നല്കിയിട്ടുള്ള എല്ലാ മഹത്തരങ്ങളായ വാഗ്ദാനങ്ങളും കാറ്റിൽ പറത്തിയിരിക്കുന്നു. കർഷക തൊഴിലാളികളുടെ ദുരിതാവസ്ഥയ്ക്ക് മാറ്റം വരുത്താൻ ഉദ്ദേശിക്കപ്പെട്ടുകൊണ്ട് വളരെ ഏറെ ഉദ്ഘോഷിക്കപ്പെട്ട അടിയന്തരാവസ്ഥയിലെ ഇരുപതിനപരിപാടികൾക്കും ഒന്നും ചെയ്യാൻ കഴിഞ്ഞിട്ടില്ല. സ്വാതന്ത്ര്യാനന്തര കാലഘട്ടത്തിനുശേഷവും, അവർ അർദ്ധ അടിമത്തത്തിൻകീഴിൽ പണിചെയ്യുന്നു. അന്തിയുറങ്ങാൻ കിടപ്പാടമില്ലാതെയും, തുച്ഛമായ വേതനം കൈപ്പറ്റിയും ഹുണ്ടികക്കാർക്കും ഭൂപ്രഭുക്കൾക്കും അടിമപ്പണിചെയ്യാൻ കർഷക തൊഴിലാളികൾ വിധിക്കപ്പെട്ടിരിക്കുന്നു. അതിക്രൂരമായ അക്രമങ്ങൾക്കും അതിനീചമായ, മനുഷ്യത്വഹീനമായ സാമൂഹ്യപീഡനങ്ങൾക്കും അവഹേളനങ്ങൾക്കും അവർ ഇരയായിത്തീർന്നിരിക്കുന്നു. കോൺഗ്രസ് ഗവൺമെന്റുകൾ ദശകങ്ങളായി വായ്ത്താരി മുഴക്കിയ ഭൂപരിഷ്കരണനിയമത്തിന്റെ ദയനീയ പരാജയം, പങ്കുപാട്ടക്കാർക്കും പാട്ടക്കുടിയാന്മാർക്കും ഉള്ള ഭൂവുടമാവകാശം നിരന്തരം നിഷേധിക്കപ്പെട്ടതുമൂലം കർഷക തൊഴിലാളികളുടെ അണികളിലേക്ക് ഈ വിഭാഗങ്ങളെപ്പോലും എടുത്തെറിയപ്പെടുന്നു. കർഷക തൊഴിലാളികളുടെ അണികളിലേക്കുള്ള ഈ പെരുപ്പം കാർഷികമേഖലയിലെ തൊഴിലില്ലായ്മ കൂടുതൽ രൂക്ഷതരമാക്കിയിരിക്കുന്നു. ഇതിനു പുറമെ, കാർഷികമേഖലയിലെ യന്ത്രവല്ക്കരണം വീണ്ടും തൊഴിലില്ലായ്മ തീവ്രകരമാക്കിത്തീർത്തിരിക്കുന്നു.

കർഷക തൊഴിലാളികളുടെ അണികളിലേക്ക് ദശലക്ഷക്കണക്കിന് കർഷകരെ പാപ്പരാക്കി എടുത്തെറിയുന്ന മുതലാളിത്തവികസനപാതയാണ് ഇന്ത്യൻ ഭരണാധികാരിവർഗ്ഗം അനുസ്യൂതം പിന്തുടരുന്നത്. 1971

ലെ കാനേഷുമാരി കണക്കനുസരിച്ച്, മൊത്തം തൊഴിലെടുക്കുന്ന ജനങ്ങളിൽ 16 ശതമാനമായിരുന്ന കർഷക തൊഴിലാളികൾ, 1961 നും 1971 നും ഇടയിൽ 25 ശതമാനമായി വർദ്ധിച്ചു കഴിഞ്ഞു. ഗ്രാമീണ കൈത്തൊഴിലുകാരുടെ എണ്ണം കൂടി കണക്കാക്കിയാൽ ഇതു വീണ്ടും വർദ്ധിക്കും. 1981 ലെ കാനേഷുമാരി കണക്ക് പ്രസിദ്ധീകരിച്ചിട്ടില്ലെങ്കിലും, കർഷകതൊഴിലാളികളുടെ എണ്ണത്തിൽ സാരമായ വർദ്ധനവുണ്ടായിട്ടുണ്ട്. കാർഷികമേഖലയിലെ മിച്ചമുള്ള അദ്ധ്വാനശക്തി മറ്റു സാമ്പത്തികമേഖലയിലേക്ക് തിരിച്ചുവിടാത്തിടത്തോളം കാലം കാർഷിക രംഗത്തെ ആശ്രയത്വം വർദ്ധിച്ചുകൊണ്ടേയിരിക്കും. കർഷകതൊഴിലാളികളുടെ യഥാർത്ഥവേതനനിരക്ക് ഇടിയുകയും, അവരുടെ തൊഴിൽദിവസങ്ങൾ ആണ്ടുതോറും കുറഞ്ഞുവരികയും ചെയ്യും. കർഷക തൊഴിലാളി കുടുംബങ്ങളിൽ 65 ശതമാനവും ഇന്നും കടത്തിലാണ്. നാഷണൽ ലേബർ ഇൻസ്റ്റിറ്റ്യൂട്ട് എന്ന സ്ഥാപനം നടത്തിയ സർവ്വേ അനുസരിച്ച്, ഒൻപതു സംസ്ഥാനങ്ങളിലായി 23 ലക്ഷം അടിമവേലക്കാർ ഇന്ത്യയിലുണ്ടെന്നും കണക്കാക്കപ്പെടുന്നു. എന്നാൽ 1978 മാർച്ചുവരെ 101,972 അടിമകളെമാത്രമേ സർക്കാരിന് കണ്ടെത്താൻ കഴിഞ്ഞിട്ടുള്ളൂ. ഇതിൽ 31,842 പേരെ പുനരധിവസിപ്പിച്ചിട്ടുണ്ടെന്ന സർക്കാരിന്റെ അവകാശവാദം അഭിമാനകരമല്ല. യഥാർത്ഥത്തിൽ ബഹുഭൂരിപക്ഷം കർഷക തൊഴിലാളികളെയും ഭൂവുടമകളുമായി ചാർത്തപ്പെട്ട തൊഴിലാളികൾ അല്ലെങ്കിൽ വയൽ പണിക്കാർ എന്ന തരത്തിൽ വിവക്ഷിച്ചിരിക്കുകയാണ്. കൊള്ളപ്പലിശ വാങ്ങുന്ന വൻ ഭൂവുടമകൾ നല്കുന്ന ജോലി ചെയ്തും, അവർ നല്കുന്ന ഭക്ഷണം കഴിച്ചും കല്യാണത്തിനും മറ്റും നല്കുന്ന ചില ആനുകൂല്യങ്ങൾ പറ്റിയും ഭൂവുടമകളെ എന്നുമെന്നും ആശ്രയിക്കുന്നിടത്തോളം കാലം, കർഷക തൊഴിലാളികൾ ഭൂവുടമകളുടെ കടുംപിടിയിൽനിന്നും സ്വതന്ത്രരാകുവാനോ, ഭൂവുടമാവിധേയത്വം ഉപേക്ഷിക്കുവാനോ പോകുന്നില്ല.

നാട്ടിലെ നിരവധി പ്രദേശങ്ങളിൽ കർഷക തൊഴിലാളികൾ ഒരു ദിവസം പന്ത്രണ്ടു മുതൽ പതിനാറുമണിക്കൂർ വരെയാണ് പണിയെടുക്കാൻ നിർബ്ബന്ധിക്കപ്പെടുന്നത്. കേരളത്തിൽ മാത്രമാണ് കർഷക തൊഴിലാളികളുടെ വേതനം തൊഴിൽ വ്യവസ്ഥകൾ എന്നിവയ്ക്ക് സംരക്ഷണം നല്കുന്ന നിയമനിർമ്മാണം ഉള്ളത്. ഇതര സംസ്ഥാന ഗവൺമെന്റുകൾ, അവരുടെ സ്വന്തം കൃഷിഫാമുകളിൽ പോലും കൂലി നിരക്കുകളോ സാമൂഹ്യസംരക്ഷണമോ ഒന്നും നടപ്പിലാക്കുന്നില്ല. കൂലിവർദ്ധനവ്, ട്രേഡ് യൂണിയൻ അവകാശം, ശുശ്രൂഷ, വിദ്യാഭ്യാസം, കിടപ്പാടം എന്നീ ആവശ്യങ്ങൾ ഉന്നയിച്ചാൽ വെടിയുണ്ടകളെ നേരിടേണ്ടിവരുന്നു. അവർക്ക് ഒട്ടേറെ സ്ഥലങ്ങളിൽ കുടിനീരുപോലും കിട്ടാനില്ല. കർഷക തൊഴിലാളികൾ ഒട്ടേറെ ഇടങ്ങളിൽ തികഞ്ഞ അടിമത്തത്തിൽ തന്നെ ജീവിക്കുന്നു. ഇടതുപക്ഷചായ്‌വുള്ള പശ്ചിമബംഗാൾ, ത്രിപുര, കേരളം എന്നീ സംസ്ഥാനങ്ങളിൽ മാത്രമാണ് ഭൂപരിഷ്കരണനിയമം കുറെയെ

ങ്കിലും നടപ്പാക്കിയിട്ടുള്ളത്. കർഷക തൊഴിലാളികളുടെ അവസ്ഥയ്ക്ക് അല്പം മാറ്റം ഉണ്ടാക്കുന്നതിനുവേണ്ടി ഉയർന്ന കൂലി, വീടുവെക്കാൻ സ്ഥലം, തൊഴിൽസൗകര്യങ്ങൾ, കടാശ്വാസം, വാർദ്ധക്യകാലപെൻഷൻ തുടങ്ങിയവ നല്കിയിട്ടുള്ളതും, പൊലീസിന്റെയും ഭൂവുടമകളുടെയും ആക്രമണത്തിൽനിന്നും പരിരക്ഷ നല്കിയിട്ടുള്ളതും ഈ സംസ്ഥാനങ്ങളിൽ മാത്രമാണ്.

മറ്റു സംസ്ഥാനങ്ങളിലെ കർഷക തൊഴിലാളികളും, ഗവൺമെന്റിന്റെയും ഭൂവുടമകളുടെയും ആക്രമണങ്ങളെ നേരിടാൻ ആരംഭിച്ചിട്ടുണ്ട്. കൂലിക്കും, കിടപ്പാടത്തിനും, മിച്ചഭൂമിക്കും, തൊഴിലിനും, സാമൂഹ്യ ഉന്നമനത്തിനും വേണ്ടിയുള്ള പോരാട്ടങ്ങൾ രാജ്യത്തിന്റെ വിവിധഭാഗങ്ങളിൽ അവർ നടത്തിക്കൊണ്ടിരിക്കുകയാണ്. ഭൂവുടമകളും പൊലീസും ഭരണകൂടവും ചേർന്നുള്ള അക്രമങ്ങളെ എതിർത്തുതോല്പിക്കുന്നതിൽ അവരുടെ ഇടയിൽ ഐക്യബോധവും, വർഗ്ഗബോധവും വളരെ ശക്തിപ്പെട്ടിട്ടുണ്ട്. ഭൂവുടമസമ്പ്രദായം അവസാനിപ്പിക്കാതെയും, ഭൂരഹിതർക്ക് ഭൂമി വിതരണം ചെയ്യാതെയും, ദാരിദ്ര്യം, പട്ടിണി, തൊഴിലില്ലായ്മ എന്നീ പ്രശ്നങ്ങൾ പരിഹരിക്കാൻ കഴിയില്ലെന്നത് അവർക്ക് കൂടുതൽ കൂടുതൽ ബോദ്ധ്യമായി വരികയാണ്. ബൂർഷ്വാ-ഭൂവുടമാവർഗ്ഗത്തെ അധികാരത്തിൽനിന്നും തുടച്ചുമാറ്റുന്നതുമായി ബന്ധപ്പെട്ടതാണ് കാർഷിക വിപ്ലവം എന്നതും ഈ പോരാട്ടങ്ങളിലൂടെ അവർക്ക് ബോദ്ധ്യമാകും. കർഷക തൊഴിലാളികളെ സാമൂഹ്യമായി അടിച്ചമർത്തുന്നതിനെതിരെയും അവർക്ക് തുല്യനീതി ലഭിക്കണമെന്നു വാദിക്കുന്നവർപോലും, ശിഥിലീകരണശക്തികളും, ജാതിമേധാവികളുമായി ചേർന്നുകൊണ്ട് കർഷകതൊഴിലാളികളുടെ സ്വന്തം ബന്ധുക്കളായ പാവപ്പെട്ട കർഷകരേയും ജനാധിപത്യവാദികളേയും അവരിൽനിന്നും വേർപെടുത്താനുള്ള ശ്രമത്തിലാണ്. ഈ ആപത്തിനെതിരെ പോരാടേണ്ടതും കർഷക തൊഴിലാളികളുടെ കർത്തവ്യമാണ്. ഈ ഉപഭൂഖണ്ഡത്തിലെ സാമ്രാജ്യത്വ നുഴഞ്ഞുകയറ്റത്തെയും സമാധാനത്തിനെതിരായ ഭീഷണിയെയും അവർ ബോധപൂർവ്വം കാണുന്നുണ്ട്.

പക്ഷേ, അവരുടെ ഈ ഉൽബുദ്ധത നേരായ വഴിക്ക് തിരിച്ചുവിടുന്നതിന് ശക്തമായ ഒരു സംഘടന കെട്ടിപ്പടുക്കേണ്ടത് അത്യന്താപേക്ഷിതമാണ്. ഈ ലക്ഷ്യങ്ങളാകെ മുന്നിൽ കണ്ടുകൊണ്ടാണ് അഖിലേന്ത്യാ കർഷക തൊഴിലാളി സംഘടനയ്ക്ക് രൂപംനല്കിയത്.

ഗ്രാമീണ ജനങ്ങളിൽ ഗണ്യമായ വിഭാഗമാണ് കർഷകതൊഴിലാളികൾ എന്ന് നമുക്കറിയാം. ഭൂരിപക്ഷവും അദ്ധ്വാനശക്തി വിറ്റും, കുറെപ്പേർ സ്വന്തം ഭൂമിയിൽനിന്നുള്ള തുച്ഛമായ വരുമാനംകൊണ്ടും മറ്റും ജീവിക്കുന്നവരാണ്. തീർച്ചയായും അവരുടെ ദൈനംദിന അവകാശങ്ങൾ കൂലി, കിടപ്പാടം, തൊഴിൽ, കടാശ്വാസം, ജീവിതസൗകര്യങ്ങൾ എന്നിവയാണ്. എല്ലാവിധ ഭൂപ്രമാണിത്തവും അവസാനിപ്പിക്കുവാനും സമൂലമാറ്റത്തോടുകൂടിയ ഭൂപരിഷ്കരണത്തിനും അവർ നിലകൊള്ളുന്നു. യഥാർത്ഥ

കൃഷിക്കാരന് കൃഷിഭൂമിക്കും, ഭൂപ്രഭുത്വത്തെ അറുതിവരുത്താനും ഉള്ള കാർഷികപ്രക്ഷോഭങ്ങളിൽ കർഷക തൊഴിലാളി പ്രസ്ഥാനം അവിഭാജ്യഘടകമായി വർത്തിക്കുന്നു. കരുത്തുറ്റതും, സമരശേഷിയുമുള്ള കർഷക തൊഴിലാളികൾ ഉൾപ്പെടെയുള്ള കർഷകാദി ജനവിഭാഗങ്ങളുടെ ഉറച്ച സഖ്യമില്ലാതെ ഒരു കാർഷിക വിപ്ലവത്തിന് ജന്മം നല്കാനോ വിജയിപ്പിക്കാനോ സാദ്ധ്യമല്ല. അതുകൊണ്ട് കർഷക തൊഴിലാളി യൂണിയന്റെ അഖിലേന്ത്യാ സംഘടന അഖിലേന്ത്യാ കിസാൻ സഭയുമായി യോജിച്ചുകൊണ്ട് പ്രവർത്തിക്കേണ്ടതുമുണ്ട്.

ഉദ്ദേശലക്ഷ്യങ്ങൾ

കഷ്ടപ്പെടുന്ന കർഷകവിഭാഗങ്ങളുമായി സഖ്യം സ്ഥാപിച്ചുകൊണ്ട് കാർഷികവിപ്ലവത്തിന്റെ കടമകൾ ഏറ്റെടുത്തു കൊണ്ടുപോകുന്നതിന് ശക്തമായ ഒരു പ്രസ്ഥാനമായി വളർത്തിയെടുക്കാൻ താഴെപ്പറയുന്ന അവകാശങ്ങൾ ഉയർത്തിപ്പിടിക്കുന്നു.

1. ഭൂപ്രഭുത്വം അവസാനിപ്പിക്കുക, കർഷക തൊഴിലാളികൾക്കും, പാവപ്പെട്ട കൃഷിക്കാർക്കും ഭൂമി വിതരണം ചെയ്യുക.
2. ദേശീയ-വിദേശീയ കുത്തകകളുടെ ചൂഷണം അവസാനിപ്പിക്കുക.
3. ജീവിതനിലവാരം മെച്ചപ്പെടുത്താനും, തൊഴിൽ സൗകര്യങ്ങളും സാംസ്കാരികനിലവാരം അഭിവൃദ്ധിപ്പെടുത്താനും, കൃഷിയും വ്യവസായവും വികസിപ്പിക്കാനും ആവശ്യപ്പെടുക.
4. ജനങ്ങളുടെ കൈയിൽ യഥാർത്ഥ അധികാരം പകരുന്നതിന് സംസ്ഥാന ഭരണസംവിധാനം ജനകീയവല്ക്കരിക്കുക.
5. എല്ലാ രൂപത്തിലുമുള്ള സാമ്രാജ്യത്വത്തിനെതിരെ പോരാടുക, യുദ്ധത്തിനെതിരേയും സാമാധാനത്തിനുവേണ്ടിയും നിലകൊള്ളുക.

മേല്പറഞ്ഞ ഉദ്ദേശലക്ഷ്യങ്ങൾ നിർവ്വഹിക്കുന്നതിനായി എല്ലാ ജനാധിപത്യവാദികളുമായി സഖ്യം ഊട്ടി ഉറപ്പിക്കുക.

അടിയന്തരാവശ്യങ്ങൾ

1. കുറഞ്ഞകൂലി, തൊഴിൽഭദ്രത, മെച്ചപ്പെട്ട സേവനവ്യവസ്ഥകൾ എന്നിവയ്ക്ക് ഉറപ്പുനല്കുന്ന കേന്ദ്രനിയമം കർഷക തൊഴിലാളികൾക്ക് വേണ്ടി കൊണ്ടുവരിക.
2. നിശ്ചിത സമയത്തിനകം മിച്ചഭൂമി, പുറംപോക്കുഭൂമി എന്നിവ കർഷക തൊഴിലാളികൾക്ക് വിതരണം ചെയ്യുക.
3. 1982 നകം ഓരോ കർഷക തൊഴിലാളി കുടുംബത്തിനും വീടുവെക്കാനിടവും, വീടുനിർമ്മാണത്തിനുള്ള സാമ്പത്തിക സഹായവും നല്കുക.
4. കടങ്ങൾ റദ്ദ് ചെയ്യുക, തുച്ഛമായ പലിശനിരക്കിൽ വായ്പകൾ വിതരണം ചെയ്യുക.
5. തൊഴിലില്ലാത്ത പഞ്ഞമാസങ്ങളിൽ തൊഴിലിന് ഉറപ്പുനല്കുന്ന പദ്ധ

തികൾക്ക് ഇരട്ടിച്ച തുക നീക്കിവെക്കുക.

6. 60 വയസ്സായ എല്ലാ കർഷക തൊഴിലാളികൾക്കും പെൻഷൻ അനുവദിക്കുക.
7. അവശ്യസാധനങ്ങൾ ന്യായവിലഷാപ്പുകൾ വഴി വിതരണം ചെയ്യുക.
8. അടിമവേലയ്ക്ക് അറുതിവരുത്തുക, അടിമവേലക്കാരെ മോചിപ്പിച്ചുകൊണ്ട് സ്വന്തം അദ്ധ്വാനശക്തി യഥേഷ്ടം വില്ക്കാൻ അവർക്ക് സ്വാതന്ത്ര്യം ഉറപ്പുചെയ്യുന്ന വ്യവസ്ഥകൾ കൊണ്ടുവരിക.
9. ശുശ്രൂഷ സൗകര്യങ്ങൾ, വിദ്യാഭ്യാസം, സാമൂഹ്യപരിരക്ഷ എന്നിവ കർഷക തൊഴിലാളികൾക്ക് കൂടുതൽ നല്കുക.
10. കർഷക തൊഴിലാളികൾക്ക് എതിരെയുള്ള സാമൂഹ്യമായ അതിക്രമങ്ങളെ കർശനമായി നേരിടുക; ഉദ്യോഗസ്ഥ ദുഷ്പ്രഭുക്കളും ഭൂവുടമകളും ചേർന്നു നടത്തുന്ന ക്രൂരതകൾക്ക് തക്ക ശിക്ഷ നല്കുക.

ഉന്നയിക്കപ്പെട്ട ഈ അവകാശങ്ങൾ സാക്ഷാൽക്കരിക്കുന്നതിനുവേണ്ടി മറ്റു ബഹുജനസംഘടനകളുമായി യോജിച്ചുകൊണ്ട് പ്രക്ഷോഭം ഉയർത്തിക്കൊണ്ടുവരുവാനും, സാമ്പത്തികവും രാഷ്ട്രീയവുമായ ചൂഷണത്തിനും എല്ലാവിധ സാമൂഹ്യമായ അടിച്ചമർത്തലുകൾക്കുമെതിരെ പോരാടാനും ജനാധിപത്യവാദികളായ എല്ലാ വിഭാഗം ജനങ്ങളുമായി ഐക്യം സ്ഥാപിച്ചുകൊണ്ട് കാർഷികവിപ്ലവം ഏറ്റെടുത്തു മുന്നോട്ടുകൊണ്ടുപോകാനും കർഷക തൊഴിലാളി യൂണിയൻ പ്രതിജ്ഞാബദ്ധമാണ്.

നമ്മുടെ രാജ്യത്താകമാനമുള്ള കർഷക തൊഴിലാളികൾ വമ്പിച്ച തോതിൽ അഖിലേന്ത്യാ സംഘടനയിൽ അണിനിരക്കാൻ തുടങ്ങി. ഏറെക്കാലം പശ്ചിമബംഗാളിൽ കർഷകതൊഴിലാളികൾക്ക് വർഗ്ഗസംഘടന ഉണ്ടായിരുന്നില്ല. ഇപ്പോൾ പശ്ചിമബംഗാളിലും കർഷക തൊഴിലാളി യൂണിയൻ രൂപീകരിച്ച് പ്രവർത്തനം ശക്തമാക്കി മുന്നോട്ടുപോകുന്നുണ്ട്. അഖിലേന്ത്യാതലത്തിലുള്ള കർഷക തൊഴിലാളികളുടെ പ്രസ്ഥാനം പുതിയ കാലത്ത് ഏറെ പ്രസക്തമാണ്.

നെൽവയലുകളും നീർത്തടങ്ങളും സംരക്ഷിക്കും

രണ്ടായിരത്തി പന്ത്രണ്ട് സെപ്തംബർ 4 ന് തൃശൂർ ടൗൺഹാളിൽ യൂണിയന്റെ ആഭിമുഖ്യത്തിൽ സംഘടിപ്പിച്ച നെൽവയൽ നീർത്തട സംരക്ഷണ സമരപ്രഖ്യാപനകൺവൻഷൻ തുടർന്നു വരുന്ന നെൽവയൽ നീർത്തട സംരക്ഷണ പ്രവർത്തനങ്ങളുടെ അടുത്തഘട്ടത്തെ നിർവ്വചിക്കുകയുണ്ടായി.

നെല്കൃഷിയിൽ മഹത്തായ പാരമ്പര്യമുള്ള സംസ്ഥാനമാണ് കേരളം. കേരളീയരുടെ മുഖ്യ ആഹാരവും ഭക്ഷ്യ സുരക്ഷയുടെ മുഖമുദ്രയുമാണ് നെല്ലരി. നെല്ലരി കേരളീയരുടെ മുഖ്യ ഭക്ഷണമാകാനുള്ള കാരണം നെല്ല് സ്വാഭാവികമായി വളർത്താൻ കഴിയുന്ന കൃഷിഭൂമികൾ കേരളത്തിലുണ്ടായിരുന്നു എന്നതാണ്. കേരളത്തിലുള്ള അത്രയും വൈവിദ്ധ്യമാർന്ന ഒരു നെല്കൃഷി മേഖല ഇന്ത്യയിൽ മറ്റൊരിടത്തും ഇല്ല. വർഷത്തിൽ ആറുമാസത്തിൽ അധികം ലഭിക്കുന്ന കനത്തമഴ, നല്ല വെയിൽ, മിതമായ ചൂടുകാലവും, മഞ്ഞുകാലവും എന്നിങ്ങനെ നെല്കൃഷിക്ക് അനുയോജ്യമായ അനേകം ഘടകങ്ങളാൽ അനുഗൃഹീതമാണ് കേരളം. കേരളത്തിന്റെ തനത് ഭൂപ്രകൃതിയുടെ സൃഷ്ടിയാണ് ഇവിടത്തെ നെല്വയലുകൾ. മലനാട്, ഇടനാട്, തീര പ്രദേശം എന്നിങ്ങനെ 3 ആയി തിരിക്കപ്പെട്ട് കിഴക്ക് സഹ്യ പർവ്വതത്തിനും പടിഞ്ഞാറ് അറബിക്കടലിനും ഇടയിൽ സ്ഥിതിചെയ്യുന്ന കേരളത്തിന്റെ പ്രത്യേകമായ ഭൂപ്രകൃതിയും സമൃദ്ധമായ പുഴകളും ചേർന്ന് രൂപപ്പെടുത്തി എടുത്തവയാണിത്. കാർഷിക അഭിവൃത്തിയുടെ മുഖമുദ്രയായിരുന്നു കേരളത്തിലെ നെല്പാടങ്ങൾ. പാലക്കാടൻ വയലേലകളിലും, വയനാടൻ മലകളുടെ താഴ്വരകളിലും കുട്ടനാടൻ-കോൾ പുഞ്ചകളിലും, പൊക്കാളി നിലങ്ങളിലും കാലവും നേരവും നോക്കി കൃഷിചെയ്തു പോന്ന മഹ

നീയമായൊരു ഭൂതകാല ചരിത്രമാണ് നമ്മൾക്കുള്ളത്. അരിയില്ലാതെ ഒരു ദിവസമെങ്കിലും കഴിയുക എന്ന സാഹചര്യം മലയാളികൾക്ക് സങ്കല്പിക്കാൻ കഴിയുന്നതായിരുന്നില്ല.

രാജഭരണത്തിൻകീഴിൽ തിരുവിതാംകൂറിൽനിന്നും മറ്റും അരി അന്യ സംസ്ഥാനങ്ങളിലേക്ക് കയറ്റി അയച്ചിരുന്നു എന്നത് പോയകാലത്തെ സ്മരണ മാത്രമാണ്. കഴിഞ്ഞ കുറെ വർഷങ്ങളായി നമ്മുടെ സംസ്ഥാനത്ത് നെല്ല് ഉല്പാദനത്തിൽ ഗണ്യമായ കുറവ് സംഭവിച്ചുകൊണ്ടിരിക്കുന്നു. ഇന്ന് അതിരൂക്ഷമായ ഭക്ഷ്യകമ്മി നേരിടുന്ന സംസ്ഥാനമായി കേരളം മാറിയിരിക്കുന്നു. അന്നത്തിനുവേണ്ടി അന്യ സംസ്ഥാനങ്ങളുടെ മുന്നിൽ ഓച്ഛാനിച്ചു നില്ക്കേണ്ട ഗതികേടിലാണ് കേരളീയർ. പ്രതിവർഷം 40 ലക്ഷം ടൺ അരി ആവശ്യമായ കേരളത്തിൽ ഇന്ന് ഉല്പാദിപ്പിക്കപ്പെടുന്നത് അതിന്റെ ആറിലൊന്ന് മാത്രം-6 ലക്ഷം ടൺ ആണ്.

കേരളത്തിൽ നെല്ല് ഉല്പാദനം ഏറ്റവും കൂടുതൽ ഉണ്ടായത് 1970-71 കാലഘട്ടത്തിലാണ്. അന്ന് 8.85 ലക്ഷം ഹെക്ടർ നെല്കൃഷിയിൽനിന്ന് ഉല്പാദിപ്പിച്ചത് 13.65 ലക്ഷം ടൺ നെല്ലാണ്. 2015 ൽ 1.98 ലക്ഷം ഹെക്ടറായി നെല്പ്പാടങ്ങളുടെ വിസ്തൃതി കുറഞ്ഞു. 5.62 ലക്ഷം ടണ്ണായി ഉല്പാദനം കുറഞ്ഞു. 1971 ലെ സെൻസസ് പ്രകാരം കേരളത്തിന്റെ ജനസംഖ്യ 2.13 കോടിയായിരുന്നത് 2011 സെൻസസിൽ 3.34 കോടിയായി വർദ്ധിച്ചിരിക്കുന്നു. അര നൂറ്റാണ്ടിനിടയിൽ നമ്മുടെ ജനസംഖ്യയിൽ പകുതിയിലേറെ വർദ്ധനവ് ഉണ്ടായപ്പോൾ നെല്ല് ഉല്പാദനത്തിൽ പകുതിയിലേറെ കുറവാണ് ഉണ്ടായിരിക്കുന്നത്.

നമ്മുടെ ഭക്ഷ്യധാന്യ ഉല്പാദനം വർദ്ധിച്ചില്ല എന്നുമാത്രമല്ല മുൻപ് ഉണ്ടായിരുന്നതിനേക്കാൾ വളരെയേറെ കുറയുകയാണ് ചെയ്തിരിക്കുന്നത്. 2021 ആകുമ്പോൾ കേരളത്തിന്റെ ഭക്ഷ്യധാന്യ ആവശ്യകത 64 ലക്ഷം ടൺ ആയിരിക്കുമെന്ന് ചില പഠനങ്ങൾ സൂചിപ്പിക്കുന്നു. അതായത് കേരളം ഭക്ഷ്യധാന്യത്തിനായി പൂർണ്ണമായും മറ്റു സംസ്ഥാനങ്ങളെയോ, രാജ്യങ്ങളെയോ ആശ്രയിക്കേണ്ടി വരുമെന്നതാണ് സ്ഥിതി.

കേരളത്തിൽ നെല്ല് ഉല്പാദനം കുറഞ്ഞുവരുന്നതിനുള്ള പ്രധാന കാരണം കൃഷിഭൂമി നാൾക്കുനാൾ കുറഞ്ഞുവരുന്നതാണ്. നെല്വയലുകൾ തരിശിടുന്നതും മറ്റ് ആവശ്യങ്ങൾക്കായി ദുർവിനിയോഗം ചെയ്യുന്നതും കേരളസർക്കാരിന്റെ ഖജനാവിനെയും പ്രതികൂലമായി ബാധിക്കുന്നു. സർക്കാരിന് കാർഷിക മേഖലയിൽനിന്ന് ലഭിക്കേണ്ടുന്ന വരുമാനത്തിൽ 2000-01 സാമ്പത്തിക വർഷം മുതൽ ഗണ്യമായ കുറവുണ്ടായിരിക്കുന്നതായി പഠനങ്ങൾ വ്യക്തമാക്കുന്നു. ഏറ്റവും അധികം മനുഷ്യാദ്ധ്വാനം ആവശ്യമായ മേഖലയാണ് നെല്കൃഷി, അതുകൊണ്ട് തന്നെ ഏറ്റവുമധികം തൊഴിൽ ലഭിക്കുന്ന മേഖലയും. ഒരേക്കർ നെൽവയൽ സംരക്ഷിക്കപ്പെട്ടാൽ 100 തൊഴിൽദിനങ്ങളാണ് സംരക്ഷിക്കപ്പെടുന്നത്. സ്ത്രീകൾക്കും പുരുഷന്മാർക്കും ധാരാളം തൊഴിൽ ദിനങ്ങൾ പ്രദാനം ചെയ്തിരുന്ന ഈ തൊഴിൽ മേഖല ഇന്ന് നാശോന്മുഖമായ

അവസ്ഥയാണ്. കൃഷിക്ക് ഉപയോഗിക്കാതെ ഏക്കറുകണക്കിന് നെല്വയലുകൾ തരിശിടുന്നതുമൂലം ലക്ഷക്കണക്കിന് തൊഴിൽ ദിനങ്ങളാണ് നഷ്ടപ്പെടുന്നത്. കോടിക്കണക്കിന് രൂപ വരുമാന നഷ്ടമുണ്ടാകുന്നത് കൂടാതെ ഗ്രാമീണ മേഖലയിൽ ജനങ്ങളുടെ ക്രയവിക്രയശേഷിയെ ഇത് പ്രതികൂലമായി ബാധിക്കുന്നു. മുൻപ് കേരളത്തിലെ 60 ശതമാനത്തിലധികം തൊഴിലാളികൾ നിത്യവൃത്തിക്കായി നെല്കൃഷിയെ ആശ്രയിച്ചിരുന്നു. പ്രത്യേകിച്ചും സ്ത്രീ തൊഴിലാളികൾ. മറ്റു കൃഷികളിൽ നെല്കൃഷിയെ അപേക്ഷിച്ച് സ്ത്രീകൾക്കുള്ള തൊഴിലവസരങ്ങൾ കുറവാണ്. സ്ത്രീകൾക്ക് തൊഴിൽ ലഭ്യത ഉറപ്പുവരുത്തുന്നതിൽ പ്രധാന പങ്കുവഹിച്ചിരുന്ന നെല്വയലുകൾ നഷ്ടമാകുമ്പോൾ സ്ത്രീകൾക്കു ലഭിച്ചിരുന്ന തൊഴിലവസരങ്ങൾ ഇല്ലാതാകുകയും കുടുംബത്തിന്റെ സാമ്പത്തിക സ്ഥിതി മോശമാകുകയും ചെയ്യുന്നു.

കേരളത്തിന്റെ ഭക്ഷ്യ സുരക്ഷയും ഒരു പരിധിവരെ സാമ്പത്തിക സുരക്ഷയും ഉറപ്പാക്കുന്നതിൽ മുഖ്യ പങ്ക് വഹിച്ചിരുന്ന നെല്പാടങ്ങൾ പിരിസ്ഥിതി സന്തുലന സംരക്ഷണത്തിലും വലിയ പങ്കാണ് വഹിച്ചിരുന്നത്. നെല്കൃഷിക്ക് അനുയോജ്യമായ കാലാവസ്ഥ, ഉയർന്ന ഉല്പാദനക്ഷമത, പരിസ്ഥിതിക്ക് അനുയോജ്യമായ കൃഷിരീതികൾ, നെല്വയലുകളുമായി ബന്ധപ്പെട്ട് കാണുന്ന ഭക്ഷ്യയോഗ്യമായ സസ്യങ്ങളും, ചെറു ജീവികളും, മത്സ്യങ്ങളും, നെല്വയലുകളെ ആശ്രയിക്കുന്ന വളർത്തുമൃഗങ്ങളും തുടങ്ങി നമ്മുടെ നാടിന്റെ പാരിസ്ഥിതിക സന്തുലനാവസ്ഥ നിലനിർത്തുന്നതിൽ വളരെ പ്രധാനപ്പെട്ട പങ്ക് നിർവ്വഹിച്ചിരുന്നു. പാടവും പറമ്പും ഇടകലർന്നതാണ് നമ്മുടെ നാടിന്റെ തനത് ഭൂപ്രകൃതി. പറമ്പിൽനിന്ന് 3-4 അടി താഴ്ചയിൽ ഏക്കറുകളോളം പരന്നു കിടക്കുന്ന ഹരിതാഭമായ വയലേലകൾ പ്രകൃതിദത്തമായ മഴസംഭരണികൾകൂടിയാണ്. കാലവർഷക്കാലത്ത് പെയ്യുന്ന മഴവെള്ളം കുത്തിയൊലിച്ച് നേരെ സമുദ്രത്തിലേക്ക് പോകാതെ സംഭരിച്ചു നിർത്തുകയും ഭൂ ഗർഭത്തിലേക്ക് തിരിച്ചുവിടുകയും ചെയ്യുന്നതു വഴി നെല്വയലുകൾ ഭൂഗർഭ ജലശേഖരം വർദ്ധിപ്പിക്കുന്നതിലും വരൾച്ചയെ തടയുന്നതിനും പ്രധാന പങ്ക് വഹിക്കുന്നു. നെല്വയലുകളുടെ നഷ്ടം നമ്മുടെ പരമ്പരാഗത ജലസ്രോതസ്സുകളുടെ നിലനില്പിനെ സാരമായി ബാധിക്കും എന്ന കാര്യത്തിൽ സംശയം വേണ്ട നെല്വയലുകൾ മറ്റു ആവശ്യങ്ങൾക്കായി ഉപയോഗിക്കുന്നതിന്റെ ഫലമായി വളരെ ഉപയോഗപ്രദമായ സസ്യങ്ങളുടെയും പക്ഷികളുടെയും ചെറു ജീവികളുടെയും നാശത്തിന് വഴിവയ്ക്കുകയും ഇവ നമ്മുടെ ജീവിതത്തിൽ നിന്നുതന്നെ പാടേ നീക്കം ചെയ്യപ്പെടുകയുമാണ് സംഭവിക്കുന്നത്. ഇത് നമ്മുടെ ആവാസ വ്യവസ്ഥയിൽ ദൂരവ്യാപകവും അപരിഹാര്യവുമായ മാറ്റങ്ങളും ദോഷങ്ങളുമാണ് ഉണ്ടാക്കുന്നതെന്ന സത്യം നാം തിരിച്ചറിയണം.

കേരളത്തിന്റെ നെല്വയലുകൾ ഇഷ്ടികക്കളങ്ങൾക്കും രമ്യഹർമ്മ്യങ്ങൾക്കും വഴിമാറിക്കൊടുക്കുമ്പോൾ ഒരുപോലെ തകിടം മറിയുന്നത്

കേരളത്തിന്റെ ഭക്ഷ്യസുരക്ഷ, തൊഴിൽ സുരക്ഷ, സാമ്പത്തിക സുരക്ഷ, പരിസ്ഥിതി സുരക്ഷ ഇവയെല്ലാമാണ്. മണ്ണിനടിയിലെ ജലസ്രോതസ്സും ഒപ്പം പരിസര സന്തുലനവും നിലനിർത്തുന്നതിന് ആവാസ വ്യവസ്ഥകളെ സംരക്ഷിക്കുന്നതിനും പ്രധാന പങ്കുവഹിച്ചിരുന്ന നെൽ വയലുകൾ മറ്റു ആവശ്യങ്ങൾക്കായി ഉപയോഗപ്പെടുത്താൻ തുടങ്ങിയതോടെ പരിസ്ഥിതി പ്രശ്നങ്ങളും അവയുമായി ബന്ധപ്പെട്ട് ഭക്ഷ്യ ക്ഷാമം, തൊഴിലില്ലായ്മ തുടങ്ങിയ സാമൂഹ്യ പ്രശ്നങ്ങളും വരൾച്ച, വെള്ളപ്പൊക്കം തുടങ്ങിയ പ്രകൃതിക്ഷോഭങ്ങളും നിത്യ സംഭവങ്ങളായി മാറിയിരിക്കുന്നു. നിലവിലുള്ള നെല്വയലുകൾ ഒരിഞ്ചുപോലും കുറയാതെ സൂക്ഷിക്കുന്നതോടൊപ്പം കൂടുതൽ സ്ഥലത്തേക്ക് വ്യാപിപ്പിക്കുന്നതിനും ലക്ഷ്യമിട്ടുകൊണ്ടാണ് കേരളാസ്റ്റേറ്റ് കർഷക തൊഴിലാളി യൂണിയൻ നെല്വയൽ സംരക്ഷണ പ്രക്ഷോഭത്തിന് തുടക്കമിട്ടത്.

നെല്വയൽ സംരക്ഷണത്തിനുവേണ്ടി കഴിഞ്ഞ 29 വർഷമായി സംസ്ഥാനത്താകെയും പ്രത്യേകിച്ച് കുട്ടനാട്ടിലും യൂണിയൻ നടത്തിയ എണ്ണമറ്റ സമരങ്ങളുടെ ഫലമായിട്ടാണ് ഇപ്പോൾ ഉള്ള നെല്പാടങ്ങളെങ്കിലും സംരക്ഷിച്ച് നിർത്താനായത്. ആ പോരാട്ടം ഇനിയും തുടരേണ്ടതുണ്ട്. 1970 ൽ കേരളത്തിൽ ഉണ്ടായിരുന്ന നെല്പാടങ്ങളിൽ മുക്കാൽ ഭാഗത്തിലധികവും നികത്തിക്കഴിഞ്ഞു. നെല്പാടങ്ങൾ നാണ്യവിളകളാക്കിമാറ്റി ശരവേഗത്തിൽ ധനാഢ്യരാകാമെന്ന് മോഹിച്ച കുട്ടനാട്ടിലെ കാർഷിക മുതലാളിമാരാണ് 70 കളിലും 80 കളിലും നിലം നശീകരണത്തിന് തുടക്കംകുറിച്ചത്. സമ്പന്ന വർഗ്ഗം പ്രകൃതിയോട് കാട്ടിയ ക്രൂരതയ്ക്ക് പ്രകൃതിതന്നെ തിരിച്ചടി നല്കിയിട്ടുണ്ട്. നിലം നികത്തി തെങ്ങിൻ കൂനകൾ കുത്തിപ്പൊക്കിയും കൊക്കോയും, റബ്ബറും വെച്ചുപിടിപ്പിച്ച കുട്ടനാട്ടിൽ 80 കളിലുണ്ടായ വമ്പിച്ച പ്രളയബാധയിൽ 50000 ഏക്കർ കൃഷിയാണ് നശിച്ചത്. ഈ നശീകരണം മൂടിവയ്ക്കാൻ വേണ്ടി കൃഷി നഷ്ടം എന്ന പ്രചരണം നടത്തി വീണ്ടും നിലം നികത്താനും തരിശിടാനും ശ്രമിച്ചു. ഇതിനെതിരെ കുട്ടനാട്ടിൽ വമ്പിച്ച പ്രക്ഷോഭവും നെൽവയൽ സംരക്ഷണ പ്രസ്ഥാനവും ഉടലെടുത്തു. ജനനന്മ ലക്ഷ്യമാക്കി കുട്ടനാട്ടിലാരംഭിച്ച നെല്വയൽ സംരക്ഷണ സമരം പിന്നീട് സംസ്ഥാന വ്യാപകമായി പടരുകയായിരുന്നു.

1982 ൽ കുട്ടനാട്ടിലെ കാവാലത്ത് ചേർന്ന കൺവെൻഷൻ കർഷക തൊഴിലാളി യൂണിയന്റെ സ്ഥാപകനേതാവായ വി എസ് അച്യുതാനന്ദനാണ് ഉദ്ഘാടനം ചെയ്തത്. 1996 വരെ നെല്വയൽ നശീകരണം വിവിധ രൂപത്തിൽ തുടർന്നുവന്നു. നെല്ലുല്പാദനം ഇടിഞ്ഞു, തൊഴിലില്ലായ്മ വീണ്ടും പെരുകി, പരിസ്ഥിതി നാശം ഗ്രാമീണജീവിതം അസാദ്ധ്യമാക്കി. ഈ സാഹചര്യത്തിലാണ് 1996 ൽ വീണ്ടും നെൽവയൽ സംരക്ഷണ കൺവൻഷൻ കുട്ടനാട്ടിലെ മങ്കൊമ്പിൽ വിളിച്ചു ചേർത്തത്. പിന്നീട്, ചങ്ങനാശ്ശേരിയിൽ വച്ച് കർഷക-കർഷക തൊഴിലാളികൾ സംയുക്തമായി നെല്വയൽ സംരക്ഷണ കൺവൻഷൻ ചേരുക

യുണ്ടായി. എൽ ഡി എഫ് ഗവൺമെന്റ് അധികാരത്തിൽ വന്നതിന് ശേഷം മുഖ്യമന്ത്രി, റവന്യൂമന്ത്രി, കൃഷിമന്ത്രി എന്നിവരെ പങ്കെടുപ്പിച്ചുകൊണ്ട് എൽ ഡി എഫ് കർഷകതൊഴിലാളി സംഘടനകളുടെ സംയുക്ത നേതൃത്വത്തിൽ നെല്വയൽ സംരക്ഷണ സംസ്ഥാന കൺവെൻഷൻ 2006 ആഗസ്ത് 4 ന് എറണാകുളത്ത് ചേരുകയുണ്ടായി. നെല്വയൽ സംരക്ഷണ നിയമം കൊണ്ടുവരണമെന്ന് കൺവൻഷൻ ഗവൺമെന്റിനോട് ആവശ്യപ്പെട്ടു.

1970 ൽ 96687 ഹെക്ടർ നെല്വയലുണ്ടായിരുന്ന ആലപ്പുഴ ജില്ലയിൽ ഇപ്പോൾ കേവലം 24768 ഹെക്ടർ മാത്രമാണുള്ളത്. റിസോർട്ടുകളും ചെമ്മീൻകെട്ടുകളും വ്യവസായമായി വളർന്നതോടെ ജലമലിനീകരണം നെല്വയലുകളുടെ ആവാസവ്യവസ്ഥയ്ക്ക് കടുത്ത ഭീഷണിയായി മാറി. കോഴിക്കോട് 88%, തിരുവനന്തപുരം 70%, ഇടുക്കി 68%, മലപ്പുറം 60%, കണ്ണൂർ 80%, കാസർഗോഡ് 70% നിലങ്ങൾ നികത്തപ്പെട്ടുകഴിഞ്ഞു.

പാലക്കാട് ജില്ലയാണ് നെല്കൃഷിയിലും ഉല്പാദനത്തിലും ഒന്നാം സ്ഥാനത്തു നില്ക്കുന്നത്. തൃശൂരും ആലപ്പുഴയുമാണ് പിറകിലുള്ളത്. നെല്കൃഷി ലാഭകരമാണെന്ന് നെല്കൃഷി വികസനത്തിലൂടെ കർഷകരെ ബോദ്ധ്യപ്പെടുത്തി അവരെ ആ രംഗത്തു പിടിച്ചുനിർത്താൻ, കഴിഞ്ഞ കുറെ ദശകങ്ങളായി സർക്കാർ തയ്യാറാകാതിരുന്നതിന്റെ ഫലമാണ് കർഷകർക്ക് നെല്കൃഷിയോടുള്ള ആഭിമുഖ്യം കുറയാൻ കാരണം. കർഷക തൊഴിലാളികൾ കൂലിക്കൂടുതലിനുവേണ്ടി കർഷകരെ ബുദ്ധിമുട്ടിലാക്കാൻ തയ്യാറായിട്ടില്ല എന്ന യാഥാർത്ഥ്യം കർഷകരും മനസ്സിലാക്കണം. ഉള്ള നെല്വയലുകൾ സംരക്ഷിച്ചാൽ ആ ഭൂമിയിൽനിന്നും മെച്ചപ്പെട്ട വിളവുണ്ടാക്കാൻ കഴിയുമെന്ന് ഇപ്പോൾ നമുക്ക് ബോദ്ധ്യമുണ്ട്.

വിത്ത്, വളം, കീടനാശിനികൾ എന്നിവയുടെ ദുർവ്വഹമായ വിലകയറ്റംമൂലം കടംവാങ്ങി കൃഷി നടത്തി വരുന്നവരുടെ ദു:സ്ഥിതിക്ക് പരിഹാരമുണ്ടാക്കാൻ ശ്രമിക്കാതെ അവരെ ആത്മഹത്യയിലേക്ക് തള്ളി വിട്ടവരാണ് കേരളത്തിലെ വലതുപക്ഷം.

കേരളാ സ്റ്റേറ്റ് കർഷക തൊഴിലാളി യൂണിയൻ കഴിഞ്ഞ നാലു പതിറ്റാണ്ടുകളായി നെല്വയൽ സംരക്ഷിക്കുവാനും പരിസ്ഥിതി സംരക്ഷിക്കുവാനും സർവ്വോപരി കേരളത്തിന്റെ ഭക്ഷ്യസ്വയംപര്യാപ്തതയ്ക്കും വേണ്ടി എണ്ണമറ്റ സമരപോരാട്ടങ്ങൾ നടത്തിയിട്ടുണ്ട്. എണ്ണിയാലൊടുങ്ങാത്ത മർദ്ദനങ്ങളും, യാതനകളും പ്രവർത്തകർ ഏറ്റുവാങ്ങിയിട്ടുണ്ട്. ആ പോരാട്ടങ്ങൾ ഇന്നും തുടരുകയാണ്. യൂണിയന്റെ ദീർഘകാലത്തെ ആവശ്യമായിരുന്ന നെല്വയൽ സംരക്ഷണനിയമം നടപ്പിലായതിൽ യൂണിയന് ചാരിതാർത്ഥ്യം ഉണ്ട്.

നെല്വയൽ നീർത്തട നിയമസംരക്ഷണ കൺവെൻഷൻ

കേരളത്തിലെ നെല്വയലുകളും, നീർത്തടങ്ങളും സംരക്ഷിക്കുന്ന

തിനും അവശേഷിക്കുന്ന നെല്വയലുകൾ പരിവർത്തനപ്പെടുത്തുകയോ, രൂപാന്തരപ്പെടുത്തുകയോ ചെയ്യുന്നത് തടയുന്നതിനും ലക്ഷ്യമിട്ട് ഇട തുപക്ഷ ജനാധിപത്യ മുന്നണി സർക്കാർ നിയമസഭയിൽ നെല്വയൽ-തണ്ണീർത്തട സംരക്ഷണബിൽ അവതരിപ്പിച്ച് നിയമമാക്കുന്നതിനുവേണ്ടി തയ്യാറായിക്കൊണ്ടിരുന്ന സന്ദർഭത്തിൽ യു ഡി എഫിന്റെ നേതൃത്വത്തിൽ ശക്തമായ എതിർപ്പുമായി രംഗത്ത് വന്നു. ഈ ബില്ല് നിയമമായാൽ അത് കർഷകരെ കൽത്തുറുങ്കിൽ അടയ്ക്കാനാണെന്ന ദുഷ്പ്രചാരണം വ്യാപ കമായി നടത്തി കൃഷിക്കാരെ തെറ്റിദ്ധരിപ്പിച്ച് പ്രക്ഷോഭത്തിന് ഇറക്കി. ഈ സാഹചര്യത്തിലാണ് നെൽവയൽ സംരക്ഷണനിയമം ഉടൻ പാ സാക്കണമെന്നാവശ്യപ്പെട്ടുകൊണ്ട് 2008 മാർച്ച് 28ന് സംസ്ഥാന കമ്മിറ്റി യുടെ നേതൃത്വത്തിൽ പാലക്കാട് വെച്ച് നെല്വയൽ സംരക്ഷണ കൺ വെൻഷൻ സംഘടിപ്പിച്ചത്.

ആ കൺവെൻഷൻ പതിമൂന്നിന ആവശ്യങ്ങൾ അംഗീകരിക്കുക യുണ്ടായി.

1) നെല്വയൽ-നീർത്തട സംരക്ഷണബില്ല് ചില പ്രത്യേക കൃഷിമേഖ ലകൾക്ക് പകരം സംസ്ഥാനമാകെ ബാധകമാക്കുക.
2) നെല്വയലുകളും നീർത്തടങ്ങളും സംരക്ഷിച്ച് കാർഷികമേഖല യെയും, ചെറുകിടകർഷകരെയും, കർഷകതൊഴിലാളികളെയും രക്ഷി ക്കുക.
3) തരിശുകിടക്കുന്ന വയലുകളും ചതുപ്പ് നിലങ്ങളും ഉൾപ്പെടെ എല്ലാ വയലുകളിലും കൃഷിചെയ്യാൻ നടപടി സ്വീകരിക്കുക.
4) കൃഷിനടത്തിപ്പിന് വരുന്ന ചെലവ് പകുതിയെങ്കിലും സബ്സിഡി യായി നല്കണം. ഗുണനിലവാരമുള്ള വിത്തും വളവും നല്കണം, ജലസേചനത്തിന് വൈദ്യുതി സബ്സിഡി നല്കണം.
5) കർഷക തൊഴിലാളികൾക്ക് ഇൻഷുറൻസ് പരിരക്ഷയും, ഇൻസെന്റീവും നല്കണം. ജോലി ഉറപ്പാക്കണം. ക്ഷേമനിധി ആനു കൂല്യങ്ങൾ ആകർഷകമാംവിധം പരിഷ്കരിക്കണം.
6) നികത്തപ്പെട്ട വയലുകൾ പൂർവ്വസ്ഥിതിയിലാക്കാൻ പറ്റുമോ എന്ന് കൃഷിവകുപ്പിന്റെ ചുമതലയിൽ പരിശോധിക്കണം.
7) വില്ലേജ് തലത്തിൽ നെല്വയൽ സർവ്വേനടത്തി പ്രസിദ്ധീകരിക്കണം.
8) നികത്തൽ, കുഴിക്കൽ, ഖനനം തുടങ്ങിയവ ജനപ്രതിനിധികൾ, കർഷക തൊഴിലാളി സംഘടനാ ഭാരവാഹികൾ, തദ്ദേശസ്വയം ഭര ണസ്ഥാപനങ്ങൾ, റവന്യൂ-കാർഷിക ഉദ്യോഗസ്ഥർ തുടങ്ങിയവർ അട ങ്ങുന്ന സമിതി പരിശോധിച്ച് തീരുമാനിക്കണം.
9) തർക്കപ്രശ്നങ്ങളും നിലം നികത്തലും തക്കസമയത്ത് ബന്ധപ്പെട്ട് പരിശോധിക്കുവാനും നിർത്തി വയ്പിക്കുവാനും തഹസിൽദാർക്കു പുറമെ റവന്യൂ-വില്ലേജാഫീസർക്കും തദ്ദേശസ്വയംഭരണ സ്ഥാപന ങ്ങൾക്കും ചുമതല നല്കണം. ബന്ധപ്പെട്ട ഉദ്യോഗസ്ഥർ വീഴ്ച വരു ത്തിയാൽ വീഴ്ചയുടെ ഗൗരവത്തിനനുസരിച്ച് ചട്ടപ്രകാരം നടപടി

യെടുക്കണം.

10) കൃഷിചെയ്യാതെ കിടക്കുന്ന നിലം കൃഷിചെയ്യുവാൻ ഏല്പിച്ച് കൊടുക്കുമ്പോൾ കിട്ടുന്ന ആദായത്തിന്റെ ഒരുഭാഗം ഉടമയ്ക്ക് നല്കണം. ഉടമ കൃഷിക്ക് തയ്യാറായാൽ നിലം തിരികെ ഏല്പിക്കണം

11) ലേലത്തിലൂടെ കൃഷിചെയ്യാൻ ചുമതലപ്പെടുത്തുന്നവരിൽ കുടുംബശ്രീ, പാടശേഖരസമിതി, സ്വയംസഹായ സംഘങ്ങൾ എന്നിവയ്ക്ക് പുറമെ കർഷക തൊഴിലാളി സംഘടനകളെയും ഉൾപ്പെടുത്തണം.

12) നികത്താനുപയോഗിക്കുന്ന വാഹനങ്ങൾ കണ്ടുകെട്ടുകയും ഡ്രൈവർമാരുടെയും ഉടമകളുടെയും പേരിൽ നിയമ പ്രകാരം നടപടികൾ സ്വീകരിക്കുകയും ചെയ്യണം.

13) അപ്പീൽ കൊടുക്കാവുന്ന കോടതി ഹൈക്കോടതിയായിരിക്കണം.

തുടർന്ന് കേരളത്തിൽ അധികാരത്തിൽവന്ന യു ഡി എഫ് ഗവൺമെന്റ് നെല്വയൽ നീർത്തട സംരക്ഷണനിയമം അട്ടിമറിക്കാനാണ് ശ്രമിച്ചത്. ബില്ല് നിയമസഭയിൽ അവതരിപ്പിക്കുന്നതിന് മുൻപ് തന്നെ യു ഡി എഫ് നേതൃത്വത്തിൽ കോൺഗ്രസും കർഷകസമിതിക്കാരും ഇതിനെതിരെ പ്രക്ഷോഭവും പ്രചരണവും ഉയർത്തിയിരുന്നതാണ്.

ഇന്ത്യയിൽത്തന്നെ ആദ്യമായി നെല്വയലുകളെയും തണ്ണീർത്തടങ്ങളെയും സംരക്ഷിക്കാൻ ഒരു നിയമമുണ്ടായത് പലകാര്യങ്ങളിലും മറ്റു സംസ്ഥാനങ്ങൾക്കും ഇന്ത്യക്ക് പൊതുവെയും മാതൃകയായ കേരളത്തിലാണ്. ചില പഴുതുകളൊക്കെയുണ്ടെങ്കിലും (വീടു വെക്കാനായി പഞ്ചായത്തുകളിൽ പത്ത് സെന്റും നഗരപ്രദേശങ്ങളിൽ 5 സെന്റും നികത്താം) ശക്തമായ നിയമമാണിതെന്ന് പൊതുജനാഭിപ്രായം ഉയർന്നുവന്നു. ഈ നിയമത്തെക്കുറിച്ച് കേട്ടറിഞ്ഞ് ഐക്യരാഷ്ട സംഘടനയിലെ ഒരു ഉയർന്ന ഉദ്യോഗസ്ഥൻ അഭിപ്രായപ്പെട്ടത് കേരളത്തിന് മാത്രമല്ല ഈ നിയമം വേണ്ടത്, ലോകത്തിന് തന്നെ ഇത്തരമൊരു നിയമത്തിന്റെ ആവശ്യമുണ്ടെന്നാണ്. ലോകത്തിലെ തണ്ണീർത്തടങ്ങൾ മുഴുവനും അതിവേഗത്തിൽ നാശോന്മുഖമായിക്കൊണ്ടിരിക്കുകയാണെന്നാണ് ഈ ഉദ്യോഗസ്ഥൻ സൂചിപ്പിച്ചത്.

മനുഷ്യന്റെ മാത്രമല്ല മറ്റു ഒട്ടനവധി ജീവജാലങ്ങളുടെയും നിലനില്പ് ഈ തണ്ണീർത്തടങ്ങളുമായി ബന്ധപ്പെട്ടാണ് ഇരിക്കുന്നത്. എന്നാൽ, വികസന പദ്ധതികൾക്കായി ഇവ നശിപ്പിക്കപ്പെടുമ്പോൾ ഇതൊന്നും ആരും പരിശോധിക്കാറില്ല. വിലയില്ലാത്തൊരു ഭൂമി എന്ന നിലയിലാണ് ഇതിനെ കാണുന്നത്. ഇവ നികത്തി ഫ്ളാറ്റ് സമുച്ചയങ്ങൾ പണിയുമ്പോഴും വിമാനത്താവളങ്ങളും ഷോപ്പിങ് മാളുകളും തീർക്കുമ്പോൾ കിട്ടുന്ന സാമ്പത്തിക ലാഭത്തേക്കാൾ വലിയ ലാഭമാണ് തണ്ണീർത്തടങ്ങൾ സൂക്ഷിച്ചുവെച്ചിരിക്കുന്നത്. 2011 ൽ അധികാരത്തിൽ വന്ന യു ഡി എഫ് സർക്കാരിന്റെ അവസാനകാലത്തും ഇലക്ഷൻ പ്രഖ്യാപിച്ചതിനുശേഷവും കേരളത്തിൽ എത്രമാത്രം വയലുകളും തണ്ണീർത്തടങ്ങളും നികത്തപ്പെട്ടു എന്നതിന് കണക്കില്ല. യൂണിയന്റെ ശക്തമായ

ഇടപെടലുകൾ ഇല്ലാത്തിടങ്ങളിൽ ആ പ്രക്രിയ വിജയം കണ്ടു. കേരളത്തിലെ നിയമത്തിന്റെ മാതൃക പിന്തുടർന്ന് തമിഴ്നാട്ടിലും കർണ്ണാടക സംസ്ഥാനത്തിന്റെ തീര പ്രദേശങ്ങളിലുമുള്ള വിവിധ സംഘടനകളും വിദഗ്ദ്ധരും ഇത്തരമൊരു നിയമം അവിടെയും വേണമെന്ന് ആവശ്യപ്പെട്ടിരിക്കുകയാണ്. തമിഴ്നാട്ടിലെ നെല്ലറയായ തഞ്ചാവൂരിൽ 2 ലക്ഷം ഹെക്ടർ വയലുകളാണ് ഇതര ആവശ്യങ്ങൾക്കായി മാറ്റപ്പെട്ടത്. അവിടത്തെ ചില പ്രധാന പത്രങ്ങളിലും മാസികകളിലുമെല്ലാം കേരളാ തണ്ണീർത്തട നിയമം ചർച്ചചെയ്യപ്പെടുകയും ചെയ്യുന്നു. എന്നിട്ടും കേരളത്തിൽ വിലക്കുറവുള്ള ഭൂമി എന്ന നിലയിൽ ഏതു വികസന പദ്ധതിക്കും ഏറ്റെടുക്കാവുന്ന ഭൂമിയായി നെല്വയലുകൾ മാറിയിരിക്കുന്നു.

യു ഡി എഫിന്റെ ഗൂഢനീക്കം ശരിക്കും ബോദ്ധ്യമായത്, 2012 ഫെബ്രുവരി 8 ന് ചേർന്ന മന്ത്രിസഭാ യോഗത്തിലെടുത്ത തീരുമാനത്തെ തുടർന്നാണ്. 2005 ന് മുൻപ് നികത്തിയ നെല്വയലുകൾക്ക് അംഗീകാരം നല്കുവാനും ഒറ്റത്തവണ തീർപ്പാക്കൽ പ്രകാരം കരം ഒടുക്കുവാനും ആ സ്ഥലം മേലിൽ നെല്വയൽ എന്ന പരിഗണനയിൽ പെടുകയില്ലെന്നുമുള്ള തീരുമാനം ആ മന്ത്രിസഭാ യോഗം കൈക്കൊണ്ടു. നെല്വയലുകളും തണ്ണീർത്തടങ്ങളും കവർന്നെടുക്കുവാൻ ഇറങ്ങിപ്പുറപ്പെട്ട ഭൂമാഫിയകൾക്ക് ആഹ്ലാദം പകരുന്നതായിരുന്നു ആ തീരുമാനം. ഇതിന്റെ പേരിൽ സംസ്ഥാനമെമ്പാടും നെല്വയലുകളും നീർത്തടങ്ങളും നികത്തിയെടുക്കാൻ കിട്ടിയ അവസരമായി ഉപയോഗപ്പെടുത്താനൊരുങ്ങി.

ഒരിഞ്ചുഭൂമിപോലും നികത്താനോ, പരിവർത്തനപ്പെടുത്താനോ അനുവദിക്കുകയില്ലായെന്ന് യൂണിയന്റെ കൺവെൻഷൻ പ്രഖ്യാപിച്ചു. അതിനുവേണ്ടി ഏതറ്റംവരെ പോകാനും യൂണിയൻ തയ്യാറാകും. കേരളത്തിൽ അവശേഷിക്കുന്ന നെല്വയലുകളും തണ്ണീർത്തടങ്ങളും സംരക്ഷിക്കുവാനുള്ള പ്രചരണ പ്രക്ഷോഭങ്ങളിൽ കൂടുതൽ കരുത്തോടെ മുന്നേറേണ്ടതുണ്ട്. എന്തിന്റെ പേരിലായാലും നെല്വയലുകളും തണ്ണീർത്തടങ്ങളും നികത്തുവാൻ ഇനിയാരും മുന്നോട്ടുവരാൻ അനുവദിക്കുന്ന പ്രശ്നമില്ല. സർക്കാരുകൾ ഏതു നിയമത്തിന്റെ പേരിലായാലും നിലം നികത്തലിന് കൂട്ടുനില്ക്കുന്നത് അംഗീകരിക്കാനാകില്ല. നെല്വയലുകളും തണ്ണീർത്തടങ്ങളും നികത്താനുള്ള യു ഡി എഫ് ഗവൺമെന്റിന്റെ തീരുമാനത്തിനെതിരായ ശക്തിയായ പ്രതിഷേധമാണ് കൺവെൻഷൻ പ്രകടിപ്പിച്ചത്.

ഭൂമാഫിയകൾക്കും റിയൽ എസ്റ്റേറ്റുകാർക്കും യഥേഷ്ടം നെല്വയൽ നികത്താൻ അനുവാദം കൊടുക്കുന്ന യു ഡി എഫ് നടപടിയിലൂടെ സാധാരണ കർഷകന്റെയും കർഷകതൊഴിലാളികളുടെയും ജീവിതം പന്താടുകയായിരുന്നു. വൻകിട ഭൂമാഫിയകളോടായിരുന്നു യു ഡി എഫ് ഗവൺമെന്റിന് പ്രതിപത്തിയുണ്ടായിരുന്നത്. കർഷക തൊഴിലാളി യൂണിയന്റെ സമര തീക്ഷ്ണതയ്ക്ക് മുന്നിൽ ആ സർക്കാർ വിയർക്കുകയായിരുന്നു.

ഭൂപരിധിയിൽനിന്നും ഒഴിവ് നേടിയ തോട്ടങ്ങൾ കേരളത്തിലുണ്ട്. 2011 ലെ യു ഡി എഫ് ഗവൺമെന്റ് ഇത്തരം തോട്ടങ്ങളിൽ 5 ശതമാനം ഭൂമി മറ്റാവശ്യങ്ങൾക്കായി ഉപയോഗിക്കാമെന്ന് തീരുമാനിച്ചിരുന്നു. 5 ശതമാനം ഭൂമി കണക്കാക്കിയാൽ കേരളത്തിലാകെ ഏതാണ്ട് ഒരു ലക്ഷം ഏക്കർ ഭൂമി വരും. ഇത്രയും ഭൂമിയിൽ ടൂറിസം ആവശ്യത്തിന് ഉപയോഗിക്കാവുന്ന റിസോർട്ടുകളും മറ്റു പശ്ചാത്തല സൗകര്യങ്ങളും ഒരുക്കാനാണ് യു ഡി എഫ് സർക്കാർ അനുവാദം നല്കിയത്. പ്രകൃതിയുടെ സന്തുലിതാവസ്ഥ അപകടത്തിലാക്കുന്ന തരത്തിലായിരിക്കും ഇതിന്റെ പ്രയോഗം ഉണ്ടാകുക. പാരിസ്ഥിതിക പ്രശ്നങ്ങൾ സൃഷ്ടിക്കപ്പെടും. ഇതിനെതിരായി പ്രകൃതിസ്നേഹികളും, ജനങ്ങളും അണിനിരന്നു. മോഹവില നല്കി കേരളത്തിനകത്തും പുറത്തുമുള്ള സമ്പന്നർ കേരളത്തിന്റെ വിവിധ മേഖലകളിൽ കായൽ, പൊക്കാളി കൃഷിയിടങ്ങളും, നെല്വയലുകളും അനുബന്ധമായുള്ള പ്രദേശങ്ങളും വാങ്ങിക്കൂട്ടുകയാണ്. രേഖകൾ പലതും ആരുടേതാണെന്ന് വകതിരിച്ചു മനസ്സിലാക്കാൻപോലും കഴിയാത്ത അസ്ഥയിലാണ് ഭൂമി കൈമാറിയിരിക്കുന്നത്. അവർ കൃഷിസ്ഥലത്തേക്ക് എത്തിനോക്കുന്ന സ്ഥിതിയില്ല. തരിശിടപ്പെടുന്ന നൂറുകണക്കിന് ഏക്കർ ഭൂമിയാണ് ഇങ്ങനെയുള്ളത്. അനുകൂല സാഹചര്യം ലഭിക്കുന്നതിനനുസരിച്ച് തരിശിടുന്ന ഭൂമി നികത്താനാണ് അവരുടെ ശ്രമം. കാർഷിക ഭൂപരിഷ്കരണ നിയമമനുസരിച്ച് ഒരാൾക്ക് കൈവശം വയ്ക്കാവുന്ന പരമാവധി ഭൂമി 15 ഏക്കറാണ്. അതിലധികം ഉള്ളത് നിയമ വ്യവസ്ഥയനുസിച്ച് മിച്ചഭൂമിയാണ്. മിച്ചഭൂമി ഗവൺമെന്റിന് ലഭിക്കേണ്ടതാണ്. നാമമാത്ര കർഷകർക്കും, ഭൂരഹിതരായ ആദിവാസി, പട്ടികജാതി കർഷക തൊഴിലാളികൾക്കും വിതരണം ചെയ്യേണ്ട ഭൂമിയാണത്. വൻ പ്രക്ഷോഭങ്ങളുടെയും സമരങ്ങളുടെയും ഫലമായി മിച്ചഭൂമി ഗവൺമെന്റ് ഏറ്റെടുക്കാനും, പരിമിതമായി വിതരണം നടത്താനും സാധിച്ചിട്ടുണ്ട്. മിച്ചഭൂമി പ്രമാണിമാർക്ക് തിരിമറി നടത്തി വില്പന നടത്താനും, സ്വന്തമാക്കാനും യു ഡി എഫ് ഗവൺമെന്റുകൾ എല്ലാക്കാലത്തും സൗകര്യം ചെയ്തുകൊടുത്തിട്ടുണ്ട്. കണ്ടെത്തിയ മിച്ചഭൂമി പോലും കൃത്യമായി വിതരണം ചെയ്തിട്ടില്ല. ഭൂമി സംബന്ധമായി നിരവധി കേസുകൾ ഇപ്പോഴും തീർപ്പാകാതെ കിടക്കുകയാണ്. കേസിൽപ്പെട്ട ഏക്കർകണക്കിന് മിച്ചഭൂമി യഥാർത്ഥ അവകാശികൾക്ക് ലഭിക്കാതെ പോകുകയാണ്.

ഈ സാഹചര്യത്തിലാണ് കഴിഞ്ഞ കുറെ വർഷങ്ങളായി കേരളത്തിലെ ഭൂബന്ധങ്ങളിൽ പുതിയ ചില പ്രവണതകൾ കണ്ടുതുടങ്ങിയിട്ടുള്ളത്. കൃഷിഭൂമി തുണ്ടുവല്ക്കരിക്കപ്പെട്ടുവല്ലോ. വലിയ വിസ്തൃതമായ ഭൂമി ഒരാളുടെയും കൈയിലും ഇല്ലാതായി. കർഷകർ പാപ്പരീകരിക്കപ്പെടുന്ന അവസ്ഥ സാമ്പത്തിക നയത്തിന്റെ ഭാഗമായി ഉണ്ടാകുകയും ചെയ്തു. ക്രയ വിക്രയത്തിന്റെ പ്രധാനപ്പെട്ട ഇനമായി ഭൂമി മാറി. ഭൂമാഫിയകളും റിയൽ എസ്റ്റേറ്റ് ഭീമന്മാരും, വിദേശപണം ലഭിക്കുന്ന വർഗ്ഗീയ

വാദികളുമെല്ലാം നിക്ഷേപത്തിന്റെ പ്രധാനമായ ഒരു തലമായി ഭൂമിയെ കണ്ടു ഭൂമി വാങ്ങിക്കൂട്ടാൻ തുടങ്ങി. ഭൂമിയുടെ വിലയ്ക്ക് ഒരു നിയന്ത്രണവും, മര്യാദയും ഇല്ലാതായി. മോഹവില കണ്ട് പാവപ്പെട്ട കുടികിടപ്പുകാരൻവരെ നഗരങ്ങളിൽനിന്ന് 10 സെന്റ് വിറ്റ് പ്രാന്ത പ്രദേശങ്ങളിലേക്ക് കുടിയേറി ഇങ്ങനെ വാങ്ങിക്കൂട്ടിയ ഭൂമി പലതും ബിനാമി പേരുകളിലും സ്ഥാപനങ്ങളുടെ പേരുകളിലുമായി. മുൻപ് ജന്മിത്തകാലഘട്ടത്തിൽ ആയിരക്കണക്കിന് ഏക്കർ ഭൂമി കൈയിലുണ്ടായിരുന്ന ജന്മിത്വ ഭൂപ്രഭുത്വം നിയമക്കുരുക്കിൽനിന്ന് രക്ഷനേടി നൂറുകണക്കിന് ഏക്കർ സ്വന്തം കൈയിൽ നിലനിർത്താൻ നായയുടെയും, പൂച്ചയുടെയും, വിട്ടിലെ ജോലിക്കാരുടെയും പേരിൽ രേഖ തീർത്ത് സ്വന്തമാക്കിയ അനുഭവം കേരളത്തിനുണ്ട്. അതുപോലെ ആധുനിക സമൂഹത്തിലും പുതിയ ധനിക വർഗ്ഗം ഭൂമികൾ ബിനാമി പേരുകളിലും മറ്റു സ്ഥാപനങ്ങളുടെ പേരിലും ചാർത്തി വാങ്ങുകയാണ്. ഭൂപരിഷ്കരണ നിയമത്തെ അട്ടിമറിക്കുന്നനിലയിലാണ് പുതിയ രീതിയിൽ കൈകാര്യം ചെയ്യുന്നത്. ചിലർ സ്വന്തം പേരിൽത്തന്നെ നൂറുകണക്കിന് ഏക്കർ വാങ്ങി കൂട്ടിയിട്ടുണ്ട്. ഭൂപരിഷ്കരണം ജന്മിത്വ കാലഘട്ടത്തിൽ മാത്രം ബാധകമായതാണെന്ന ധാരണയാണ് ഇവർക്കുള്ളത്.

ഭൂമി തരിശിടാനും, നികത്താനും വേണ്ടി വാങ്ങിക്കൂട്ടിയിട്ടുള്ള ഭൂമാഫിയകളുടെയും റിയൽ എസ്റ്റേറ്റ് സ്ഥാപനങ്ങളുടെയും മറ്റും കൈയിലുള്ള ഭൂമികൾ തിരിച്ചറിയാനും അത്തരം ഭൂമികൾ പിടിച്ചെടുക്കാൻ ഗവൺമെന്റ് തന്നെ മുൻകൈയെടുക്കേണ്ടതുണ്ട്.

അതിനാവശ്യമായ ഭൂമി ചൂണ്ടിക്കാട്ടിയുള്ള സമരങ്ങൾ കെ എസ് കെ ടി യു ശക്തിപ്പെടുത്തണം. ജനങ്ങൾക്കിടയിൽ ബോധവല്ക്കരണത്തിനായുള്ള നിരന്തര ശ്രമങ്ങൾ നടത്താൻ സംഘടനയ്ക്ക് സാധിക്കണം. ഭൂമി ചൂണ്ടിക്കാണിച്ചിട്ടും, ബിനാമി ഭൂമികൾ ഉൾപ്പെടെ പിടിച്ചെടുക്കാൻ ഗവൺമെന്റ് തയ്യാറാകുന്നില്ലെങ്കിൽ അത്തരം ഭൂമിയിലേക്ക് ആദിവാസി, പട്ടികജാതി, കർഷക തൊഴിലാളി, ഭൂരഹിത കൃഷിക്കാരുടെ മാർച്ച് സംഘടിപ്പിക്കേണ്ടി വരും. അത്തരം ഭൂമികൾ പിടിച്ചെടുക്കാനും, കുടിൽ കെട്ടി താമസിക്കാനും നിർബ്ബന്ധിതമാകുന്ന സാഹചര്യം വരും. അത്തരത്തിലുള്ള സമരങ്ങളിലേക്ക് പ്രക്ഷോഭങ്ങളിലേക്ക് ഇറങ്ങാൻ കെ എസ് കെ ടി യു സന്നദ്ധമാകേണ്ടി വരുമെന്ന് കൺവെൻഷൻ പ്രഖ്യാപിച്ചു.

നെല്വയൽ സംരക്ഷിക്കാനും, തണ്ണീർത്തടങ്ങൾ നിലനിർത്താനും, ഭൂമാഫിയകളും, റിയൽ എസ്റ്റേറ്റുകാരും, മറ്റു സാമ്പത്തിക മേധാവികളും വാങ്ങിക്കൂട്ടിയിട്ടുള്ള കൃഷിഭൂമി കൃഷിയിടങ്ങളായി സംരക്ഷിക്കുന്നതിനും, മിച്ച ഭൂമിയിൽ പ്രവേശിച്ച് അവകാശം സ്ഥാപിക്കുന്നതിനുള്ള സമരങ്ങൾ ശക്തിപ്പെടുത്താനും ജനങ്ങളുടെ ജീവൻ സംരക്ഷിക്കാൻ പ്രകൃതിയുടെ ആവാസ വ്യവസ്ഥ നിലനിർത്താനും വേണ്ടിയുള്ള പ്രതിജ്ഞ കർഷക തൊഴിലാളി യൂണിയന്റെ കൺവെൻഷനിൽ മുഴങ്ങി.

ഭൂമിയില്ലാത്തവർക്ക് ഭൂമി വീടില്ലാത്തവർക്ക് വീട്

കേരള സ്റ്റേറ്റ് കർഷക തൊഴിലാളി യൂണിയന്റെ ആഭിമുഖ്യത്തിൽ ഭൂരഹിതരുടെയും ഭവനരഹിതരുടെയും ഒരു വിപുലമായ കൺവെൻഷൻ എറണാകുളത്ത് ആലുവ ടൗൺ ഹാളിൽ 2015 ഏപ്രിൽ 28 ന് വിളിച്ചു ചേർക്കുകയുണ്ടായി. പാവങ്ങളുടെ, ദരിദ്രനാരായണന്മാരുടെ ആവശ്യങ്ങൾ നിരന്തരം നിരാകരിക്കുന്നതുകൊണ്ടും ഭൂരഹിതരുടെയും ഭവനരഹിതരുടെയും ആവശ്യങ്ങൾക്ക് നേരെ തികഞ്ഞ ധാർഷ്ട്യത്തോടെയാണ് ഭരണകൂടം നിലപാടുകൾ കൈക്കൊള്ളുന്നത്. വീൺവാക്കുകളാവുന്ന പ്രസ്താവനകളല്ലാതെ ഒന്നും സർക്കാരുകളിൽനിന്ന് അനുഭവവേദ്യമാകുവാനായി ലഭിക്കുന്നില്ല. ഭൂപരിഷ്കരണവും മിച്ചഭൂമി വിതരണവും ഇ എം എസ് സർക്കാരിന്റെ കാലത്തുമുതൽ അർഹരായ ജനവിഭാഗങ്ങൾക്ക് നല്കി വരുന്നുണ്ട്. നായനാർ സർക്കാർ ഭവനരഹിതരായ ജനവിഭാഗങ്ങൾക്ക് വീടുകൾ നല്കുന്ന പദ്ധതിയും ആവിഷ്കരിച്ചു. വി എസ് സർക്കാർ ഇ എം എസ് ഭവന നിർമ്മാണ പദ്ധതി പോലുള്ള സർഗ്ഗാത്മകമായ ഇടപെടലുകളിലൂടെ ദരിദ്രനാരായണന്മാർക്ക് വീടുകൾ വെച്ചു നല്കി. ആദിവാസി-ദളിത് വിഭാഗങ്ങൾക്കും മണ്ണും വീടും ലഭ്യമായി. പക്ഷേ, നിലവിലുള്ള കേന്ദ്ര-സംസ്ഥാന സർക്കാരുകൾ ഭൂമിക്കും ഭവനത്തിനും അർഹരായ ജനവിഭാഗങ്ങളെ നിരന്തരം കബളിപ്പിക്കുകയാണ്. അവരെക്കണ്ടില്ലെന്ന് നടിക്കുകയാണ്. അവരുടെ അവകാശങ്ങളെ ചവിട്ടിമെതിക്കുകയാണ്. അത്തരുണത്തിലാണ് കർഷക തൊഴിലാളി യൂണിയൻ അവഗണിക്കപ്പെടുന്ന ജനവിഭാഗങ്ങളുടെ കൂടെ സമരഭൂമികയിലേക്ക് ഇറങ്ങുന്നത്.

ആധുനിക കേരളത്തിന് അടിത്തറ പാകിയത് ഭൂപരിഷ്കരണമായിരുന്നു. തിരുവിതാംകൂറിൽ പത്തൊമ്പതാം നൂറ്റാണ്ടിന്റെ അവസാന

കാലത്ത് തന്നെ ഭൂപരിഷ്കരണ നടപടികൾ ആരംഭിച്ചിരുന്നു. 1885 ലെ പട്ടം പ്രഖ്യാപനവും 1896 ലെ ജന്മികുടിയാൻ നിയമവും ജന്മിമാരെ നിയന്ത്രിക്കുന്നതിനും പാട്ടഭൂമിയിൽ കുടിയാന്റെ അവകാശം ഉറപ്പിക്കാനുമുള്ള നടപടികളായിരുന്നു. അതേപോലെ, കൊച്ചിയിൽ 1914 ലെയും 1938 ലെയും കുടിയാൻ നിയമങ്ങൾ, 1943 ലെ വെറുംപാട്ടക്കാരൻ നിയമം എന്നിവ മുഖ്യമായും പാട്ടഭൂമിയിൽ കുടിയാന്റെ അവകാശം ഉറപ്പിക്കാനായിരുന്നു. ഈ നിയമങ്ങളിലൊന്നിലും കൃഷിഭൂമി കൈവശം വെക്കുന്നതിനു പരിധിയോ, ഭൂരഹിത കർഷകത്തൊഴിലാളിക്ക് ഭൂമി നല്കുന്ന വിഷയമോ കടന്നു വന്നിരുന്നേയില്ല. അതുകൊണ്ടുതന്നെ, തിരുവിതാംകൂറിലോ കൊച്ചിയിലോ വൻകിട ഭൂസ്വാമിമാരുടെ സാമ്പത്തികരാഷ്ട്രീയ മേല്ക്കോയ്മയെ ദുർബ്ബലപ്പെടുത്താൻ ഈ നിയമങ്ങൾക്ക് കഴിഞ്ഞിരുന്നില്ല. മലബാറിലാകട്ടെ, കാണക്കാർക്ക് അനുകൂലമായ ഒരു നിയമം 1930 ൽ വന്നതൊഴിച്ചാൽ വെറുംപാട്ടക്കാരുടെ വിഷയംതന്നെ പൂർണ്ണമായും അവഗണിക്കപ്പെട്ടിരുന്നു. 1950 ൽ പോലും മലബാറിലെ ജന്മിത്തം അതിന്റെ എല്ലാ ഭീകരതയിലും നിലനിന്നിരുന്നു എന്നതാണ് വസ്തുത.

1940 കളിലെ കേരള സമൂഹത്തെ 'ജാതിജന്മിനാടുവാഴി സമൂഹം' എന്ന് വിളിക്കുന്നതാണ് ഉചിതം. ഭൂമിക്കുമേലുള്ള ഒരു ചെറിയ വിഭാഗത്തിന്റെ ആധിപത്യം ഒരു സാമ്പത്തിക വിഷയം മാത്രമല്ല എന്നാണ് ഇ എം എസ് വിലയിരുത്തിയത്. സാമ്പത്തിക രംഗത്ത് ജന്മിയുടെയും ഭൂപ്രമാണിയുടെയും, സാമൂഹ്യ രംഗത്ത് സവർണ്ണരുടെയും, രാഷ്ട്രീയ രംഗത്ത് നാടുവാഴികളുടെയും ആധിപത്യമായിരുന്നു അന്നത്തെ കേരള സമൂഹത്തിന്റെ സവിശേഷത. ഈ ആധിപത്യങ്ങളുടെ ഭൗതിക അടിത്തറ ഭൂമിക്കു മേലുള്ള ആധിപത്യം തന്നെയായിരുന്നു. സമഗ്രമായ ഭൂപരിഷ്കരണം വഴിയല്ലാതെ, ഭൂമിയുടെ പുനർവിതരണത്തിലൂടെയല്ലാതെ, നാട്ടിൻപുറങ്ങളിലെ ജനാധിപത്യവല്ക്കരണം അസാദ്ധ്യമാണെന്ന് കമ്യൂണിസ്റ്റ് പാർട്ടി തിരിച്ചറിഞ്ഞിരുന്നു. ഈ തിരിച്ചറിവിന്റെ ഭാഗമായാണ് 1957 ൽ പ്രഥമ കമ്യൂണിസ്റ്റ് സർക്കാർ അധികാരത്തിലെത്തിയപ്പോൾ കേരളത്തിൽ മുഴുവനായി ഐകരൂപ്യമുള്ള ഒരു ഭൂപരിഷ്കരണ നിയമം കൊണ്ടുവന്ന് നടപ്പിൽ വരുത്തേണ്ട കടമ, ആ സർക്കാർ ഏറ്റെടുത്തത്.

1957 ഏപ്രിൽ അഞ്ചാം തീയതി അധികാരത്തിൽ വന്ന ഇ എം എസ് സർക്കാർ ഭൂപരിഷ്കരണത്തോടുള്ള തങ്ങളുടെ പ്രതിബദ്ധത വ്യക്തമാക്കി ഏപ്രിൽ പതിനൊന്നിന് തന്നെ ഒരു ഓർഡിനൻസ് പുറപ്പെടുവിച്ചു. അൻപതുകളുടെ ആദ്യം മുതൽതന്നെ ഭൂപരിഷ്കരണത്തിന്റെ വർത്തമാനങ്ങൾ കേട്ട് ഭയന്ന ജന്മിമാർ നിസ്സാര ന്യായങ്ങൾ നിരത്തി കുടിയാന്മാരെ ഭൂമിയിൽനിന്നും ഒഴിപ്പിച്ചു തുടങ്ങിയിരുന്നു. ഈ ഒഴിപ്പിക്കലുകൾ അടിയന്തരമായി തടയുക എന്നതായിരുന്നു ഓർഡിനൻസിന്റെ മുഖ്യ ലക്ഷ്യം. കേരളപ്പിറവി ദിനം മുതൽ മുൻകാല പ്രാബല്യത്തോടുകൂടിയാണ് ഈ ഓർഡിനൻസ് ഒഴിപ്പിക്കലുകൾ തടഞ്ഞത്.

ഈ ഓർഡിനൻസ് 1957 ൽ തന്നെ Kerala Stay of Eviction Proceedings Act ആക്കി പാസാക്കുകയും ചെയ്തു. തുടർന്നാണ് സമഗ്രമായ ഭൂപരിഷ്കരണ നിയമം പാസാക്കാനുള്ള നടപടികളും ചർച്ചകളും ആരംഭിച്ചത്. നീണ്ട ചർച്ചകൾക്കൊടുവിൽ 1957 ഡിസംബർ മാസത്തിൽ Kerala Agrarian Relations Bill, 1957 നിയമസഭയിൽ അവതരിപ്പിക്കപ്പെട്ടു. 1957 നവംബർ മാസം കെ ആർ ഗൗരിയമ്മ ലിസ്റ്റു ചെയ്ത ബില്ലിന്റെ നാല് അടിസ്ഥാന തത്ത്വങ്ങൾ മര്യാദപ്പാട്ടം, സ്ഥിരാവകാശം, ഭൂപരിധി നിർണ്ണയം, കുടിയാന് ഭൂമി വിലയ്ക്ക് വാങ്ങാനുള്ള അവകാശം എന്നിവയായിരുന്നു. കൂടാതെ, ഭൂമിയിൽ മദ്ധ്യവർത്തികളെയും പ്രത്യേക അവകാശങ്ങളെയും റദ്ദു ചെയ്യുക, കുടിയാന്മ സമ്പ്രദായം കാലക്രമേണ ഇല്ലാതാക്കുക, കുടികിടപ്പുകാർക്കും കുടികിടപ്പ് ഭൂമിയിൽ അവകാശം നല്കുക, ഭൂബോർഡ് രൂപീകരിക്കുക, അഞ്ച് ഏക്കറിൽ താഴെയുള്ളവർക്ക് പാട്ടബാക്കി ഉണ്ടെങ്കിൽ അതിന്റെ റദ്ദുചെയ്യൽ തുടങ്ങിയവയും ബില്ലിന്റെ ലക്ഷ്യങ്ങളായിരുന്നു.

കേന്ദ്രസർക്കാർ സംസ്ഥാനസർക്കാരുകൾക്ക് നല്കിയ ഭൂപരിഷ്കരണ മാർഗ്ഗരേഖ അനുസരിച്ച്, പ്ലാന്റേഷനുകളെ (തോട്ടങ്ങളെ) ഭൂപരിധി നിർണ്ണയത്തിൽനിന്നും ഒഴിവാക്കി നിർത്തിയിരുന്നു. അങ്ങനെയല്ലാത്ത ബിൽ കേന്ദ്രസർക്കാർ അംഗീകരിക്കുമായിരുന്നില്ല. ബില്ലിനെതിരെ ശക്തമായ പ്രതിഷേധമാണ് ജന്മിമാരും, അവരുടെ ചങ്ങാത്ത പാർട്ടികളായ കോൺഗ്രസും പി എസ് പിയുമൊക്കെ അഴിച്ചുവിട്ടത്. നിയമസഭയ്ക്കകത്തും പുറത്തും വലിയ സമരങ്ങളും ബഹളങ്ങളുമൊക്കെ അന്നുണ്ടായി. കൈവശഭൂമിക്ക് പരിധി നിർണ്ണയിക്കേണ്ടത് വിസ്തീർണ്ണം നോക്കിയല്ല, മറിച്ച് ഭൂമിയിൽനിന്നും കിട്ടുന്ന അറ്റാദായം നോക്കി വേണമെന്നായിരുന്നു കെ പി സി സി പ്രസിഡന്റ് കെ എ ദാമോദരമേനോന്റെ വിചിത്രമായ ആവശ്യം. ബിൽ പരിഗണിച്ച സെലക്ട് കമ്മിറ്റിയിൽ ഈ ആവശ്യമുന്നയിച്ച് കോൺഗ്രസ് അംഗങ്ങൾ ഭിന്നാഭിപ്രായ കുറിപ്പും നല്കുകയുണ്ടായി. എതിർപ്പുകളൊക്കെ മറികടന്ന്, 1959 ജൂണിലാണ് ഒടുവിൽ നിയമസഭയ്ക്ക് ബിൽ പാസാക്കിയെടുക്കാൻ കഴിഞ്ഞത്. അപ്പോഴേക്കും കാർഷികബന്ധ ബില്ലിനും വിദ്യാഭ്യാസ നിയമത്തിനും എതിരെ വലതുപക്ഷം വിമോചന സമരം അഴിച്ചുവിട്ടു കഴിഞ്ഞിരുന്നു. അതിന്റെ ഫലമായി കാർഷികബന്ധ ബിൽ പാസാക്കി രണ്ടു മാസത്തിനകം, 1959 ജൂലൈ 31 ന്, ഇ എം എസ് സർക്കാർ പിരിച്ചു വിടപ്പെട്ടു. പാസായ ബില്ലിന് രാഷ്ട്രപതി അംഗീകാരം നല്കുന്നതിനും മുമ്പായിരുന്നു ഈ ജനാധിപത്യ ധ്വംസനം. ആറുമാസത്തെ രാഷ്ട്രപതി ഭരണത്തിന് ശേഷം 1960 ഫെബ്രുവരിയിൽ അധികാരത്തിൽ വന്നത് കോൺഗ്രസ് പി എസ് പി മുന്നണിയാണ്. പട്ടം താണുപിള്ളയായിരുന്നു മുഖ്യമന്ത്രി. 1959 ൽ പാസായതും, എന്നാൽ രാഷ്ട്രപതി അംഗീകാരം നല്കാത്തതിനാൽ ലാപ്സായിപോയതുമായ ബില്ലിന് പകരം ഈ മുന്നണി നിയമസഭയിൽ അവതരിപ്പിച്ചത്

അങ്ങേയറ്റം വെള്ളം ചേർത്ത ഒരു പുതിയ ബില്ലായിരുന്നു. ഫെബ്രുവരി 1961 ൽ പാസാക്കിയെടുത്ത ഈ നിയമത്തിന്റെ പേരായിരുന്നു The Kerala Agrarian Relations Act (KARA), 1960. വല്ലാതെ വെള്ളം ചേർത്തതാണെങ്കിലും ഈ ബില്ലിനെയും ജന്മിമാരും ഭൂവുടമകളും വെറുതെ വിട്ടില്ല. അവരതിനെ കോടതിയിൽ ചോദ്യം ചെയ്തു. ഭരണഘടനയനുസരിച്ച് സ്വകാര്യസ്വത്തിനുമേൽ ജനങ്ങൾക്ക് മൗലികമായ അവകാശങ്ങളുണ്ടെന്നും, ഈ അവകാശങ്ങളുടെ ലംഘനമാണ് ഭൂപരിഷ്കാര നിയമമെന്നുമായിരുന്നു അവരുടെ വാദം. കോടതി ഈ വാദം അംഗീകരിച്ചു. കേരളത്തിലെ ഭൂപരിഷ്കരണത്തെ അട്ടിമറിക്കുന്നതിനായി കോടതികൾ വലതുപക്ഷത്തോടൊപ്പം നില്ക്കുന്നതിന്റെ ചരിത്രവും ഇവിടെനിന്നാണ് ആരംഭിക്കുന്നത്.

1964 ലെ Kerala Land Reforms Act രൂപപ്പെടുന്നത്, കമ്യൂണിസ്റ്റ് പാർട്ടിയുടെയും ഫാദർ വടക്കന്റെ നേതൃത്വത്തിലുള്ള കർഷക തൊഴിലാളി പാർട്ടിയുടെയും ശക്തമായ പ്രക്ഷോഭത്തെ തുടർന്നായിരുന്നു. ഒരു പുതിയ നിയമം കൊണ്ടുവരാൻ ആർ ശങ്കറിന്റെ നേതൃത്വത്തിലുള്ള സർക്കാർ നിർബ്ബന്ധിതരാവുകയായിരുന്നു. കോടതികളുടെ പ്രതികൂല വിധികളിൽനിന്നും സംരക്ഷിക്കാൻ വേണ്ടി ഭരണഘടനയുടെ ഒമ്പതാം ഷെഡ്യൂളിൽ പെടുത്തിയാണ് ഈ നിയമം പാസാക്കിയെടുത്തത്. 64 ലെ നിയമവും 1959 ലെ Kerala Agrarian Relations Bill ഉം തമ്മിൽ വ്യത്യാസങ്ങളേറെയുണ്ട്. 59 ലെ കേരളപ്പിറവി ദിനം മുതലുള്ള എല്ലാ ഒഴിപ്പിക്കലുകളും തടഞ്ഞ ഉപവാക്യം 64 ലെ ബില്ലിൽനിന്നും എടുത്തു മാറ്റി. അപ്പോൾ ആയിരക്കണക്കിന് ഒഴിപ്പിക്കലുകൾ നിയമവിധേയമായി മാറി. 59 ലെ നിയമത്തിൽ ഒരു കുടുംബത്തിന് 25 ഏക്കർ ദൂരപരിധിയായിരുന്നു നിശ്ചയിക്കപ്പെട്ടിരുന്നത്. 64 ലെ നിയമത്തിൽ അത് 36 ഏക്കറായി ഉയർത്തി. കശുമാവ്, തെങ്ങ്, കുരുമുളക്, കായലുകളിൽനിന്ന് കൃഷിക്കായി വീണ്ടെടുത്ത ഈർപ്പനിലങ്ങൾ തുടങ്ങി ചില പ്രത്യേകവിളകൾ കൃഷിചെയ്യുന്ന ഭൂമികളെ 64 ൽ പുതിയതായി ഭൂപരിധി നിശ്ചയിക്കപ്പെടുന്നതിൽനിന്നും ഒഴിവാക്കിയെടുത്തു. 1959 ലെ നിയമത്തിൽ ഒരു ചെറുകിട കൃഷിക്കാരനെ നിർവ്വചിച്ചിരുന്നത്, 5 ഏക്കറിൽ കുറഞ്ഞ ഭൂമിയുള്ള കുടുംബം എന്നായിരുന്നു. 1964 ലാവട്ടെ ഇത് 24 ഏക്കറാക്കി ഉയർത്തി. ഇത്തരം മാറ്റങ്ങളിലൂടെ സർക്കാർ ഏറ്റെടുത്ത് വിതരണം ചെയ്യേണ്ട ലക്ഷക്കണക്കിന് ഏക്കർ മിച്ചഭൂമി നഷ്ടപ്പെട്ടു. 1959 നും 1964 നും ഇടയിലുള്ള കാലദൈർഘ്യത്തിൽ കൈയിലുണ്ടായിരുന്ന മിച്ചഭൂമിയിൽ ഒട്ടുമുക്കാലും ജന്മികളും മറ്റ് വൻകിട ഭൂവുടമകളും ബിനാമികൾക്കും സ്വന്തക്കാർക്കും കൈമാറ്റി സംരക്ഷിച്ചു.

1957 നും 1966 നും ഇടയിലുള്ള കാലദൈർഘ്യത്തിൽ 2.2 ലക്ഷം ഏക്കർ ഭൂമിയിലാണ് ജന്മിമാർ ഉടമസ്ഥാവകാശം കൈമാറ്റം ചെയ്തത്. ഇതിൽ, 66 ശതമാനം വില്പനയും, 33 ശതമാനം ഇഷ്ടദാനവും ആയിരുന്നു. ഈ ഭൂമിയുടെ ഏകദേശം 25 ശതമാനം കുടിയാന്മാരുണ്ടായിരുന്ന

ഭൂമിയായിരുന്നു. ഇഷ്ടദാനം ചെയ്യപ്പെട്ട ഭൂമിയുടെ 76 ശതമാനവും തിരുവിതാംകൂറിലായിരുന്നു. 57 നും 66 നും ഇടയിൽ കൈവശാവകാശം കൈമാറ്റം ചെയ്യപ്പെട്ടത് 1.9 ലക്ഷം ഏക്കർ ഭൂമിയിലാണ്. ഇത്തരത്തിലുള്ള കൈമാറ്റത്തിന്റെ 85 ശതമാനവും കുടിയാൻ അവകാശങ്ങളുടെ കൈമാറ്റമായിരുന്നു. അതായത്, ഒന്നുകിൽ കുടിയാൻ തന്റെ അവകാശം തിരിച്ചു ജന്മിക്കു മടക്കി കൊടുത്തു, അല്ലെങ്കിൽ ഒരു കുടിയാനിൽനിന്ന് മറ്റൊരു കുടിയാനിലേക്ക് (ഈ പുതിയ 'കുടിയാൻ' ജന്മിയുടെ സ്വന്തക്കാരനോ സുഹൃത്തോ ആവും) കൈവശാവകാശം കൈമാറ്റം ചെയ്യപ്പെട്ടു. രണ്ടായാലും, ജന്മിയുടെ ഭീഷണിയാണ് വിജയിച്ചത്. പ്ലാന്റേഷനുകളെ ഭൂപരിധിക്കുള്ളിൽ നിർത്തിയാൽ 17.5 ലക്ഷം ഏക്കർ ഭൂമി മിച്ചഭൂമിയായുണ്ട് എന്നാണ് 1957 ൽ കണക്കാക്കപ്പെട്ടത്. പ്ലാന്റേഷനുകളെ ഒഴിവാക്കിയാൽ ഏകദേശം 7.5 ലക്ഷം ഏക്കർ മിച്ചഭൂമി 1957 ൽ കേരളത്തിലുണ്ടായിരുന്നതായും കണക്കാക്കിയിട്ടുണ്ട്. എന്നാൽ, 1964 ൽ Kerala Land Reforms Act അവതരിപ്പിച്ചുകൊണ്ട് അന്നത്തെ റവന്യൂമന്ത്രി നല്കിയ കണക്കനുസരിച്ച് കേരളത്തിലെ മിച്ചഭൂമി 1.2 ലക്ഷം ഏക്കർ മാത്രമാണ്. ഏഴു വർഷത്തിനുള്ളിൽ 6 ലക്ഷത്തോളം ഏക്കർ മിച്ചഭൂമി നഷ്ടമായതായി ഇതിൽനിന്നും മനസ്സിലാവും. മിച്ചഭൂമി വിതരണത്തിലെ തിരിമറികളും പരാജയവും ആരംഭിക്കുന്നത് ഇവിടെ വെച്ചാണ്. കോൺഗ്രസ് പാർട്ടിക്ക് മാത്രമാണ് ഇതിന്റെ ഉത്തരവാദിത്വം.

1967 ൽ ഇ എം എസിന്റെ നേതൃത്വത്തിൽ രണ്ടാമത് സർക്കാർ അധികാരത്തിലെത്തി. 1967 ഏപ്രിൽ 5 ന് ആദ്യമാസത്തിൽത്തന്നെ ആ സർക്കാർ ഒരു കുടിയൊഴിപ്പിക്കൽ നിരോധന ഓർഡിനൻസ് പുറത്തിറക്കി. 1964 ലെ നിയമംമൂലം കേരളപ്പിറവിദിനം മുതൽ കുടിയൊഴിപ്പിക്കപ്പെട്ട എല്ലാ കുടിയാന്മാർക്കും കുടികിടപ്പുകാർക്കും ഭൂമിയിലുള്ള അവകാശം നിഷേധിച്ചെങ്കിൽ, ഇ എം എസ് സർക്കാരിന്റെ ഓർഡിനൻസ് വഴി ആ അവകാശങ്ങൾ അടിയന്തരമായി പുനഃസ്ഥാപിച്ചു. ആ ഓർഡിനൻസ്, Kerala Stay of Eviction Proceedings Act, 1967 ആയി നിയമസഭയിൽ പാസാക്കുകയും ചെയ്തു. തുടർന്ന്, 1964 ലെ നിയമം കർഷകർക്കും ഭൂരഹിതർക്കും അനുകൂലമാക്കി എങ്ങനെ ഭേദഗതി ചെയ്തെടുക്കാം എന്നതിനെക്കുറിച്ചുള്ള ആലോചനകൾ തുടങ്ങി. 1968 ൽ തന്നെ ഒരു ബില്ലുണ്ടാക്കി കേന്ദ്രത്തിൽ അധികാരത്തിലിരുന്ന കോൺഗ്രസ് സർക്കാരിന് അയച്ചുകൊടുത്തു. പക്ഷേ, 1969 വരെ ആ ബില്ലിന് അനുമതി കൊടുത്തില്ല. ഒടുവിൽ ഒക്ടോബർ 1969 ൽ ഭേദഗതി ചെയ്ത കാർഷികബന്ധ ബിൽ പാസായി. ജനുവരി 1, 1970 മുതല്ക്ക് ഇതിന് നിയമ പ്രാബല്യവുമുണ്ടായി. 1968 ൽ Kerala Record of Rights Act, 1968 പ്രത്യേകമായി പാസാക്കപ്പെട്ടു. ഇതോടെ, കേരളത്തിൽ കുടിയാൻ വ്യവസ്ഥ എന്നെന്നേക്കുമായി അവസാനിച്ചു. 1969 ലെ ഇ എം എസ് സർക്കാരിന്റെ നിയമം 1964 ലെ നിയമത്തിനുമേൽ ഒട്ടനവധി ഭേദഗതികൾ കൊണ്ടുവന്നുള്ള ഒരു പുതിയ ബില്ലായിത്തന്നെ പരിഗണിക്കേണ്ട ഒന്നാ

ണ്. ഒരു പുതിയ ഭൂപരിഷ്കരണ നിയമം തന്നെയാണ് ഈ ഭേദഗതികൾ വഴി 1970 ജനുവരി ഒന്ന് മുതൽ നടപ്പിൽ വന്നത്. അന്ന് മുതലാണ് കേരളത്തിൽ ഭൂപരിഷ്കരണ നിയമം നടപ്പിലാക്കൽ ശരിക്കും ആരംഭിച്ചത്.

ഇ എം എസ് മന്ത്രിസഭയെ മറിച്ചിട്ടുകൊണ്ട് സി പി ഐയും കോൺഗ്രസും ചേർന്ന കുറുമുന്നണി അധികാരത്തിൽ വന്നത് ഈ സമയത്താണ്. ഈ മുന്നണിയുടെ രാഷ്ട്രീയ അടിത്തറ ഭൂപരിഷ്കരണത്തിന് അനുകൂലമായിരുന്നില്ല. ശക്തമായ പ്രക്ഷോഭങ്ങളുമായി മുന്നോട്ടുപോയാൽ മാത്രമേ കർഷക തൊഴിലാളികളടക്കമുള്ളവർക്ക് ജീവിതം ലഭ്യമാവുകയുള്ളു. അങ്ങനെയാണ് 1969 ഡിസംബർ മാസത്തിൽ ആലപ്പുഴയിൽ വച്ച് രണ്ടായിരത്തോളം കർഷകരും കർഷക തൊഴിലാളികളും പങ്കെടുത്ത ഒരു മഹാസമ്മേളനം സംഘടിപ്പിക്കപ്പെട്ടത്. മൂന്ന് ലക്ഷത്തിലേറെപ്പേർ പങ്കാളികളായ വൻ റാലിയും അതിന്റെ ഭാഗമായി ഉണ്ടായി. എ കെ ജി, ഇ എം എസ്, ഹരേകൃഷ്ണ കോനാർ, പി സുന്ദരയ്യ എന്നിവർ ആ സമ്മേളനത്തിൽ പങ്കെടുത്തു. ഇനിയും ഭൂപരിഷ്കരണം നീട്ടിക്കൊണ്ടുപോകാൻ സമ്മതിക്കില്ല എന്ന് സമ്മേളനം പ്രഖ്യാപിച്ചു.

അച്യുതമേനോൻ സർക്കാർ, സീലിങ് റിട്ടേണുകൾ സമർപ്പിക്കാത്തവർക്കെതിരെ ഒരു നടപടിയും സ്വീകരിച്ചില്ല. 1970 ലെ നിയമം അനുസരിച്ച് കേരളത്തിലെ എല്ലാ കുടുംബങ്ങളും നിർബ്ബന്ധമായും സീലിങ് റിട്ടേണുകൾ സർക്കാരിന് സമർപ്പിക്കണം. 1972 മാർച്ച് വരെ മൊത്തം 60,000 ഏക്കർ മിച്ചഭൂമി കൈവശമുണ്ടായിരുന്ന 691 പേരുടെ സീലിങ് റിട്ടേണുകൾ മാത്രമേ സർക്കാരിൽ സമർപ്പിച്ചിരുന്നുള്ളു. എന്നാൽ, 1964 ലെ റവന്യൂവകുപ്പ് മന്ത്രി പ്രഖ്യാപിച്ചത് കേരളത്തിൽ 4200 പേരുടെ കൈയിൽ മിച്ചഭൂമിയുണ്ട് എന്നായിരുന്നു. അച്യുതമേനോൻ സർക്കാരിന്റെ നടപടികൾ ഭൂസ്വാമിമാർക്ക് അനുകൂലമായിരുന്നു. സർക്കാരിന്റെ നയം ഭൂസമരം അട്ടിമറിക്കാനുള്ള അടവാണെന്ന് മനസ്സിലായപ്പോൾ 1972 മെയ് മാസം കൊച്ചിയിൽ കർഷകരും കർഷക തൊഴിലാളികളും ഒരു സമ്മേളനം വിളിച്ചുചേർത്തു. മിച്ചഭൂമി സമരം ആരംഭിക്കാൻ തീരുമാനിച്ചു.

1972 മെയ് മുതൽ ആഗസ്ത് വരെ 80 ദിവസവും നവംബർ, ഡിസംബർ മാസങ്ങളിൽ 47 ദിവസവും നീണ്ട ചരിത്രപരമായ ആ സമരത്തിൽ വോളന്റിയർമാർ മിച്ചഭൂമികളിൽ കയറി. കർഷക തൊഴിലാളികൾ അവകാശമുറപ്പിച്ചു. ഇത്രയൊക്കെയായിട്ടും, മെയ് 1973 വരെയുള്ള കണക്കെടുത്താൽ, വിതരണത്തിന് സർക്കാർ ഏറ്റെടുത്ത മിച്ചഭൂമി വെറും 956 ഏക്കർ മാത്രമാണ്. 1972 ൽ അച്യുതമേനോൻ സർക്കാർ 1969 ലെ ബില്ലിനെ അട്ടിമറിക്കാൻ ഒരു ഭേദഗതി കൊണ്ടുവന്നു. Kerala Land Reforms (Amendment) Act, 1972 പാസാക്കപ്പെട്ടു. 1969 ലെ ബിൽ ഒട്ടുമിക്ക ഇഷ്ടദാനങ്ങളെയും ഇല്ലായ്മ ചെയ്ത് കഴിയുന്നത്ര മിച്ചഭൂമി ഏറ്റെടുക്കൽ ലക്ഷ്യമാക്കിയെങ്കിൽ, 1972 ലെ ഭേദഗതിയാകട്ടെ

ഇഷ്ടദാനങ്ങൾ തിരികെ കൊണ്ടുവരാനുള്ള ഒരു ഗൂഢനീക്കമായിരുന്നു. ഈ ഭേദഗതിയിലൂടെ തിരികെ കൊണ്ടുവരാൻ ശ്രമിച്ച ഇഷ്ടദാനങ്ങൾക്ക് ഒരു കാലപരിധിയും ഏർപ്പെടുത്തിയിരുന്നില്ല.

കേരള കോൺഗ്രസിന്റെയും മുസ്ലീംലീഗിന്റെയും താല്പര്യവും ഈ ബില്ലിന് പിറകിലുണ്ടായിരുന്നു. 1969 ലെ സെക്ഷൻ 83, 84 എന്നിവ കൂട്ടുകുടുംബവ്യവസ്ഥ അംഗീകൃതമായ ഹിന്ദു സമുദായത്തിലെ അംഗങ്ങൾക്ക് അനുകൂലവും, അംഗീകൃതമല്ലാത്ത മുസ്ലിം ക്രിസ്ത്യൻ സമുദായങ്ങളിലെ അംഗങ്ങൾക്ക് പ്രതികൂലവുമാണെന്ന വിചിത്രമായ വാദമുയർത്തിയാണ് അച്യുതമേനോൻ സർക്കാർ 72 ലെ ഭേദഗതി കൊണ്ടുവന്നത്. ഈ ഭേദഗതിയുടെ ഗുണഭോക്താക്കൾ മുസ്ലിം, ക്രിസ്ത്യൻ സമുദായങ്ങളിലെ ഭൂപ്രമാണിമാർ മാത്രമായിരുന്നു. ഇതേ സമുദായങ്ങളിലെ ഭൂരഹിതർക്ക് ലഭിക്കേണ്ട ആയിരക്കണക്കിന് ഏക്കർ മിച്ചഭൂമി ഇത് വഴി നഷ്ടപ്പെട്ടു. ഈ നിയമത്തെ കേരള ഹൈക്കോടതി 1974 ൽ അസാധുവാക്കി. വലതുപക്ഷത്തിന് അതൊരു തിരിച്ചടിയായിരുന്നു. 1975 ൽ അടിയന്തരാവസ്ഥ പ്രഖ്യാപിക്കപ്പെട്ടു. കേരള കോൺഗ്രസ്, മുസ്ലീം ലീഗ് എന്നീ പാർട്ടികളുടെ പിന്തുണ ഭരിച്ചിരുന്ന സി പി ഐ - കോൺഗ്രസ് മുന്നണിക്ക് അത്യന്താപേക്ഷിതമായിരുന്നു. 1974 ലെ കോടതി വിധി മറികടക്കാൻ പ്രത്യേക നിയമനിർമ്മാണം നടത്താമെന്ന് കേരള കോൺഗ്രസിന് ഉറപ്പുകൊടുത്തതിന്റെ അടിസ്ഥാനത്തിൽ, 1976 ൽ കേരള കോൺഗ്രസ് ഭരണമുന്നണിയിൽ ചേർന്നു. മുന്നണിയുടെ ലെയിസൺ കമ്മിറ്റി യോഗം 1976 ഒക്ടോബർ 15 ന് പ്രത്യേകമായി ചേർന്നു. പുതിയ ഇഷ്ടദാന നിയമനിർമ്മാണം ചർച്ച ചെയ്യാൻ വേണ്ടി മാത്രമാണ് ആ യോഗം ചേർന്നത്. ഒടുവിൽ 1974 ലെ ഹൈക്കോടതി വിധി മറികടക്കാൻ, കേരള കോൺഗ്രസിന്റെയും മുസ്ലീംലീഗിന്റെയും സമ്മർദ്ദത്തിന് വഴങ്ങി കൊണ്ടുവന്നതാണ് 1979 ൽ പാസാക്കിയ കുപ്രസിദ്ധമായ ഇഷ്ടദാന നിയമം. മിച്ചഭൂമി ഇല്ലാതാക്കുന്നതിൽ ഈ നിയമം വഹിച്ച പങ്ക് വളരെ വലുതാണ്. ഇഷ്ടദാനനിയമമനുസരിച്ച് നഷ്ടപ്പെട്ട ഭൂമിയുടെ കണക്ക് പണ്ഡിതർ വെളിപ്പെടുത്തിയിട്ടുണ്ട്. പ്രശസ്ത സാമ്പത്തിക വിദഗ്ദ്ധൻ പി കെ മൈക്കിൾ തരകന്റെ കണക്കുകൾ പ്രകാരം 22,000 ഭൂരഹിത ദളിത് കുടുംബങ്ങൾക്ക് വിതരണം ചെയ്യാമായിരുന്ന ഏകദേശം 14,000 ഏക്കർ ഭൂമിയാണ് 1979 ലെ ഇഷ്ടദാന നിയമം കാരണം നഷ്ടമായത്. വർഗ്ഗാടിസ്ഥാനത്തിൽ ആരംഭിച്ച കേരളത്തിലെ ഭൂപരിഷ്കരണ പ്രക്രിയയെ വർഗ്ഗീയതയുടെ പേരിൽ കുരുതി കഴിക്കാനാണ് ഇതിലൂടെ പരിശ്രമിച്ചത്. ന്യൂനപക്ഷ വിഭാഗങ്ങളിലെ ഏതാനും ഭൂപ്രഭുക്കൾക്കുവേണ്ടി, ആ വിഭാഗത്തിലെ തന്നെ ആയിരക്കണക്കിന് പാവപ്പെട്ടവരുടെ അവകാശം നിഷേധിക്കാനാണ് ശ്രമിച്ചത്.

1970 കളുടെ ആദ്യപകുതിയിൽ മിച്ചഭൂമിക്ക് വേണ്ടിയുള്ള സമരഭൂമികളിലായിരുന്നു കർഷക തൊഴിലാളി പ്രസ്ഥാനം. കേരളത്തിലെ വർഗ്ഗസമരത്തിന്റെ ചരിത്രപരമായ ഒരു ഏടായിരുന്നു മിച്ചഭൂമി സമരം.

എന്നാൽ, ആ സമരത്തെ നിഷ്ഠുരമായി അടിച്ചമർത്താനാണ് അന്നത്തെ സർക്കാർ ശ്രമിച്ചത്.

1980 ൽ നായനാർ സർക്കാർ അധികാരത്തിൽ വന്നപ്പോൾ ഉടനടി നിയമസഭയിൽ പാസാക്കിയ ഒരു നിയമം The Kerala Land Reforms (Amendment) Bill, 1980 ആയിരുന്നു. കുടിയാന്മ തിരിച്ചു കൊണ്ടുവരാൻ ശ്രമിച്ച 6 ഇ എന്ന വകുപ്പ് ഈ നിയമം വഴി നായനാർ സർക്കാർ റദ്ദു ചെയ്തു. 6 ഇ എടുത്തുമാറ്റിയത് കൊണ്ടുമാത്രം കർഷക തൊഴിലാളി കൾക്കും കർഷകർക്കുമുണ്ടായ നഷ്ടം തീർന്നില്ല. 1957 മുതല്ക്ക് എത്ര മിച്ചഭൂമി നഷ്ടപ്പെട്ടു എന്ന് നോക്കിയാൽ നഷ്ടത്തിന്റെ ഒരു ഏകദേശ ബോദ്ധ്യം കിട്ടും. വലതുപക്ഷ പാർട്ടികളും, വലതുചേർന്ന് നടന്ന ഇട തുനാട്യക്കാരും, ജന്മിഭൂവുടമാ ലോബിയും തന്ത്രപൂർവ്വം നടപ്പിലാക്കിയ രാഷ്ട്രീയക്കളിയിൽ നഷ്ടം സഹിക്കേണ്ടി വന്നത് ലക്ഷക്കണക്കിന് ഭൂരഹിത കർഷക തൊഴിലാളികൾക്കായിരുന്നു. അവർക്ക് ലഭിച്ചത് 1969 ലെ നിയമപ്രകാരം 10 സെന്റ്, 5 സെന്റ്, 3 സെന്റ് ഭൂമിയാണ്. 1969 ലെ നിയമമില്ലായിരുന്നെങ്കിൽ ഇതിലും പരിതാപകരമാകുമായിരുന്നു കർഷക തൊഴിലാളികളുടെ സ്ഥിതി.

1980 മുതൽ ഇടതുമുന്നണി അധികാരത്തിൽ വന്നപ്പോഴെല്ലാം സർക്കാരിന്റെ കൈയിലുള്ള മിച്ചഭൂമി വിതരണം ചെയ്യുവാനും അതോടൊപ്പം മിച്ചഭൂമികളുമായി ബന്ധപ്പെട്ട കേസുകൾ വേഗത്തിൽ തീർപ്പാക്കാനും നടപടികൾ സ്വീകരിച്ചു. മിച്ചഭൂമി വിതരണത്തിന്റെ കാര്യമാണെങ്കിൽ, 1987 മുതൽ 1991 അധികാരത്തിലിരുന്ന രണ്ടാം നായനാർ സർക്കാർ പിടിച്ചെടുത്ത മിച്ചഭൂമി 3915 ഏക്കർ വരും. ഇതിൽ 3245 ഏക്കർ ഭൂമി 17,536 ഗുണഭോക്താക്കൾക്ക് വിതരണം ചെയ്തതിന് ശേഷമാണ് ആ സർക്കാർ പുറത്തു പോയത്. അതേപോലെ, 1996 മുതൽ 2001 വരെ അധികാരത്തിലിരുന്ന മൂന്നാം നായനാർ സർക്കാർ വിതരണം ചെയ്ത മിച്ചഭൂമി ഏകദേശം 1500 ഏക്കർ വരും. അപ്പോഴേക്കും സർക്കാരിന്റെ കൈയിലുള്ള മിച്ചഭൂമിയും ഏറെ കുറഞ്ഞു. കഴിഞ്ഞ വി എസ് സർക്കാരിന്റെ കാലത്ത്, 14658 പേർക്ക് മിച്ചഭൂമി പട്ടയവും 31500 പേർക്ക് കൈവശരേഖയും 63500 പേർക്ക് മറ്റ് വിവിധ പട്ടയങ്ങളും നല്കി.

കേസുകൾ തീർപ്പാക്കാനുള്ള നടപടികളെടുത്താൽ, 1980 ൽ ഭരണ ത്തിലിരുന്ന ആദ്യത്തെ നായനാർ സർക്കാരായിരുന്നു കോടതികളിൽ കെട്ടിക്കിടക്കുന്ന മിച്ചഭൂമി കേസുകൾ വേഗം തീർപ്പാക്കാൻ ചീഫ് ജസ്റ്റി സിന് പ്രത്യേക അപേക്ഷ നല്കിയത്. തുടർന്ന് അന്നത്തെ ചീഫ്ജസ്റ്റിസ് ഒരു ജഡ്ജിയെ അതിനുവേണ്ടി നീക്കിവെക്കുകയും ചില പ്രത്യേക സംവിധാനങ്ങൾ ഏർപ്പെടുത്തുകയും ചെയ്തു. പിന്നീട് 1987 ൽ അധി കാരത്തിൽ വന്ന അടുത്ത നായനാർ മന്ത്രിസഭയായിരുന്നു മിച്ചഭൂമി കേസുകൾ വേഗത്തിൽ തീർപ്പാക്കാൻ ആദ്യമായി സിറ്റിങ് ഹൈക്കോടതി ജഡ്ജി ചെയർമാനായി ഒരു സ്പെഷ്യൽ ട്രിബ്യൂണൽ രൂപീകരിക്കുവാൻ നിയമമുണ്ടാക്കിയത്. അതാണ് 1989 ലെ ഭൂപരിഷ്കരണ ഭേദഗതി ബില്ല്.

നിയമത്തിന് പ്രസിഡന്റിന്റെ അംഗീകാരം വാങ്ങി, ഒരു സിറ്റിങ് ഹൈക്കോടതി ജഡ്ജിക്ക് വേണ്ടി ചീഫ് ജസ്റ്റിസിന് കത്തെഴുതിക്കഴിഞ്ഞാണ് ആ മന്ത്രിസഭ പുറത്തുപോയത്.

നഷ്ടപ്പെട്ടുപോയ മിച്ചഭൂമി തിരിച്ചു പിടിക്കുന്നതിനും, അതിനു വേണ്ടി ഒരു താലൂക്ക് ലാന്റ് ബോർഡുകളെ ചുമതലപ്പെടുത്തുന്നതിനും, 1989 ലെ ബില്ലിൽ വകുപ്പുണ്ടായിരുന്നു. കഴിഞ്ഞ വി എസ് സർക്കാരിന്റെ കാലത്ത്, സർക്കാരിന്റെ കൈയിലുള്ള ഭൂമിയും കൈയേറ്റങ്ങൾ ഒഴിപ്പിച്ചെടുത്ത ഭൂമിയും സംരക്ഷിക്കുന്നതിന് വേണ്ടി ലാന്റ് ബാങ്ക് രൂപീകരിച്ചു.

സംസ്ഥാനത്ത് ഏറ്റെടുക്കാൻ സാധിക്കുന്ന മിച്ചഭൂമി 2012 വരെയുള്ളത് 138,861 ഏക്കറാണ്. ഇത്രയും മിച്ചഭൂമിയിൽ 103,421 ഏക്കർ മാത്രമേ ഏറ്റെടുക്കാൻ കഴിഞ്ഞിട്ടുള്ളൂ. ബാക്കി കിടക്കുന്ന 35,440 ഏക്കർ മിച്ചഭൂമി കേസിലോ തർക്കങ്ങളിലോ പെട്ട് കിടക്കുകയാണ്. 2012 വരെ ഏറ്റെടുത്ത 103,421 ഏക്കർ മിച്ചഭൂമിയിൽ 73,796 ഏക്കർ ഭൂമി മാത്രമേ 2012 വരെയും വിതരണം ചെയ്തിട്ടുള്ളൂ. ബാക്കി കിടക്കുന്ന 29,625 ഏക്കർ ഭൂമിയിൽ 12,562 ഏക്കർ ഭൂമി പൊതുആവശ്യങ്ങൾക്കായി മാറ്റി വച്ചിരിക്കുകയാണ്. മറ്റൊരു 15,561 ഏക്കർ ഭൂമി കേസുകളിലോ, തർക്കങ്ങളിലോ, പ്രതികൂല കൈവശങ്ങളിലോ (adverse possession) ആണ്. പിന്നെയും മറ്റൊരു 1502 ഏക്കർ വിതരണത്തിന് ഉണ്ടായിരുന്നിട്ടും വിതരണം ചെയ്യാതെ സർക്കാർ കൈവശം വെച്ചുകൊണ്ടിരിക്കയാണ്.

ഉത്തരവിറക്കപ്പെട്ട മിച്ചഭൂമി	*31-10-1996 വരെ*	*30-10-2012 വരെ*
ഏറ്റെടുക്കാൻ ഉത്തരവായ മിച്ചഭൂമി (ഏക്കർ)	172295	172295
ഹൈക്കോടതി ഉത്തരവുമൂലം ഏറ്റെടുക്കാൻ കഴിയാതെ പോയത് (ഏക്കർ)	34616	33434
ബാക്കി ഏറ്റെടുക്കാൻ ഉത്തരവായത് (ഏക്കർ)	137679	138861
ഹൈക്കോടതി സ്റ്റേ നിലനില്ക്കുന്ന ഭൂമി (ഏക്കർ)	22575	23534
ഇതിൽ തർക്കത്തിൽ പെട്ട് കിടക്കുന്ന ഭൂമിയും വനഭൂമിയും (ഏക്കർ)	18006	11906
ഏറ്റെടുത്ത മിച്ചഭൂമി (ഏക്കർ)	95626	103421
ഉത്തരവായതിൽ ഏറ്റെടുക്കാൻ ബാക്കിയുള്ള മിച്ചഭൂമി (ഏക്കർ)	1472	4820
മിച്ചഭൂമി വിതരണം		
ഏറ്റെടുത്ത മിച്ചഭൂമി (ഏക്കർ)	95626	103421
പൊതു ആവശ്യങ്ങൾക്ക് കരുതി വെച്ചിട്ടുള്ള മിച്ചഭൂമി (ഏക്കർ)	20356	12562
ഹൈക്കോടതി സ്റ്റേ നിലനില്ക്കുന്ന മിച്ചഭൂമി (ഏക്കർ)	4610	4197
തർക്കത്തിൽ പെട്ട് കിടക്കുന്ന മിച്ചഭൂമി (ഏക്കർ)	4887	4310
പ്രതികൂല കൈവശത്തിൽ (adverse possession) കിടക്കുന്ന മിച്ചഭൂമി (ഏക്കർ)	-	7054
വിതരണം ചെയ്തു കഴിഞ്ഞ മിച്ചഭൂമി (ഏക്കർ)	64400	73796

വിതരണം ചെയ്യാൻ ബാക്കി കിടക്കുന്ന മിച്ചഭൂമി (ഏക്കർ)	1373	1502
ഗുണഭോക്താക്കളുടെ എണ്ണം		
മിച്ചഭൂമി കിട്ടിയ പട്ടികജാതിക്കാർ (എണ്ണം)	60830	61267
പട്ടികജാതിക്കാർക്ക് കിട്ടിയ മിച്ചഭൂമി (ഏക്കർ)	23866	24957
മിച്ചഭൂമി കിട്ടിയ പട്ടികവർഗ്ഗക്കാർ (എണ്ണം)	7505	10325
പട്ടികവർഗ്ഗക്കാർക്ക് കിട്ടിയ മിച്ചഭൂമി (ഏക്കർ)	5179	9418
മിച്ചഭൂമി കിട്ടിയ മറ്റുള്ളവർ (എണ്ണം)	75916	97249
മറ്റുള്ളവർക്ക് കിട്ടിയ മിച്ചഭൂമി (ഏക്കർ)	35355	39419
മൊത്തം ഗുണഭോക്താക്കൾ (എണ്ണം)	145890	168841
മൊത്തത്തിൽ കൊടുത്ത മിച്ചഭൂമി	64400	73796

അവലംബം: റവന്യൂ ഡിപ്പാർട്ട്മെന്റ് രേഖകൾ.

ഹൈക്കോടതി സ്റ്റേ മാത്രം ഒഴിവാക്കിയെടുത്താൽ 27,731 ഏക്കർ മിച്ചഭൂമി വിതരണത്തിനായി ലഭിക്കും. പക്ഷേ, 2011 ലെ യു ഡി എഫ് സർക്കാർ അതിനുവേണ്ട നടപടികളൊന്നും കൈക്കൊള്ളുന്നില്ല. ബജറ്റ് തന്നെ വില്പനയ്ക്ക് വെച്ച് കുപ്രസിദ്ധി നേടിയ ധനവകുപ്പ് മന്ത്രി തന്നെയാണ് നിയമമന്ത്രി പദവും വഹിക്കുന്നത്. ഭൂസ്വാമിമാർ ആ മന്ത്രിയെ സ്വാധീനിച്ചാൽ കോടതിയിൽ വ്യവഹാരങ്ങൾക്കായി സംസ്ഥാന സർക്കാർ ഹാജരാവില്ല എന്നതാണ് അവസ്ഥ. ഈ കേസുകൾ എത്രയും വേഗം തീർപ്പാക്കുന്നതിന് പ്രത്യേക കോടതികളെ നിയമിക്കുന്നതിനുള്ള ഇടപെടലുകൾ സംസ്ഥാന സർക്കാരിന്റെ ഭാഗത്ത് നിന്നുണ്ടാവണം. വിവിധ തർക്കങ്ങളിൽപ്പെട്ടുകിടക്കുന്ന മിച്ചഭൂമികളും വിവരണത്തിനായി തയ്യാറാക്കാൻ സർക്കാർ മുൻകൈയെടുക്കണം. വനം വകുപ്പും റവന്യൂ വകുപ്പും തമ്മിലുള്ള തർക്കങ്ങളാണ് ഇതിൽ പ്രധാനം. വകുപ്പുതല തർക്കങ്ങൾ പരിഹരിച്ചാൽ 16,216 ഏക്കർ ഭൂമി കൂടി വിതരണത്തിനായി ലഭിക്കും.

സംസ്ഥാനത്ത് പാട്ടക്കാലാവധി കഴിഞ്ഞ തോട്ടങ്ങൾ, പാട്ടവ്യവസ്ഥ ലംഘിച്ച തോട്ടങ്ങൾ, കൃഷിചെയ്യാതെ വെറുതെയിട്ടിരിക്കുന്ന തോട്ടങ്ങൾ, അനധികൃതമായി ഉടമകൾ കൈയേറി വച്ചിരിക്കുന്ന തോട്ടങ്ങൾ തുടങ്ങി പല തരത്തിലുള്ള തോട്ടങ്ങളുണ്ട്. 1957 ലെയും 1964 ലെയും ഭൂപരിഷ്കരണ നിയമങ്ങൾ അനുസരിച്ചു തോട്ടങ്ങളെ ഭൂപരിധി നിയമങ്ങളിൽ നിന്നും ഒഴിവാക്കിയിരുന്നു. 2011 ലെ കണക്ക് പ്രകാരം 15 ലക്ഷം കുടുംബങ്ങളാണ് തോട്ടം മേഖലയിൽ തൊഴിലാളികളായും അല്ലാതെയും ഉപജീവനം കണ്ടെത്തുന്നത്. ഇവരിൽ ദളിതരും ആദിവാസികളുമുണ്ട്. പാവപ്പെട്ട ദരിദ്രനാരായണന്മാരുണ്ട്. എല്ലാ തോട്ടങ്ങളെയും ഒറ്റയടിക്ക് ഭൂപരിധി നിയമത്തിൻകീഴിൽ കൊണ്ടുവന്നാൽ ഇത്രയും കുടുംബങ്ങൾ ഒറ്റയടിക്ക് തൊഴിൽരഹിതരാകും. അതിനാൽ എല്ലാ തോട്ടങ്ങളും ഏറ്റെടുക്കുക എന്നത് മനുഷ്യത്വരഹിതമാണ്. തോട്ടങ്ങളെയും മിച്ചഭൂമി പ്രശ്നത്തെയും യാന്ത്രികമായി കൂട്ടിക്കെട്ടാൻ കഴിയില്ല. കേരളത്തിൽ

തോട്ടങ്ങൾ എന്ന് പറയാൻ കഴിയുന്ന 29 ലക്ഷം ഏക്കർ ഭൂമിയുണ്ട്. ഇതിൽ ഏകദേശം 11 ലക്ഷം ഏക്കർ ഭൂമി ചെറുകിട കർഷകരുടെ കൈയിലാണ്. കമ്പനികളല്ല കുടുംബങ്ങളാണ് ഇവിടെ കൃഷി ചെയ്യുന്നത്. ചെറുകിട കാപ്പി, റബ്ബർ കർഷകർ അതിനുള്ള ഉദാഹരണങ്ങളാണ്. ബാക്കി 18 ലക്ഷം ഏക്കർ ഭൂമിയാണ് തോട്ടങ്ങളായി വൻകിട കമ്പനികളുടെ കൈയിലുള്ളത്. ഇതിനുള്ളിലാണ് ഭാവിയിൽ കൂടുതൽ ആവശ്യമുള്ള മിച്ചഭൂമി തേടേണ്ടത്.

പാട്ടക്കാലാവധി കഴിഞ്ഞ തോട്ടങ്ങൾ സർക്കാർ ഉടനടി ഏറ്റെടുക്കണം. ഈ തോട്ടങ്ങളിൽ പണിയെടുക്കുന്ന തൊഴിലാളികളുടെ താല്പര്യങ്ങൾ ഹനിക്കാതെ തോട്ടങ്ങൾ ഏറ്റെടുക്കാൻ സാധിക്കേണ്ടതുണ്ട്. നിലവിലെ തോട്ടങ്ങൾക്കുള്ളിൽ കൃഷി ചെയ്യാതെ തരിശിട്ടിരിക്കുന്ന ആയിരക്കണക്കിന് ഏക്കർ ഭൂമിയുണ്ട്. ഇങ്ങനെ തരിശിടുന്നത് പാട്ടക്കരാറുകൾക്ക് വിരുദ്ധമാണ്. പല തോട്ടങ്ങളിലും പാട്ടഭൂമിയുടെ വിസ്തീർണ്ണവും പണിയെടുക്കുന്ന തൊഴിലാളികളുടെ എണ്ണവും തമ്മിൽ ഒരു ബന്ധവുമുണ്ടാവില്ല. വിസ്തീർണ്ണത്തെ അപേക്ഷിച്ച് വളരെ കുറവായിരിക്കും തൊഴിലാളികളുടെ എണ്ണം. അതിൽനിന്നും മനസ്സിലാക്കാൻ കഴിയുന്നത് ബാക്കി ഭൂമി തരിശു കിടക്കുന്നു എന്നതാണ്. തൊഴിലാളികളുടെ എണ്ണം നോക്കി കൃഷിചെയ്യുന്ന ഭൂമിയുടെ വിസ്തീർണ്ണം കണക്കാക്കുകയും, ബാക്കി കിടക്കുന്ന ഭൂമി മിച്ചഭൂമിയായി കണ്ട് ഏറ്റെടുക്കുകയും ചെയ്യേണ്ടതുണ്ട്. ഇങ്ങനെ ചെയ്യുമ്പോൾ തോട്ടങ്ങളിൽ പണിയെടുക്കുന്ന തൊഴിലാളികളുടെ ഉപജീവനത്തെയും തൊഴിലിനെയും സംരക്ഷിക്കുകയും ചെയ്യാം. സംസ്ഥാന സർക്കാർ നിഷ്ക്രിയമായി നില്ക്കാതെ ഇത്തരം മാർഗ്ഗങ്ങളിലൂടെ മിച്ചഭൂമി കണ്ടെത്തി വിതരണം ചെയ്യുന്നതിൽ ശുഷ്കാന്തി കാണിക്കണം.

മിച്ചഭൂമി ഏറ്റെടുക്കൽ പ്രക്രിയ ത്വരിതപ്പെടുത്തുക എന്നതിനൊപ്പം, തോട്ടങ്ങൾ സംബന്ധിച്ച ഭൂനിയമങ്ങളിൽ വെള്ളം ചേർക്കുന്ന വലതുപക്ഷ സർക്കാരുകളുടെ നയങ്ങളെയും ചെറുത്ത് തോല്പിക്കേണ്ടതുണ്ട്. 2011 ലെ യു ഡി എഫ് സർക്കാർ, ഭൂസ്വാമിമാർക്കുവേണ്ടി നയങ്ങൾ ഉടച്ചുവാർക്കുകയായിരുന്നു. ആ സർക്കാർ, കൈക്കൊണ്ട നടപടികളിലൂടെ കേരളത്തിലെ ഭൂരഹിതരായ കർഷക തൊഴിലാളികൾക്കും ദളിത് ആദിവാസി വിഭാഗങ്ങൾക്കും ലഭിക്കേണ്ട മിച്ചഭൂമി എന്നെന്നേക്കുമായി ഇല്ലാതാക്കാനാണ് ശ്രമിച്ചത്. കോൺഗ്രസും വലതുപക്ഷവും ഭൂപരിഷ്കരണ നടപടികളോട് എന്നും മുഖം തിരിച്ചു നില്ക്കുകയാണ് ചെയ്തിട്ടുള്ളത്. അതിന്നും തുടരുക തന്നെയാണ്. നവലിബറൽ നയങ്ങളുടെ ഒരു പ്രധാന ലക്ഷ്യമാണ് ഭൂപരിഷ്കരണത്തിന്റെ അട്ടിമറി. നവലിബറൽ നയങ്ങളെ പിൻപറ്റി ഭരണം നടത്തിയ യു ഡി എഫ് സർക്കാർ ലക്ഷക്കണക്കിന് ജനങ്ങളുടെ ത്യാഗത്തിന്റെയും സഹനത്തിന്റെയും ഫലമായി കേരളത്തിൽ നടപ്പിൽ വരുത്തപ്പെട്ട ഭൂപരിഷ്കരണത്തെ അട്ടിമറിക്കാൻ ശ്രമിക്കുമ്പോൾ തീർച്ചയായും ശക്തമായ പ്രക്ഷോഭ വഴികളിലേക്ക് പോകേ

ണ്ടതുണ്ടെന്ന് ആലുവ കൺവെൻഷൻ പ്രഖ്യാപിച്ചു.

എല്ലാവർക്കും വീട്, എല്ലാ വീടിനും വെള്ളവും വെളിച്ചവും കക്കൂസും എന്ന ലക്ഷ്യത്തിലേക്ക് മുന്നേറാനുള്ള ആർജ്ജവമാണ് കേരളത്തിന് വേണ്ടത്. ഇടതുപക്ഷം അധികാരത്തിലെത്തിയപ്പോഴെല്ലാം ഭവനരഹിതരുടെ പ്രശ്നങ്ങളെ അനുഭാവപൂർവ്വം പരിഗണിച്ചിട്ടുണ്ട്. വികസനം എന്നത് യാഥാർത്ഥ്യമാക്കണമെങ്കിൽ എല്ലാ ഭൂരഹിതർക്കും കിടപ്പാടവും വീടും ലഭ്യമാക്കണം. ഈ ലക്ഷ്യം അനന്തമായി നീട്ടിക്കൊണ്ടുപോകാൻ പറ്റില്ല എന്ന ഇച്ഛാശക്തി ഇടതുപക്ഷം പ്രകടിപ്പിക്കുകയും പദ്ധതികൾ ആവിഷ്കരിക്കുകയും ചെയ്യാറുണ്ട്. പക്ഷേ, അഞ്ച് വർഷം കൂടുമ്പോൾ ഭരണ നേതൃത്വത്തിലേക്ക് മാറി വരുന്ന വലതുമുന്നണി സംവിധാനം ഈ പദ്ധതികളെ ഇല്ലാതാക്കാറാണ് പതിവ്.

രാജ്യത്തെ 20 മില്യൻ ജനങ്ങൾ ഭവനരഹിതരാണെന്നത് ഒരു യാഥാർത്ഥ്യമാണ്. രാജ്യ തലസ്ഥാന നഗരമായ ഡൽഹിയിൽ ഒരു ലക്ഷത്തിലേറെ കുടുംബങ്ങൾ വീടില്ലാത്തവരാണ്. കൊടിയ തണുപ്പിലും ചൂടിലും വെയിലിലും മഴയിലും കടത്തിണ്ണയിലും പുറമ്പോക്കിലും ജീവിക്കേണ്ടിവരുന്ന പട്ടിണിപ്പാവങ്ങളുടെ നാട് എന്ന വിശേഷണം ഇന്നും ഇന്ത്യക്കുമേലുണ്ട്. അത്തരമൊരു രാജ്യത്ത്, എല്ലാവർക്കും വീട് എന്നത് ഒരു സ്വപ്നം മാത്രമായേ കണക്കാക്കാനാവൂ. പക്ഷേ, ആ സ്വപ്നം നിറവേറ്റാനുള്ള ശ്രമങ്ങൾ കേരളത്തിൽ നടന്നിട്ടുണ്ട്. അതിന് ശ്രമിച്ചത് ഇടതുപക്ഷ സർക്കാരുകളാണ്.

2006 ലെ നിയമസഭാ തിരഞ്ഞെടുപ്പിൽ എൽ ഡി എഫ് വച്ച പ്രകടനപത്രികയിലെ പ്രധാന വാഗ്ദാനങ്ങളിലൊന്ന് പാർപ്പിടം സംബന്ധിച്ചുള്ളതായിരുന്നു. അതാകട്ടെ, ഇടതുപക്ഷം നേതൃത്വം നല്കിയ സർക്കാരുകൾ ഭൂപരിഷ്കരണം മുതലിങ്ങോട്ട് നടപ്പാക്കിയ നയസമീപനത്തിന്റെ തുടർച്ചയായുള്ളതാണ്. തദ്ദേശഭരണ സ്ഥാപനങ്ങൾക്ക് കൂടുതൽ ഉത്തരവാദിത്വങ്ങൾ നല്കിയ കൂട്ടത്തിലാണ് ദരിദ്ര ജനവിഭാഗങ്ങൾക്ക് വീടു നല്കുന്നതിനുള്ള ചുമതലയും ഏല്പിക്കപ്പെട്ടത്. ഇതിന്റെ ഫലമായി ഭവന നിർമ്മാണ മേഖലയിൽ അഭൂതപൂർവ്വമായ വളർച്ചയാണ് കേരളത്തിലുണ്ടായത്. ഒമ്പതാം പദ്ധതിക്കാലത്ത് 5.5 ലക്ഷവും 10-ാം പദ്ധതിക്കാലത്ത് 3 ലക്ഷവും വീടുകൾ ദുർബ്ബല ജനവിഭാഗങ്ങൾക്ക് നിർമ്മിച്ച് നല്കി. പതിനൊന്നാം പദ്ധതിയിൽ ലക്ഷ്യം സമ്പൂർണ്ണ ഭവനപദ്ധതിയായിരുന്നു. അന്നത്തെ സ്ഥിതിവിവരക്കണക്കുകളിൽനിന്നും സംസ്ഥാനത്ത് അഞ്ചു ലക്ഷം ഭവനരഹിത കുടുംബങ്ങളുണ്ടെന്നും അതിൽ 1.5 ലക്ഷം ഭൂരഹിത കുടുംബങ്ങളാണെന്നും മനസ്സിലാക്കി. അത്രയും കുടുംബങ്ങൾക്ക് വീട് നിർമ്മിച്ചുനല്കിയാൽ കേരളം ഭവനരഹിതരില്ലാത്ത സംസ്ഥാനമാകും എന്ന ചിന്തയിൽനിന്നാണ് ഇ എം എസ് സമ്പൂർണ്ണ ഭവനപദ്ധതി രൂപംകൊള്ളുന്നത്.

2010 ആഗസ്ത് അവസാനത്തെ കണക്കുകളനുസരിച്ച് 2007 ഏപ്രിൽ മുതല്ക്കുള്ള പതിനൊന്നാം പദ്ധതിക്കാലത്ത് 3.14 ലക്ഷം വീടുകളുടെ

നിർമ്മാണം പൂർത്തിയായി. 1.29 ലക്ഷം വീടുകളുടെ നിർമ്മാണങ്ങൾ ആ സമയത്ത് പുരോഗമിക്കുന്നുമുണ്ട്. ഇതിനായി തദ്ദേശഭരണ സ്ഥാപനങ്ങൾ പദ്ധതിവിഹിതത്തിൽനിന്ന് 1669 കോടി രൂപ ആദ്യ മൂന്നു വർഷങ്ങളിൽ ചെലവഴിച്ചു. സഹകരണ ബാങ്കുകളിൽനിന്ന് 1889 കോടി രൂപയാണ് വായ്പയെടുത്തത്. ഇവ ചേർത്ത് തദ്ദേശഭരണ സ്ഥാപനങ്ങൾ 3558 കോടി രൂപയാണ് സമ്പൂർണ്ണ ഭവന പദ്ധതിക്ക് വേണ്ടി ചെലവഴിച്ചത്. ഇതിനുപുറമെ ഐ എ വൈ, ലക്ഷം വീട്, ഭവനശ്രീ തുടങ്ങിയ കേന്ദ്ര-സംസ്ഥാന പദ്ധതികൾക്കായി 760 കോടി രൂപ ചെലവഴിക്കാനും ഇടതു പക്ഷ സർക്കാരിന് സാധിച്ചു.

2011 ൽ യു ഡി എഫ് സർക്കാർ അധികാരത്തിലെത്തിയ ഉടൻതന്നെ ഇ എം എസ് ഭവന നിർമ്മാണ പദ്ധതിക്ക് പൂർണ്ണ വിരാമമിട്ടു. വലതുപക്ഷത്തിന്റെ പിന്തിരിപ്പൻ നയം പുറത്തെടുത്തില്ലായിരുന്നുവെങ്കിൽ തീർച്ചയായും കേരളത്തിന്റെ സമ്പൂർണ്ണപാർപ്പിട പദ്ധതി പൂർത്തിയാവുമായിരുന്നു. പക്ഷേ, യു ഡി എഫുകാർ ആ പദ്ധതി പിൻവലിച്ചു. ക്രിയാത്മകമായ രീതിയിൽ ഒരു ഭവനപദ്ധതി നടപ്പിലാക്കാൻ സംസ്ഥാന സർക്കാരിന് സാധിച്ചുമില്ല. കർഷക തൊഴിലാളി യൂണിയൻ ജില്ലകളിലെ ഭൂരഹിതരുടെയും ഭവന രഹിതരുടെയും എണ്ണം തിട്ടപ്പെടുത്തുന്നതിന് വേണ്ടി വിവരാവകാശ നിയമപ്രകാരം ജില്ലാ കളക്ട്രേറ്റുകളിൽ ബന്ധപ്പെട്ടപ്പോൾ കൃത്യതയാർന്ന വിവരം നല്കാൻ അധികൃതർക്ക് സാധിച്ചില്ല. ജില്ലകളിൽ ആ വിശദാംശങ്ങൾ സൂക്ഷിക്കുന്നില്ല എന്ന ഞെട്ടിക്കുന്ന വസ്തുതയാണ് മറുപടിയായി ലഭിച്ചത്. ഇത്തരം വിവരങ്ങൾ ജില്ലകളിൽ ക്രോഡീകരിച്ച് വെച്ച്, ഭൂരഹിതരുടെയും ഭവന രഹിതരുടെയുമൊക്കെ പ്രശ്നങ്ങൾ പരിഹരിച്ചാൽ, അന്നത്തെ സർക്കാരിന്റെ ജനസമ്പർക്ക പരിപാടിയിൽ ആളുകൾ കുറഞ്ഞുപോകുമെന്നതായിരുന്നു ഈ നിഷ്ക്രിയതയ്ക്ക് കാരണം.

ആലുവ കൺവെൻഷനിൽ ആദിവാസി - ദളിത് വിഭാഗങ്ങളിൽ നിന്നുള്ള നിരവധിപേർ പങ്കാളികളായി. ഭൂമിയും വീടുമില്ലാത്ത നിസ്വവർഗ്ഗത്തിന്റെ സംഗമമായിരുന്നു ആ കൺവെൻഷൻ. ഞങ്ങൾക്ക് വേണ്ടത് ഗിമ്മിക്കുകളല്ല, ഇച്ഛാശക്തിയോടുകൂടിയുള്ള നടപടികളാണ് എന്നാണ് അവിടെ പങ്കാളികളായ ദുർബ്ബല ജനവിഭാഗങ്ങൾ വിളിച്ചു പറഞ്ഞത്. അവരുടെ ശബ്ദത്തെ കേട്ടില്ലെന്ന് നടിക്കാൻ ഒരു ഭരണകൂടത്തിനും സാധിക്കില്ല.

ഭൂസംരക്ഷണ പ്രക്ഷോഭം

ആയിരത്തി തൊള്ളായിരത്തി അറുപത്തിയൊൻപത് ഡിസംബർ 14 ന് ആലപ്പുഴ അറവുകാട് മൈതാനിയിൽ ചേർന്ന 5 ലക്ഷം പേർ പങ്കെടുത്ത കർഷകരുടെയും, കർഷക തൊഴിലാളികളുടെയും കൺവെൻഷൻ രൂപംനല്കിയ പ്രക്ഷോഭ സമരത്തിന്റെ തുടർച്ച ഇന്ന് അത്യന്താപേക്ഷിതമായി തീർന്നിരിക്കുന്നു എന്നും കേരളത്തിലെ ഭൂപരിഷ്കരണ നിയമം അട്ടിമറിക്കാനുള്ള നീക്കങ്ങൾക്കെതിരായും ഭൂരഹിതർക്ക് ഭൂമി വിതരണംചെയ്യുന്നതിനും നെല്വയൽ സംരക്ഷിക്കുന്നതിനുംവേണ്ടി അതിശക്തമായ പ്രക്ഷോഭത്തിലേക്ക് ഇറങ്ങുവാനും പാലക്കാട് ചേർന്ന കർഷകരുടെയും തൊഴിലാളികളുടെയും ആദിവാസികളുടെയും കോളനി അസോസിയേഷന്റെയും സംയുക്ത കൺവെൻഷൻ ആഹ്വാനം ചെയ്തിരുന്നു. ഒരു ഭൂസംരക്ഷണ സമിതിയും ഇതിന്റെ ഭാഗമായി ആവിഷ്കരിച്ചു. അതിന്റെ അടിസ്ഥാനത്തിൽ 2013 ജനുവരി 1 ന് ഭൂസംരക്ഷണ പ്രക്ഷോഭം അതിശക്തമായി ആരംഭിച്ചു.

ഇന്ന് കേരളത്തിൽ 3 ലക്ഷത്തിലേറെ കുടുംബങ്ങൾ ഭൂരഹിതരാണ്. ഇ എം എസ് പാർപ്പിട പദ്ധതിയുടെ രണ്ടാംഘട്ടമായി മുഴുവൻപേർക്കും കിടപ്പാടവും വീടും വെച്ചുകൊടുക്കുന്നതിനുവേണ്ടി 2006 ലെ ഇടതുപക്ഷ ഗവൺമെന്റ് തുടക്കമിട്ടു. അതിനുള്ള ഭൂമി കണ്ടുപിടിക്കുന്നതിന് ഊർജ്ജിത ശ്രമങ്ങൾ ആരംഭിച്ചിരുന്നു. പക്ഷേ, അത് പൂർത്തീകരിക്കാൻ കഴിഞ്ഞില്ല. കേരളത്തിൽ ഭൂ പ്രശ്നം വലിയ ഭീഷണിയായി വളർന്നിരിക്കുകയാണ്. 70 ൽ കുടികിടപ്പവകാശം ലഭിച്ചവർ 42 വർഷത്തിന് ശേഷവും ഒരിഞ്ച് ഭൂമിപോലും കൂടുതൽ വർദ്ധിപ്പിക്കാനാകാതെ ശ്വാസം മുട്ടി കഴിയുകയാണ്. ആ സാഹചര്യത്തിലാണ് കേരളത്തിൽ റിയൽ എസ്റ്റേറ്റ് മുതലാളിമാരും കോർപ്പറേറ്റുകളും ബിനാമി പേരിൽ വലിയ

തോതിൽ ഭൂമി വാങ്ങിക്കൂട്ടുന്നത്. ഒട്ടനവധി കമ്പനികൾ രജിസ്റ്റർ ചെയ്ത് ഓരോന്നിന്റെയും പേരിൽ 15 ഏക്കറിൽ താഴെ ഭൂമി വാങ്ങുന്നു. പിന്നീട് നികത്താമെന്ന ലക്ഷ്യത്തോടെ ഭൂ നിയമത്തെ വെല്ലുവിളിച്ചുകൊണ്ട് നെല്വയലുകളാണ് പ്രധാനമായും അവർ വാങ്ങുന്നത്.

കൃഷിക്ക് ആവശ്യമായ ഭൂമി ചൂണ്ടിക്കാട്ടിയുള്ള സമരമാണ് ഭൂസംരക്ഷണ സമിതിയുടെ നേതൃത്വത്തിൽ ആരംഭിച്ചത്. ബോധവല്ക്കരണത്തിനായി 2 ജാഥകൾ പ്രയാണം നടത്തി. തിരുവനന്തപുരത്തുനിന്ന് ഇ പി ജയരാജന്റെയും, കാസർഗോഡുനിന്ന് എ വിജയരാഘവന്റെയും നേതൃത്വത്തിലാരംഭിച്ച് സംസ്ഥാനമൊട്ടാകെ പര്യടനം നടത്തിയ ജാഥകൾ എറണാകുളത്ത് സംഗമിച്ചു. അവിടെവെച്ച് 2013 ജനുവരി 1 ന് ആരംഭിക്കുന്ന ജില്ലകളിലെ ഭൂസമര കേന്ദ്രങ്ങൾ പ്രഖ്യാപിച്ചു. ഒരു ലക്ഷം വാളന്റിയർമാരാണ് ഐതിഹാസികമാകുന്ന ഈ സമരത്തിൽ പങ്കെടുത്ത് അറസ്റ്റ് വരിച്ച് ജയിലിൽ പോകാൻ തയ്യാറായത്. ഭൂമി ചൂണ്ടിക്കാണിച്ചിട്ടും, ബിനാമി ഭൂമികൾ ഉൾപ്പെടെ പിടിച്ചെടുക്കാൻ ഗവൺമെന്റ് തയ്യാറാകുന്നില്ലെങ്കിൽ അത്തരം ഭൂമിയിലേക്ക് ആദിവാസി, പട്ടികജാതി, കർഷക തൊഴിലാളി, ഭൂരഹിത കൃഷിക്കാർ പ്രവേശിച്ച് അത്തരം ഭൂമികൾ പിടിച്ചെടുക്കാനും, അടുത്തഘട്ടത്തിൽ കുടിൽ കെട്ടി താമസിക്കാനും തയ്യാറാകുമെന്ന് ഭൂസംരക്ഷണ സമിതി പ്രഖ്യാപിച്ചു. കേരളമാകെ ഉജ്ജ്വലമായ മുന്നേറ്റങ്ങൾ ഇതിന്റെ ഭാഗമായി പിറവികൊണ്ടു.

കാർഷിക കേരളത്തിനായി കർഷക തൊഴിലാളികൾ

ചരിത്രത്തിൽ മനുഷ്യർ നടത്തിയ ഏറ്റവും നിർണ്ണായകമായ കാൽ വെപ്പെന്ന് കൃഷിയുടെ സാക്ഷാൽക്കാരത്തെ വിശേഷിപ്പിക്കാം. ഏകദേശം പതിനായിരത്തിലേറെ വർഷങ്ങൾക്ക് മുമ്പ് കാർഷിക വൃത്തി ആവിർഭ വിച്ചതായാണ് പറയപ്പെടുന്നത്. കാർഷിക വ്യവസ്ഥയ്ക്ക് ആ കാലഘട്ട ത്തിൽ നേതൃത്വം വഹിച്ചവർ അതിൽ വിജയം വരിച്ചപ്പോൾ അത് അടിമ വ്യവസ്ഥയ്ക്കും നാടുവാഴിത്ത വ്യവസ്ഥയ്ക്കും നിമിത്തമായി. ഇത്തരം വ്യവസ്ഥകളിൽ മണ്ണും മനുഷ്യനും നിർണ്ണായകമായിരുന്നു. നാടുവാഴിത്ത വ്യവസ്ഥയിൽനിന്നും മുതലാളിത്ത വ്യവസ്ഥയിലേക്കുള്ള മാറ്റത്തിന്റെ കാലം കാർഷിക മേഖലയ്ക്ക് സംഭവിച്ച ആപേക്ഷികമായ അപചയ ത്തിന്റെ കാലം കൂടിയായിരുന്നു. അവിടെനിന്നും വ്യാപാരമുതലാളിയുടെ കൈയിലേക്ക് കാർഷിക വ്യവസ്ഥ എത്തുമ്പോൾ കർഷകർ കൃഷിഭൂമി കളിൽനിന്ന് ആട്ടിയിറക്കപ്പെടുന്ന അവസ്ഥ ലോകത്തിന്റെ പല ഭാഗങ്ങ ളിലുമുണ്ടായി. വ്യവസായ മുതലാളിമാരും ചൂതാട്ടമുതലാളിമാരും ഭൂമി യുടെ അവകാശികളായി അധികാരം സ്ഥാപിക്കുമ്പോൾ കാർഷിക പ്ര തിസന്ധി എല്ലാ അർത്ഥത്തിലും മൂർത്തമാവുകയാണ്. ഇത്തരമൊരു പ്ര തിസന്ധി ഘട്ടത്തെയാണ് നാം അഭിമുഖീകരിക്കുന്നത്.

കാർഷിക മേഖലയോടുള്ള മനോഭാവം ഒരു പുതിയ തലത്തിലേക്ക് മാറ്റിയെടുക്കാതെ പരമ്പരാഗതമായി രൂപംകൊണ്ട കേരളത്തിന്റെ കാർ ഷികസംസ്കൃതിയെ തിരിച്ചുപിടിക്കാനും നിലനിർത്താനുമാവില്ല. കേരള ത്തിന്റെ പൊതുസമൂഹത്തിൽ ഒരളവുവരെ ഈ തിരിച്ചറിവ് ഉണ്ടായിവ രുന്നുണ്ട്.

ഭൂവിസ്തൃതിയുടെയും ജനസംഖ്യയുടെയും അനുപാതം പരിശോ ധിക്കുമ്പോൾ മറ്റ് പ്രദേശങ്ങളേക്കാൾ കൂടുതൽ ജനസംഖ്യയുള്ള

സംസ്ഥാനമാണ് കേരളം. എന്നിട്ടും കാലക്രമേണ കേരളത്തിന്റെ കാർഷിക വ്യവസ്ഥിതിയിൽ മൗലികമായ മാറ്റങ്ങൾ സംഭവിച്ചു. മലയാളികളുടെ പ്രവാസ ജീവിതവും അതുവഴി കൈവരിച്ച സാമ്പത്തിക വളർച്ചയുമാണ് ഇതിന് പ്രധാനമായും കാരണമായത്. കഴിഞ്ഞ പത്ത് പതിനഞ്ച് കൊല്ലക്കാലമായി കേരളത്തിന്റെ ദേശീയ വരുമാനം 8-10 ശതമാനമായി വളരുന്നത് ഇതിന്റെ ഭാഗമായാണ്. എന്നാൽ, കേരളത്തിന്റെ തനത് ദേശീയ വരുമാന വർദ്ധനവിന്റെ പങ്ക് പരിശോധിക്കുമ്പോൾ കൃഷിയിൽനിന്നുള്ള വരുമാനം കുറഞ്ഞുവരുന്നത് മനസ്സിലാക്കാൻ സാധിക്കും.

ജാതി-ജന്മി-നാടുവാഴി വ്യവസ്ഥ നിലനിന്നിരുന്ന കേരളത്തിലെ കാർഷിക മേഖലയിൽ 1957 ഓടുകൂടി മാറ്റം വരാൻ തുടങ്ങി. ഇ എം എസിന്റെ നേതൃത്വത്തിൽ അധികാരത്തിൽ വന്ന കമ്യൂണിസ്റ്റ് ഗവൺമെന്റ് സംസ്ഥാനത്തെ ഭൂബന്ധത്തിൽ മാറ്റം കുറിച്ചതോടെയാണ് ആ മാറ്റം സാദ്ധ്യമായത്. ഇ എം എസ് ഗവൺമെന്റ് രണ്ടാമത് അധികാരത്തിൽ വന്നപ്പോൾ കാർഷിക ഭൂപരിഷ്കരണ ഭേദഗതി നിയമം നിലവിൽ വരുത്തി. ഈ നിയമത്തെ അടിസ്ഥാനപ്പെടുത്തി സംഘടിത കർഷക-കർഷക തൊഴിലാളി പ്രസ്ഥാനത്തിന്റെ ആഭിമുഖ്യത്തിൽ 1970 കളിൽ നടന്ന പോരാട്ടത്തിലൂടെ ജന്മിത്വ ഭൂപ്രഭുത്വത്തിന് അന്ത്യംകുറിച്ചു. അങ്ങനെ ജനാധിപത്യവിപ്ലവത്തിന്റെ ഒരു ഘട്ടം നമ്മുടെ സംസ്ഥാനത്ത് പൂർത്തിയായി. തോട്ടം ഭൂമിയുടെ ഒരു വലിയ ഭാഗം മുതലാളിത്ത ഭൂപ്രഭുത്വത്തിന്റെ കൈയിലേക്ക് എത്തിച്ചേർന്നു എന്നതും കാണേണ്ടതുണ്ട്. കർഷകരും കർഷക തൊഴിലാളികളും ജന്മിത്വ ഭൂപ്രഭുത്വം കൈയടക്കിവെച്ചിരുന്ന ഭൂമിയുടെ ഉടമകളായി മാറിയപ്പോൾ അവരുടെ ജീവിത സാഹചര്യങ്ങളിലും മാറ്റം വന്നു. അവകാശങ്ങളെക്കുറിച്ചുള്ള ബോധവും അതിനായുള്ള അന്വേഷണവും അവർ തുടർന്നുകൊണ്ടേയിരുന്നു. അവരുടെ സാമൂഹ്യ ജീവിതത്തിന്റെ അലകും പിടിയും മാറ്റാൻ ഉതകുന്ന രീതിയിൽ വിദ്യാഭ്യാസം, പൊതുജനാരോഗ്യം, പാർപ്പിടം തുടങ്ങിയ മേഖലകളിൽ മുന്നേറ്റം കുറിക്കുവാനും സാധിച്ചു.

പരിസ്ഥിതി പ്രശ്നങ്ങളും കാർഷിക കേരളത്തിന്റെ മുഖച്ഛായ മാറ്റുന്നതിന് കാരണമായി. പാരിസ്ഥിതിക പ്രശ്നങ്ങൾ പ്രത്യാഘാതങ്ങൾ സൃഷ്ടിച്ചുകൊണ്ട് ലോകജനതയുടെ മുന്നിൽ ശക്തമായ വെല്ലുവിളികൾ ഉയർത്തുകയാണ്. കാലാവസ്ഥ മാറ്റവും ലോക വ്യാപകമായി ചർച്ച ചെയ്യപ്പെടുന്നു. ആ ഒരു വർത്തമാനത്തിൽ കേരളത്തെ പരിശോധിക്കുമ്പോൾ ഭീഷണമായ സ്ഥിതിവിശേഷങ്ങൾ ഇവിടെയുമുണ്ടെന്ന് മനസ്സിലാക്കാൻ സാധിക്കും. നെല്വയലുകളുടെ വിസ്തൃതി വല്ലാതെ കുറഞ്ഞതാണ് പാരിസ്ഥിതിക പ്രത്യാഘാതമുണ്ടാക്കാൻ കാരണമായത്. സമ്മർദ്ദങ്ങളെത്തുടർന്ന് നിലനിന്ന വയലുകൾ വ്യാപകമായി തരിശിടപ്പെടുകയും കാലക്രമേണ അവിടെ കരഭൂമിയാക്കി മാറ്റപ്പെടുകയും ചെയ്യുന്നു. തണ്ണീർത്തടങ്ങൾ വ്യാപകമായി ഇല്ലാതാകുന്ന അവസ്ഥയും കേരളത്തിലുണ്ട്. പാടങ്ങളിൽ പലതും വികലമായ വികസന പ്രവർത്തനങ്ങൾ

കൊണ്ട് നീർക്കെട്ടുകളായി മാറി. അതെല്ലാംകൊണ്ട് കാർഷിക മേഖലയിലെ ഉല്പാദകശക്തികളുടെ എണ്ണം അടിക്കടി കുറഞ്ഞുവന്നു. കാർഷിക മേഖലയുമായി ബന്ധപ്പെടുന്ന ജനവിഭാഗം ഏതാണ്ട് 20 ശതമാനം മാത്രമായി ചുരുങ്ങി. ഇത് ഇന്ത്യൻ ശരാശരിയിൽ 65 ശതമാനമാണ്. അവസാനം പുറത്തിറങ്ങിയ സെൻസസ് രേഖകൾ പറയുന്നത് കേരളത്തിലെ കർഷക തൊഴിലാളികളുടെ എണ്ണം 14 ലക്ഷം മാത്രമാണെന്നാണ്.

നിരവധി പരിസ്ഥിതി പ്രശ്നങ്ങളെ ഇന്ന് കേരളം അഭിമുഖീകരിക്കുന്നുണ്ട്. പകർച്ചപ്പനി ഉൾപ്പെടെ മാരകമായ അസുഖങ്ങളുടെ കിടപ്പറയെന്ന പോലെ കേരളം മാറിയിരിക്കുന്നു. കുടിവെള്ള ക്ഷാമവും വരൾച്ചയും നാട്ടിൽ രൂക്ഷമായ തോതിൽ ഭീഷണി ഉയർത്തുന്നു. മഴപെയ്താൽ അതുമായി ബന്ധപ്പെട്ട ദുരിതങ്ങൾ വാർത്തകളിൽ നിറയുന്നു. അപ്പോഴും രോഗങ്ങൾ വിട്ടുമാറുന്നില്ല. കേരളത്തിലെ കുടിവെള്ളസ്രോതസ്സുകളിൽവരെ മാലിന്യങ്ങൾ കലർന്നിട്ടുണ്ട് എന്നാണ് പഠനങ്ങൾ വ്യക്തമാക്കുന്നത്. ലോകത്തിൽ ഏറ്റവും കൂടുതൽ കിണറുകളുള്ള പ്രദേശമാണ് കേരളം. പല സ്ഥലങ്ങളിലും കിണർവെള്ളത്തിൽ നടത്തിയ പരിശോധനകൾ കിണർവെള്ളം ശുദ്ധമാണെന്ന നമ്മുടെ ധാരണ തിരുത്തിക്കുറിക്കുന്നതായിരുന്നു. മനുഷ്യവിസർജ്ജ്യത്തിൽനിന്നുള്ള കോളിഫോം ബാക്ടീരിയ കലരാത്ത കുടിവെള്ളം ലഭിക്കാനില്ല എന്നതാണ് അവസ്ഥ. വേനല്ക്കാലത്ത് നഗരങ്ങളിൽ വിതരണം ചെയ്യുന്ന കുടിവെള്ളത്തിന്റെ ശുദ്ധത സംബന്ധിച്ച് പുറത്തുവന്ന വാർത്തകൾ ഭീതിജനകങ്ങളായിരുന്നു. അണുകുടുംബങ്ങളുടെ ആവാസ വ്യവസ്ഥ വിപുലമായപ്പോൾ മൂന്ന് സെന്റ് ഭൂമിയിൽ വീടും കിണറും കക്കൂസും ഉണ്ടാവുന്ന നില പടർന്നുപിടിച്ചു. ഇത് മാലിന്യ വ്യാപനത്തിന് കാരണമായി. ഇത്തരമൊരവസ്ഥയിൽ കേരളത്തിന്റെ സംസ്കൃതി ഇന്നത്തെ നിലയിലെങ്കിലും തുടരുന്നതിന് അടിയന്തര ഇടപെടൽ നടത്തുവാൻ നമുക്ക് സാധിക്കേണ്ടതുണ്ട്. ഇല്ലെങ്കിൽ 20-25 വർഷംകൊണ്ട് കാർഷിക കേരളത്തിന്റെ ചരമക്കുറിപ്പെഴുതേണ്ടി വരും.

എങ്ങനെയാണ് കേരളത്തെ രക്ഷിക്കാൻ സാധിക്കുക? കേവല പരിസ്ഥിതി വാദികൾ പറയുംപോലെ പ്രകൃതിയെ തൊടാതെ പ്രകൃതിയുടെ തന്നെ ഭാഗമായ മനുഷ്യന് ജീവിക്കാൻ സാധിക്കില്ല എന്നത് വസ്തുതയാണ്. എന്നാൽ, മനുഷ്യന്റെ വളർച്ചയ്ക്ക് എന്ന വ്യാജേന മുതലാളിത്ത-സാമ്രാജ്യത്വ മൂലധന ശക്തികൾ ലോകത്തെമ്പാടുമുള്ള പ്രകൃതിക്ക് മേലെ, മണ്ണിനും മനുഷ്യനും മേലെ ശക്തമായ കടന്നാക്രമണം നടത്തുന്നത് മനസ്സിലാക്കേണ്ടതുണ്ട്. അവർ ഇന്ത്യയിലും കേരളത്തിലും സാന്നിദ്ധ്യമറിയിക്കുന്നു. സാമ്രാജ്യത്വ മൂലധന ശക്തികൾ പ്രകൃതിക്കും പരിസ്ഥിതിക്കും മേൽ നടത്തുന്ന കടന്നുകയറ്റങ്ങളോടൊപ്പം സാധാരണ മനുഷ്യൻ ജീവസന്ധാരണത്തിനായി പ്രകൃതിയെ ആശ്രയിക്കുന്നതിനെ കൂട്ടിക്കെട്ടാൻ തുനിയുകയാണ് കേവല പരിസ്ഥിതിവാദികൾ. പലപ്പോഴും

ഇത്തരക്കാരുടെ പിറകിലുള്ള ചരടുകൾക്ക് പിറകെ നടന്നാൽ സാമ്രാജ്യത്വ ശക്തികളുടെ അന്തഃപുരത്തിൽ എത്താനാവും. പരിസ്ഥിതിയെ നിലനിർത്താനും സംരക്ഷിക്കാനും മനുഷ്യന്റെ സമഗ്രമായ വളർച്ചയ്ക്ക് പ്രകൃതിയെ ഫലപ്രദമായി ഉപയോഗിക്കാനും സാധിക്കുന്ന നിലയിലാവണം പാരിസ്ഥിതിക പ്രശ്നങ്ങളെ അഭിസംബോധന ചെയ്യേണ്ടത്. കൈകാര്യം ചെയ്യേണ്ടത്. മണ്ണിനെയും മനുഷ്യനെയും ചൂഷണം ചെയ്യുന്ന സാമ്രാജ്യത്വത്തിന് കൂടുതൽ ലാഭം എന്ന മുദ്രാവാക്യം മാത്രമാണുള്ളത്. ആഗോളവല്ക്കരണമെന്ന പേരിൽ ചൂഷണത്തിനായുള്ള വലവിരിക്കൽ സാമ്രാജ്യത്വം വ്യാപകമാക്കുന്നത് ഈ കൊള്ളയ്ക്ക് കൂടുതൽ വ്യാപ്തി ലഭിക്കുന്നതിന് വേണ്ടിയാണ്.

കേരളത്തിന്റെ കാർഷിക സംസ്കൃതിയെ സംരക്ഷിക്കാനുള്ള ബാദ്ധ്യത കാർഷിക മേഖലയിലെ കൃഷിക്കാരെ ചുമതലപ്പെടുത്തിക്കൊണ്ടു മാത്രം പരിഹരിക്കാനാവില്ല. ജനാധിപത്യ വിപ്ലവം പൂർത്തീകരിച്ച യൂറോപ്പിലേതടക്കമുള്ള വിദേശ രാജ്യങ്ങളിൽ കാർഷിക സമ്പദ് വ്യവസ്ഥ ഇപ്പോഴും കാലഹരണപ്പെടാതെ സംരക്ഷിക്കപ്പെടുന്നുണ്ട്. അതിന് സാധിക്കുന്നത് ആ മേഖലയിൽ വലിയ മൂലധന നിക്ഷേപം അവിടത്തെ സർക്കാരുകൾ നടത്തുന്നതുകൊണ്ടാണ്. ആധുനിക ശാസ്ത്രസാങ്കേതിക വിദ്യയെ ഉപയോഗിച്ച് കാർഷിക മേഖലയെ വലിയ രീതിയിൽ പരിഷ്കരിച്ചുകൊണ്ടാണ് ഈ രാജ്യങ്ങളിൽ കൃഷിയും അനുബന്ധ തൊഴിലുകളും നിലനിർത്തുന്നത്. രാജ്യത്തിന്റെ പാരിസ്ഥിതിക നിലനില്പിനുതകുന്ന അവരുടെ കാർഷിക പ്രക്രിയയിൽ ഗവൺമെന്റ് ഇടപെടുന്നത് മൂലധന നിക്ഷേപത്തെ അടിസ്ഥാനപ്പെടുത്തിയാണ്. നല്ല നിലയിലുള്ള സബ്സിഡി കൃഷിക്കാർക്ക് നല്കിയും ഉയർന്ന തോതിലുള്ള വരുമാനവും പദവിയും കർഷക തൊഴിലാളികൾക്ക് നല്കിക്കൊണ്ടുമാണ് വികസിത മുതലാളിത്ത രാജ്യങ്ങൾ അവരുടെ കാർഷിക സമ്പദ് വ്യവസ്ഥയെ നിലനിർത്തുന്നത്.

കേരളത്തിലെ ഇന്നത്തെ കാർഷികവ്യവസ്ഥ ഇന്ത്യയിലെ മറ്റ് സംസ്ഥാനങ്ങളിൽനിന്ന് തികച്ചും വ്യത്യസ്തമായ തരത്തിലാണ് നിലനില്ക്കുന്നത്. ഫലപ്രദമായ ഭൂപരിഷ്കരണവും കാർഷിക പരിഷ്കാരവും നടന്ന ബംഗാൾ, ത്രിപുര എന്നീ സംസ്ഥാനങ്ങളെ മാറ്റിനിർത്തിയാൽ ഇന്ത്യൻ സംസ്ഥാനങ്ങളിലെല്ലാം കാർഷിക മേഖലയിലെ മുഖ്യ വൈരുദ്ധ്യം ഇന്നും ജന്മി-കുടിയാൻ-കർഷക തൊഴിലാളി എന്ന നിലയിൽ തന്നെയാണ് തുടരുന്നത്. എന്നാൽ, കേരളത്തിൽ ജന്മി-കുടിയാൻ -കർഷക തൊഴിലാളി വൈരുദ്ധ്യം ഇപ്പോൾ നിലനില്ക്കുന്നില്ല. ജന്മിത്വ ഭൂപ്രഭുത്വം അവസാനിപ്പിക്കപ്പെട്ട കേരളത്തിൽ കാർഷിക മേഖലയിലും നാട്ടിൻപുറങ്ങളിലും കർഷകരും കർഷക തൊഴിലാളികളും പ്രത്യേകിച്ച് ദരിദ്ര കൃഷിക്കാരും തമ്മിലുള്ള വൈരുദ്ധ്യമല്ല നിലനില്ക്കുന്നത്. പ്രായോഗിക തലത്തിൽ അവർ തമ്മിലുള്ള ഐക്യമാണെന്ന് കാണാൻ സാധിക്കും. കാർഷിക-ഗ്രാമീണ മേഖലയിലെ വർഗ്ഗ വൈരുദ്ധ്യത്തിന്റെ

തലം ഈ സാഹചര്യത്തിൽ പുനർനിർണ്ണയിക്കേണ്ടിയിരിക്കുന്നു. കർഷകരും കർഷക തൊഴിലാളികളും ചേരുന്ന കാർഷിക മേഖല സംരക്ഷിക്കപ്പെടേണ്ടത് കേരളത്തിന്റെ ഭക്ഷ്യക്കമ്മി പരിഹരിക്കുന്നതിനും കർഷക തൊഴിലാളിയുടെ തൊഴിലവസരങ്ങൾ വർദ്ധിപ്പിക്കുന്നതിനുംവേണ്ടി മാത്രമല്ല. കേരളത്തിന്റെ ജീവൻ നിലനിർത്താനുള്ള, കേരളത്തെ നിലനിർത്താനുള്ള, പാരിസ്ഥിതിക പ്രശ്നങ്ങൾ ഉയർത്തുന്ന വെല്ലുവിളികളെ അതിജീവിക്കാനുള്ള ഒരു പദ്ധതിയായി അത് വികസിക്കേണ്ടിയിരിക്കുന്നു.

കാർഷിക മേഖലയിലെ ഉല്പാദനക്ഷമത വർദ്ധിപ്പിക്കാനും അതുവഴി ഉല്പാദനം വർദ്ധിപ്പിക്കാനും വൈവിദ്ധ്യമായ പാരിസ്ഥിതിക പ്രശ്നങ്ങളെ അതിജീവിക്കാനും സാധിക്കുന്ന രീതിയിൽ കാർഷിക കേരളത്തിന് ഗവൺമെന്റിന്റെ മൂലധന നിക്ഷേപ വർദ്ധനവ് കൂടിയേ തീരു. ഇന്നത്തെ കാർഷിക മേഖല സംരക്ഷിക്കാൻ കേന്ദ്ര-സംസ്ഥാന ഗവൺമെന്റുകൾ ഈ മേഖലയിലെ നിക്ഷേപം വർദ്ധിപ്പിക്കേണ്ടതുണ്ട്. ഒരു കാരണവശാലും നെല്വയലുകൾ നികത്താൻ അനുവദിക്കരുത്. നീർത്തടങ്ങൾ അലങ്കോലപ്പെടുത്തരുത്. കുന്നുകൾ ഇടിച്ചുമാറ്ററുത്. കൃഷിഭൂമി തരിശിടരുത്. കൃഷി ഫലപ്രദമായും ലാഭകരമായും ചെയ്യുന്നതിന് കൃഷിക്കാരെ സഹായിക്കുന്ന നിലപാടായിരിക്കണം ഗവൺമെന്റിന്റേത്.

കൃഷിക്കാർക്കും കർഷക തൊഴിലാളികൾക്കും സാമൂഹ്യ മാറ്റത്തിന്റെ ഭാഗമായി ഒരിടം കേരളത്തിൽ ലഭിച്ചിട്ടുണ്ട്. ഒരു പാവപ്പെട്ട മനുഷ്യന്റെ മേലും കുതിരകയറുവാൻ ഒരു ശക്തിക്കും ഇന്ന് കേരളത്തിലാവില്ല. അത് ജനങ്ങളുടെ പോരാട്ടത്തിന്റെ, വളർച്ചയുടെ ഉല്പന്നമാണ്. എന്നാൽ, ഈ ഇടം ലഭിച്ചെങ്കിലും മണ്ണിൽ പണിയെടുക്കുന്ന അധഃസ്ഥിത ജനവിഭാഗങ്ങൾക്ക് സാമൂഹ്യ അംഗീകാരം നേടുന്നതിന് ഇപ്പോഴും വേണ്ടത്ര സാധിച്ചിട്ടില്ല എന്നത് വസ്തുതയാണ്. കാർഷിക മേഖല എന്നത് തന്നെ ആധുനിക മനുഷ്യന്റെ പദവിക്ക് യോജിച്ചതല്ല എന്ന ഒരവബോധമാണ് വിദ്യാഭ്യാസസംവിധാനവും സമൂഹവും സൃഷ്ടിക്കുന്നത്. വിദ്യാഭ്യാസ സംവിധാനത്തിൽ അക്ഷരം പരിചയപ്പെടുത്തുമ്പോൾത്തന്നെ കൃഷിയെ പറ്റിയുള്ള, കൃഷിക്കാരനെപ്പറ്റിയുള്ള, തൊഴിലാളിയെപ്പറ്റിയുള്ള അവബോധം ആരോഗ്യകരമായ രീതിയിൽ സൃഷ്ടിച്ചെടുക്കണം. വൈജ്ഞാനിക മേഖലകളിൽ കൃഷി സംബന്ധമായ കാര്യങ്ങൾ കടന്നുവരണം. കാർഷിക ഗവേഷണ ഫലങ്ങൾ ആധുനിക കൃഷിക്കായി ഉപയോഗിക്കാനും തയ്യാറാവണം. അത്തരത്തിൽ കാർഷിക മേഖലയെ ശക്തമായി നിലനിർത്താനും കൃഷിയിലൂടെ ഒരു തലമുറയ്ക്ക് മെച്ചപ്പെട്ട രീതിയിൽ ജീവിക്കാനാവും എന്ന സന്ദേശം പ്രാവർത്തികമാക്കാനും സാധിക്കണം.

ഇന്ന് ഒരു കൃഷിക്കാരനും തന്റെ കുടുംബാംഗം കൃഷിക്കാരൻ ആവണമെന്നും ഒരു കർഷക തൊഴിലാളി മകനോ, മകളോ കർഷക തൊഴിലാളി ആകണമെന്നോ ആഗ്രഹിക്കുന്നില്ല. അത് സാമൂഹ്യ വികസനത്തിന്റെ ഭാഗമായി ഉണ്ടായ ഒരു അവബോധമാണ്. തൊഴിൽ വിഭജനത്തെ അടിസ്ഥാനമാക്കിയ ജാതിശ്രേണിയുടെ, പഴയ തൊഴിൽ തന്നെ

അവലംബിക്കണം തുടരണം എന്ന നിർബ്ബന്ധം സമൂഹത്തിൽ ഇല്ല. മുൻകാലത്ത് പട്ടികജാതി-പട്ടിക വർഗ്ഗ വിഭാഗത്തിലുള്ളവരായിരുന്നു കർഷക തൊഴിലാളികളിൽ ഭൂരിപക്ഷവും. ഇന്ന് കർഷക തൊഴിലാളികളിലെ ഭൂരിപക്ഷം അവരല്ല. ആ മേഖലയിലുണ്ടായിരുന്നവർ പലരും അനുകൂല സാഹചര്യങ്ങളെ ഉപയോഗപ്പെടുത്തി മറ്റ് തലങ്ങളിലേക്ക് മാറി. മറ്റിതര ജനവിഭാഗങ്ങൾ കർഷക തൊഴിലാളി മേഖലയിലേക്ക് വരികയും ചെയ്തു. മാറ്റത്തിന് വിധേയമാകപ്പെട്ട ഒരു കർഷക തൊഴിലാളി ഘടനയാണ് ഇന്ന് കേരളത്തിലുള്ളത്. കർഷക തൊഴിലാളികൾക്ക് ഇന്ന് സ്ഥിരമായ ജോലിയും കൃത്യമായ മാസവരുമാനവും ലഭിക്കുന്ന നിലയില്ല. മറ്റ് ആനുകൂല്യങ്ങൾ ഇല്ലതാനും.

കർഷക തൊഴിലാളികൾക്ക് ജീവിത സാഹചര്യത്തിൽ മാറ്റം വരുത്താൻ ഉതകുന്ന പരിഷ്കരണ പരിപാടികളിലൂടെ അവർ നേടിയ ഇടത്തിൽ സാമൂഹ്യ അംഗീകാരത്തോടെ നിലനില്ക്കാനാവണം. ആ തലത്തിലേക്ക് സമൂഹത്തിന്റെ ബോധത്തിലും നിലവാരത്തിലും മാറ്റം വരുത്തണം. കേരളത്തിലെ കർഷക തൊഴിലാളികളെയാകെ തദ്ദേശ സ്വയം ഭരണ സ്ഥാപനങ്ങൾ വഴി രജിസ്റ്റർ ചെയ്യാൻ സാധിക്കണം. തൊഴിലുറപ്പ് പദ്ധതി നിലവിൽ വന്നപ്പോൾ ഉയർന്ന വിദ്യാഭ്യാസം നേടിയവരും ഇടത്തരം കുടുംബങ്ങളിലെ അംഗങ്ങളും ആ തൊഴിലിനുവേണ്ടി രജിസ്റ്റർ ചെയ്യുന്ന അവസ്ഥ ഉണ്ടായിട്ടുണ്ട്. ഗവൺമെന്റ് ഫാമുകളിൽ തൊഴിലാളികളെ ആവശ്യമായി വന്നപ്പോൾ സ്ഥിരവരുമാനവും സുരക്ഷയും ഉറപ്പാക്കാനായി അഭ്യസ്തവിദ്യരായ ഒരു തലമുറ ഈ മേഖലയിലേക്ക് കടന്നുവന്നു. കാഴ്ചപ്പാടിലും പദവിയിലും വരുമാനത്തിലും വരുന്ന മാറ്റമാണ് ഇവിടെ കാണാൻ സാധിക്കുക. അത്തരത്തിലുള്ള മാറ്റങ്ങൾ എല്ലാ തലങ്ങളിലും വരുത്തേണ്ടതുണ്ട്. അത് ഗവൺമെന്റിന് മാത്രമേ സാധിക്കുകയുള്ളു. ആധുനിക കൃഷിയും തൊഴിൽ നഷ്ടപ്പെടുത്താത്ത യന്ത്രവല്ക്കരണവും ഉല്പാദനക്ഷമതാ വർദ്ധനവും കാർഷിക വ്യവസ്ഥയെ ശക്തിപ്പെടുത്തും. 'ഗ്രീൻ ആർമി' പോലുള്ള പേരുകൾ സ്വീകരിക്കുന്നതും നല്ലതാണ്. തൊഴിലെടുക്കുന്നവർക്ക് നല്ല രീതിയിലുള്ള പരിശീലനവും നല്കണം. സ്ഥിരം തൊഴിലും വരുമാനവും അവർക്ക് ലഭിക്കുമെന്ന് ഉറപ്പാക്കുകയും വേണം.

കേരളത്തിലെ കാർഷിക വ്യവസ്ഥിതിയെ തിരിച്ചുപിടിക്കാനും നിലനിർത്താനും കർഷക തൊഴിലാളികൾ അവിഭാജ്യഘടകമാണ്. ഇനിയെങ്കിലും ആ കാര്യത്തിൽ ശ്രദ്ധ ചെലുത്തിയില്ലെങ്കിൽ അത് ഭീകരമായ ഒരു വീഴ്ചയാവും. ഈ ഘട്ടത്തിൽ ഗവൺമെന്റ് ചില തീരുമാനങ്ങൾ കൈക്കൊള്ളാനും നടപ്പിലാക്കാനുമുള്ള ആർജ്ജവം കാണിക്കേണ്ടതുണ്ട്. കർഷക തൊഴിലാളികൾക്ക് മാസത്തിൽ കുറഞ്ഞത് 15000 രൂപ ശമ്പളമായി വരുമാനം ലഭിക്കുന്നത് ഉറപ്പുവരുത്തണം. ഗ്രാറ്റുവിറ്റി, പ്രൊവിഡന്റ് ഫണ്ട്, ഇ എസ് ഐ, വിദ്യാഭ്യാസ സംവരണം, ഉയർന്ന തലത്തിലുള്ള പെൻഷൻ, സ്ത്രീകൾക്ക് പ്രസവാനുകൂല്യം, ശമ്പളത്തോടുകൂടിയുള്ള

അവധി തുടങ്ങിയ കാര്യങ്ങൾ ഗവൺമെന്റ് നടപ്പിൽ വരുത്തണം. ഇവർക്ക് യൂണിഫോമും നല്കണം. ഇത്തരത്തിലുള്ള നടപടികൾ കൈക്കൊള്ളുമ്പോൾ തീർച്ചയായും കേരളത്തിന്റെ കാർഷിക മേഖലയിൽ മാറ്റം സംഭവിക്കുമെന്നത് ഉറപ്പാണ്. ആ മാറ്റം കേരളത്തിന്റെ കാർഷിക സംസ്കൃതിയെ തിരിച്ചുപിടിക്കാൻ കെല്പുള്ളതായിരിക്കും. മണ്ണിനെയും മനുഷ്യനെയും നിലനിർത്തുന്നതായിരിക്കും. ഇത് നടപ്പിൽ വരുത്താനുള്ള മുന്നേറ്റത്തിലാണ് കേരള സ്റ്റേറ്റ് കർഷക തൊഴിലാളി യൂണിയൻ.

കർഷക തൊഴിലാളികൾ എന്ന അസ്തിത്വം നിലനില്ക്കുന്നത് കാർഷിക മേഖലയുമായി ബന്ധപ്പെട്ടുനില്ക്കുന്നത് കൊണ്ടാണ്. അതിനാൽ കാർഷികമേഖലയെ സംരക്ഷിക്കുകയും ശക്തിപ്പെടുത്തുകയും ചെയ്യുക എന്നത് കർഷക തൊഴിലാളികളുടെയും ഉത്തരവാദിത്വമാണ്. കേവലം ഒരു തൊഴിൽമേഖല എന്ന നിലയിൽ മാത്രമല്ല കാർഷിക മേഖലയെ അഭിമുഖീകരിക്കേണ്ടത്. നേരത്തെ പറഞ്ഞതുപോലെ ഭക്ഷ്യസുരക്ഷ പാരിസ്ഥിതിക സന്തുലിതാവസ്ഥ എന്നിവയൊക്കെ പരിഗണിക്കേണ്ടതുണ്ട്. മുതലാളിത്ത രീതികൾ ശക്തിപ്പെട്ടുകൊണ്ടിരിക്കുന്ന വർത്തമാനത്തിൽ തൊഴിലാളികളെയും മണ്ണിനെയും ചൂഷണം ചെയ്യാൻ അത് ശ്രമിച്ചുകൊണ്ടേയിരിക്കും. അതിനാൽ മുതലാളിത്ത ചൂഷണത്തിനെതിരായുള്ള സമരത്തിൽ മണ്ണിനെയും പരിസ്ഥിതിയെയും സംരക്ഷിക്കുന്നതിനുള്ള പോരാട്ടവും പ്രധാനമാണെന്ന് കാണണം.

കാർഷിക മേഖലയിൽ ഇന്ന് നിലനില്ക്കുന്ന രീതികൾ ഉടച്ചുവാർത്തുകൊണ്ടേ ഈ പ്രശ്നങ്ങൾ പരിഹരിക്കാൻ സാധിക്കൂ. അതിനായി കാർഷിക മേഖലയിൽ തൊഴിലാളികളുടെ ജോലിനഷ്ടമുണ്ടാക്കാത്ത നിലയിൽ യന്ത്രവല്ക്കരണം കൊണ്ടുവരേണ്ടതാണ്. അങ്ങനെ കാർഷിക മേഖലയിൽ നിലവിലുള്ള തൊഴിലിന്റെ സ്വഭാവം മാറ്റുന്ന തരത്തിലുള്ള ഇടപെടൽ ഉണ്ടാവണം. സ്ഥിരം തൊഴിലും യന്ത്രവല്ക്കരണത്തിലൂടെ ബ്ലൂകോളർ രീതിയിലേക്ക് തൊഴിൽ മാറ്റപ്പെടുകയും ചെയ്യുമ്പോൾ തൊഴിലാളികളെ കിട്ടാത്ത പ്രശ്നം ഉണ്ടാവുകയില്ല. പരമ്പരാഗത അറിവുകളെ സ്വാംശീകരിച്ച് ശാസ്ത്ര-സാങ്കേതികരംഗത്തുള്ള പുതിയ വികാസത്തെ പ്രയോഗിക്കുന്നതിന് സാധിക്കുന്ന രീതിയിലുള്ള കാർഷിക രീതികൾ പഠിപ്പിക്കുന്ന പാഠ്യപദ്ധതി വിദ്യാഭ്യാസ സമ്പ്രദായത്തിൽ ഉൾപ്പെടുത്തണം. സംസ്ഥാന സർക്കാരിന്റെ പരിഗണനയിൽ ഇത്തരം വിഷയങ്ങളും വരേണ്ടതുണ്ട്. കൂടാതെ, മറ്റ് രാജ്യങ്ങളിലെ കർഷക തൊഴിലാളികൾക്ക് നല്കുന്ന പരിരക്ഷയെക്കുറിച്ച് പഠിക്കുകയും തൊഴിൽ അവബോധത്തിൽ മാറ്റം വരുത്തി ജോലി സ്ഥിരത ഉറപ്പാക്കേണ്ടതുമുണ്ട്. ഗവൺമെന്റ് മുൻകൈയെടുത്ത് തൊഴിൽ സേനകൾ ഉണ്ടാക്കുകയും അവർക്ക് കൃത്യമായ പരിശീലനം നല്കി കൃഷി ചെയ്യിക്കാനുള്ള പുതിയ രീതി ആവിഷ്കരിക്കണം. തദ്ദേശ സ്വയംഭരണ സ്ഥാപനങ്ങൾ ഇത്തരം 'ഗ്രീൻആർമി'കൾക്ക് രജിസ്ട്രേഷൻ നല്കുകയും വേണം. തൊഴിലാളികൾക്ക് ജോലിക്കുള്ള കൂലി കർഷകരിൽനിന്ന് ശേഖരിക്കുകയും കാർ

ഷിക മേഖലയ്ക്കായി സർക്കാർ നീക്കിവെക്കുന്ന തുകയിൽ നിന്ന് കൃഷി നടത്തുവാനുള്ള സബ്സിഡി കർഷകർക്ക് നല്കുകയും വേണം. ഇത്തരം ഇടപെടലുകളിലൂടെ ജോലി, വരുമാനം, സാമൂഹ്യ സുരക്ഷ എന്നതായിരിക്കണം ലക്ഷ്യം വെക്കേണ്ടത്. ഇതൊക്കെ നടപ്പിലാക്കുന്നതിന് മുൻകൈയെടുക്കേണ്ടത് സർക്കാരാണ്. അതിനുവേണ്ട പണം നീക്കിവെക്കാനും സർഗ്ഗാത്മകമായി ഇത്തരം കാര്യങ്ങൾ നടപ്പിലാക്കാനുമുള്ള ഇച്ഛാശക്തി സർക്കാർ പ്രകടിപ്പിക്കണം.

മുകളിൽ പറഞ്ഞ കാര്യങ്ങളുടെ അടിസ്ഥാനത്തിൽ നടപ്പിൽ വരുത്താനുള്ള ഒരു കർമ്മ പദ്ധതി മുന്നോട്ടുവെക്കുകയാണ്.

ആരാണ് തൊഴിലാളി?

കായികാദ്ധ്വാനം ചെയ്യാൻ താല്പര്യമുള്ള 18 വയസ്സിന് മുകളിൽ പ്രായമുള്ള സ്ത്രീയും പുരുഷനും.

തൊഴിലാളികളുടെ രജിസ്ട്രേഷൻ

തദ്ദേശഭരണ സ്ഥാപനങ്ങളുടെ മേൽനോട്ടത്തിൽ കൃഷിഭവനുകൾ മുഖാന്തരം രജിസ്ട്രേഷൻ സംഘടിപ്പിക്കണം.

ഭൂ ഉടമ രജിസ്ട്രേഷൻ

നിലവിൽ കൃഷിചെയ്യുന്ന ഭൂമിയും തരിശ് ഭൂമിയും കൃഷി ചെയ്യാൻ താല്പര്യമുള്ളവർക്ക് കൃഷിഭവനിൽ രജിസ്റ്റർ ചെയ്യാം. നിശ്ചിത പാട്ടത്തുക നല്കി ഭൂമി ഏറ്റെടുത്ത് കൃഷി നടത്താം.

കൂലി നിരക്കും പാട്ട നിരക്കും

പ്രദേശത്തിനനുസരിച്ച് തീരുമാനിക്കണം.

ഗ്രീൻ ആർമി രൂപീകരിക്കൽ

കർഷക തൊഴിലാളി ഗ്രൂപ്പുകൾ തദ്ദേശ സ്വയംഭരണ സ്ഥാപനങ്ങളുടെ നേതൃത്വത്തിൽ ആവശ്യാനുസരണം രൂപീകരിക്കണം. ഓരോ ഗ്രൂപ്പിനും പരമ്പരാഗത കർഷക തൊഴിലാളിയായ ഒരു മേൽനോട്ടക്കാരൻ ഉണ്ടാവണം. ഗ്രൂപ്പുകൾക്ക് വേണ്ട സാങ്കേതിക സഹായം കൃഷിഭവനുകൾ വഴി ലഭ്യമാക്കണം. കാർഷിക സർവ്വകലാശാല, കൃഷി വിജ്ഞാൻ കേന്ദ്ര തുടങ്ങിയ ഏജൻസികളുടെ സഹായവും ഇതിനായി തേടേണ്ടതാണ്.

കാർഷിക യന്ത്രങ്ങൾ വാങ്ങൽ

കൃഷിഭൂമിയുടെ വിസ്തൃതിയുടെ അടിസ്ഥാനത്തിൽ ഒരു കൃഷിഭവനോ, ഒന്നിൽ കൂടുതൽ ഭവനുകളോ ചേർന്ന് കാർഷിക യന്ത്രങ്ങൾ

വാങ്ങണം. കാർഷിക യന്ത്രങ്ങളുടെ സംരക്ഷണച്ചുമതല കൃഷിഭവനുകൾക്കും തൊഴിലാളി ഗ്രൂപ്പുകൾക്കുമായിരിക്കും. വികേന്ദ്രീകൃത ആസൂത്രണപരിപാടിയിൽപ്പെടുത്തി ത്രിതല പഞ്ചായത്തുകൾക്കും നഗരസഭകൾക്കും കൃഷിയന്ത്രങ്ങൾ വാങ്ങാവുന്നതാണ്. മെയിന്റനൻസ് ചുമതല തൊഴിലാളി ഗ്രൂപ്പുകൾക്ക് ആയിരിക്കണം.

പരിശീലനം

പരിശീലനം ബ്ലോക്ക് തലത്തിലായിരിക്കണം. കൃഷി അസിസ്റ്റന്റ് ഡയറക്ടർക്കാവണം പരിശീലന മേൽനോട്ടം. പരിശീലനത്തിനുള്ള തൊഴിലാളികൾക്ക് പരിശീലന കാലത്ത് വേതനം ഗ്രാമപഞ്ചായത്തുകളും നഗരസഭകളും നല്കണം. യന്ത്രങ്ങളുടെ അത്യാവശ്യ അറ്റകുറ്റപ്പണികൾക്കുള്ള പരിശീലനവും നല്കണം.

ഗ്രീൻ ആർമിസെൽ

തൊഴിലാളി ഗ്രൂപ്പുകളുടെ ദൈനംദിന കാര്യങ്ങൾ, വേതനം, യന്ത്രങ്ങളുടെ സൂക്ഷിപ്പ്, തുടർ നടത്തിപ്പ് തുടങ്ങിയ കാര്യങ്ങൾ ഏകോപിപ്പിക്കുന്നതിനുവേണ്ടി ഓരോ കൃഷിഭവനിലും പ്രത്യേക സംവിധാനം ഉണ്ടാവണം.

വിത്ത്, നടീൽ വസ്തുക്കളുടെ ഉല്പാദനം

ഗുണമേന്മയുള്ള നടീൽ വസ്തുക്കൾ ലഭ്യമാക്കാൻ നിലവിലുള്ള സ്ഥാപനങ്ങളുടെ ശേഷി വർദ്ധിപ്പിക്കണം. പുതിയ നഴ്സറികൾ തദ്ദേശ ഭരണ സ്ഥാപനങ്ങളുടെ കീഴിൽ പ്രാദേശികമായി ആരംഭിക്കണം.

ഉല്പന്ന സംഭരണ കേന്ദ്രങ്ങൾ

കാർഷിക ഉല്പന്നങ്ങൾ സംഭരിക്കാനും വിപണനം നടത്തുന്നതിനും തദ്ദേശഭരണ സ്ഥാപനങ്ങളുടെ കീഴിൽ സ്ഥാപനങ്ങൾ ആരംഭിക്കണം.

വേഗം നശിച്ചുപോകുന്ന കാർഷികോല്പന്നങ്ങളെ മൂല്യ വർദ്ധിത ഉല്പന്നങ്ങളാക്കി മാറ്റുന്നതിനുള്ള ക്രമീകരണം. നെല്ല് അരിയാക്കി മാറ്റുന്നതിന് സർക്കാർ ഉടമസ്ഥതയിലുള്ള മില്ലുകളുടെ നവീകരണവും ആവശ്യമെങ്കിൽ പുതിയ മില്ലുകൾ സ്ഥാപിക്കലും. തദ്ദേശഭരണ സ്ഥാപനങ്ങൾക്കുകീഴിൽ വലിയ ശീതീകരണ സംവിധാനങ്ങൾ ഏർപ്പെടുത്തണം.

നമ്മുടെ സംസ്ഥാനത്തിന്റെ സാമൂഹ്യ സാഹചര്യത്തിനനുയോജ്യമായ രീതിയിൽ കർഷക തൊഴിലാളികളെ ആധുനീകരിച്ച്, ശാസ്ത്രീയവും ക്രിയാത്മകവുമായ ഇടപെടലുകളിലൂടെ കാർഷിക കേരളം സാദ്ധ്യമാക്കാനുള്ള നിർദ്ദേശം നടപ്പിലാക്കാനുള്ള പ്രവർത്തനങ്ങളാണ് ഇനി സാക്ഷാൽക്കരിക്കേണ്ടത്.

കർഷകത്തൊഴിലാളികളടക്കമുള്ള കർഷക ജനത

കൃഷിക്കാർക്കുവേണ്ടി കർഷകസംഘവും കർഷകത്തൊഴിലാളികൾക്കു വേണ്ടി കർഷക തൊഴിലാളി യൂണിയനും ഇപ്പോൾ പ്രവർത്തിക്കുന്നുണ്ട്. കൃഷിക്കാരിലൊരുഭാഗം കർഷകത്തൊഴിലാളികളെവെച്ച് ജോലി ചെയ്യിക്കുന്നുവെന്നതിനാൽ ഈ രണ്ടു വിഭാഗങ്ങൾ തമ്മിൽ തർക്കങ്ങൾ പൊട്ടിപ്പുറപ്പെടുന്നതു സ്വാഭാവികമാണ്. പക്ഷേ, കാർഷികത്തൊഴിലാളികളും കൃഷിക്കാരും വിരുദ്ധവർഗ്ഗങ്ങളല്ല.

മുൻഭൂവുടമകൾ, ഇന്നത്തെ കാർഷികമുതലാളിമാർ, വ്യാപാര വ്യവസായാദിരംഗങ്ങളിൽ ചൂഷണം നടത്തുന്ന മുതലാളിമാർ എന്നിവർ ഒരു വശത്തും കൃഷിക്കാർ, കർഷക തൊഴിലാളികൾ, മറ്റു ഗ്രാമീണദരിദ്ര ജനവിഭാഗങ്ങൾ എന്നിവരെല്ലാം മറുവശത്തുമായി പോരാട്ടം നടക്കുന്നുണ്ട്. ആദ്യത്തെ വിഭാഗത്തിനു നാട്ടിൻപുറത്തും പട്ടണപ്രദേശങ്ങളിലുമുള്ള പാവപ്പെട്ടവരെ കൊള്ളയടിച്ചു ജീവിക്കണം. അതിന് അമേരിക്കൻ നേതൃത്വത്തിലുള്ള ലോക മുതലാളിത്തത്തിന്റെ സഹായം കിട്ടണം. അതുകൊണ്ടാണ് നരസിംഹറാവു പ്രധാനമന്ത്രിയായിരുന്നപ്പോൾ കോൺഗ്രസ് ആഗോളവല്ക്കരണവും ഉദാരവല്ക്കരണവും സ്വകാര്യവല്ക്കരണവും അടങ്ങുന്ന പുത്തൻ സാമ്പത്തികനയം നടപ്പിലാക്കിയത്. ഇതിനെതിരായി മറ്റ് അദ്ധ്വാനിക്കുന്ന ജനവിഭാഗങ്ങൾ നടത്തുന്ന സമരത്തിൽ കൃഷിക്കാരും കർഷകത്തൊഴിലാളികളും അണിനിരക്കണം. അതാണ് പണിയെടുക്കുന്ന കൃഷിക്കാരും കാർഷികതൊഴിലാളികളും തമ്മിലുള്ള വർഗ്ഗൈക്യത്തിന്റെ അടിസ്ഥാനം.

ഈ വർഗ്ഗൈക്യത്തിനു നാലതിരുകൾക്കകത്തുതന്നെ ജോലി സമയം, കൂലിയും മറ്റു വേതനവ്യവസ്ഥകൾ എന്നിവയുടെ കാര്യത്തിൽ കാർഷികത്തൊഴിലാളികളെക്കൊണ്ടു പണിയെടുപ്പിക്കുന്ന കൃഷിക്കാരും

കാർഷികത്തൊഴിലാളികളും തമ്മിൽ വൈരുദ്ധ്യങ്ങളുണ്ടാവുന്നത് സ്വാഭാവികമാണ്. പക്ഷേ, അവയൊന്നും വർഗ്ഗസമരത്തിൽപ്പെടുന്നില്ല. എന്തുകൊണ്ടെന്നാൽ, ലോകമുതലാളിത്തത്തിന്റെ ആഭിമുഖ്യത്തിൽ ഇന്ത്യൻ ഭരണവർഗ്ഗം നടപ്പിലാക്കുന്ന സാമ്പത്തികനയങ്ങളെ എതിർക്കുന്നതിൽ ഒരേ താല്പര്യമാണ് കൃഷിക്കാർക്കും കാർഷികത്തൊഴിലാളികൾക്കുമുള്ളത്. അതുകൊണ്ട് കാർഷികത്തൊഴിലാളികൾക്ക് കൃഷിക്കാരോട് പൊതുവിലും ചെറുകിട ഇടത്തരം തർക്കങ്ങൾ പറഞ്ഞുതീർത്ത് കാർഷികത്തൊഴിലാളികളടക്കമുള്ള കാർഷികവർഗ്ഗത്തിന്റെ ഐക്യം നിലനിർത്തേണ്ടത് കൃഷിക്കാർക്കും കാർഷികത്തൊഴിലാളികൾക്കും ഒരുപോലെ അത്യാവശ്യമാണ്.

കൃഷിക്കാർക്കു സ്വന്തമായ ഒട്ടേറെ ആവശ്യങ്ങളുണ്ട്. അവയിൽ മിക്കതും നേടിയെടുക്കേണ്ടത് ബഹുരാഷ്ട്രകുത്തകകൾ, ഇന്ത്യൻ കുത്തകകളും അവരുടെ ഗവൺമെന്റും, ബാങ്കുകളും പണമിടപാടുകാരും മുതലായ ദുഷ്ടശക്തികൾക്കെതിരായ പോരാട്ടത്തിലാണ്. കൃഷിക്കാരും കാർഷികത്തൊഴിലാളികളും ഒരുപോലെ ഈ ശക്തികളുടെ ചൂഷണത്തിന് വിധേയമാണ്. ആ സമയത്തിൽ കർഷകജനസാമാന്യത്തിനു കാർഷികത്തൊഴിലാളികളുടെ സഹായം കൂടിയേതീരൂ.

കാർഷികത്തൊഴിലാളികൾക്കാകട്ടെ, കൂലിത്തോത്, വേലസമയം മുതലായ ആവശ്യങ്ങൾ മാത്രമല്ല നേടിയെടുക്കാനുള്ളത്. അവരുടെ ജീവിതം അഭിവൃദ്ധിപ്പെടണമെങ്കിൽ കാർഷികോല്പാദനം വർദ്ധിപ്പിക്കണം. വ്യവസായങ്ങളും കാർഷികേതരജോലികളും വികസിക്കണം. നാട്ടിൻപുറത്തെ പട്ടിണിപ്പാവങ്ങൾക്കു മുഴുവൻ ആവശ്യമായ വികസന പ്രവർത്തനങ്ങൾ നടക്കണം. വിദ്യാഭ്യാസവും വൈദ്യസഹായവും മറ്റും വികസിപ്പിക്കണം. ഇക്കാര്യത്തിൽ കൃഷിക്കാരടക്കമുള്ള ഗ്രാമീണജനതയുടെ മുഴുവൻ സഹായം കാർഷികത്തൊഴിലാളികൾക്കാവശ്യമാണ്.

ഇങ്ങനെ കാർഷികത്തൊഴിലാളികൾ കൃഷിക്കാരെയും കൃഷിക്കാർ കാർഷികത്തൊഴിലാളികളെയും അന്യോന്യം സഹായിക്കുന്ന ഒരു രാഷ്ട്രീയ സംവിധാനം രൂപപ്പെടുത്തിയാൽ മാത്രമേ കാർഷികത്തൊഴിലാളികൾക്കും കൃഷിക്കാർക്കും ഒരുപോലെ താന്താങ്ങളുടെ പ്രശ്നം പരിഹരിക്കാനാവൂ.

കർഷകത്തൊഴിലാളികളെ സംഘടിപ്പിക്കുന്നതിന്റെ പ്രാധാന്യം

മുതലാളിത്ത വികസനപാത അംഗീകരിച്ചുകൊണ്ട് കുത്തക മുതലാളിത്തത്തിന്റെ നേതൃത്വത്തിൽ ഭൂപ്രഭുത്വവുമായി സന്ധിചെയ്ത സാമ്രാജ്യത്വ ധനമൂലധനശക്തികളുമായി അടിക്കടി ബന്ധപ്പെട്ടുകൊണ്ടുള്ള ബൂർഷ്വാ - ഭൂപ്രഭുവർഗ്ഗത്തിന്റെ ഉപകരണമാണ് ഇന്ത്യൻ ഭരണകൂടമെന്നാണ് സി പി ഐ (എം) പരിപാടി വ്യക്തമാക്കുന്നത്. ഇതിനെതിരായി ജനകീയ ജനാധിപത്യമുന്നണി കെട്ടിപ്പടുത്തുകൊണ്ട് നിലവിലുള്ള ഭരണകൂട വ്യവസ്ഥയെ മാറ്റി ഒരു പുതിയ ഭരണകൂടം പകരം വെക്കാനുള്ള ചുമതലയാണ് ജനകീയ ജനാധിപത്യ വിപ്ലവത്തിലൂടെ നിർവ്വഹിക്കാനുള്ളത്. ഈ ലക്ഷ്യം കൈവരിക്കുന്നതിന് നിരവധി ഇടക്കാല മുദ്രാവാക്യങ്ങൾ അംഗീകരിക്കുകയും പ്രാവർത്തികമാക്കുകയും ചെയ്യേണ്ടതായിട്ടുണ്ട്. ഇടതുപക്ഷ ജനാധിപത്യ മുന്നണി കെട്ടിപ്പടുത്തുകൊണ്ടാണ് ജനകീയ ജനാധിപത്യ മുന്നണി രൂപപ്പെടുത്തേണ്ടത്. ഭരണവർഗ്ഗ നിലപാടുകൾക്കെതിരായ വ്യത്യസ്ത ജനവിഭാഗങ്ങളുടെ സമരപോരാട്ടങ്ങളിലൂടെയേ ഇടതുപക്ഷ ശക്തികൾക്ക് സ്വതന്ത്രമായ സ്വാധീനം വികസിപ്പിക്കാൻ സാധിക്കുകയുള്ളൂ. ഈ ഇടതുപക്ഷ ജനാധിപത്യ മുന്നണി വളർത്തിയെടുക്കുന്ന പ്രക്രിയയിൽ മുതലാളിവർഗ്ഗത്തിന്റെ സഖ്യശക്തിയായ കർഷക ജനവിഭാഗത്തിലെ ഉല്പാദന ശക്തിയിൽ മുൻപന്തിയിൽ നില്ക്കുന്ന വിഭാഗമാണ് കർഷക തൊഴിലാളി വിഭാഗം. അതുകൊണ്ട് സ്വതന്ത്രമായി കർഷക തൊഴിലാളികളെ സംഘടിപ്പിക്കുക എന്നാൽ ഇന്ത്യയുടെ സാമൂഹ്യ പരിവർത്തനത്തിന് ഒഴിച്ചുകൂടാനാവാത്തതാണ്. ഇത് സംബന്ധിച്ച് കമ്യൂണിസ്റ്റ് പ്രസ്ഥാനത്തിന്റെ ആദ്യ കാലഘട്ടം മുതൽ മാർക്സിസ്റ്റാചാര്യന്മാർ ചൂണ്ടിക്കാണിച്ച കാര്യ

ങ്ങളിൽ പ്രസക്തമായ ഭാഗങ്ങൾ താഴെ കൊടുക്കുന്നു.

ജർമ്മനിയിലെ കർഷക യുദ്ധം എന്ന കൃതിയുടെ രണ്ടാം പതിപ്പിന് ഫ്രെഡറിക് ഏംഗൽസ് 1870 ൽ എഴുതിയ മുഖവുര. പ്രസ്തുത മുഖവുരയുടെ ഒരു ഭാഗം ഇപ്രകാരമാണ്.

> ബൂർഷ്വാസിയായ വൻകിട കർഷകരിൽനിന്നും വ്യത്യസ്തനാണ് ചെറുകിട കർഷകർ. അവർ ഒന്നുകിൽ നാടുവാഴിത്തത്തിന്റെ കീഴിലെ കർഷകരാണ്. തങ്ങളുടെ ഉദാരമതിയായ യജമാനന് സേവനം അനുഷ്ഠിക്കേണ്ടവരാണ്. ബൂർഷ്വാസിക്ക് ഇവരെ അടിയായ്മയിൽ നിന്നും മോചിപ്പിക്കുകയെന്ന അതിന്റെ കടമ നിറവേറ്റാൻ സാധിച്ചിട്ടില്ലാത്തതിനാൽ തങ്ങളുടെ മോചനം തൊഴിലാളിവർഗ്ഗത്തിൽ നിന്നും മാത്രമേ പ്രതീക്ഷിക്കാനാവുകയുള്ളൂ എന്ന് അവരെ ബോദ്ധ്യപ്പെടുത്താൻ ഇനി വലിയ വിഷമം ഉണ്ടായിരിക്കുകയില്ല അല്ലെങ്കിൽ അവർ കുടിയാന്മാരാണ്. ഇവരുടെ കാര്യത്തിൽ സ്ഥിതിഗതികൾ ഏറിയകൂറും അയർലാന്റിലേതുപോലെ തന്നെയാണ്. പാട്ടം വളരെ ഉയർന്നതാകയാൽ വിളവെടുപ്പ് സാധാരണ നിലയിലാകുമ്പോൾ കർഷകനും അയാളുടെ കുടുംബത്തിനും നിത്യവൃത്തിക്കു തന്നെ മതിയാവുകയില്ല. വിളവ് മോശമായാൽ അയാൾ പട്ടിണിയുടെ വക്കത്താണ്. പാട്ടം കൊടുക്കാൻ കഴിയാത്തതുകൊണ്ട് അയാൾ തികച്ചും ഭൂവുടമയുടെ കാരുണ്യത്തിൽ കഴിയേണ്ടിവരുന്നു. നിർബ്ബന്ധിതമായിത്തീരുമ്പോഴല്ലാതെ ബൂർഷ്വാസി ഒരിക്കലും ഇവർക്കു വേണ്ടി ഒന്നും ചെയ്യുകയില്ല. അപ്പോൾപ്പിന്നെ തൊഴിലാളികളിൽ നിന്നല്ലാതെ ആരിൽനിന്നാണ് ഇവർ മോചനം പ്രതീക്ഷിക്കുന്നത്?

ഇനി അവശേഷിക്കുന്നത് സ്വന്തം തുണ്ടുഭൂമിയിൽ കൃഷിചെയ്യുന്ന കർഷകരാണ്. ഇവരിൽപ്പലരും കടഭാരംകൊണ്ട് കഷ്ടപ്പെടുന്നവരാണ്. കുടിയാൻ ഭൂവുടമയ്ക്കെന്നപോലെ ഇവർ ഹുണ്ടികക്കാരന് ബാദ്ധ്യതപ്പെട്ടവരായിരിക്കും. ഇവരെ സംബന്ധിച്ച് ആദായം വളരെ തുച്ഛമായിരിക്കും. ചിലപ്പോൾ വിളവ് നന്നാകും. ചിലപ്പോൾ മോശമായിരിക്കും. ആയതിനാൽ വരുമാനത്തിന്റെ കാര്യത്തിൽ യാതൊരു നിശ്ചയവുമില്ല. ഇവർക്ക് ബൂർഷ്വാസിയിൽനിന്നും പ്രതീക്ഷിക്കാനൊന്നുമില്ല. കാരണം, ഈ ബൂർഷ്വാസി തന്നെയാണ് ഹുണ്ടിക മുതലാളിമാരുടെ ചോര ഊറ്റിക്കുടിക്കുന്നത്. എന്നിട്ടും ഈ കർഷകരിൽ ഭൂരിഭാഗവും തങ്ങളുടെ ഭൂമിയിൽ ഒട്ടിപ്പിടിച്ചുനില്ക്കുന്നു. ഈ ഭൂമി യഥാർത്ഥത്തിൽ ഹുണ്ടികവ്യാപാരിയുടേതാണെന്നവർ മറക്കുന്നു. ഹുണ്ടികവ്യാപാരിയിൽനിന്ന് അവർക്ക് മോചനം വേണമെങ്കിൽ അവരുടെ കടബാദ്ധ്യതകളെല്ലാം സർക്കാർ കടങ്ങളായി മാറുകയും ജനങ്ങളെ ആശ്രയിക്കുകയും ചെയ്യുന്ന ഒരു ഗവൺമെന്റ് വരണമെന്ന് അവരെ ബോദ്ധ്യപ്പെടുത്തേണ്ടിയിരിക്കുന്നു. അങ്ങനെ വരുമ്പോൾ മാത്രമേ പലിശനിരക്ക് കുറയുകയുള്ളൂ.

ഇത് സാക്ഷാൽക്കരിക്കാൻ തൊഴിലാളി വർഗ്ഗത്തിനു മാത്രമേ കഴിയുകയുള്ളൂ.

ഇടത്തരത്തിൽപ്പെട്ടതും വൻകിടയല്ലാത്തതുമായ തോട്ടങ്ങൾ നിലനില്ക്കുന്ന ഇടങ്ങളിൽ നാട്ടിൻപുറത്ത് ഭൂരിപക്ഷം വരുന്നവർ കർഷകതൊഴിലാളികളായിരിക്കും. ജർമ്മനിയുടെ വടക്കും കിഴക്കും ഭാഗങ്ങളിൽ ഇതാണ് സ്ഥിതി. ഇവിടെനിന്നാണ് നഗരങ്ങളിലെ വ്യവസായത്തൊഴിലാളികൾക്ക് എണ്ണത്തിൽ ഏറ്റവും കൂടിയതും സ്വാഭാവികവുമായ സഖാക്കളെ ലഭിക്കുന്നത്. മുതലാളി വ്യവസായത്തൊഴിലാളിയെ അഭിമുഖീകരിക്കുന്നതുപോലെ ഭൂവുടമയും വൻകിട കർഷകനും കർഷകത്തൊഴിലാളിയെ അഭിമുഖീകരിക്കുന്നു. ഒരു ഭാഗത്ത് ബാധിക്കുന്ന നടപടികൾ മറ്റേ വിഭാഗവും അഭിമുഖീകരിക്കുന്നു. അസംസ്കൃത പദാർത്ഥങ്ങൾ, യന്ത്രങ്ങൾ, ഉപകരണങ്ങൾ, ഉല്പാദനവൃത്തിയിൽ ഏർപ്പെടുന്നതിനാവശ്യമായ ഉപജീവനോപാധികൾ എന്നിവ ഉൾക്കൊള്ളുന്ന ബൂർഷ്വാസിയുടെ മൂലധനം സമൂഹത്തിന്റെ സ്വത്തായി മാറ്റുകയും പൊതുവായി ഉപയോഗിക്കുകയും ചെയ്താൽ മാത്രമേ വ്യവസായ തൊഴിലാളികൾക്ക് സ്വയം മോചനം നേടാൻ സാധിക്കുകയുള്ളൂ. അതുപോലെ കർഷകത്തൊഴിലാളികൾക്കും തങ്ങളുടെ ഭീഷണിയായ കഷ്ടപ്പാടിൽ നിന്നും രക്ഷപ്പെടണമെങ്കിൽ തങ്ങളുടെ പ്രധാനതൊഴിൽ ഉപാധിയായ ഭൂമി വൻകിട കർഷകരുടെയും അതിലും വലിയ നാടുവാഴി പ്രമുഖന്മാരുടെയും സ്വകാര്യ ഉടമസ്ഥതയിൽനിന്ന് വീണ്ടെടുത്ത് പൊതുസ്വത്താക്കുകയും സഹകരണ സംഘങ്ങൾ വഴിയോ കാർഷികത്തൊഴിലാളികളുടെ പൊതുഉടമസ്ഥതയിലോ കൃഷിചെയ്യുക മാത്രമേ മാർഗ്ഗമുള്ളൂ.

കമ്യൂണിസ്റ്റ് ഇന്റർനാഷണലിന്റെ രണ്ടാം കോൺഗ്രസിനു വേണ്ടി ലെനിൻ തയ്യാറാക്കിയ 'കാർഷിക പ്രശ്നം സംബന്ധിച്ച തീസിസുകളുടെ' പ്രാഥമിക കരടുരേഖയിൽ ഈ വിഷയം വളരെ വിശദമായി വിശകലനം ചെയ്തിട്ടുണ്ട്. വിവിധ കർഷകജനവിഭാഗങ്ങളെപ്പറ്റിയും വിപ്ലവത്തിന്റെ വിവിധഘട്ടങ്ങളിൽ അവർ ഓരോരുത്തരും വഹിക്കുന്ന പങ്കിനെപ്പറ്റിയും വിപ്ലവത്തിന്റെ വിജയത്തിനുശേഷം എന്തു ചെയ്യണമെന്നുള്ള കമ്യൂണിസ്റ്റുകാരുടെ കാഴ്ചപ്പാട് എന്തെന്ന് ഈ രേഖയിൽ സമഗ്രമായി പ്രതിപാദിച്ചിരിക്കുന്നു. പ്രസ്തുത രേഖയിലെ പ്രസക്തമായ ഭാഗങ്ങൾ ഇപ്രകാരമാണ്:

> നഗരങ്ങളിലെ തൊഴിലാളിവർഗ്ഗം സമരരംഗത്തിറക്കുകയോ ചുരുങ്ങിയ പക്ഷം സ്വപക്ഷത്താക്കുകയോ ചെയ്യേണ്ട നാട്ടിൻപുറത്തെ പണിയെടുക്കുന്നവരും ചൂഷിതരുമായ ജനങ്ങളെ എല്ലാ മുതലാളിത്തരാജ്യങ്ങളിലും പ്രതിനിധാനം ചെയ്യുന്നത് താഴെപ്പറയുന്ന വർഗ്ഗങ്ങളാണ്.
>
> ഒന്നാമത്, കർഷകത്തൊഴിലാളിവർഗ്ഗം മുതലാളിത്തകൃഷി സ്ഥലങ്ങളിൽ (വർഷത്തിന്റേയോ കാലത്തിന്റേയോ ദിവസത്തിന്റേയോ

അടിസ്ഥാനത്തിൽ) കൂലിപ്പണിയെടുത്തുകൊണ്ട് നിത്യേന കഴിയുന്ന കൂലിവേലക്കാർ. മറ്റു ഗ്രാമീണ ജനവിഭാഗങ്ങളിൽ നിന്നും സ്വതന്ത്രമായും വേറിട്ടും ഈ വർഗ്ഗത്തെ (രാഷ്ട്രീയമായും സൈനികമായും ട്രേഡ് യൂണിയൻ വഴിയും സഹകരണ അടിസ്ഥാനത്തിലും സാംസ്കാരികമായും വിദ്യാഭ്യാസപരമായും മറ്റും) സംഘടിപ്പിക്കുക. ഈ വർഗ്ഗത്തിനിടയിൽ ഊർജ്ജിതമായ പ്രചാരവേലയും പ്രക്ഷോഭവും നടത്തുക. സോവിയറ്റ് ഭരണത്തിനും തൊഴിലാളിവർഗ്ഗ സർവ്വാധിപത്യത്തിനും അതിന്റെ പിന്തുണ നേടുക. ഇത് എല്ലാ രാജ്യങ്ങളിലുമുള്ള കമ്യൂണിസ്റ്റ് പാർട്ടികളുടെ മൗലിക കടമയാണ്.

രണ്ടാമത്, അർദ്ധതൊഴിലാളികൾ അഥവാ ഭാഗിക കൃഷിക്കാർ അതായത് കുറെയൊക്കെ കാർഷികവ്യാവസായിക മുതലാളിത്ത സ്ഥാപനങ്ങളിൽ കൂലിവേല ചെയ്തും കുറെയൊക്കെ സ്വന്തമോ പാട്ടത്തിനെടുത്തതോ ആയ തുണ്ടുഭൂമിയിൽ കൃഷിചെയ്തും (ഈ വഴിക്ക് ഭാഗികമായി മാത്രമേ തങ്ങളുടെ കുടുംബങ്ങളെ പോറ്റാൻ അവർക്ക് കഴിയുന്നുള്ളൂ) ജീവസന്ധാരണം ചെയ്യുന്നവർ പണിയെടുക്കുന്ന ഈ പ്രാചീനജനവിഭാഗത്തിന് എല്ലാ മുതലാളിത്ത രാജ്യങ്ങളിലും വലിയ സംഖ്യാബലമുണ്ട്. കമ്യൂണിസ്റ്റ് പാർട്ടിയുടെ പ്രവർത്തനം വേണ്ടവിധം സംഘടിപ്പിച്ചാൽ ഈ വിഭാഗത്തിന്റെ ഉറച്ച പിന്തുണ നേടാൻ കഴിയും. കാരണം, ഈ അർദ്ധതൊഴിലാളികളുടെ സ്ഥിതി വളരെ ക്ലേശമാണ്. സോവിയറ്റ് ഭരണത്തിൽ നിന്നും തൊഴിലാളിവർഗ്ഗ സർവ്വാധിപത്യത്തിൽനിന്നും അവർക്ക് ഉടൻതന്നെ വമ്പിച്ച നേട്ടങ്ങൾ ലഭിക്കുന്നതായിരിക്കും.

മൂന്നാമത്, ചെറുകിട കർഷകർ. അതായത് സ്വന്തമായോ ചെറിയ തുണ്ടുഭൂമി കൈവശമുള്ള ചെറിയ കൃഷിക്കാർ. പുറമേ നിന്ന് ആളുകളെ കൂലിക്കുവെക്കാതെ തങ്ങളുടെ കുടുംബാംഗങ്ങളുടെയും കൃഷിയിടങ്ങളുടെയും ആവശ്യങ്ങൾ ഇവ കൊണ്ടവർ സാധിക്കുന്നു. തൊഴിലാളിവർഗ്ഗത്തിന്റെ വിജയത്തിൽനിന്നും ഈ വിഭാഗത്തിന് നിസ്സംശയമായും ഗുണമാണുണ്ടാകുക. അവർക്ക് സത്വരമായും പൂർണ്ണമായും താഴെപ്പറയുന്ന മെച്ചങ്ങളുണ്ടാകുന്നു.

1. വൻകിട ജന്മിമാർക്ക് പാട്ടമോ വിളവിന്റെ ഓഹരിയോ കൊടുക്കേണ്ടതില്ല.
2. ഒറ്റിപ്പണയങ്ങളിൽനിന്നുള്ള മോചനം.
3. വൻകിട ജന്മിമാരുടെ നാനാരൂപത്തിലുള്ള മർദ്ദനത്തിൽനിന്നും അവരുടെ ആശ്രിതത്വത്തിൽനിന്നും (വനഭൂമികൾ അവയുടെ ഉപയോഗം തുടങ്ങിയവ) മോചനം.
4. തൊഴിലാളിവർഗ്ഗഭരണത്തിൽനിന്നും തങ്ങളുടെ കൃഷിയിടങ്ങൾക്ക് സത്വരസഹായം.

തൊഴിലാളിവർഗ്ഗം കണ്ടുകെട്ടിയ വൻകിടമുതലാളിത്ത കൃഷിയിടങ്ങളിലെ കൃഷിപ്പണിയായുധങ്ങളും കെട്ടിടങ്ങളിൽ ചെറുതും ഉപയോഗത്തിന് കിട്ടുന്നു. മുതലാളിത്തത്തിൻകീഴിൽ സർവ്വോപരി ധനിക കർഷകർക്കും ഇടത്തരം കർഷകർക്കും പ്രയോജനപ്പെട്ടിരുന്ന ഗ്രാമീണ സഹകരണസംഘങ്ങളേയും കാർഷിക അസോസിയേഷനുകളേയും പാവപ്പെട്ടവരെ അതായത് തൊഴിലാളികളെയും അർദ്ധതൊഴിലാളികളെയും ചെറുകിടകർഷകരെയും മറ്റും മുഖ്യമായി സഹായിക്കുന്ന സംഘടനകളായി തൊഴിലാളിവർഗ്ഗ ഭരണകൂടം ഉടൻതന്നെ മാറുന്നു.

അതേസമയം മുതലാളിത്തത്തിൽനിന്നും കമ്യൂണിസത്തിലേക്കുള്ള പരിവർത്തനഘട്ടത്തെ അതായത് തൊഴിലാളിവർഗ്ഗ സർവ്വാധിപത്യത്തിന്റെ കാലഘട്ടത്തിൽ ഈ വിഭാഗം അഥവാ അതിന്റെ ഒരു ഭാഗം എങ്കിലും അനിയന്ത്രിതമായും വ്യാപാര സ്വാതന്ത്ര്യത്തിലേക്കും സ്വകാര്യസ്വത്തവകാശങ്ങൾ യഥേഷ്ടം ആസ്വദിക്കുന്നതിലേക്കും അനിവാര്യമായി ചാരുമെന്ന് കമ്യൂണിസ്റ്റ് പാർട്ടി വ്യക്തമായി മനസ്സിലാക്കണം. കാരണം ചെറിയ തോതിലാണെങ്കിലും ഉപഭോഗസാമഗ്രികൾ വില്ക്കുന്ന ഈ വിഭാഗത്തെ കൊള്ളലാഭം അടിക്കലും സ്വത്തുടമ ശീലങ്ങളും ദുഷിപ്പിക്കുന്നു. എന്നിരുന്നാൽത്തന്നെ ദൃഢമായ തൊഴിലാളിവർഗ്ഗ നയം അനുവർത്തിക്കുന്ന പക്ഷം വിജയം വരിച്ച തൊഴിലാളിവർഗ്ഗം വൻകിട ഭൂവുടമകളോടും വൻകിട കർഷകരോടും നിശ്ചയദാർഢ്യത്തോടെ പെരുമാറുന്നപക്ഷം ഈ വിഭാഗത്തിന്റെ ചാഞ്ചാട്ടം ഗണ്യമായിരിക്കുകയില്ല. ആകെക്കൂടി നോക്കിയാൽ തൊഴിലാളിവർഗ്ഗവിപ്ലവത്തിന്റെ ഭാഗത്തുനില്ക്കുമെന്ന വസ്തുതയ്ക്ക് മാറ്റം വരുത്തുകയില്ല.

മുകളിൽപ്പറഞ്ഞ മൂന്നു വിഭാഗങ്ങളും കൂടിയ എല്ലാ മുതലാളിത്ത രാജ്യങ്ങളിലെയും ഗ്രാമീണജനസംഖ്യയുടെ ഭൂരിപക്ഷമായി. അതുകൊണ്ട് പട്ടണങ്ങളിൽ മാത്രമല്ല നാട്ടിൻപുറത്തും തൊഴിലാളിവർഗ്ഗ വിപ്ലവത്തിന്റെ വിജയം സുനിശ്ചിതമാണ്.

നാട്ടിൻപുറത്തെ വിവിധ ജനവിഭാഗങ്ങളെ അണിനിരത്തുമ്പോൾ ആരിൽ കേന്ദ്രീകരിച്ചുകൊണ്ടാണ് പ്രസ്ഥാനം സംഘടിപ്പിക്കേണ്ടതെന്ന പ്രശ്നം ലോകകമ്യൂണിസ്റ്റ് പ്രസ്ഥാനം പലപ്പോഴും ചർച്ച ചെയ്തിട്ടുണ്ട്. ഈ കാര്യത്തിൽ കമ്യൂണിസ്റ്റുകാർക്ക് യാതൊരു സംശയവും ഉണ്ടാവാൻ പാടില്ല. കർഷകത്തൊഴിലാളികളെയും ദരിദ്രകൃഷിക്കാരെയും ഊന്നിനിന്നുകൊണ്ടുമാത്രമേ വിവിധ കർഷക ജനവിഭാഗങ്ങളുടെ ഐക്യം കെട്ടിപ്പടുക്കുവാൻ കഴിയൂ. ജനാധിപത്യവിപ്ലവത്തിന്റെ പൂർത്തീകരണത്തിനും തുടർന്ന് സോഷ്യലിസ്റ്റ് വിപ്ലവത്തിലേക്കുള്ള വികാസത്തിനും ഇത് അത്യാവശ്യമാണ്.

ക്ഷേമസമിതികളുടെ രൂപീകരണം

വർഗ്ഗവിഭജിതമായ സമൂഹത്തിൽ സവിശേഷമായ സാമൂഹ്യ സാഹചര്യങ്ങളിൽ ഇരട്ടചൂഷണത്തിന് (Double Exploitation) വിധേയരാകുന്ന ജനവിഭാഗങ്ങൾ എങ്ങനെ സംഘടിച്ച് പോരാടണം എന്നത് സംബന്ധിച്ച് കമ്യൂണിസ്റ്റ് പ്രസ്ഥാനം ആവർത്തിച്ചുറപ്പിച്ച കാഴ്ചപ്പാടുകൾക്ക് അടിവരയിടുന്ന നിലയിലാണ് പട്ടികജാതി, ആദിവാസി ക്ഷേമസമിതികൾ രൂപീകരിച്ചത്. ലിംഗപരവും ജാതീയവുമായ ചൂഷണങ്ങളെയും അവശതകളെയും പിന്നോക്കാവസ്ഥകളെയും സംഘടിതമായി നേരിടുമ്പോൾ സ്വത്വരാഷ്ട്രീയത്തിന്റെ പാത സ്വീകരിക്കാതെ, പൊതുബോധത്തിലേക്കുയർത്താനും വർഗ്ഗ സംഘടനകളുമായി ചേർന്ന് വർഗ്ഗസമരങ്ങളുടെ പടയാളികളായി ഈ ജനവിഭാഗങ്ങളെ ഉയർത്താനുമാണ് ക്ഷേമസമിതികൾ പ്രവർത്തിക്കുന്നത്.

നമ്മുടെ തൊട്ടയൽസംസ്ഥാനമായ തമിഴ്നാട്ടിൽ ഇ വി രാമസ്വാമി നായ്ക്കരുടെയും അണ്ണാദുരൈയുടെയും പെരിയാറുടെയും പാരമ്പര്യം അവകാശപ്പെട്ടുകൊണ്ട് പ്രവർത്തനം സംഘടിപ്പിക്കുന്ന ദ്രാവിഡപാർട്ടികൾക്ക് സമൂഹത്തിൽ പുരോഗമനപരമായ ചലനങ്ങളൊന്നും ഉണ്ടാക്കാൻ സാധിച്ചില്ല എന്നതാണ് യാഥാർത്ഥ്യം. ജാതിയും അയിത്തവും ജാതിമതിലുകളും സ്വത്വരാഷ്ട്രീയത്തിന്റെ പ്രയോഗത്തിന്റെ ഭാഗമായുണ്ടാവുന്ന സാമൂഹ്യാവസ്ഥയെയാണ് കാണിച്ചുതരുന്നത്. വർഷങ്ങൾക്ക് മുമ്പ് ആന്ധ്രയിൽവെച്ച് ചിത്രീകരിച്ച *ഹരിജൻ* എന്ന സിനിമയിലെ ജാതീയതയുടെ നരകതുല്യമായ അവസ്ഥ ഇന്നും രാജ്യത്ത് നിലനില്ക്കുന്നുണ്ട്. ഇപ്പോൾ കേന്ദ്രത്തിൽ അധികാരത്തിലിരിക്കുന്ന ആർ എസ് എസ് സംഘപരിവാർ നിയന്ത്രണത്തിലുള്ള സർക്കാർ അങ്ങേയറ്റത്തെ ദളിത് -ആദിവാസി വിരുദ്ധ മനോഭാവവുമായാണ് മുന്നോട്ടുപോകുന്നത്. ഉത്തരേന്ത്യൻ സംസ്ഥാനങ്ങളിലെ ദളിതവസ്ഥ അതി ദയനീയമാണ്. കാണാൻ പാടില്ലാത്തവർ, തൊട്ടുകൂടാത്തവർ, ഒരേ കിണറ്റിലെ വെള്ളം കോരാൻ

പാടില്ലാത്തവർ, വിദ്യാഭ്യാസം നിഷേധിക്കപ്പെട്ടവർ, മൃതശരീരം ദഹിപ്പിക്കാൻപോലും സ്വാതന്ത്ര്യമില്ലാത്തവർ, സഞ്ചാരസ്വാതന്ത്ര്യമില്ലാത്തവർ പട്ടികജാതി-വർഗ്ഗ വിഭാഗങ്ങളിലുള്ളവർക്ക് രാജ്യത്തിന്റെ വിവിധ ഭാഗത്തുണ്ടാവുന്ന അനുഭവങ്ങൾ ഒരിക്കലും കേരളീയന് സങ്കല്പിക്കാൻ സാധിക്കില്ല.

കേരളത്തിൽ ഇന്നുള്ള അവസ്ഥ കമ്യൂണിസ്റ്റ്-സാമൂഹ്യപരിഷ്കരണ പ്രസ്ഥാനങ്ങളുടെ പ്രവർത്തനങ്ങളിലൂടെ കൈവരിച്ചതാണ്. കർഷക തൊഴിലാളി യൂണിയൻ പാർശ്വവല്ക്കരിക്കപ്പെട്ട ജനവിഭാഗങ്ങളെ നിവർന്നുനിർത്താൻ വേണ്ടി സമൂഹത്തിൽ നിരന്തരം ഇടപെട്ടു. ഇപ്പോൾ പുനരുത്ഥാനത്തിന്റെ വഴികളാണ് തെളിഞ്ഞുവരുന്നത്. ദ്രുതഗതിയിൽ നടക്കുന്ന മദ്ധ്യവർഗ്ഗവല്ക്കരണം പുനരുത്ഥാന ശക്തികൾക്ക് തിരിച്ചുകയറാനുള്ള വഴിയൊരുക്കി കൊടുക്കുന്നു. സ്വത്വരാഷ്ട്രീയത്തിന്റെ വക്താക്കളൊക്കെ അവരുടെ പിണിയാളുകളാണ്. സ്വത്വരാഷ്ട്രീയം സുസ്ഥിരവും സ്ഥായിയുമായ മുന്നേറ്റത്തെ അസാദ്ധ്യമാക്കും. അടിസ്ഥാനപരമായ സാമൂഹ്യ സാമ്പത്തിക ഘടനാ പരിഷ്കാരങ്ങളാണ് മൗലികമായി നിലനില്ക്കുക. പട്ടികജാതി ക്ഷേമസമിതി അതുൾക്കൊള്ളുന്നുണ്ട്. അതിനാൽ ദളിതരുടെ പ്രശ്നങ്ങൾ ഉയർത്തി അവയ്ക്ക് പരിഹാരം കാണാൻ പൊതുവേദി ഉണ്ടാക്കുമ്പോൾ അത് സ്വത്വബോധത്തിന്റെ അടിസ്ഥാനത്തിൽ രാഷ്ട്രീയം കൈകാര്യം ചെയ്യലല്ല. ഒരിക്കലും അതൊരു വിട്ടുവീഴ്ചയുമാവുന്നില്ല. അവിടെ സംഭവിക്കുന്നത് സ്വത്വരാഷ്ട്രീയത്തിനെതിരായുള്ള ജാഗ്രത പാലിക്കലാണ്. സുസ്ഥിരമായ നിലപാടെടുക്കലാണ്. തീർച്ചയായും ഇരട്ട ചൂഷണത്തിന് വിധേയമാവുന്ന ജനവിഭാഗങ്ങളോടെടുക്കുന്ന സവിശേഷമായ നയത്തിന്റെ ആരോഗ്യകരമായ അടയാളമായിട്ടാണ് പട്ടികജാതി ക്ഷേമസമിതിയുടെ പ്രവർത്തനങ്ങളെ വിലയിരുത്തപ്പെടേണ്ടത്.

സംസ്ഥാനത്തെ സ്ഥിതി പരിശോധിക്കുമ്പോൾ ഇതര ജനവിഭാഗങ്ങൾ നേടിയ പുരോഗതിയും ജീവിതവിജയവും പട്ടികജാതിക്കാരിൽ നിന്ന് അകന്നുനില്ക്കുകയാണ്. ഭൂമിക്കും വീടിനും തൊഴിലിനും വേണ്ടി നിരന്തരം പോരാടേണ്ടിവരുന്നവരാണ് സംസ്ഥാനത്തെ പട്ടികജാതി വിഭാഗങ്ങൾ. ഈ വിഭാഗങ്ങൾക്ക് പാർപ്പിടത്തിനും കൃഷിക്കും ആവശ്യമായ ഭൂമി കേരളത്തിലുണ്ട്. ഭൂമി ഏറ്റെടുത്ത് വിതരണം ചെയ്യുന്ന നടപടികൾ മറികടക്കാനുള്ള ശ്രമങ്ങൾ ലൈഫ്മിഷൻ പോലുള്ള പദ്ധതികളിലൂടെ സംസ്ഥാന സർക്കാർ നടപ്പിലാക്കാൻ ശ്രമിക്കുന്നുണ്ട്.

സ്വകാര്യസംരംഭങ്ങളിൽ സംവരണമില്ലാത്തത് നിമിത്തം പട്ടികജാതി വിഭാഗങ്ങൾക്ക് ലഭിക്കേണ്ട തൊഴിലവസരങ്ങൾ നഷ്ടമാവുന്നു. പട്ടികജാതി വിദ്യാർത്ഥികൾക്ക് സ്വാശ്രയമേഖലയിൽ വിദ്യാഭ്യാസ ആനുകൂല്യവും മറ്റും ഉറപ്പാക്കപ്പെടേണ്ടതുണ്ട്. കോളനികളടക്കം പട്ടികജാതി വിഭാഗങ്ങൾ താമസിക്കുന്ന പ്രദേശങ്ങളിൽ വികസനം എത്തിനോക്കുന്നില്ല. എസ് സി - എസ് ടി ഫണ്ട് ചെലവഴിക്കാത്ത തദ്ദേശ സ്ഥാപനങ്ങൾ ഏറെയാണ്. അടിസ്ഥാന വികസനത്തിന് പദ്ധതികളില്ല. മഹാഭൂരിപക്ഷവും പട്ടിണിയിലാണെങ്കിലും എല്ലാ പട്ടികജാതിക്കാരെയും

മുൻഗണനാ ലിസ്റ്റിൽ ഉൾപ്പെടുത്തുന്നതിൽ അഭിപ്രായസമന്വയമില്ല. ഇങ്ങനെ നാനാവിധത്തിലും വിഷമതയനുഭവിക്കുന്ന ജനവിഭാഗത്തിന്റെ പ്രശ്നങ്ങൾ ഏറ്റെടുക്കുകയും പരിഹാരത്തിനായി പോരാട്ടത്തിൽ ക്ഷേമ സമിതികളുടെ പ്രവർത്തനങ്ങൾക്ക് ഐക്യദാർഢ്യം നല്കാനും അവരുടെ വർഗ്ഗപ്രസ്ഥാനമെന്ന നിലയിൽ നേതൃത്വം കൊടുക്കാനും കർഷക തൊഴിലാളി യൂണിയന് സാധിക്കണം.

ഭൂപരിഷ്കരണ നിയമമടക്കം, കമ്യൂണിസ്റ്റ് പ്രസ്ഥാനത്തിന്റെ ഇടപെടലുകളാണ് കേരളത്തിലെ ദളിത് പിന്നോക്ക വിഭാഗങ്ങളുടെ ജീവിത നിലവാരം ഉയർത്തുന്നതിൽ സുപ്രധാന പങ്കുവഹിച്ചത്. ഇടതുപക്ഷത്തിന്റെ കരുത്തായി ദളിത് പിന്നോക്ക വിഭാഗങ്ങൾ നിലകൊള്ളുന്നതും അവർ തൊഴിലാളി വർഗ്ഗ പ്രസ്ഥാനത്തിൽ വിശ്വാസമർപ്പിച്ച് നിലനില്ക്കുന്നതും അനുഭവങ്ങളുടെ വെളിച്ചത്തിലാണ്. ശരിയായ രാഷ്ട്രീയ ചിന്തയിൽനിന്ന് ജനവിഭാഗങ്ങളെ അടർത്തിമാറ്റി സ്വത്വത്തിന്റെയും വർഗ്ഗീയ-ജാതീയ സങ്കുചിത വികാരങ്ങളുടെയും അതിതീവ്ര നിലപാടുകളുടെയും കൊടിപിടിപ്പിച്ച് വോട്ടുബാങ്കും അശാന്തിയുടെ തുരുത്തുകളും സൃഷ്ടിക്കാനുള്ള നീക്കം സമീപകാലത്ത് ഭയാനകമാംവിധം വർദ്ധിച്ചിരിക്കുന്നു. ഈ സാഹചര്യത്തിലാണ് പട്ടികജാതി വിഭാഗങ്ങളുടെ പ്രശ്നങ്ങളിൽ സവിശേഷമായും സജീവമായും ശ്രദ്ധ കേന്ദ്രീകരിക്കുന്ന ശരിയായ രാഷ്ട്രീയ കാഴ്ചപ്പാടുള്ള ക്ഷേമസമിതി പ്രസക്തമാവുന്നത്.

സാമൂഹ്യനീതിക്കും തുല്യ അവകാശത്തിനും വിവേചനരഹിതവും ജാതിരഹിതവുമായ സാമൂഹ്യവ്യവസ്ഥയ്ക്കും വേണ്ടിയുള്ള ദളിത് വിഭാഗത്തിന്റെ പോരാട്ടങ്ങളിലെ പുതിയ ഏടിനാണ് 2012 ഡിസംബർ 9 ന് കൊല്ലത്ത് ചേർന്ന കൺവെൻഷനും അതിൽ രൂപംകൊണ്ട പട്ടികജാതി ക്ഷേമസമിതി എന്ന പുതിയ സംഘടനയും തുടക്കംകുറിച്ചത്. അരാഷ്ട്രീയതയുടെയും വഴിതിരിച്ചുവിടലുകളുടെയും വിപത്തിൽനിന്ന് വേർപെടുത്തി തിരിച്ചറിവിന്റെ പാതയിൽ ജനവിഭാഗങ്ങളെ അണിനിരത്തുന്നതിനുള്ള ഇടപെടൽ അനിവാര്യമായ ഘട്ടമാണിത്. പ്രചാരണ പ്രക്ഷോഭ പ്രവർത്തനങ്ങളിൽ സ്വത്വവാദം മാറ്റിവെച്ച് ദളിതരെ ശാക്തീകരിച്ച് മുഖ്യധാരയിലേക്ക് നയിക്കുന്ന അത്യന്തം ശാസ്ത്രീയമായ നിലപാടാണ് പട്ടികജാതി ക്ഷേമ സമിതി ഉയർത്തിപ്പിടിക്കുന്നത്.

ആദിവാസി ക്ഷേമസമിതി, അസംഘടിതരും അന്ധവിശ്വാസത്തിലമർന്ന ആചാരരീതികളാൽ വിഭജിക്കപ്പെട്ടവരും പാർശ്വവല്ക്കരിക്കപ്പെട്ടവരും ദാരിദ്ര്യത്തിൽ പുലരുന്നവരുമായ ജനവിഭാഗത്തിന്റെ കരുത്തുറ്റ സമിതി എന്ന നിലയിൽ പ്രസക്തമാണ്. കേരളത്തിലുടനീളമുള്ള ആദിവാസി വിഭാഗത്തിന്റെ ഏറ്റവും വലിയ കൂട്ടായ്മയായി മാറാൻ കഴിഞ്ഞ പ്രവർത്തന കാലയളവിൽ എ കെ എസിന് സാധിച്ചു.

സംസ്ഥാനത്തെ ആദിവാസി വിഭാഗങ്ങൾക്കിടയിൽ നിരവധി ആദിവാസി സംഘടനകൾ പ്രവർത്തിക്കുന്നുണ്ട്. അവയെല്ലാം ആദിവാസികളിലെ ഓരോരോ വിഭാഗത്തെയാണ് ഉന്നംവെച്ചിരുന്നത്. ആദിവാസികളുടെ ചില പ്രശ്നങ്ങൾ ഏറ്റെടുത്ത് പ്രവർത്തിക്കുന്ന തീവ്രവാദി സംഘടനകളും വർഗ്ഗീയ സംഘടനകളും ചിലയിടങ്ങളിൽ ഉണ്ട്. ഇടതുപക്ഷ

പ്രസ്ഥാനത്തിന് പൊതുവിൽ സ്വാധീനമില്ലാത്ത ഈ മേഖലയിൽ വൻ കൊള്ളകളും അഴിമതിയും നടമാടിയിരുന്നു. വിദ്യാഭ്യാസമായും സാമ്പത്തികമായും പിന്നണിയിൽ നില്ക്കുന്ന ആദിവാസികൾ കൂടുതൽ, കൂടുതൽ ചൂഷണത്തിന് വിധേയപ്പെടുന്ന സാഹചര്യം നിലനില്ക്കുമ്പോഴാണ് ഈ മേഖലയിൽ ഒരു സംഘടന അനിവാര്യമായി തീർന്നത്.

വയനാട് ജില്ലയിലെ കല്പറ്റയിൽവെച്ച് 2000 മാർച്ച് 6 നാണ് ആദിവാസി ക്ഷേമ സമിതിയുടെ രൂപീകരണ സമ്മേളനം നടന്നത്. എല്ലാ ആദിവാസി വിഭാഗങ്ങളെയും ഒന്നിച്ച് അണിനിരത്തുന്നതിനുള്ള പൊതുവേദി എന്ന നിലയിൽ എ കെ എസ് വളരെ പെട്ടെന്ന് തന്നെ വളർന്നുവന്നു.

സാമ്രാജ്യത്വം പല രീതികളിൽ സമൂഹത്തിൽ അധീശത്വം നേടാൻ വേണ്ടി പരിശ്രമിക്കുന്നുണ്ട്. ഇപ്പോൾ അവർ പ്രയോഗിക്കുന്ന പ്രധാന ആയുധം സ്വത്വപ്രശ്നമാണ്. സ്വത്വരാഷ്ട്രീയ പ്രക്രിയയെ ശക്തമായി മുന്നോട്ടുവെച്ച് ശകലീകരണ പ്രക്രിയക്ക് ആക്കം കൂട്ടുന്നതിനാണ് ലോകമെമ്പാടും സാമ്രാജ്യത്വം പരിശ്രമിച്ചുകൊണ്ടിരിക്കുന്നത്. കേരളത്തിലെ ആദിവാസി മേഖലയിലും ഇവർ പ്രവർത്തനം സംഘടിപ്പിക്കുന്നുണ്ട്. ആദിവാസി ക്ഷേമ സമിതി രൂപീകരിച്ചപ്പോൾ ജാതി രാഷ്ട്രീയമാണ് ഇടതുപക്ഷം കൈകാര്യം ചെയ്യുന്നത് എന്ന പ്രചരണം തല്പരകക്ഷികൾ നടത്തുകയുണ്ടായി. ആദിവാസികളെ മുഖ്യധാരയിലേക്ക് ഉയർത്തിയാൽ, വർഗ്ഗപരമായ കൂറുള്ളവരാക്കി മാറ്റിയാൽ തങ്ങളുടെ അജണ്ടകൾ നടപ്പിലാവില്ല എന്ന തിരിച്ചറിവിൽനിന്നാണ് ഈ കുപ്രചരണം വളർന്നുവന്നത്.

എ കെ എസ് സ്വത്വബോധത്തെ അടിസ്ഥാനപ്പെടുത്തി പ്രവർത്തിക്കുന്ന സംഘടനയാണെങ്കിൽ പട്ടികവർഗ്ഗ വിഭാഗത്തെ മൊത്തത്തിൽ സംഘടിപ്പിക്കുകയല്ല; പട്ടികവർഗ്ഗ വിഭാഗത്തിലെ ഓരോരോ വിഭാഗങ്ങളെയും ജാതീയമായി സംഘടിപ്പിക്കുകയാണുണ്ടാവുക. പക്ഷേ, പട്ടികവർഗ്ഗ വിഭാഗത്തിലെ എല്ലാവരെയും പൊതുബോധത്തിലേക്ക് ഉയർത്തുവാനാണ് എ കെ എസ് പരിശ്രമിക്കുന്നത്. അങ്ങനെയല്ലെങ്കിൽ സാമ്രാജ്യത്വം മുന്നോട്ടുവെക്കുന്ന അന്യവല്ക്കരണം നടപ്പിലാക്കാൻ വേണ്ടി സമുദായങ്ങൾ തിരിച്ചുള്ള സംഘടനകളും ഒന്ന് മറ്റൊന്നിന് എതിരാവുന്നതിലൂടെ 'അന്യർ' എന്ന ആശയത്തിന്റെ വ്യാപ്തിയും വർദ്ധിക്കും. പരസ്പര ഐക്യത്തിന് പകരം തമ്മിൽ യോജിക്കാനാവാത്ത വൈരുദ്ധ്യങ്ങൾ ശക്തിപ്പെടും. പരസ്പരവൈരികളായി ഏറ്റുമുട്ടുന്ന പഴയ ധാരണകളെ ഊട്ടിയുറപ്പിക്കാനാണ് അത് സഹായകമാവുക. തമ്മിൽ തൊടാൻ പോലും സാധിക്കാത്ത അയിത്തം ആദിവാസിമേഖലയിൽ നിലനിന്നിരുന്നതാണ്. അത്തരത്തിലുള്ള കാര്യങ്ങൾ നിലനിർത്തിക്കൊണ്ട് സ്വത്വത്തെ ഉയർത്തിപ്പിടിക്കുവാനാണ് സാമ്രാജ്യത്വത്തിന്റെ അജണ്ടകൾ നടപ്പാക്കുന്നവർ പരിശ്രമിക്കുന്നത്. അതിനായാണ് സ്വത്വപരമായി തരംതിരിച്ച്, പരസ്പരം കലഹിച്ചുകൊണ്ടിരിക്കുന്ന വിഭാഗങ്ങളാക്കി മാറ്റി, ആദിവാസി വിഭാഗങ്ങളെ സ്വത്വരാഷ്ട്രീയത്തിലേക്ക് ആനയിക്കുന്നത്.

വയനാട്ടിലെ ആദിവാസി വിഭാഗമായ കുറിച്യരുടെ വീടുകളിൽ ആദി

വാസികളായ പണിയർക്കും മറ്റ് സാധാരണ മനുഷ്യർക്കും പ്രവേശനം ഉണ്ടായിരുന്നില്ല. അയിത്തമായിരുന്നു കാരണം. ആദിവാസി ക്ഷേമ സമിതിയുടെ പ്രവർത്തനങ്ങളുടെ ഭാഗമായി ഈ കാര്യത്തിലൊക്കെ നല്ല നിലയിലുള്ള മാറ്റമുണ്ടായിട്ടുണ്ട്. അയിത്തംപോലുള്ള അനാചാരങ്ങൾ ഇല്ലാതാക്കാൻ പരിശ്രമിച്ചത് ഇതിന്റെ ഭാഗമായാണ്. പിന്നണിയിൽ കിട ക്കുന്ന ആദിവാസി ജനവിഭാഗത്തിനിടയിൽ ഐക്യബോധം ഉണ്ടാക്കാൻ ആദിവാസിക്ഷേമസമിതിക്ക് സാധിച്ചിട്ടുണ്ട്. ഭൂമിക്കുവേണ്ടിയും സ്വത്വ മെന്ന നിലയിൽ അവർ അഭിമുഖീകരിക്കുന്ന പ്രശ്നങ്ങൾക്ക് പരിഹാരം കാണാനും നടത്തിയ പരിശ്രമങ്ങളിലൂടെ ആദിവാസിക്ഷേമ സമിതി വലിയ രീതിയിൽ വളർന്നു.

ഭൂമിക്ക് വേണ്ടി ആദിവാസികൾ എ കെ എസിന്റെ നേതൃത്വത്തിൽ നടത്തിയ സമരങ്ങൾ ഐതിഹാസികമായി മാറി. ആദിവാസി മേഖല യിൽ നടത്തിയ ഉജ്ജ്വലമായ പോരാട്ടത്തിൽ എല്ലാ വിഭാഗം ഭൂരഹിതരായ ആദിവാസികളും അണിനിരന്നു. വയനാട്ടിലും കണ്ണൂരിലും നടത്തിയ ഭൂമിക്കുവേണ്ടിയുള്ള സമരത്തിൽ ആദിവാസി വിഭാഗത്തിൽപ്പെട്ട ആയിര ക്കണക്കിന് പാവപ്പെട്ടവർ ഒറ്റക്കെട്ടായി അണിനിരന്നു. അവരെ അറസ്റ്റ് ചെയ്ത് കണ്ണൂർ സെൻട്രൽ ജയിലിൽ അടയ്ക്കുകയുണ്ടായി. തടവിൽ കഴിയവേ ശാന്ത എന്ന ആദിവാസി സ്ത്രീ ജയിലിൽ കിടന്ന് പ്രസവിച്ചു. അവരുടെ കുട്ടി മരിച്ചുപോയി. വൈകാതെ, വയനാട് മാനന്തവാടിയിൽ താമസിക്കുന്ന ശാന്തയും അന്തരിച്ചു.

ജയിൽ ജീവിതാനുഭവമുള്ള ആയിരക്കണക്കിന് ആദിവാസികൾ കേരളത്തിലുണ്ട്. തനിക്ക് അവകാശപ്പെട്ട മണ്ണിന് വേണ്ടി പോരടിച്ച ഈ പടയാളികൾ കേരളത്തിന്റെ സമരചരിത്രത്തിലെ അഭിമാനങ്ങൾ തന്നെ യാണ്. ആദിവാസി വിഭാഗങ്ങളിൽ ഭൂരിപക്ഷവും കാർഷിക സംസ്കൃ തിയിലേക്കുപോലും എത്തിയിട്ടില്ല. തങ്ങൾക്ക് ഭൂമി ലഭിക്കണം എന്ന ആവശ്യമുയർത്തിപ്പിടിച്ച് പോരാടിയതിനാണ് അവരെ ജയിലിലടച്ചത്. അത് സമരചരിത്രത്തിലെ പുതിയൊരദ്ധ്യായമായിരുന്നു. അവർ ജയിൽ മോചിതരായതിന് ശേഷവും ആ സമരം അവസാനിപ്പിച്ചില്ല. താമസി ക്കാൻ വേണ്ടി ഒരുക്കിയെടുത്ത ഭൂമിയിലേക്ക് തന്നെയാണ് ജയിലിൽ നിന്ന് തിരികെ പോയത്. ആദിവാസി വിഭാഗത്തിലുള്ള ഈ പോരാളി കളെ കോടതി നേരിട്ടിടപെട്ടപ്പോൾ ജയിലിൽനിന്ന് വെറുതെവിടുകയാ ണുണ്ടായത്.

സംസ്ഥാനത്ത് വിവിധ എൻ ജി ഒകളും ഗോത്രസംഘടനകളും വിദ്ധ്വംസക ശക്തികളുടെ സഹായത്തോടെ ആദിവാസി വിഭാഗങ്ങളുടെ ഒന്നിച്ചുള്ള മുന്നേറ്റത്തെ ദുർബ്ബലപ്പെടുത്തുമ്പോൾ ആദിവാസി വിഭാഗ ങ്ങളെ ഏകോപിപ്പിച്ച് അവകാശപോരാട്ടങ്ങൾ നടത്തി മുഖ്യധാരയിലേക്ക് ഉയർത്തുകയും ചെയ്യുന്ന ആദിവാസി ക്ഷേമസമിതിയുടെ പ്രവർത്തന ങ്ങൾ കാലഘട്ടത്തിന്റെ ആവശ്യകതയാണ്.

കർഷക തൊഴിലാളി ക്ഷേമനിധിയും പെൻഷനും

കാർഷികമേഖലയിൽ പണിയെടുക്കുന്ന കർഷക തൊഴിലാളികളുടെ ആരോഗ്യം നശിക്കുമ്പോൾ അവർക്ക് തൊഴിലിൽ ഏർപ്പെടാൻ സാധിക്കില്ല. ദുരിതപൂർണ്ണമായ ജീവിതമാവും ആ വേളയിൽ അവർക്ക് നേരിടേണ്ടി വരിക. സ്വന്തം മക്കൾക്കും കുടുംബത്തിനുംവരെ വയസ്സുകാലത്ത് കർഷക തൊഴിലാളികൾ ഭാരമായിത്തീരാറുണ്ട്. ഈ കർഷക തൊഴിലാളികളുടെ വിയർപ്പിലാണ് നാട് പുലർന്നിരുന്നത്. സംസ്ഥാനത്തിന്റെ ഭക്ഷ്യോല്പാദനരംഗത്ത് സ്വന്തം അദ്ധ്വാനത്തിലൂടെ മികവുണ്ടാക്കിയ, സംസ്ഥാനത്തിന്റെ പാരിസ്ഥിതിക വ്യവസ്ഥയെ കാത്തുസൂക്ഷിച്ച കർഷക തൊഴിലാളികൾ വാർദ്ധക്യത്തിലേക്കെത്തുമ്പോൾ അവരെ ഏതുരീതിയിൽ പരിഗണിക്കണം എന്ന ചോദ്യം സമൂഹത്തിൽ ഉയർന്നുവന്നിരുന്നു. അത്തരം ചിന്തകളുടെ ബഹിർസ്ഫുരണമായാണ് കേരളത്തിലെ പാർശ്വവല്കൃത വിഭാഗത്തിന്റെ താല്പര്യസംരക്ഷണത്തിനുവേണ്ടി 1980 ൽ അധികാരത്തിൽ വന്ന ഇടതുപക്ഷ ജനാധിപത്യ മുന്നണിസർക്കാർ, കർഷക തൊഴിലാളികൾക്കു വേണ്ടി രാജ്യത്താദ്യമായി പെൻഷൻ നടപ്പിലാക്കിയത്. പതിനായിരക്കണക്കിന് കർഷക തൊഴിലാളികൾക്കാണ് ആ കാലയളവിൽ പെൻഷൻ ആനുകൂല്യം ലഭിച്ചത്. ഇപ്പോൾ പെൻഷൻ ലഭിക്കുന്നവരുടെ സംഖ്യ ലക്ഷങ്ങളായിരിക്കുന്നു. സാമൂഹ്യാടിമത്തത്തിൽനിന്നും വളർന്ന് പെൻഷൻ അവകാശംവരെ വാങ്ങാൻ പാകത്തിൽ കേരളത്തിലെ കർഷകത്തൊഴിലാളികളെ പ്രാപ്തരാക്കിയ സംഘടനയാണ് കേരള സ്റ്റേറ്റ് കർഷക തൊഴിലാളി യൂണിയൻ. കർഷക തൊഴിലാളി പെൻഷൻ തുടക്കമിട്ടപ്പോൾ 15 രൂപയായിരുന്നു പെൻഷൻ തുക. 2016 ൽ അധികാരത്തിൽ വന്ന പിണറായി വിജയൻ സർക്കാർ നിലവിൽ 600 രൂപയുള്ള പെൻഷൻ 1000 രൂപയാക്കി

വർദ്ധിപ്പിച്ചു. സർക്കാർ ഒരുവർഷം പൂർത്തിയാക്കും മുമ്പ് അവതരിപ്പിച്ച ആദ്യത്തെ ബജറ്റിൽ 1100 രൂപയാക്കി പെൻഷൻ തുക വർദ്ധിപ്പിച്ചു. കൊല്ലാകൊല്ലം അത് വർദ്ധിക്കുകയും ചെയ്യും.

കർഷക തൊഴിലാളികൾക്ക് ക്ഷേമം ഉറപ്പുവരുത്തുന്നതിൽ ഇടതു പക്ഷ ജനാധിപത്യ മുന്നണി സർക്കാർ ഒരു ചുവടുവയ്പുകൂടി മുന്നോട്ടു വച്ചത് 1990 ലാണ്. കേരള കർഷക തൊഴിലാളി ക്ഷേമനിധി (ഭേദഗതി) ബില്ലിന് 1990 ഫെബ്രുവരി 12 ന് നിയമസഭ അംഗീകാരം നല്കുകയു ണ്ടായി. എല്ലു മുറിയെ പണിയെടുത്ത് സമ്പത്തുല്പാദിപ്പിക്കുന്ന കർഷക ത്തൊഴിലാളികളോട് സമൂഹത്തിനുള്ള കടമ നിറവേറ്റുന്നതിന്റെ ഭാഗ മാണ് ഈ നിയമനിർമ്മാണം. കർഷക തൊഴിലാളി പെൻഷന് അതോ ടുകൂടി നിയമപരമായ പരിരക്ഷ ലഭ്യമായി. കർഷക തൊഴിലാളികൾക്ക് ക്ഷേമനിധി ഏർപ്പെടുത്താനുള്ള ഈ നിയമം 20 ലക്ഷത്തിലധികം പേർക്ക് പ്രയോജനകരമായിത്തീർന്നു.

കർഷക തൊഴിലാളി പെൻഷൻ നല്കുന്നതും അതിനുള്ള ഭരണ ച്ചെലവ് സർക്കാർ വഹിക്കുന്നതും ഗവൺമെന്റിന്റെ എക്സിക്യൂട്ടീവ് ഉത്ത രവ് പ്രകാരമായിരുന്നു. അതിനാണ് 90 ൽ നിയമത്തിന്റെ പരിരക്ഷ ഉണ്ടായത്. പെൻഷൻ സ്കീമും ക്ഷേമനിധിയും സംയോജിപ്പിക്കുന്ന തോടെ നിധിയിലേക്കുള്ള ഗവൺമെന്റിന്റെ വിഹിതവും ഉണ്ടായി. പെൻഷൻ വിതരണം ക്ഷേമനിധി നിയമത്തിന്റെ ഭാഗമാകുന്നതിനാൽ ഭരണച്ചെലവും ക്ഷേമനിധി ബോർഡിന്റെ പരിധിയിൽ വന്നു. ആ ഭാരം ബോർഡിന് ഉണ്ടാകാതിരിക്കാൻ ആ ചെലവിനുള്ള തുക ഗവൺമെന്റിൽ നിന്നും ഗ്രാന്റായി നല്കാനായിരുന്നു വ്യവസ്ഥ.

കർഷക തൊഴിലാളികൾക്കായി ഒരു പ്രൊവിഡന്റ് ഫണ്ട് പദ്ധതി ഉണ്ടാക്കുന്നതിന് 1974 ലെ കേരള കർഷകത്തൊഴിലാളി ആക്ട് (1974-18) വ്യവസ്ഥ ചെയ്യുന്നുണ്ട്. അതനുസരിച്ചു ഒരു പദ്ധതി ഉണ്ടാക്കുകയും 1979 ആഗസ്തിൽ പരീക്ഷണാടിസ്ഥാനത്തിൽ പാലക്കാട് പ്രാബല്യ ത്തിൽ കൊണ്ടുവരികയും ചെയ്തു. ഒരു വിഭാഗം കൃഷിക്കാരുടെ ശക്ത മായ എതിർപ്പുമൂലം പദ്ധതി വേണ്ടവിധത്തിൽ നടപ്പാക്കാൻ കഴിയാതാ വുകയും ഒടുവിൽ അതു ഉപേക്ഷിക്കപ്പെടുകയും ചെയ്തു. കർഷക തൊഴിലാളികളുടെ സമഗ്രമായ ക്ഷേമത്തിനു വ്യവസ്ഥ ചെയ്യുന്ന നിയ മാനുസൃത പിന്തുണയുള്ള ഒരു പദ്ധതി കൊണ്ടുവരണമെന്ന് ആവശ്യ പ്പെട്ടു കൊണ്ട് കർഷക തൊഴിലാളി യൂണിയൻ നിരന്തരമായ നിവേദന ങ്ങൾ സർക്കാരുകൾക്ക് മുന്നിൽ സമർപ്പിച്ചു. തുടർന്നാണ് വിഷയം വിശ ദമായി പരിഗണിക്കുകയും ഇതിലേക്കായി ആക്ട് ഉചിതമായ വിധത്തിൽ ഭേദഗതി ചെയ്യുന്നതിനും തീരുമാനമുണ്ടായത്.

1989 ആഗസ്ത് 31-ാം തീയതി 1989 ലെ കേരള കർഷകത്തൊഴി ലാളി (ഭേദഗതി) ഓർഡിനൻസ് (1989 ലെ 9) പ്രസിദ്ധപ്പെടുത്തി. പ്രസ് തുത ഓർഡിനൻസിനു പകരം സംസ്ഥാന നിയമസഭയുടെ ഒരു ആക്ട് കൊണ്ടുവരുന്നതിന് ഉദ്ദേശിച്ചുകൊണ്ടുള്ളതാണ് 90 ലെ ബില്ല്. ഓർഡി

നൻസിനു പകരം കൊണ്ടുവന്ന ഭേദഗതി നിയമത്തിലെ വ്യവസ്ഥകൾക്ക് 1989 സെപ്തംബർ മുതലുള്ള പൂർവ്വകാല പ്രാബല്യം ഉണ്ടായിരുന്നു.

ക്ഷേമനിധിയിൽ ആവശ്യമായ തുക സർക്കാർ വകയിരുത്തുന്ന മുറയ്ക്ക് പെൻഷനും നിധിയിൽനിന്നും നല്കി തുടങ്ങുമെന്നായിരുന്നു ധാരണ. ഇതിനായി പ്രതിവർഷം 22 കോടി രൂപ സർക്കാർ ചെലവിടുമെന്നും വ്യവസ്ഥചെയ്തു. സംസ്ഥാനത്തെ 20 ലക്ഷത്തിലധികം വരുന്ന ഗ്രാമീണ കർഷക തൊഴിലാളികൾക്കാണ് പദ്ധതിയിലൂടെ പ്രയോജനമുണ്ടായത്. ക്ഷേമനിധിയിലേക്ക് കർഷകർ നല്കേണ്ട വിഹിതം വില്ലേജ് ഓഫീസുകൾ മുഖേന ശേഖരിക്കാൻ തുടങ്ങി. പെൻഷൻ പദ്ധതി ക്ഷേമനിധിയിൽ ഉൾപ്പെടുത്തിക്കൊണ്ടുള്ള ഭേദഗതിയും നിയമസഭ അംഗീകരിക്കുകയുണ്ടായി.

കർഷകരിൽനിന്നും കർഷക തൊഴിലാളികളിൽനിന്നും അംശാദായമായി ശേഖരിക്കുന്ന തുക ഉപയോഗിച്ചാണ് നിധി രൂപീകരിച്ചത്. അര ഹെക്ടറിൽ കൂടുതൽ ഭൂമിയുള്ള മുഴുവൻ കർഷകരും നിധിയിലേക്ക് വിഹിതം നല്കണം. അരഹെക്ടറിൽ കൂടുതലുള്ള ഓരോ ഭൂവുടമയും ഹെക്ടറിന് 15 രൂപ നിരക്കിൽ നിധിയിലേക്ക് അംശാദായം നല്കണമെന്നാണ് ആദ്യം വ്യവസ്ഥ ചെയ്തിരുന്നത്. അര ഹെക്ടർ മുതൽ ഒരു ഹെക്ടർവരെ ഭൂമിയുള്ള കർഷകർ പ്രതിവർഷം 10 രൂപ നിധിയിലേക്ക് നല്കിയാൽ മതി. ഒരു ഹെക്ടറിൽ കൂടുതൽ ഭൂമിയുള്ള കർഷകർ 15 രൂപ നിരക്കിലും നിധിയിലേക്ക് അംശാദായം നല്കണം. ബില്ലിലെ മാറ്റം വരുത്താത്ത വ്യവസ്ഥയനുസരിച്ച് ക്ഷേമനിധിയിലേക്ക് കർഷക തൊഴിലാളികൾ അടയ്ക്കേണ്ട വിഹിതം പ്രതിമാസം രണ്ടു രൂപയായിരിക്കുമെന്നും വ്യവസ്ഥചെയ്തു.

നിധിയിൽനിന്ന് സഹായം ലഭ്യമാകുന്ന ആനുകൂല്യങ്ങൾ ബില്ലിൽ വ്യക്തമാക്കിയിട്ടുണ്ട്. അതിവർഷാനുകൂല്യം കർഷക തൊഴിലാളികൾക്കും അവരുടെ ആശ്രിതർക്കും മരണാനന്തര ചടങ്ങുകൾക്ക് ആനുകൂല്യം, പ്രസവാനുകൂല്യം, വൈദ്യസഹായം, വിദ്യാഭ്യാസാനുകൂല്യം, വീടുപണിയാൻ മുൻകൂർ തുക, കൃഷിഭൂമി, വായ്പ, തൊഴിലാളികളുടെ പെൺമക്കളുടെ വിവാഹച്ചെലവിന് സഹായം, അംഗങ്ങളുടെ ഇൻഷ്വറൻസ് പ്രീമിയം അടയ്ക്കാൻ സഹായം തുടങ്ങിയവയാണ് പദ്ധതിയുടെ പരിധിയിൽ വരുന്നത്. തൊഴിലാളികളുടെ സഹോദരിമാരുടെ വിവാഹത്തിനുകൂടി നിധിയിൽ നിന്ന് സഹായം നല്കുന്നതിന് വ്യവസ്ഥ ചെയ്തിട്ടുണ്ട്. കെട്ടിടം പണിക്ക് സഹായം നല്കുംപോലെ കെട്ടിടത്തിന്റെ അറ്റകുറ്റപ്പണിക്കും നിധിയിൽനിന്നും സഹായം ലഭിക്കും. ക്ഷേമനിധിയിൽ അംഗമായി രജിസ്റ്റർ ചെയ്യുന്ന തൊഴിലാളികളെയായിരിക്കും കണക്കാക്കപ്പെടുന്നത്. അവർക്കുമാത്രമാണ് ക്ഷേമനിധിയിൽനിന്നുള്ള ആനുകൂല്യങ്ങൾക്ക് അർഹതയുള്ളത്. ക്ഷേമനിധിയിലേക്ക് കേന്ദ്രസംസ്ഥാന ഗവൺമെന്റുകളോ തദ്ദേശസ്വയംഭരണ സ്ഥാപനങ്ങളോ മറ്റ് ഏതെങ്കിലും സ്ഥാപനങ്ങളോ നല്കുന്ന വായ്പകളും ഗ്രാന്റുകളും അഡ്വാൻസുകളും

മറ്റും ക്ഷേമനിധിയുടെ ക്രെഡിറ്റിൽ ചേർക്കുന്നതാണെന്നും ആ തുക അവ നല്കുന്ന കാര്യത്തിനല്ലാതെ മറ്റൊന്നിനും ഉപയോഗിക്കാൻ പടില്ലാത്തതാണെന്നും ബില്ലിൽ വ്യവസ്ഥ ചെയ്തിട്ടുണ്ട്.

കർഷക തൊഴിലാളികൾക്ക് ക്ഷേമനിധിയിൽ പണം അടച്ചതിനുള്ള രേഖയായി ടോക്കണോ കാർഡോ പാസ് ബുക്കോ ഏർപ്പെടുത്തുന്നതിന് ബില്ലിൽ വ്യവസ്ഥ ചെയ്തിട്ടുണ്ട്. കർഷക തൊഴിലാളികളിൽ 60 വയസ്സു കഴിയുന്നവർക്ക് പെൻഷൻ ലഭിക്കുന്നതിനുള്ള അർഹത ബില്ലിൽ വ്യവസ്ഥ ചെയ്തിട്ടുണ്ട്. ക്ഷേമനിധിയിൽ അംഗമായ ഒരാൾ 60 വയസ്സു കഴിയുകയോ ഏതെങ്കിലും കാരണത്താൽ ജോലി ചെയ്യാൻ അശക്തനാകുകയോ ചെയ്താൽ ആ അംഗത്തിന്റെ ക്രെഡിറ്റിൽ ക്ഷേമനിധിയിലുള്ള തുക നല്കുന്നതായിരിക്കും.

കേരളത്തിൽ യു ഡി എഫ് അധികാരത്തിൽവന്ന വേളകളിലെല്ലാം ക്ഷേമനിധിയെ നശിപ്പിക്കാനുള്ള ശ്രമങ്ങളാണ് നടത്തിയത്. എല്ലാ സഹായങ്ങളും നിഷേധിക്കുന്ന സമീപനമാണ് അവർ കൈക്കൊണ്ടത്. ഇടതുപക്ഷം അധികാരത്തിൽ വരുമ്പോഴാണ് ക്ഷേമനിധി ബോർഡിന് ജീവൻ വെക്കുന്നത്. ക്ഷേനിധിയുടെ ഭാഗമായല്ല ഇപ്പോൾ പെൻഷൻ നല്കുന്നത്. ഗവൺമെന്റ് നേരിട്ടാണ്. അത് തുടരണം. അതോടൊപ്പം കർഷക തൊഴിലാളി ക്ഷേമനിധി ബോർഡിനെ അടിമുടി പുതുക്കിപ്പണിയണം.

വയൽസംരക്ഷണ സമരം

ഒരുകാലത്ത് കേരളരാഷ്ട്രീയത്തിൽ ഏറെ കോളിളക്കം സൃഷ്ടിച്ച സമരമാണ് വയൽ സംരക്ഷണ സമരം. 'വെട്ടിനിരത്തൽ സമരം' എന്നാണ് മാധ്യമങ്ങൾ ഇതിനെ വിശേഷിപ്പിച്ചത്. കൃഷിഭൂമി സംരക്ഷിക്കാനും, വയൽ നികത്തുന്നതിനെതിരായും ശക്തമായ നിയമം നമ്മുടെ സംസ്ഥാനത്ത് നിലവിലുണ്ട്. നിയമങ്ങൾ കടലാസിൽ കിടക്കുകയും നെല്വയലുകൾ നാണ്യവിളകൾ കൈയടക്കുകയും ചെയ്യുന്ന സ്ഥിതി വന്നപ്പോഴാണ് കർഷകത്തൊഴിലാളി പ്രസ്ഥാനത്തിന്റെ ശ്രദ്ധ ഈ രംഗത്തേക്ക് തിരിഞ്ഞത്.

അനുദിനം ഉപഭോക്തൃസംസ്ഥാനമായി മാറുകയാണ് നമ്മുടെ സംസ്ഥാനം. കാർഷിക കേരളമെന്ന സ്വപ്നം തന്നെ വ്യർത്ഥമായി. നെല്വയലുകൾ നികത്തി അവിടെ നാണ്യവിളകളും കെട്ടിടങ്ങളും പണിയുന്നത് കേരളീയ സമൂഹത്തെ തകർച്ചയിലേക്ക് നയിക്കുമെന്ന് കർഷകത്തൊഴിലാളി പ്രസ്ഥാനം അനുഭവങ്ങളിലൂടെ തിരിച്ചറിഞ്ഞപ്പോഴാണ് കൃഷിഭൂമികൾ സംരക്ഷിക്കുവാനായി യൂണിയൻ മുന്നോട്ടുവന്നത്.

കേരളനാടിനെ സ്നേഹിക്കുന്നവർക്ക് നമ്മുടെ നെല്വയലുകളും ജലസേചനത്തിനുള്ള അരുവികളും അന്യം നിന്നുപോകരുതെന്ന് ആത്മാർത്ഥമായ ആഗ്രഹമുണ്ട്. ഏതൊരാളും നെല്വയലുകൾ നികത്തുന്നത് പൊറുക്കില്ല. കൂലിയും, ചെലവും ഒക്കുന്നില്ല, അതുകൊണ്ട് നെല്കൃഷിയിൽനിന്ന് കർഷകർക്ക് പിന്മാറേണ്ടി വന്നെന്നായിരുന്നു ആ കാലത്ത് കുത്തകമാധ്യമങ്ങൾ വഴിയും അല്ലാതെയും നടത്തിയ വ്യാപകമായ പ്രചാരണം.

നെല്വയൽ നികത്തുന്നതിനെതിരെ കർഷക തൊഴിലാളി പ്രസ്ഥാനം നിരന്തരമായി സമരരംഗത്തുണ്ടായിരുന്നു. 1997 ൽ ചെങ്കൊടികളുമായി നികത്തിയ നെല്പാടങ്ങൾ അടയാളപ്പെടുത്താൻ യൂണിയൻ മുന്നോട്ടു വന്നു. ആലപ്പുഴയിലായിരുന്നു സമരത്തിന് തുടക്കം. പതിനാ

യിരക്കണക്കിന് തൊഴിലാളികൾ സമരത്തിൽ പങ്കാളികളായി. സമരം ശക്തമായതിനെത്തുടർന്ന് നെല്കൃഷി സംരക്ഷണത്തിന് ആവശ്യമായ നിർദ്ദേശങ്ങൾ സമർപ്പിക്കാൻ സർക്കാർ കമ്മീഷനെ നിയോഗിച്ചു. ഔദ്യോഗികമായി നിയമിച്ച കമ്മീഷനു പുറമേ കാർഷിക സർവ്വകലാശാലയുടെ വിദഗ്ദ്ധരുടെ ഒരു അനൗദ്യോഗിക കമ്മീഷനും ഇതേ അവസരത്തിൽ കേരളത്തിലുടനീളം പഠനം നടത്തി.

1997 ഒക്ടോബർ 17 ന് എ കെ ജി സെന്ററിൽ ചേർന്ന യോഗത്തിൽ കർഷകത്തൊഴിലാളി യൂണിയൻ നടത്തിവരുന്ന സമര പരിപാടികളെപ്പറ്റിയും, തുടർന്നുണ്ടായ സംഭവങ്ങളും വി എസ് അച്യുതാനന്ദൻ വിശദീകരിച്ചു. സർക്കാർ നിയോഗിച്ച ഡോ. ശ്യാമസുന്ദരൻ നായർ കമ്മീഷനെപ്പറ്റി ഉയർന്നു വന്ന വിമർശനങ്ങളും, കർഷകത്തൊഴിലാളി യൂണിയൻ സമര പരിപാടികൾക്കെതിരെ ഉയർന്നുവന്ന ആരോപണങ്ങളും യോഗത്തിൽ ചർച്ചയ്ക്ക് വന്നു. ഈ യോഗത്തിൽ വച്ച് അനൗദ്യോഗിക കമ്മീഷനായ കാർഷിക സർവ്വകലാശാലയിലെ ഡോ. പത്തിയൂർ ഗോപിനാഥന്റെ നേതൃത്വത്തിലുള്ള സംഘത്തെ വയൽ നികത്തൽ പ്രശ്നത്തെ പറ്റി പഠിക്കാനും ബോധവല്ക്കരണത്തിനുമായി നിയോഗിച്ചു.

കേരള സമൂഹത്തെ ബാധിക്കുന്ന കാതലായ ഒരു പ്രശ്നത്തിൽ തൊഴിലാളി വർഗ്ഗത്തിന്റെ നിലപാടിനൊത്താണ് ശാസ്ത്രസമൂഹവും ചിന്തിക്കുന്നതെന്ന് ബോദ്ധ്യപ്പെടുത്തുകയായിരുന്നു ഈ ബോധവല്ക്കരണ പരിപാടിയുടെ ലക്ഷ്യം. ഈ കമ്മിറ്റിയുടെ പ്രവർത്തനങ്ങൾ കക്ഷി രാഷ്ട്രീയത്തിനതീതമായി കർഷകർ, കർഷകത്തൊഴിലാളികൾ, വിവിധ വർഗ്ഗബഹുജനപ്രസ്ഥാനങ്ങൾ, സന്നദ്ധ സംഘടനകൾ എന്നിവയുടെയെല്ലാം പിന്തുണയോടെയായിരിക്കണമെന്ന് യോഗത്തിൽ അഭിപ്രായമുയർന്നു. വർഗ്ഗപരമായ വീക്ഷണത്തോടെ സാമൂഹ്യ-സാമ്പത്തിക-രാഷ്ട്രീയ പ്രശ്നങ്ങൾക്ക് ഊന്നൽ നല്കിവേണം പ്രശ്നത്തെ കാണേണ്ടതെന്നും തനിപ്രാകൃതമായ സമീപനം ഉണ്ടാകരുതെന്നും യോഗം വ്യക്തമാക്കി.

തുടർന്ന് കമ്മീഷൻ ചില നിർദ്ദേശങ്ങൾ സർക്കാരിന് നല്കി. റിപ്പോർട്ടിൽ നെല്കൃഷി വമ്പിച്ച നഷ്ടമാണെന്ന വാദഗതി പൊളിച്ചു കാണിച്ചു. മാത്രമല്ല, കൂടുതൽ ലാഭകരമായി നെല്കൃഷി ചെയ്യാനുള്ള നിർദ്ദേശങ്ങളും അത് മുന്നോട്ടുവച്ചു. എന്നിട്ടും വയൽ നികത്തൽ ഇപ്പോഴും തുടരുകയാണ്. കർഷക തൊഴിലാളി യൂണിയന്റെ അടൂർ സമ്മേളനവും മൂവാറ്റുപുഴ സമ്മേളനവും നെല്വയൽ-തണ്ണീർത്തട സംരക്ഷണത്തിനായി കെ എസ് കെ ടി യു പ്രതിജ്ഞാബദ്ധമാണെന്ന് അർത്ഥശങ്കയ്ക്കിടയില്ലാത്തവിധം വ്യക്തമാക്കിയിട്ടുണ്ട്. നെല്വയലുകളും തണ്ണീർത്തടങ്ങളും സംരക്ഷിക്കാൻ ഒരു കെ എസ് കെ ടി യു പ്രവർത്തകനും ഒരു കമ്മിറ്റിയുടെയും അനുവാദം ലഭിക്കേണ്ടതില്ല. ഒരു യൂണിറ്റ് പ്രദേശത്ത് ആരെങ്കിലും വയൽ നികത്തുന്നുണ്ടെങ്കിൽ അത് തടയാൻ യൂണിയന്റെ പ്രവർത്തകർക്ക് സാധിക്കണം. അത്തരത്തിലുള്ള പ്രവർത്തനങ്ങളിലൂടെ മാത്രമേ ബാക്കിയുള്ള നെല്വയലുകൾ സംരക്ഷിക്കാൻ നമുക്ക് സാധിക്കുകയുള്ളു.

www.ingramcontent.com/pod-product-compliance
Lightning Source LLC
LaVergne TN
LVHW100258051026
849517LV00006B/2133
* 9 7 8 9 3 8 6 6 3 7 4 4 4 *